കനൽവഴികളിൽ കാലിടറാതെ

**kanalvazhikalil kalidarathe**

•

basheer chungathara

•

*first edition*
october 2012

•

*second edition*
december 2012

•

*published*
chintha publishers, thiruvananthapuram

•

*typesetting*
minerva graphotechs, attukal

•

*printed*
akshara offset, thiruvananthapuram

•

*cover*
vinod

•

*price*
rupees two hundred thirty only



---

***വിതരണം***

**ദേശാഭിമാനി ബുക്ക് ഹൗസ്**

H O തിരുവനന്തപുരം–695 035
www.chinthapublishers.com
chinthapublishers@gmail.com

***ബ്രാഞ്ചുകൾ***

ഹെഡ്ഡാഫീസ് ബ്രാഞ്ച് കുന്നുകുഴി • ഓവർബ്രിഡ്ജ് തിരുവനന്തപുരം • കെ എസ് ആർ ടി സി ബസ് സ്റ്റേഷൻ ആലപ്പുഴ • കെ എസ് ആർ ടി സി ബസ് സ്റ്റേഷൻ എറണാകുളം • മച്ചിങ്ങൽ ലെയ്ൻ തൃശൂർ • ഐ ജി റോഡ് കോഴിക്കോട് • കെ എസ് ആർ ടി സി ബസ് സ്റ്റേഷൻ കോഴിക്കോട് • എൻ ജി ഒ യൂണിയൻ ബിൽഡിങ് കണ്ണൂർ • സെൻട്രൽ ബസ് ടെർമിനൽ കോംപ്ലക്സ് താവക്കര കണ്ണൂർ

---

CR - 1208 / 3097

# കനൽവഴികളിൽ കാലിടറാതെ

ജീവചരിത്രം

ബഷീർ ചുങ്കത്തറ

ചിന്ത പബ്ലിഷേഴ്സ്
തിരുവനന്തപുരം-695 035
വില: ₹ 230

## ബഷീർ ചുങ്കത്തറ

1959 ഏപ്രിൽ 10 ന് മലപ്പുറം ജില്ലയിലെ എടവണ്ണയിൽ ജനിച്ചു. പിതാവ്: മുത്തിരി മുഹമ്മദുണ്ണി. മാതാവ്: ചേലാക്കോടൻ നഫീസ. വണ്ടൂർ പൂക്കുളം ജി എം എൻ പി സ്കൂൾ, വണ്ടൂർ ഗവ: വി എം സി ഹൈസ്കൂൾ, പെരിന്തൽമണ്ണ, ഗവ: പോളിടെക്നിക്ക് (ഡിപ്ലോമ, ഇലക്ട്രിക്കൽ എഞ്ചിനീയറിങ്) എന്നിവിടങ്ങളിൽ വിദ്യാഭ്യാസം. കേരളാ സ്റ്റേറ്റ് ഇലക്ട്രിസിറ്റി ബോർഡിൽ അസിസ്റ്റന്റ് എക്സിക്യൂട്ടീവ് എഞ്ചിനീയർ, പുരോഗമന കലാസാഹിത്യ സംഘത്തിന്റെ മലപ്പുറം ജില്ലാ സെക്രട്ടറി, കെ എസ് ഇ ബി ഓഫീസേഴ്സ് അസോസിയേഷന്റെ സംസ്ഥാന നിർവാഹക സമിതി അംഗം എന്നീ നിലകളിൽ പ്രവർത്തിക്കുന്നു. ആനുകാലികങ്ങളിൽ ലേഖനങ്ങൾ, കഥ, കവിത എന്നിവ എഴുതാറുണ്ട്. കൃതികൾ: *പ്രതിബദ്ധകവിതകൾ* (കവിതാസമാഹാരം), *ഇശൽ ചക്രവർത്തി മോയിൻകുട്ടി വൈദ്യർ* (പഠനം) ഈ കൃതിക്കു 2011 ലെ 'അബുദാബി ശക്തി അവാർഡ് ലഭിച്ചു. *മലബാർ കലാപം ഇ എം എസിന്റെ ആഹ്വാനവും താക്കീതും* (എഡിറ്റർ).

ഭാര്യ : പി കെ സൈനബ, (അഖിലേന്ത്യാ ജനാധിപത്യ മഹിളാ അസോസിയേഷൻ ദേശീയ ഉപാധ്യക്ഷ, സി പി ഐ (എം) സംസ്ഥാന സമിതി അംഗം)
മക്കൾ : അസിംഹാഷ്മി, പാഷിയ
വിലാസം: ഗ്രാന്മ, തച്ചങ്കോട്
ചുങ്കത്തറ
മലപ്പുറം – 679334
ഫോൺ : 04931–231566 മൊബൈൽ 9447 – 171566
E-mail : basheerchungathara@gmail.com

# ഉള്ളടക്കം

കെ സെയ്താലിക്കുട്ടി (1926–2010)

## സമർപ്പണം

സന്ദർഭം കിട്ടുമ്പോഴൊക്കെ
സ്നേഹവാത്സല്യങ്ങൾ ചൊരിഞ്ഞ്
എഴുത്തിനെയും
സാംസ്കാരിക പ്രവർത്തനങ്ങളെയും
എന്നും പ്രോത്സാഹിപ്പിച്ചുകൊണ്ടിരിക്കുന്ന
പിതൃതുല്യനായ
സഖാവ് പി ജി എന്ന
പി ഗോവിന്ദപ്പിള്ളയ്ക്ക്

# ആമുഖം

**സ്വാ**തന്ത്ര്യസമരകാലംമുതൽ തന്നെ രാഷ്ട്രീയ പ്രവർത്തനം തുടങ്ങുകയും ഇപ്പോഴും രംഗത്ത് തുടരുകയും ചെയ്യുന്നവരായ മഹദ്വ്യക്തികൾ ഏതാണ്ട് ഇല്ലാതായിക്കൊണ്ടിരിക്കയാണ്. ദേശീയ രാഷ്ട്രീയ നേതൃത്വത്തിലും സംസ്ഥാന നേതൃത്വത്തിലും ഈ വിഭാഗത്തിൽ ഇനി അധികംപേർ ഒരു രാഷ്ട്രീയ പാർട്ടിയിലും ശേഷിക്കുന്നില്ല.

മലപ്പുറം ജില്ലയിലെ രാഷ്ട്രീയ നേതാക്കളിൽ മുകളിൽ സൂചിപ്പിച്ച വിശേഷണം അർഹിച്ചിരുന്ന ഒരേയൊരാളായിരിക്കണം 2010 ജനുവരി 24 ന് അന്തരിച്ച കമ്യൂണിസ്റ്റുപാർട്ടി നേതാവ് കെ സെയ്താലിക്കുട്ടി. സ്നേഹപൂർവം 'സെയ്താലിക്കുട്ട്യാക്ക' എന്ന് പൊതുവെ വിളിക്കപ്പെട്ടിരുന്ന അദ്ദേഹത്തിന്റെ പേര് മറ്റു വിശേഷണങ്ങളൊന്നുമില്ലാതെ എവിടെ പരാമർശിക്കപ്പെട്ടാലും മലപ്പുറം ജില്ലയിൽ കക്ഷിരാഷ്ട്രീയത്തിനതീതമായി തന്നെ അത് മനസിലാക്കപ്പെട്ടിരുന്നത് സി പി ഐ (എം) നേതാവായ കെ സെയ്താലിക്കുട്ടി എന്നായിട്ടായിരുന്നു.

ആറു പതിറ്റാണ്ടിലേറെ കാലത്തെ പൊതുപ്രവർത്തന പാരമ്പര്യമുള്ള അദ്ദേഹത്തോട് അടുത്ത് ഇടപഴകാൻ എനിക്ക് അവസരമുണ്ടായത് എന്റെ വിവാഹത്തോടനുബന്ധിച്ചാണ്. കമ്യൂണിസ്റ്റുപാർട്ടി (മാർക്സിസ്റ്റ്) യുടെ ഇപ്പോഴത്തെ സംസ്ഥാന കമ്മിറ്റി അംഗവും അന്നത്തെ ജില്ലാ കമ്മിറ്റി അംഗവുമായിരുന്ന പി കെ സൈനബയുമായുള്ള എന്റെ വിവാഹം നടന്നത് 1988 ഒക്ടോബർ 2 നായിരുന്നു. വധുവിന്റെ ഭാഗത്ത് നിന്നുമുള്ള ക്ഷണക്കത്ത് അച്ചടിച്ചിരുന്നത് പാർട്ടി ജില്ലാ സെക്രട്ടറിയെന്ന നിലയ്ക്ക് അദ്ദേഹമായിരുന്നു.

പിന്നീട് പല സന്ദർഭങ്ങളിലും കാണുകയും പലതും ചർച്ച ചെയ്യു

കയും ചെയ്തിരുന്നു. ഒരിക്കൽ നിലമ്പൂരിൽനിന്നും മലപ്പുറത്തേക്ക് സെയ്താലിക്കുട്ട്യാക്കയുമൊന്നിച്ച് ഒരു കാറിൽ യാത്ര ചെയ്തപ്പോൾ ഉണ്ടായ ഒരു സംഭാഷണമാണ് ഇങ്ങനെയൊരു പുസ്തകം തയാറാക്കുന്നതിനുള്ള ആലോചനയ്ക്ക് തുടക്കമായത്.

ഏതോ ഒരു സഖാവിന് പാർട്ടി പ്രവർത്തനത്തിന്റെ ഭാഗമായി ജയിൽശിക്ഷ കിട്ടിയതിനെക്കുറിച്ച് അദ്ദേഹം കാറിലുള്ളവരുമായി സംസാരിച്ചുകൊണ്ടിരിക്കുകയായിരുന്നു. ഞാൻ ഇടയ്ക്ക് ഒരു കൗതുകത്തിനു വേണ്ടി ചോദിച്ചു:

"സഖാവും കുറെ കിടന്നിട്ടുണ്ടാവുമല്ലോ അല്ലേ?"

അദ്ദേഹം ചിരിച്ചുകൊണ്ടു പറഞ്ഞു:

"മലബാറിൽ ഞാൻ കിടന്നിട്ടില്ലാത്ത ജയിലുണ്ടാവില്ല. അന്നതിന് മാറിമാറി പോയിക്കിടക്കല് തന്ന്യല്ലേ പണി...?"

"ഇങ്ങനെ മാറിമാറിക്കിടക്കേണ്ടി വന്നിരുന്നത് എന്തിനൊക്കെയായിരുന്നു."

"അതിന് അന്നത്തെ കഥ വല്ലതും നിനക്കറിയോ...? അന്ന് ഞാനൊക്കെ ഗുണ്ടാ ലിസ്റ്റിലാ... മദ്രാസിൽനിന്നും ഏതെങ്കിലും ഒരു കോന്തൻ ഇങ്ങട്ട് പുറപ്പെട്ടാൽ മതി, ഞങ്ങളെയൊക്കെ പിടിച്ച് അകത്താക്കും. പിന്നെ അവര് വന്ന് പോയിട്ടേ വിടൂ..."

"അപ്പോ കേസ് ചാർജ് ചെയ്യലും കോടതിയിൽ ഹാജരാക്കലും ഒന്നും ഉണ്ടാവില്ലേ....?"

"ഒന്നുംവേണ്ടാ.. അവർക്ക് തോന്ന്യേതൊക്കെത്തന്നെയായിരുന്നു നിയമം..."

പിന്നീടൊരിക്കൽ പുരോഗമന കലാസാഹിത്യസംഘവുമായി ബന്ധപ്പെട്ട് എന്തോ കാര്യം സംസാരിക്കാൻ ചെന്നപ്പോൾ പലതും പറഞ്ഞ കൂട്ടത്തിൽ ഒരിക്കൽ കോട്ടയ്ക്കൽ മുതൽ തിരൂരങ്ങാടിവരെ കയ്യാമം വെച്ച് നടത്തിച്ചു കൊണ്ടുപോയ ഒരു സ്വന്തം അനുഭവവും പറഞ്ഞുതന്നിരുന്നു.

ഇവയെല്ലാം കൂട്ടിച്ചേർത്ത് ചിന്തിച്ചപ്പോൾ പുതിയ തലമുറയ്ക്ക് അപരിചിതമായ ഈ തീക്ഷ്ണമായ അനുഭവങ്ങൾ രേഖപ്പെടുത്തി വെക്കേണ്ടത് വളരെ അത്യാവശ്യമുള്ള ഒരു കാര്യമായിട്ട് തോന്നി. പക്ഷേ, അദ്ദേഹത്തിന്റെ തിരക്കുപിടിച്ച പൊതുജീവിതത്തിനിടയ്ക്ക് ഒഴിഞ്ഞൊന്ന് കിട്ടുകയെന്നത് അത്ര എളുപ്പമായിരുന്നില്ല.

ആരോഗ്യപ്രശ്നങ്ങൾകാരണം പ്രധാന ചുമതലകളിൽ നിന്നൊക്കെ ഒഴിഞ്ഞ് വീട്ടിൽ ചികിത്സകളുമായി കഴിഞ്ഞിരുന്ന അവസരത്തിൽ ആഗ്രഹം നേരിട്ടുചെന്ന് അവതരിപ്പിച്ചപ്പോൾ സസന്തോഷം സഹകരണം വാഗ്ദാനം ചെയ്തു.

ചില കാര്യങ്ങളൊക്കെ പറയുമ്പോൾ ചെറിയ തോതിൽ ഓർമകൾ മുറിയുന്നപോലെ തോന്നിയെങ്കിലും പരമാവധി ഓർത്തെടുത്ത് സഖാവ് കാര്യങ്ങൾ പറഞ്ഞുതന്നു. അധികനേരം ഇരുന്ന് സംസാരിക്കുമ്പോൾ ക്ഷീണം തോന്നുന്ന ആരോഗ്യസ്ഥിതിയായിരുന്നു. എങ്കിലും ഓരോ തവണ ചെന്നപ്പോഴും കഴിയാവുന്നത്ര കാര്യങ്ങൾ പറഞ്ഞുതന്നുകൊണ്ട് അദ്ദേഹം സഹകരിച്ചു.

ഇങ്ങനെ നാലഞ്ച് തവണ ചെന്ന് കാണുകയും ഓരോ തവണയും ഒന്ന്-രണ്ട് മണിക്കൂർ നേരത്തോളം സംസാരിച്ചിരിക്കുകയും ചെയ്തപ്പോൾ പറഞ്ഞുതന്ന കാര്യങ്ങളും പിന്നെ കുറെ സഹപ്രവർത്തകരെ ചെന്നുകണ്ട് ശേഖരിച്ച വിവരങ്ങളും ചേർത്താണ് ഈ ഉദ്യമത്തിന് തുനിയുന്നത്. ഒരു മൂന്നോ നാലോ തവണകൂടി ഒന്നിച്ചിരിക്കണം എന്ന് കരുതിയിരുന്നു. പക്ഷേ, കൂടിക്കൂടി വന്ന ആരോഗ്യപ്രശ്നങ്ങൾ അതിന് അനുവാദം തന്നില്ല.

“സെയ്താലിക്കുട്ട്യാക്ക”യുടേതുപോലുള്ള സമരാനുഭവങ്ങളുടെ കനൽപ്പാതകൾ താണ്ടിയ ഒരു രാഷ്ട്രീയ നേതാവിന്റെ ജീവിതം പുസ്തകരൂപത്തിലാക്കാൻ എനിക്കുള്ള യോഗ്യത അദ്ദേഹത്തോടുള്ള അളവില്ലാത്ത സ്നേഹാദരങ്ങളും ഇങ്ങനെയൊരു ദൗത്യം ആരെങ്കിലുമൊക്കെ ഏറ്റെടുക്കേണ്ടതുണ്ട് എന്ന ബോധവുമാണ്.

സെയ്താലിക്കുട്ടി സഖാവിന്റെ മരണശേഷം ചേർന്ന പുരോഗമന കലാസാഹിത്യസംഘം ജില്ലാ കമ്മിറ്റിയിൽ അറിയിച്ചപ്പോൾ സഹപ്രവർത്തകരിൽനിന്നും വന്ന നിർദേശം ഇങ്ങനെയൊരു ഗ്രന്ഥം തയാറാക്കുമ്പോൾ അതിൽ മലപ്പുറം ജില്ലയിൽ മൺമറഞ്ഞുപോയ കമ്യൂണിസ്റ്റ് നേതാക്കളിൽ പ്രമുഖരായിരുന്ന കുഞ്ഞാലി, ഇമ്പിച്ചിബാവ തുടങ്ങിയവരടക്കമുള്ളവരുടെ ജീവിതത്തെക്കുറിച്ചും വിശദാംശങ്ങൾ ഉണ്ടാവണമെന്നും ശ്രീ. പാലൊളി മുഹമ്മദുകുട്ടിയടക്കമുള്ള ഇപ്പോഴത്തെ മുതിർന്ന നേതാക്കളിൽനിന്നു കൂടിയുള്ള വിവരങ്ങൾ ചേർക്കണമെന്നും അങ്ങനെ കമ്യൂണിസ്റ്റ് പ്രസ്ഥാനത്തിന്റെ മലപ്പുറം ജില്ലയിലെ ചരിത്രത്തിലേക്ക് ഒരു എത്തിനോട്ടം ലഭിക്കത്തക്ക നിലയിൽ വേണം അത് ഒരുക്കേണ്ടത് എന്നുമായിരുന്നു. ആ നിർദേശവും അവസാനഭാഗത്ത് പരാമർശിച്ചിട്ടുള്ള ഒട്ടേറെ പേരിൽനിന്നും ലഭിച്ച ഉപദേശ നിർദേശങ്ങളും അനുഭവക്കുറിപ്പുകളും ഈ പുസ്തകത്തിന്റെ രചനയിൽ വലിയ തോതിൽ സഹായകരമായിട്ടുണ്ട്. കയ്യെഴുത്തുപ്രതി സൂക്ഷ്മതയോടെ പൂർണമായി വായിച്ച് മാർഗനിർദേശങ്ങൾ തന്ന സി ഐ ടി യു മലപ്പുറം ജില്ലാ സെക്രട്ടറി ജോർജ് കെ ആന്റണി, അവതാരിക തയാറാക്കിയ *ദേശാഭിമാനി* വാരികാ പത്രാധിപർ ഡോ. കെ പി മോഹനൻ ആശംസാക്കുറിപ്പ് തന്ന ശ്രീ പാലൊളി മുഹമ്മദ്കുട്ടി എന്നിവരോടുള്ള കൃതജ്ഞത വാക്കുകൾക്ക

തീതമാണ്. അവരോടും മറ്റു രീതിയിൽ പ്രോത്സാഹനം തന്നവരോടും എനിക്കുള്ള കടപ്പാട് രേഖപ്പെടുത്തുന്നു.

ഇതിന്റെ പോരായ്മകൾ ഉദ്ദേശ്യശുദ്ധിയുടെ പേരിൽ ക്ഷമിക്കണം എന്ന അഭ്യർഥനയോടെ,

**ബഷീർ ചുങ്കത്തറ**

# ആശംസ

## പാലൊളി മുഹമ്മദ്കുട്ടി

**ഞാ**നും സഖാവ് സെയ്താലിക്കുട്ടിയും തമ്മിലുള്ള ബന്ധത്തിന് അഞ്ചുപതിറ്റാണ്ടിലേറെക്കാലത്തെ ദൈർഘ്യമുണ്ട്. അവിഭക്ത കമ്യൂണിസ്റ്റ് പാർട്ടിയിലും പിന്നീട് സി പി ഐ (എം) ലും വളരെക്കാലം ഞങ്ങൾ ഒരുമിച്ചു പ്രവർത്തിച്ചു.

സെയ്താലിക്കുട്ടിയുടെ രാഷ്ട്രീയ പ്രവർത്തനം വളരെ ചെറുപ്പത്തിൽ തന്നെ ആരംഭിച്ചതാണ്. ഞാനും സെയ്താലിക്കുട്ടിയും രാഷ്ട്രീയപ്രവർത്തനങ്ങൾ തുടങ്ങുന്ന കാലത്ത് ഇപ്പോൾ മലപ്പുറം ജില്ലയുടെ ഭാഗമായിത്തീർന്നിട്ടുള്ള പ്രദേശങ്ങളിലും കേരളത്തിലാകെയും വളരെയേറെ പ്രതികൂലമായ സാഹചര്യങ്ങളാണ് നിലനിന്നിരുന്നത്. കമ്യൂണിസ്റ്റ് പാർട്ടിയോട് ആഭിമുഖ്യമുണ്ടാവുക എന്നത് വളരെ തെറ്റായ ഒരു കാര്യമായിട്ടാണ് മുസ്ലിംകുടുംബങ്ങൾ കരുതിയിരുന്നത്. അതിനാൽ നാട്ടിലെ പ്രമാണിമാരിൽനിന്നും കായികമായിപോലും നേരിടേണ്ടിവന്നിരുന്ന എതിർപ്പുകൾക്കൊപ്പം സ്വന്തം കുടുംബത്തിൽനിന്നുള്ള എതിർപ്പിനെയും നേരിട്ട്കൊണ്ടേ അന്ന് ഒരു മുസ്ലീം ചെറുപ്പക്കാരന് കമ്യൂണിസ്റ്റ് പാർട്ടിയിൽ പ്രവർത്തിക്കാനാവുമായിരുന്നുള്ളൂ. വീട്ടിൽനിന്നും പുറത്താക്കപ്പെടൽ അടക്കമുള്ള കടുത്ത അനുഭവങ്ങൾ അവർക്ക് നേരിടേണ്ടിവന്നിരുന്നു. സെയ്താലിക്കുട്ടിക്കും എനിക്കും അത്തരം അനുഭവങ്ങൾ ഉണ്ടായിട്ടുണ്ട്.

ജയിൽവാസമടക്കമുള്ള തീക്ഷ്ണമായ അനുഭവങ്ങൾ നിറഞ്ഞതായിരുന്നു സെയ്താലിക്കുട്ടിയുടെ രാഷ്ട്രീയജീവിതം. *കനൽവഴികളിൽ കാലിടറാതെ* എന്ന പേരിൽ ശ്രീ ബഷീർ ചുങ്കത്തറ തയാറാക്കിയിട്ടുള്ള സെയ്താലിക്കുട്ടിയുടെ ജീവചരിത്രത്തിൽ ആ സഖാവിന്റെ വ്യക്തിപരമായ ജീവിതാനുഭവങ്ങൾക്കൊപ്പം മലപ്പുറം ജില്ലയിലെ കമ്യൂണിസ്റ്റ് പ്രസ്ഥാനത്തിന്റെ ചരിത്രം സംബന്ധിച്ച് ഒരു ഏകദേശ ചിത്രംകൂടി കൊടു

ക്കാൻ ശ്രമിച്ചിട്ടുള്ളത് ഉചിതമായി. ഒരു കമ്യൂണിസ്റ്റ് പാർട്ടിപ്രവർത്തകനെ സംബന്ധിച്ചിടത്തോളം സ്വകാര്യ ജീവിതവും പൊതുജീവിതവും തമ്മിലുള്ള അതിർവരമ്പ് വളരെ നേർത്തതായിരിക്കും.

സെയ്താലിക്കുട്ടിയും ഞാനുമടക്കമുള്ള തലമുറ രാഷ്ട്രീയരംഗത്തേക്ക് വരുന്ന കാലത്തെ സാഹചര്യങ്ങൾ ഇന്നത്തെ തലമുറയ്ക്ക് വിഭാവനം ചെയ്യാൻ കഴിയുന്നതിനും അപ്പുറത്താണ്. ആ കാലഘട്ടത്തിന്റെ ഒരു ഏകദേശചിത്രം പകർന്നുനൽകാൻ ആ പുസ്തകം സഹായകമായിരിക്കും.

കമ്യൂണിസ്റ്റ് പ്രസ്ഥാനത്തിലേക്ക് കടന്നുവരുന്ന പുതിയ ചെറുപ്പക്കാർ തങ്ങളുടെ തൊട്ടുമുമ്പുള്ള തലമുറ കടന്നുപോയ കടുത്ത പാതകളുടെ ചരിത്രം മനസിലാക്കിയിരിക്കേണ്ടത് അത്യാവശ്യമാണ്. പുതിയ കാലത്തിന്റെ വെല്ലുവിളികളെ നേരിടാൻ ആവശ്യമായ ഊർജം സംഭരിക്കുന്നതിന് അത് പ്രയോജനപ്പെടും.

ഒട്ടേറെ പേരിൽനിന്നും വിവരങ്ങൾ ശേഖരിച്ചെടുത്ത് ഇങ്ങനെ ഒരു പുസ്തകം തയാറാക്കിയ ബഷീർ ചുങ്കത്തറയെയും ഇതിന്റെ പ്രസാധനം ഏറ്റെടുത്ത ചിന്ത പബ്ലിഷേഴ്സിനെയും അഭിനന്ദിക്കുന്നു. ഈ സംരംഭത്തിന് എല്ലാവിധ വിജയങ്ങളും ആശംസിക്കുന്നു.

മലപ്പുറം
22-06-2012

# പുതിയ ആകാശത്തിനും ഭൂമിക്കും വേണ്ടി ഒരാൾ

## കെ പി മോഹനൻ

**പു**തുമുതലാളിത്തത്തിന്റെ സാംസ്കാരിക യുക്തികൾക്കെതിരെ ലോകത്താകമാനം ഉയരുന്ന മുദ്രാവാക്യങ്ങളിൽ 'ചരിത്രവൽക്കരിക്കുക നിരന്തരം ചരിത്രവൽക്കരിക്കുക' എന്നത് വളരെ പ്രാധാന്യമുള്ള ഒന്നായിത്തീരുന്ന അവസ്ഥയിലാണ് സെയ്താലിക്കുട്ടി സഖാവിനെക്കുറിച്ചുള്ള ബഷീർ ചുങ്കത്തറയുടെ ഈ പുസ്തകം പുറത്തിറങ്ങുന്നത്. ഒരു കമ്യൂണിസ്റ്റുകാരന്റെ ആത്മകഥയോ ജീവചരിത്രമോ എഴുതുക എന്നത് വളരെ പ്രയാസമുള്ള ഒരു കാര്യമാണ്. ഓരോ നിമിഷത്തിലും സാന്ദ്രമായി ജീവിച്ച ഒരാളെന്ന നിലയിൽ സംഭവബഹുലമായ ആ ആത്മകഥയിൽ അഥവാ ജീവചരിത്രത്തിൽ വൈകാരികാംശങ്ങൾ വളരെ കുറവായിരിക്കുമെന്നതിനാൽ പൊടിപ്പും തൊങ്ങലും വെച്ച ഒരു രചനാശൈലി അസാധ്യമായിത്തീരുന്നു. വ്യക്തിപരതയെക്കാൾ കൂടുതൽ ചരിത്രപരത മുന്നിട്ടു നിൽക്കുന്ന ഒരു രചനയായി മാറുന്നു അത്. എല്ലാം എഴുതിത്തീരുമ്പോൾ 'ഞാൻ' എന്ന വാക്കിനു പകരം 'ഞങ്ങൾ' എന്നോ 'നമ്മൾ' എന്നോ ഉള്ള പദങ്ങൾ അതിൽ നിറഞ്ഞു നിൽക്കുന്നു. 'ഞാനോ' 'അദ്ദേഹമോ' ഇല്ലാത്ത ആ ആത്മകഥയോ ജീവചരിത്രമോ ചരിത്രത്തിന്റെ ഒരു പരുക്കൻ പരിച്ഛേദമായി പര്യവസാനിക്കുന്നു. വായിച്ചവസാനിപ്പിക്കുമ്പോൾ ഒറ്റപ്പെട്ട ഒരു ജീവിതത്തിന്റെ വ്യതിരിക്ത ആഖ്യാനത്തിനു പകരം ചരിത്രത്തിന്റെ മുഴക്കമുള്ള ഒരു കടലിരമ്പമായി ആ കൃതി വായനക്കാരന്റെ മനസിൽ നിറയുന്നു. സെയ്താലിക്കുട്ട്യാക്കയുടെ ഈ ജീവചരിത്രത്തിലും മറ്റൊന്നല്ല സംഭവിക്കുന്നത്. ഒരു വ്യക്തിയുടെ ജീവചരിത്രമെന്നതിലുപരി പഴയ വള്ളുവനാടൻ - ഏറനാടൻ പ്രദേശങ്ങളുടെ ഒരു കാലഘട്ടത്തിന്റെ ചരിത്രമായി ഈ കൃതി മാറിത്തീരുന്നു. ഒരേസമയം ഇത് ഒരു പരിമിതിയും ഒരു വലിയ സാധ്യതയുമാണ്. തന്റെ പരിമിതിയും സാധ്യതയും തിരിച്ചറിഞ്ഞുകൊണ്ടാണ് ബഷീർ ചുങ്കത്തറ ഈ ഗ്രന്ഥരചനയി

ലുടനീളം പെരുമാറുന്നത്. വായിച്ചു തീരുമ്പോൾ നമുക്കു തോന്നുന്നു ഇതാരുടെ ജീവചരിത്രമാണ്, കുഞ്ഞാലിയുടെതോ ഇമ്പിച്ചിബാവ യുടെതോ പാലൊളി മുഹമ്മദുകുട്ടിയുടെതോ കമ്യൂണിസ്റ്റു പാർട്ടിക്കു വേണ്ടി കഷ്ടങ്ങൾ അനുഭവിക്കുകയും ജീവത്യാഗം ചെയ്യുകയും ചെയ്ത ആയിരക്കണക്കിനു സാധാരണ സഖാക്കളുടെതോ അതോ അവരോ ടൊക്കെ ഒപ്പംനിന്നു പോരാടിയ സെയ്താലിക്കുട്ട്യാക്കയുടെതോ? വാസ്ത വത്തിൽ ഇത് പഴയ കോഴിക്കോട് – പാലക്കാട് ജില്ലകളുടെ ഭാഗമായി പിന്നീട് വിട്ടുപോന്ന് മലപ്പുറം ജില്ലയായി മാറിയ ഭൂപ്രദേശത്തെ കമ്യൂ ണിസ്റ്റ് പ്രസ്ഥാനത്തിന്റെ ചരിത്രമാണ്. ഒരുപക്ഷേ കേരളത്തിലെ മറ്റു ഭൂവിഭാഗങ്ങളിൽനിന്ന് വ്യത്യസ്തമായി കമ്യൂണിസ്റ്റ് പാർട്ടി ഒരു യാഥാർ ഥ്യമായി മാറിയ ഭൂവിഭാഗത്തിന്റെ സവിശേഷതയാണ് ചരിത്രം. പ്രാദേ ശിക സാഹചര്യങ്ങൾക്കനുസരിച്ച് പരുവപ്പെട്ടുവന്ന വാങ്മയ – പ്രാദേ ശിക – വ്യക്തിചരിത്രങ്ങളുടെ ഒരു സങ്കലനമാണ് കമ്യൂണിസ്റ്റ് പ്രസ്ഥാ നത്തിന്റെ ചരിത്രം എന്നതിനാൽ ഇത്തരം രചനകൾ നമ്മുടെ കാലത്ത് കൂടുതൽ കൂടുതൽ പ്രസക്തമായിത്തീരുന്നു. ഒരു ജനസാമാന്യത്തെ മുഴുവൻ ചരിത്രത്തിൽനിന്ന് അന്യവൽക്കരിക്കാനും അരാഷ്ട്രീയവൽക്ക രിക്കാനും മധ്യവർഗവൽക്കരിക്കാനുമുള്ള ആസൂത്രിത അജണ്ടകൾ നട പ്പിലാക്കിക്കൊണ്ടിരിക്കുന്ന ഒരു കാലഘട്ടത്തിൽ സാർഥകമായ ഒരു പ്രതി രോധമായി ഈ രചനയുടെ പ്രസിദ്ധീകരണം മാറിത്തീരുന്നു. ഞാൻ ഇതെഴുതിക്കൊണ്ടിരിക്കുമ്പോൾ വലതുപക്ഷരാഷ്ട്രീയവും മാധ്യമ മാരി വിൽ മഹാസഖ്യങ്ങളും അവയുടെ പിറകിൽ മറഞ്ഞിരിക്കുന്ന മൂല ധനശക്തികളും ചേർന്ന് ഇടതുപക്ഷത്തിനെതിരെ കേരളത്തിലാകെ ഏറ്റവും കടുത്ത കടന്നാക്രമണം നടത്തിക്കൊണ്ടിരിക്കുകയാണ്. ഏതേ തെല്ലാം കടുത്ത വർണങ്ങളിൽ കമ്യൂണിസ്റ്റുകാരന്റെ ഭീകരരൂപം എഴുതി വയ്ക്കാൻ കഴിയുമോ അതെല്ലാം വിവിധ ക്യാൻവാസുകളിൽ വരച്ചു കൊണ്ടിരിക്കുന്ന ഒരു കാലം. ചരിത്രത്തിൽ സംഭവിക്കുന്ന നിർഭാഗ്യകര മായ ഒറ്റപ്പെട്ട സംഭവങ്ങൾ ഒരു വലിയ പ്രസ്ഥാനത്തെ വേട്ടയാടാൻ വേണ്ടി പ്രയോജനപ്പെടുത്തപ്പെട്ടുകൊണ്ടിരിക്കുന്നു. ചരിത്രത്തിൽനിന്ന് അന്യവൽക്കരിക്കപ്പെടുകയും അരാഷ്ട്രീയവൽക്കരിക്കപ്പെടുകയും ചെയ്യുന്ന ഒരു സമൂഹത്തിൽ അത് വളരെപ്പെട്ടെന്ന് ഫലപ്രാപ്തിയിലെ ത്തുന്നു. ഒരു നാട് അതായി മാറിയതെങ്ങനെയെന്ന ചരിത്രം സമർഥ മായി തമസ്കരിക്കപ്പെടുന്നു. അത്തരമൊരു ദശാസന്ധിയിലാണ് ഈ കൃതിയുടെ ദൗത്യം തിരിച്ചറിയപ്പെടുന്നത്.

കുഞ്ഞാലിയും ഇമ്പിച്ചിബാവയും പാലൊളിയും സെയ്താലിക്കുട്ട്യാ ക്കയുമെല്ലാം ചേർന്ന് വളർത്തിയെടുത്ത മലപ്പുറം ജില്ലയിലെ കമ്യൂണിസ്റ്റ് പ്രസ്ഥാനത്തിന് കേരളത്തിലെ മറ്റു പ്രദേശങ്ങളിൽനിന്ന് തികച്ചും വ്യതി രിക്തമായ ഒരു ജീവചരിത്രമാണുള്ളത്. മനുഷ്യന്റെ ദൈനംദിന ജീവിത ത്തിലെ ഓരോ ചെറിയ സംഭവങ്ങളിലും ഇടപെടുന്ന സംഘടിതമത ത്തിന്റെ കടുത്ത വിലക്കുകളെയും പ്രതിരോധങ്ങളെയും വെല്ലുവിളിച്ചു

കൊണ്ടാണ് മലപ്പുറത്തിന്റെ ഇസ്ലാമികാന്തരീക്ഷത്തിൽ മാനവികതയുടെ പ്രകാശമായി കമ്യൂണിസ്റ്റുപ്രസ്ഥാനം ഉദിച്ചുപരന്നത്. പറയത്തക്ക രാഷ്ട്രീയ പാരമ്പര്യങ്ങളൊന്നുമില്ലാത്ത യാഥാസ്ഥിതിക കുടുംബ പശ്ചാത്തലങ്ങളിൽ നിന്നുവന്ന സെയ്താലിക്കുട്ട്യാക്കയും കുഞ്ഞാലിയും ഇമ്പിച്ചിബാവയുമൊക്കെ കമ്യൂണിസ്റ്റ് പ്രസ്ഥാനത്തിന്റെ നേതൃനിരയിലേക്കു വന്നതിന്റെ ചരിത്രം മനുഷ്യൻ മതങ്ങളിലേക്കും മതതീവ്രവാദങ്ങളിലേക്കും മടങ്ങിപ്പോകാൻ ശ്രമിക്കുന്ന പുതിയ കാലത്തിന് പ്രധാനപ്പെട്ടതു തന്നെ. മകന് ചോറു കൊടുത്തതിന്റെയും മകന് ഒളിച്ചിരിക്കാൻ താവളമൊരുക്കിക്കൊടുക്കുന്നതിന്റെയും പേരിൽ വിചാരണ നേരിടുന്ന വേളയിൽ കുഞ്ഞാലിയുടെ ഉമ്മ പറയുന്നുണ്ട് "അതിന്റെയൊക്കെ കണക്ക് നമുക്ക് പിന്നീടു പറയാം - അവനെ പത്തുമാസം വയറ്റിൽ ഒളിപ്പിച്ചുവെച്ചതിന്റെ ഒരു പഴയ കണക്കുണ്ട്. അതിന്റെ ശിക്ഷ ആദ്യം വിധിക്ക്" എന്നു പറയുന്ന ആ ഉമ്മയ്ക്ക് ലോകകമ്യൂണിസ്റ്റ് ചരിത്രത്തിൽ ഒരുപാട് സമാന്തരങ്ങളുണ്ട്. കമ്യൂണിസ്റ്റ് ആയതിന്റെ പേരിൽ പെങ്ങളുടെ കല്യാണം മുടങ്ങിയതിനും ശവമടക്കിന് വിലക്കേർപ്പെടുത്തിയതിനും ഊരുവിലക്ക് കൽപ്പിച്ചതിനും ഒരുപക്ഷേ സമാന്തരങ്ങൾ ഉണ്ടാകും. പക്ഷേ മലപ്പുറം, കൊണ്ടോട്ടി, മഞ്ചേരി പോലെയുള്ള സ്ഥലങ്ങളിൽ മതത്തോടേറ്റുമുട്ടി പാർട്ടി പ്രവർത്തനം നടത്തിയതിന്റെ മുറിപ്പാടുകൾക്ക് എങ്ങും കാണാനാകാത്ത നിരവധി സവിശേഷതകൾ ഉണ്ട് — അന്നും ഇന്നും അതൊരുപോലെയാണ്. ഇന്ന് മലപ്പുറം ജില്ലയിൽ മതപൗരോഹിത്യത്തിന്റെ ഫത്വകൾ മാത്രമല്ല പ്രതിരോധം തീർക്കുന്നത് മതതീവ്രവാദത്തിന്റെ മടവാളുകൾ കൂടിയാണ്. ഇവയോടെല്ലാം പോരാടിയതിന്റെ ചരിത്രമാണ് സെയ്താലിക്കുട്ട്യാക്കയുടെ ചരിത്രം. പക്ഷേ നേരിട്ടുനിന്നു പോരാടുമ്പോഴും എതിരാളിയെ മനുഷ്യനായി കണ്ടു സ്നേഹിക്കാനുള്ള ആർജവം ഒരു കമ്യൂണിസ്റ്റുകാരനു മാത്രമുള്ളതാണെന്നും തന്റെ ജീവിതംകൊണ്ട് സെയ്താലിക്കുട്ട്യാക്ക വ്യക്തമാക്കുന്നു. മറ്റൊരർഥത്തിൽ കൂടി ഈ മനുഷ്യൻ ശ്രദ്ധേയനാകുന്നു. കമ്യൂണിസ്റ്റ് പാർട്ടി ഓഫ് ഇന്ത്യ (മാർക്സിസ്റ്റ്) ന്റെ മലപ്പുറം ജില്ലയിലെ ഈ അമരക്കാരൻ അധികാരത്തിലിരുന്നിട്ടും ഒട്ടേറെ സ്ഥാനമാനങ്ങൾക്കു സാധ്യതയുണ്ടായിരുന്നിട്ടും ഒന്നിനെയും തേടിച്ചെന്നില്ല എന്നതാണു കാര്യം. പാർട്ടിപദവികളുടെ കാര്യത്തിലും അപ്രകാരം തന്നെ. സംസ്ഥാനകമ്മിറ്റി അംഗമായിട്ടുണ്ടെങ്കിൽ അത് ജില്ലാ സെക്രട്ടറി ആയതുകൊണ്ടുമാത്രം എന്നു വേണമെങ്കിൽ പറയാം. മലപ്പുറം ജില്ലയ്ക്ക് പുറത്ത് തന്റെ പ്രവർത്തനം വ്യാപിപ്പിക്കാനും അദ്ദേഹം ഒരുപക്ഷേ താൽപ്പര്യം കാണിച്ചില്ല. വീട്ടുമുറ്റത്തെ മുരിങ്ങാച്ചോട്ടിൽനിന്ന് നക്ഷത്രം നോക്കിയ മനുഷ്യൻ എന്നു വേണമെങ്കിൽ പറയാം.

ഒരു ജീവചരിത്രമെന്നതിലുപരി ഒരു പ്രാദേശിക ചരിത്രരചന കൂടിയാണ് ബഷീറിന്റെ *കനൽവഴികളിൽ കാലിടറാതെ* എന്ന കൃതി എന്നത് എന്നെ ഏറെ സന്തോഷിപ്പിക്കുന്നു. പഴയ വള്ളുവനാട്-ഏറനാടൻ പ്രദേ

ശങ്ങളുടെ ചരിത്രം, അധികാരഘടനകൾ, ദേശവഴക്കങ്ങൾ, ആചാരങ്ങൾ തറവാട്ടു ചരിത്രങ്ങൾ എന്നിങ്ങനെ പല കാര്യങ്ങളും ബഷീറിന്റെ ഈ രചനയിൽ കാണാം. ഗ്രന്ഥരചനയ്ക്കുവേണ്ടി ഗൃഹപാഠം ചെയ്തതിന്റെ ശരിയായ തെളിവുകളാണവ. ഭാഷയിൽ ഒരു ചരിത്ര വിദ്യാർഥിക്ക് പല രീതിയിൽ പ്രയോജനപ്പെട്ടേക്കാവുന്ന ഒരുപാട് ദത്തങ്ങൾ (Data) ഈ രചനയിലുണ്ട്. മലപ്പുറം ജില്ലയിലെ സമൂഹജീവിതത്തിന്റെ ബഹുസ്വര തകളിൽ പലതും ഈ ജീവചരിത്രഗ്രന്ഥത്തിൽ തെളിയുന്നുണ്ട്.

ചരിത്രത്തിൽനിന്ന് അനുദിനം അന്യവൽക്കരിക്കപ്പെടുകയും അരാഷ്ട്രീയവൽക്കരിക്കപ്പെടുകയും ചെയ്യുന്ന ഒരു സമൂഹത്തിനു മുന്നിൽ പ്രതീക്ഷയോടെയും അഭിമാനത്തോടെയും ഈ ഗ്രന്ഥം ഞാൻ അവതരിപ്പിക്കുന്നു.

# 1

# കുട്ടിക്കാലം മുതൽ തുടങ്ങിയ പൊതുപ്രവർത്തനം

രണ്ടായിരത്തി പത്ത് ജനുവരി 24. മഞ്ചേരി മുൻസിപ്പൽ ടൗൺ നാളിലേക്ക് കാലത്ത് മുതൽ തുടങ്ങിയ ജനപ്രവാഹം അണിമുറിയാതെ വൈകുന്നേരം നാല് മണി വരെ തുടർച്ചയോടെ നിന്നു. ഭരണപ്രതിപക്ഷ വ്യത്യാസമില്ലാതെ വിവിധ രാഷ്ട്രീയ കക്ഷികളുടെ നേതാക്കളും പ്രവർത്തകരും പർദയണിഞ്ഞ സ്ത്രീകൾ, തലേക്കെട്ടും നീളൻ കുപ്പായവുമണിഞ്ഞെത്തിയ മൗലവിമാർ, ളോഹയണിഞ്ഞ പാതിരിമാർ, പൂജാരികൾ, കുട്ടികൾ, യുവാക്കൾ, വൃദ്ധർ തുടങ്ങി ജീവിതത്തിന്റെ എല്ലാ തുറകളിലും പെട്ടവർ ആ പ്രവാഹത്തിൽ അണിചേർന്നിരുന്നു. ഏഴ് പതിറ്റാണ്ടോളം നീണ്ട പൊതുജീവിതത്തിലൂടെ ജനമനസിൽ ഇടംനേടിയ ഒരു രാഷ്ട്രീയ നേതാവിന് അന്ത്യോപചാരം അർപ്പിക്കാനെത്തിയതായിരുന്നു ആ ജനസഞ്ചയം.

അന്ന് പുലർച്ചെ മൂന്നേകാൽ മണിക്ക് അന്തരിച്ച സി പി ഐ (എം) സംസ്ഥാന കമ്മറ്റി അംഗം കെ സെയ്താലിക്കുട്ടിയുടെ മൃതശരീരമാണ് അവിടെ അന്ത്യദർശനത്തിന് വെച്ചിരുന്നത്. അധികാരസ്ഥാനങ്ങളിലൊന്നും ഇരുന്നിട്ടില്ലാത്ത ഒരു രാഷ്ട്രീയ നേതാവിന് ഇത്ര വലിയ ജനപങ്കാളിത്തമുള്ള ഒരു അന്ത്യയാത്ര അതിന് മുമ്പ് മലപ്പുറം ജില്ലയിൽ നടന്നിട്ടുണ്ടായിരുന്നില്ല. മന്ത്രിമാരും ഉന്നതോദ്യോഗസ്ഥരും ഉൾപ്പെട്ട ഒരു വലിയ നിരയും അവിടെ എത്തിയിരുന്നു. മലപ്പുറം ജില്ലയിലെ കമ്യൂണിസ്റ്റ് തറവാട്ടിലെ കാർന്നവരായിരുന്ന സെയ്താലിക്കുട്ടിയുമായി ഏതെങ്കിലും ഒരു കാര്യത്തിൽ ഇടപഴകേണ്ടിവന്നിട്ടില്ലാത്തവർ പൊതുജീവിതത്തിൽ കുറവായിരുന്നു. ജാതി മത കക്ഷി രാഷ്ട്രീയ വ്യത്യാസമില്ലാതെ അദ്ദേഹം എല്ലാവരുടെയും "സെയ്താലിക്കുട്ട്യാക്ക" ആയിരുന്നു.

1944 ൽ പതിനെട്ടു വയസ്സ് പൂർത്തിയാവുന്നതിനും തൊട്ട് മുമ്പ് കമ്യൂണിസ്റ്റുപാർട്ടിയിൽ അംഗമായ സെയ്താലിക്കുട്ടിയുടെ ജനനം 1926 ലായിരുന്നു.

ഇന്ത്യൻ സ്വാതന്ത്ര്യസമരത്തിലെ ഉജ്വല അധ്യായങ്ങളിലൊന്നായ 1921 ലെ മലബാർ കാർഷികകലാപം കഴിഞ്ഞ് അഞ്ച് വർഷമേ അന്ന് ആയിരുന്നുള്ളൂ. ബ്രിട്ടീഷുഭരണം അതിക്രൂരമായി അടിച്ചമർത്തിയ കലാപത്തിന്റെ ആഘാതത്തിൽനിന്നും മലബാർ പ്രദേശം പ്രത്യേകിച്ചും ഏറനാട് അപ്പോഴും മുക്തമായിരുന്നില്ല. മലബാർ കലാപവുമായി ബന്ധപ്പെട്ട ഒട്ടേറെ ചരിത്രസംഭവങ്ങൾക്ക് സാക്ഷ്യംവഹിച്ച പ്രദേശമായിരുന്നു സെയ്താലിക്കുട്ടി ജനിച്ച കൊണ്ടോട്ടിയും പരിസരപ്രദേശങ്ങളും.

ഇന്നത്തെ മലപ്പുറം ജില്ലയുടെ ഭാഗധേയം നിർണയിക്കുന്നതിൽ നേതൃത്വപരമായ പങ്കു വഹിച്ച് ചരിത്രത്തിലേക്ക് മറഞ്ഞ പല പ്രമുഖരുടെയും ജനനംകൊണ്ടും പലരുടെയും പ്രവർത്തനകേന്ദ്രം എന്ന നിലയ്ക്കും ശ്രദ്ധിക്കപ്പെട്ട സ്ഥലമാണ് കൊണ്ടോട്ടി.

അറേബ്യയിൽ ഇസ്ലാംമതം ആരംഭിക്കുന്നതിനും എത്രയോ മുമ്പു തന്നെ നിലവിലുണ്ടായിരുന്ന അറബികളുമായുള്ള ബന്ധത്തിലൂടെ കേരളത്തിൽ ഇസ്ലാംമതവും അതുവഴി ഒരു മാപ്പിളസമൂഹവും രൂപംകൊണ്ടതും, ഈ മാപ്പിളസമൂഹം അവരുടെ ആവിഷ്കാര മാധ്യമമായി അറബിമലയാളം എന്നൊരു ഭാഷാശാഖയ്ക്ക് രൂപംനൽകിയതും അങ്ങനെ ഒരു അറബിമലയാള സാഹിത്യശാഖയും അനുബന്ധമായി കുറെ മാപ്പിള കലകളും കേരളത്തിന് ലഭിച്ചതും ചരിത്രത്തിന്റെ ഭാഗമാണ്. അറബിമലയാള സാഹിത്യവും മാപ്പിളപ്പാട്ട് എന്ന കാവ്യശാഖയും സംഭാവന ചെയ്ത ഏറ്റവും വലിയ പ്രതിഭയായിരുന്ന മഹാകവി മോയിൻകുട്ടി വൈദ്യരുടെ ജന്മസ്ഥലവും പ്രവർത്തനകേന്ദ്രവും കൊണ്ടോട്ടിയായിരുന്നു.

മലപ്പുറത്തിന്റെ രാഷ്ട്രീയ ചരിത്രം തിരുത്തിക്കുറിച്ച കമ്യൂണിസ്റ്റ് പ്രസ്ഥാനത്തിന്റെ വളർച്ചയിൽ അതിപ്രധാനമായ പങ്കുവഹിച്ചവരിൽ പ്രമുഖനും അസാമാന്യ ധീരനുമായിരുന്ന വീരരക്തസാക്ഷി സഖാവ് കുഞ്ഞാലിയുടെ ജനനസ്ഥലവും ആദ്യകാല തട്ടകവും കൊണ്ടോട്ടിയായിരുന്നു. ഏറനാട്ടിലെ ആദ്യകാല കമ്യൂണിസ്റ്റ് നേതാക്കളിൽ പ്രമുഖനായിരുന്ന എടക്കോട് മുഹമ്മതിന്റെ നാടും കൊണ്ടോട്ടിയാണ്.

'ഏറനാടിൻ ധീരമക്കൾ' എന്ന ഒരൊറ്റ പാട്ടിലൂടെ സ്വാതന്ത്ര്യസമരചരിത്രത്തിൽ ഇടംനേടിയ മാപ്പിളപ്പാട്ട് കവി കമ്പളത്ത് ഗോവിന്ദൻ നായരുടെയും ജന്മസ്ഥലം കൊണ്ടോട്ടിയാണ്. അദ്ദേഹം 1944 ൽ രചിച്ച ഗാനം പ്രസിദ്ധീകരിച്ച *ദേശാഭിമാനി*യുടെ ആ ലക്കം അന്ന് ബ്രിട്ടീഷുകാർ കണ്ടുകെട്ടുകയായിരുന്നു. കവിയെ ജോലിയിൽനിന്നും പുറത്താക്കുന്നതിനും ആ ഗാനം കാരണമായി.

മലബാറിന്റെ, വിശേഷിച്ചും ഏറനാടിന്റെ ചരിത്രം സംബന്ധിച്ച് പഠനം നടത്തിയിട്ടുള്ളവരിൽ പ്രമുഖനും ചരിത്രകാരനുമായിരുന്ന കെ

കെ മുഹമ്മദ് അബ്ദുൾ കരീം, ഇമ്പമാർന്ന മാപ്പിളപ്പാട്ടുകളിലൂടെ ഇന്നും ജനമനസുകളിൽ ജീവിക്കുന്ന കവിയും ഗായകനുമായിരുന്ന കെ എസ് മുഹമ്മദ്കുട്ടി തുടങ്ങി ഒട്ടേറെ പ്രമുഖരുടെ പ്രവർത്തനകേന്ദ്രം എന്ന നിലയിൽ ധന്യമാണ് കൊണ്ടോട്ടിയുടെ പൈതൃകം.

കൊണ്ടോട്ടിയിലെ കാപ്പാടൻ കമ്മതിന്റെയും നാലുപുരക്കൽ തായുമ്മയുടെയും ഏഴുമക്കളിൽ അഞ്ചാമനായിട്ടായിരുന്നു സെയ്താലിക്കുട്ടിയുടെ ജനനം. മുഹമ്മദ്, സൈനുദീൻ, മൊയ്തു, കോയാക്കുട്ടി എന്നീ ജ്യേഷ്ഠന്മാരും ബിയ്യാച്ചക്കുട്ടി, ഫാത്തിമ എന്നീ അനിയത്തിമാരും ഉൾപ്പെട്ട ഒരു വലിയ കുടുംബമായിരുന്നു സൈയ്താലിക്കുട്ടിയുടേത്.

വീടിന്റെ തൊട്ടടുത്ത് തന്നെയായി സ്ഥിതിചെയ്തിരുന്ന സ്കൂളിലായിരുന്നു സെയ്താലിക്കുട്ടിയെ ചേർത്തിരുന്നത്. വീട്ടിൽ ഇരുന്നാൽ തന്നെ സ്വന്തം ക്ലാസ്മുറി കാണാവുന്ന അത്ര അടുത്തായിരുന്നു സ്കൂൾ. ആറാം ക്ലാസ് വരെ മാത്രം നീണ്ടുനിന്ന വിദ്യാർഥി ജീവിതത്തിൽ രണ്ട് ക്ലാസുകളിലായി അതേ സ്കൂളിൽ പഠിച്ചിരുന്ന സതീർഥ്യനായിരുന്നു പിൽക്കാലത്ത് കമ്യൂണിസ്റ്റുപാർട്ടി നേതാവും എം എൽ എയും ആയി ഉയർന്ന സഖാവ് കുഞ്ഞാലി.

കുട്ടിക്കാലത്ത് തന്നെ സംഘടനാപ്രവർത്തനങ്ങളിൽ താൽപ്പര്യം പ്രകടിപ്പിച്ചവരായിരുന്നു കുഞ്ഞാലിയും സെയ്താലിക്കുട്ടിയും. വിദ്യാർഥികളിൽ നേതൃത്വശേഷി വികസിപ്പിച്ചെടുക്കുക എന്ന ഉദ്ദേശ്യത്തോടെ അധ്യാപകരുടെ മുൻകൈയോടെ പ്രവർത്തിച്ചിരുന്ന ബാലസമാജത്തിൽ രണ്ടുപേരും സജീവമായിരുന്നു. ചേക്കുട്ടിയെന്ന തുറക്കൽകാരനായ ഒരു കുട്ടിയും ബാലസമാജത്തിന്റെ പ്രവർത്തനങ്ങളിൽ സജീവമായി പങ്കെടുത്തിരുന്നു. നന്നായി സംസാരിക്കുമായിരുന്ന ചേക്കുട്ടി പക്ഷേ സെയ്താലിക്കുട്ടിയെയും കുഞ്ഞാലിയെയുംപോലെ പിന്നീട് രാഷ്ട്രീയത്തിലേക്കൊന്നും വന്നില്ല. അദ്ദേഹം പൊലീസിൽ ചേർന്ന് ഒരു ഇൻസ്പെക്ടറായി ഉയർന്നിരുന്നു.

ബാലസമാജത്തിന്റെ നേതൃസ്ഥാനത്തേക്ക് ഏതെങ്കിലും പഠിക്കുന്ന കുട്ടിയുടെപേർ അധ്യാപകർ തന്നെ നിർദേശിക്കുന്ന രീതിയാണ് ആദ്യം ഉണ്ടായിരുന്നത്. പിന്നീട് അത് വിദ്യാർഥികൾക്കിടയിൽ വോട്ടെടുപ്പ് നടത്തി നിശ്ചയിക്കുന്ന രീതി നിലവിൽവന്നു. അന്ന് ബാലസമാജം സെക്രട്ടറി സ്ഥാനത്തേക്ക് കുഞ്ഞാലി മത്സരിച്ചു. കുഞ്ഞുമുഹമ്മദ് എന്ന ഒരു കുട്ടിയായിരുന്നു എതിരാളി. മത്സരഫലം വന്നപ്പോൾ കുഞ്ഞാലി തോറ്റിരുന്നു. കൊച്ചുകുട്ടിയായിരുന്ന കുഞ്ഞാലിക്ക് അതിൽ വലിയ വിഷമം തോന്നി. അവൻ കരഞ്ഞുപോയി. അധ്യാപകർ ചെന്ന് സമാധാനിപ്പിച്ചാണ് കരച്ചിൽ നിർത്തിയത്.

പിൽക്കാലത്ത് ജയിലിൽ കിടന്നുകൊണ്ട് കേരള അസംബ്ലിയിലേക്ക് മത്സരിച്ചു ജയിച്ച പോരാളിയായി മാറിയ കുഞ്ഞാലിക്ക് തന്റെ കുഞ്ഞുന്നാളിൽ ആ പരാജയം ഉൾക്കൊള്ളാൻ പ്രയാസംതോന്നി.

ബാലസമാജത്തിന് പ്രത്യേക രാഷ്ട്രീയമൊന്നും ഉണ്ടായിരുന്നില്ല. സെക്രട്ടറിയായി തിരഞ്ഞെടുക്കപ്പെടുന്ന ആൾക്ക് കുട്ടികളുടെ ഇടയിൽ ഒരു സ്ഥാനം ഉണ്ടായിരുന്നു. അധ്യാപകർ ചില കാര്യങ്ങളൊക്കെ ബാല സമാജം സെക്രട്ടറിമാരെ ചുമതലപ്പെടുത്തി ചെയ്യിച്ചിരുന്നു. സ്കൂളിന് എന്തെങ്കിലും കാരണത്താൽ തൊട്ടടുത്ത ദിവസം അവധിയാണെങ്കിൽ ആ വിവരം ക്ലാസുകളിൽ ചെന്ന് അറിയിക്കുക, ക്ലാസ് പരീക്ഷയുടെ ഫലം വായിക്കുക തുടങ്ങിയ ജോലികൾ ബാലസമാജം സെക്രട്ടറിമാരെക്കൊണ്ട് ചെയ്യിച്ചിരുന്നു. തൊട്ടടുത്ത ദിവസം അവധിയാകാനുള്ള സാധ്യത ഉണ്ടായിരുന്നതിനാൽ ബാലസമാജം സെക്രട്ടറി ക്ലാസിലേക്ക് വരുന്നത് കണ്ടാൽ കുട്ടികൾ വലിയ സന്തോഷം പ്രകടിപ്പിച്ചിരുന്നു.

ബാലസമാജത്തിന്റെ പ്രവർത്തനങ്ങൾ സജീവമായപ്പോൾ അതിന്റെ വാർഷികം നല്ലനിലയിൽ നടത്താൻ അധ്യാപകർ നിർദേശിച്ചു. സെയ്താലിക്കുട്ടിയും മറ്റും വളരെ ഉത്സാഹത്തോടെ ആ വാർഷികാചരണത്തിന്റെ സംഘാടനച്ചുമതല ഏറ്റെടുത്തു.

കൊണ്ടോട്ടിയിലെ അത്തംപള്ളിയാളിയിൽ ഒരു പന്തലൊക്കെ ഇട്ട് അവിടെവെച്ച് ബാലസമാജം വാർഷികം നടത്താനാണ് നിശ്ചയിച്ചിരുന്നത്. പ്രത്യേകിച്ച് രാഷ്ട്രീയമൊന്നും ഇല്ലാത്ത സംഘമായിരുന്നുവെങ്കിലും ബാലസമാജം പ്രവർത്തനങ്ങൾക്ക് ചില എതിരാളികൾ ഉണ്ടായിരുന്നു. ബാലസമാജത്തിന്റെ നേതൃത്വത്തിലുള്ളവർക്ക് വിദ്യാർഥികൾക്കിടയിൽ കിട്ടുന്ന സ്ഥാനവും അംഗീകാരവുമൊക്കെ അസൂയയോടെ കണ്ടിരുന്ന വികൃതികളായ ചില വിദ്യാർഥികൾ തന്നെയായിരുന്നു ആ എതിരാളികൾ. അവർ സമാജം വാർഷികത്തിനായി തയാറാക്കിയിരുന്ന പന്തൽ ആളില്ലാത്ത സമയംനോക്കി പൊളിച്ചു താഴത്തിട്ടു. സമാജം പ്രവർത്തകർ വാശിയോടെ പുതിയ പന്തലുണ്ടാക്കി. പിന്നെയാരും വന്ന് പന്തൽ പൊളിക്കാതിരിക്കാനായി അവർ രാത്രിമുഴുവൻ കാവൽനിന്നു. അങ്ങനെ വാർഷികം വളരെ ഭംഗിയായി നടന്നു.

പിറ്റേദിവസം ക്ലാസിൽ ചെന്നപ്പോഴാണ് സെയ്താലിക്കുട്ടി ഒരു പ്രധാനകാര്യം മറന്നുപോയത് ഓർമിച്ചത്. തലേദിവസം മനപ്പാഠമാക്കി വരാൻ പറഞ്ഞ പാഠഭാഗം തുറന്നുനോക്കിയിട്ടേയില്ല. സമാജം വാർഷികത്തിന്റെ സംഘാടനത്തിരക്കിൽ അത് വിട്ടുപോയി.

അധ്യാപകൻ ക്ലാസിൽ വന്നു. ആൾ അൽപ്പം മുൻകോപക്കാരനുമായിരുന്നു. ഹൃദിസ്ഥമാക്കി വരാൻ പറഞ്ഞ പാഠഭാഗം സെയ്താലിക്കുട്ടിക്ക് ഒട്ടുംതന്നെ അറിയില്ലായിരുന്നു. ബാലസമാജം വാർഷികത്തിന്റെ കാര്യമൊന്നും പറഞ്ഞാൽ സമ്മതിക്കുന്ന ആളായിരുന്നില്ല അധ്യാപകൻ. പാഠഭാഗം ചൊല്ലാൻ പറഞ്ഞപ്പോൾ സെയ്താലിക്കുട്ടി നിശ്ശബ്ദനായി എഴുന്നേറ്റുനിന്നു.

കുപിതനായ അധ്യാപകൻ അടുത്തുവന്ന് സെയ്താലിക്കുട്ടിയുടെ ചെകിട്ടത്ത് ആഞ്ഞൊരടി. കൂടെ ഒരു ആക്രോശവും "പുറത്ത് പോടാ."

തലേദിവസം ബാലസമാജം വാർഷികം വിജയകരമായി സംഘടിപ്പിക്കാൻ കഴിഞ്ഞതിലുള്ള അഭിമാനം നിറഞ്ഞുനിന്നിരുന്ന ആ കുട്ടിയുടെ മനസിന് അത് വല്ലാത്തൊരു ആഘാതവും അപമാനവും ആയി. അധ്യാപകനോടും സ്കൂളിനോടും തന്നെ അവന് വെറുപ്പ് തോന്നി. അവൻ ഒന്നും മിണ്ടാതെ ക്ലാസിന് പുറത്തേക്ക് നടന്നു. കുറച്ചുനേരം വാതിൽക്കൽ കാത്തിരുന്ന് നോക്കി. അധ്യാപകൻ തിരിച്ചുവിളിക്കുന്ന ഭാവമൊന്നും കണ്ടില്ല. പിന്നെ മറ്റൊന്നും ചിന്തിക്കാതെ അവൻ സ്കൂൾ വളപ്പിന് പുറത്തേക്ക് നടന്നു. സെയ്താലിക്കുട്ടിയുടെ വിദ്യാഭ്യാസം അവിടെ അവസാനിക്കുകയായിരുന്നു.

# 2

# കൊച്ചു സംഘാടകൻ

**ആ**യിരത്തി തൊള്ളായിരത്തി ഇരുപതിൽ താഷ്കന്റിൽ എം എൻ റോയി മുൻകൈയെടുത്തു വിളിച്ചുചേർത്ത യോഗത്തിന്റെ തീരുമാനപ്രകാരം പ്രാഥമിക രൂപീകരണം നടന്ന ഇന്ത്യൻ കമ്യൂണിസ്റ്റുപാർട്ടി ഇന്ത്യയുടെ വിവിധ ഭാഗങ്ങളിൽ ചെറുഗ്രൂപ്പുകളായുള്ള പ്രവർത്തനങ്ങൾ തുടങ്ങി. അധികം താമസിയാതെ തന്നെ വിവിധ തൊഴിൽസ്ഥാപനങ്ങൾ കേന്ദ്രീകരിച്ച് തൊഴിലാളികളെ സംഘടിപ്പിക്കാനും അവരുടെ വിവിധങ്ങളായ ആവശ്യങ്ങൾ ഉയർത്തിക്കൊണ്ടുള്ള ശക്തമായ തൊഴിലാളി സമരങ്ങൾ വിജയകരമായി സംഘടിപ്പിക്കാനും കമ്യൂണിസ്റ്റുകാർ നേതൃത്വം നൽകി.

ആപത്ത് തിരിച്ചറിയാൻ കഴിഞ്ഞ ബ്രിട്ടീഷ് ഭരണം 1934 ജൂലൈ 23 ന് കമ്യൂണിസ്റ്റുപാർട്ടിയെ നിരോധിച്ചു. 1942 ജൂലൈ 23ന് രണ്ടാം ലോകമഹായുദ്ധത്തിന്റെ പശ്ചാത്തലത്തിൽ ഈ നിരോധനം പിൻവലിക്കപ്പെടുന്നതുവരെ ഇന്ത്യയിലെ കമ്യൂണിസ്റ്റുകാർ പ്രവർത്തനം നടത്തിയത് പ്രത്യേക തരത്തിലായിരുന്നു.

സ്വാതന്ത്ര്യസമരത്തിന് നേതൃത്വം കൊടുത്തിരുന്ന കോൺഗ്രസിനെ ഒരു ശക്തമായ സാമ്രാജ്യത്വവിരുദ്ധ പാർട്ടിയാകാൻ ലക്ഷ്യമിട്ട് കോൺഗ്രസിനകത്ത് പ്രവർത്തിക്കാനാണ് കമ്യൂണിസ്റ്റുപാർട്ടിയുടെ കേന്ദ്രക്കമ്മിറ്റി നിരോധിതകാലത്ത് തീരുമാനിച്ചത്. കോൺഗ്രസിനകത്തെ ഇടതുപക്ഷക്കാരുടെ നേതൃത്വത്തിൽ ഇതിനകംതന്നെ രൂപംകൊണ്ടിരുന്ന കോൺഗ്രസ് സോഷ്യലിസ്റ്റ് പാർട്ടിയുമായി സഹകരിച്ചു പ്രവർത്തിക്കാനും കമ്യൂണിസ്റ്റുപാർട്ടി നേതൃത്വം തീരുമാനിച്ചു. അതിനാൽ കമ്യൂണിസ്റ്റുപാർട്ടിയെന്ന നിലയിൽ പ്രവർത്തിക്കാൻ അനുവാദം ഉണ്ടായിരുന്നില്ലെങ്കിലും ഒരു പാർട്ടി പ്രവർത്തകനും അടങ്ങിയിരുന്നില്ല.

നിരോധിത കാലത്ത് വിവിധ വർഗബഹുജന സംഘടനകൾ രൂപീകരിക്കാൻ കമ്യൂണിസ്റ്റുകാർ മുൻകൈയെടുത്തു. 1936 ൽ അഖിലേന്ത്യാ കിസാൻസഭ, അഖിലേന്ത്യാ വിദ്യാർഥി ഫെഡറേഷൻ, ആൾ ഇന്ത്യാ പ്രോഗ്രസീവ് റൈറ്റേഴ്സ് അസോസിയേഷൻ തുടങ്ങിയവയുടെ രൂപീകരണം നടന്നു. വർഗബഹുജന സംഘടനകളുടെ യൂണിറ്റുകൾ രൂപീകരിച്ചുകൊണ്ടും പ്രാദേശികമായി വിവിധ പേരുകളിലുള്ള കമ്മിറ്റികൾ രൂപീകരിച്ചുകൊണ്ടും നിരോധിത കാലത്ത് കമ്യൂണിസ്റ്റുപാർട്ടി പ്രവർത്തകർ ജനങ്ങൾക്കിടയിലുള്ള പ്രവർത്തനങ്ങൾ മുടക്കം വരുത്താതെ തുടർന്നു.

1939 സെപ്തംബറിൽ രണ്ടാം ലോകമഹായുദ്ധം ആരംഭിച്ചു. തൊഴിലാളി സംഘടനകളുടെ നേതൃത്വത്തിൽ യുദ്ധവിരുദ്ധ പ്രകടനങ്ങളും പ്രവർത്തനങ്ങളും സംഘടിപ്പിക്കുന്നതിന് കമ്യൂണിസ്റ്റുകാർ മുൻകൈയെടുത്തു.

രണ്ടാംലോകമഹായുദ്ധം തുടങ്ങി രണ്ടുവർഷം കഴിഞ്ഞപ്പോഴേക്കും സാർവദേശീയ സ്ഥിതിഗതികളിൽ വലിയ മാറ്റംവന്നു. 1941 ആയപ്പോഴേക്കും യൂറോപ്പിന്റെ വിവിധ ഭാഗങ്ങൾ ആക്രമിച്ചു കീഴടക്കിയ നാസി സൈന്യം 1941 ജൂലൈ 22 ന് സോവിയറ്റ് യൂണിയനെ ആക്രമിച്ചു. സോവിയറ്റ് യൂണിയനെ ഒരു കമ്യൂണിസ്റ്റ് രാഷ്ട്രം എന്ന നിലയിൽ എല്ലാ നിലയ്ക്കും അകറ്റിനിർത്തിയിരുന്ന ബ്രിട്ടനും അമേരിക്കയും നാസി ഭീഷണി എന്ന പൊതുവിപത്തിനെ നേരിടാൻ സോവിയറ്റ് യൂണിയനുമായി സഹകരിച്ചു പ്രവർത്തിക്കാൻ തയാറായി.

ഇതേസമയം മറുവശത്ത് ഹിറ്റ്ലറുടെ സഖ്യശക്തിയായിരുന്ന ജപ്പാൻ ചൈനയുടെ പല ഭാഗങ്ങളും ആക്രമിച്ചു കീഴടക്കുകയും ബ്രിട്ടീഷ് ഇന്ത്യയുടെ ഭാഗമായിരുന്ന ചിറ്റഗോങ് വരെ എത്തുകയും ചെയ്തിരുന്നു. ഏത് സമയവും ജപ്പാൻ ഇന്ത്യയെ ആക്രമിച്ചേക്കുമെന്ന അവസ്ഥ.

ഈ സാഹചര്യത്തിൽ കൊണ്ടോട്ടിയിലെ കമ്യൂണിസ്റ്റുപാർട്ടി പ്രവർത്തകർ യുദ്ധവിരുദ്ധ പ്രവർത്തനങ്ങൾ സംഘടിപ്പിക്കാൻ ജാപ്പ് വിരുദ്ധകമ്മിറ്റിയെന്ന പേരിലാണ് പ്രവർത്തിച്ചിരുന്നത്. 1942 ൽ പാർട്ടിയുടെ മേലുണ്ടായിരുന്ന നിരോധനം പിൻവലിക്കപ്പെടുന്നതുവരെ കൊണ്ടോട്ടിയിലെ പാർട്ടി ഓഫീസ് പ്രവർത്തിച്ചിരുന്നത് ഈ പേരിലായിരുന്നു.

ജാപ്പ് വിരുദ്ധ കമ്മിറ്റിയെന്ന പേരിൽ പ്രവർത്തിച്ചിരുന്ന പാർട്ടി ഓഫീസിലേക്ക് കൗതുകത്തിന്റെ പേരിലാണ് സെയ്താലിക്കുട്ടിയെന്ന ബാലൻ ചെന്നുനോക്കിയത്. സ്കൂളിൽ ഇനിയും പോകുന്നില്ലെന്ന് തീരുമാനിച്ചിരുന്നതിനാൽ അവന് വേറെ പണിയൊന്നും ഉണ്ടായിരുന്നതുമില്ല.

അധ്യാപകനിൽനിന്നും കിട്ടിയ കടുത്തശിക്ഷയും അപമാനവും ആ കുഞ്ഞുമനസിന് പൊറുക്കാൻ തോന്നിയില്ല. വീട്ടുകാരും കൂട്ടുകാരുമൊക്കെ നിർബന്ധിച്ചു നോക്കിയിട്ടും സ്കൂളിൽ ഇനിയും പോകുന്നില്ല എന്ന തീരുമാനത്തിൽ അവൻ മാറ്റം വരുത്തിയില്ല. സംഭവം അറിഞ്ഞതിനാൽ കുട്ടിയെ അടിച്ച അധ്യാപകൻതന്നെ നേരിട്ട് വീട്ടിൽവന്ന് വിളിച്ചു

നോക്കിയെങ്കിലും എന്തുകൊണ്ടോ തന്റെ തീരുമാനത്തിൽ മാറ്റംവരുത്താൻ സെയ്താലിക്കുട്ടിക്ക് തോന്നിയില്ല.

പാർട്ടി ഓഫീസിൽ സെയ്താലിക്കുട്ടിയെന്ന ബാലൻ ഒരു നിത്യസന്ദർശകനായി. അവിടെ വന്നുപൊയ്ക്കൊണ്ടിരുന്ന മറ്റു കുട്ടികളുമായി അവൻ കൂട്ടുകൂടി. സ്കൂൾ പഠനം ഉപേക്ഷിച്ചിട്ടുപോന്ന കുട്ടിയാണെന്ന് അറിഞ്ഞപ്പോൾ പാർട്ടി പ്രവർത്തകരും ആ ബാലനോട് സ്കൂളിൽ പോകാൻ ഉപദേശിച്ചുനോക്കിയെങ്കിലും അവൻ വഴങ്ങിയില്ല.

കമ്യൂണിസ്റ്റുപാർട്ടിയുടെ മുതിർന്ന നേതാക്കൾ പലരും ആ ഓഫീസിൽ എത്താറുണ്ടായിരുന്നു. അങ്ങനെ ഒരിക്കൽ അവിടെയെത്തിയ പി കൃഷ്ണപിള്ളയും ആ കുട്ടിയെ ശ്രദ്ധിക്കാനിടയായി. കെ ദാമോദരനുമൊത്ത് ചില ക്ലാസുകൾ നടത്താൻ വന്നതായിരുന്നു അദ്ദേഹം. കൃഷ്ണപിള്ള കുട്ടിയെ അടുത്തേക്ക് വിളിച്ച് പേരുചോദിച്ചു. അവൻ പേരുപറഞ്ഞു.

വീടെവിടെയാണ്...?

സെയ്താലിക്കുട്ടി മറുപടി പറയാതെ വീട് ചൂണ്ടിക്കാണിച്ചുകൊടുത്തു. പിന്നെ സ്കൂൾ പഠനത്തെക്കുറിച്ചായി ചോദ്യങ്ങൾ. പഠനം നിർത്തിയതാണെന്ന് മനസിലാക്കിയ കൃഷ്ണപിള്ളയും സ്നേഹവാത്സല്യങ്ങളോടെ ഉപദേശിച്ചു.

"കുട്ടി പഠനം നിർത്തിയത് ശരിയായില്ല. പഠനം തുടരണം അല്ലെങ്കിൽ മോശമാണ്."

സ്കൂളിനോട് മടുപ്പ് തോന്നിയതും കളികളിൽ ഹരം കൂടിയതും കാരണം അവൻ ആരുടെയും ഉപദേശം കേട്ടില്ല.

സ്കൂളിൽ പോകാനുള്ള ഉപദേശം സ്വീകരിക്കാൻ താൽപ്പര്യം കാണിച്ചില്ലെങ്കിലും മറ്റു കാര്യങ്ങളിൽ ഉത്സാഹം കാണിച്ച കുട്ടിയെ ചെറിയ ചെറിയ ജോലികളൊക്കെ പാർട്ടി പ്രവർത്തകർ ഏൽപ്പിച്ചു. അതെല്ലാം അവൻ വളരെ ഉത്തരവാദിത്വത്തോടെ ചെയ്തുകൊടുക്കുകയും ചെയ്തു.

എന്നും ഓഫീസിൽ വന്നിരുന്ന സെയ്താലിക്കുട്ടിയോട് മറ്റു കുട്ടികളെയെല്ലാം സംഘടിപ്പിച്ച് ഒരു ബാലസംഘം ഉണ്ടാക്കാൻ പാർട്ടി പ്രവർത്തകർ നിർദേശിച്ചു. അതവൻ വളരെ ഉത്സാഹത്തോടെ ഏറ്റെടുത്തു. അന്ന് രൂപീകരിച്ച ബാലസംഘത്തിന്റെ സെക്രട്ടറി സെയ്താലിക്കുട്ടിയും പ്രസിഡന്റ് പുളിക്കൽ ബീരാൻകുട്ടിയെന്ന മറ്റൊരു ബാലനുമായിരുന്നു.

ബാലസംഘം പ്രവർത്തനങ്ങൾക്ക് കുട്ടികളിൽ താൽപ്പര്യം വരുത്താനായി ഓഫീസിൽ ഒരു കാരംസ് ബോർഡ് വാങ്ങിവെച്ചിരുന്നു. സെയ്താലിക്കുട്ടിക്കും കാരംസ് കളിക്കുന്നത് ഇഷ്ടമായിരുന്നു. കുട്ടികൾക്ക് പ്രയോജനകരമാവുന്ന വിവിധ വിഷയങ്ങൾ സംബന്ധിച്ച ക്ലാസുകൾ നടത്തുക, പാർട്ടി പ്രവർത്തകർ മുൻകൈയെടുത്ത് നടത്തിയിരുന്ന വിവിധങ്ങളായ സാമൂഹ്യപ്രവർത്തനങ്ങളിലും മറ്റു പരിപാടികളിലും കുട്ടികളുടെ പങ്കാളിത്തം ഉണ്ടാക്കുക തുടങ്ങിയ ജോലികളാണ് ബാലസംഘം കൂട്ടുകാരെ

ഏൽപ്പിച്ചിരുന്നത്. ബീഡിത്തൊഴിലാളികളുടെയും മറ്റും സമ്മേളനങ്ങളോ പൊതുപരിപാടികളോ നടക്കുമ്പോൾ അനുബന്ധമായി നടത്തിയിരുന്ന പ്രകടനങ്ങളിൽ കുട്ടികളുടെ കൊച്ചു പ്രകടനങ്ങളും അനുഗമിക്കാറുണ്ടായിരുന്നു. ഈ ബാലസംഘത്തിന്റെ പ്രവർത്തനങ്ങളിൽ അന്ന് മലപ്പുറം ഹൈസ്കൂളിൽ പഠിച്ചിരുന്ന കുഞ്ഞാലിയും പങ്കുചേരാറുണ്ടായിരുന്നു.

നോക്കെത്താദൂരത്തോളം വിസ്തൃതമായിരുന്നതും കൊണ്ടോട്ടി തങ്ങളുടെ അധീനതയിലുള്ളതുമായിരുന്ന വലിയ നെൽപ്പാടങ്ങളിൽ ജോലിചെയ്തിരുന്ന ഹരിജനങ്ങളിൽ ഒരു വലിയസംഘം പാർട്ടി ഓഫീസിൽനിന്നും അധികം ദൂരെയല്ലാതെ ചാളകളിൽ താമസിച്ചിരുന്നു.

പകലന്തിയോളം പാടത്ത് പണിചെയ്താലും തുച്ഛമായ കൂലിമാത്രം ലഭിച്ചിരുന്ന ഹരിജൻ കുടുംബങ്ങൾ താമസിച്ചിരുന്ന പുല്ലുമേഞ്ഞ മൺകുടിലുകളെ അന്ന് ചാളകൾ എന്നാണ് പറഞ്ഞിരുന്നത്. അച്ഛനും അമ്മയും പണിക്കായി അതിരാവിലെ പുറപ്പെട്ടുകഴിഞ്ഞാൽ സന്ധ്യക്ക് തിരിച്ചെത്തുന്നതുവരെ ഈ ചാളകളിൽ അവരുടെ കുട്ടികൾ കളിച്ചു നടക്കുകയായിരുന്നു പതിവ്. പണിക്കുപോകാൻ കഴിയാത്തവിധം അവശരായ ഏതാനും വൃദ്ധരായ ആളുകളും ഈ കുട്ടികളും മാത്രമായിരുന്നു പകൽസമയത്ത് ചാളകളിൽ ഉണ്ടാവുക.

ഹരിജൻ കുട്ടികളോടൊപ്പം കളിക്കാൻ ഉയർന്ന ജാതിയിൽപ്പെട്ട വീടുകളിലെ കുട്ടികളെയോ മുസ്ലിം കുടുംബങ്ങളിലെ കുട്ടികളെയോ പൊതുവിൽ മുതിർന്നവർ അനുവദിക്കാറുണ്ടായിരുന്നില്ല.

ചാളകളിലെ ഹരിജൻ കുടുംബങ്ങളിലെ കുട്ടികളോടൊപ്പം ചെന്ന് കളികളിൽ ഏർപ്പെടാനും താൽപ്പര്യമുള്ളവരെ പാർട്ടി ഓഫീസിലേക്ക് കൂട്ടിക്കൊണ്ടുവരാനും പാർട്ടി പ്രവർത്തകർ ബാലസംഘത്തിലെ കുട്ടികളോട് ഉപദേശിച്ചിരുന്നു. ഇങ്ങനെയൊരു നിർദേശം കൊടുക്കുന്നതിന് രണ്ട് കാരണങ്ങൾ ഉണ്ടായിരുന്നു. ഒന്ന് ജാതിയുടെ പേരിൽ മനുഷ്യരെ പലതായി കാണുന്ന മനോഭാവം ബാലസംഘം കുട്ടികളിൽ വളരാതിരിക്കുക. രണ്ട് എല്ലാ വിഭാഗം കുട്ടികളെയും ഉൾപ്പെടുത്തി ബാലസംഘത്തെ ശക്തിപ്പെടുത്തുക. സെയ്താലിക്കുട്ടിയും കൂട്ടുകാരും ഈ ദൗത്യം അതീവ താൽപ്പര്യത്തോടെ ഏറ്റെടുത്തു. അവർക്ക് ഹരിജൻ ചാളകളിൽ കൂട്ടുകാരുണ്ടായി. ചിലരൊക്കെ പാർട്ടി ഓഫീസിലേക്ക് വരാനും തുടങ്ങി. ഈ കുറിപ്പിൽ പാർട്ടി ഓഫീസ് എന്ന് പ്രയോഗിക്കുന്നിടത്തൊക്കെ ജാപ്പ് വിരുദ്ധക്കമ്മിറ്റിയെന്ന പേരിൽ പ്രവർത്തിച്ചിരുന്ന പാർട്ടിയുടെ ഓഫീസ് എന്ന് മനസിലാക്കപ്പെടേണ്ടതുണ്ട്.

ഇന്ത്യ ഭരിച്ചിരുന്ന ബ്രിട്ടീഷുകാർ ജനങ്ങളെ വിവിധ തട്ടുകളാക്കി ഭിന്നിപ്പിച്ചു നിർത്തുന്നതിനും പ്രമാണിമാരെ കൂടെനിർത്തുന്നതിനുമായി പ്രയോഗിച്ചിരുന്ന വിവിധ തന്ത്രങ്ങളിൽ ഒന്നായിരുന്നു സമൂഹത്തിലെ വലിയ ഭൂവുടമകൾക്കും മറ്റും ചില പദവികൾ നൽകുകയെന്നത്. ഈ തരത്തിൽ "ഇനാംദാർ" എന്ന പദവി ലഭിച്ചിരുന്ന പ്രമാണിയായിരുന്നു കൊണ്ടോട്ടി തങ്ങൾ. ഇനാംദാർ പദവിയുള്ളവർക്ക് ജനങ്ങളെ ശിക്ഷി

ക്കാൻവരെ അധികാരം ഉണ്ടായിരുന്നു. ക്രോസ്ബെൽറ്റും തോക്കുമുള്ള രണ്ടു പട്ടക്കാർ കൊണ്ടോട്ടി തങ്ങൾക്ക് സദാ കൂടെയുണ്ടാകുമായിരുന്നു. വള്ളുവനാട് വെള്ളാട്ര, ഏറനാടിന്റെ ചില ഭാഗങ്ങൾ എന്നീ പ്രദേശങ്ങളിൽ നികുതി പിരിക്കാനുള്ള അധികാരങ്ങളും കൊണ്ടോട്ടി തങ്ങൾക്ക് ബ്രിട്ടീഷുകാർ അനുവദിച്ചു കൊടുത്തിരുന്നു. കൊണ്ടോട്ടി തങ്ങളുടെ മുരീദന്മാർ എന്നറിയപ്പെടുന്ന സഹചാരികൾക്കും സമൂഹത്തിൽ വലിയ പദവി കൽപ്പിക്കപ്പെട്ടിരുന്നു.

വലിയ അളവിൽ ഭൂസ്വത്തും വരുമാനവും ഉള്ള ആളായിരുന്നതിനാൽ കൊണ്ടോട്ടി തങ്ങൾ നികുതിപിരിവ് എന്ന അധികാരം കാര്യമായി ഉപയോഗിച്ചിരുന്നില്ല. മറ്റു പല പ്രദേശങ്ങളിലും ഉണ്ടായിരുന്നതുപോലെ കരമടയ്ക്കാത്തതിന്റെ പേരിൽ ആർക്കെതിരെയും കൊണ്ടോട്ടി തങ്ങൾ ജപ്തിയോ, മറ്റു നടപടികളോ എടുക്കാറുണ്ടായിരുന്നില്ല. പേർഷ്യയിൽനിന്നും എത്തിച്ചേർന്ന ഷിയാ വിഭാഗത്തിൽപ്പെട്ടവരായിരുന്നു കൊണ്ടോട്ടി തങ്ങൾ കുടുംബം.

ഇനാംദാർ പദവിപോലെ പ്രമാണിമാർക്ക് ബ്രിട്ടീഷുകാർ ചാർത്തിക്കൊടുത്തിരുന്ന പദവികളായിരുന്നു ഖാൻബഹദൂർ, റാവുബഹദൂർ തുടങ്ങിയ പദവികൾ. ഖാൻ ബഹദൂർ പദവി മുസ്ലീങ്ങൾക്കും റാവുബഹദൂർ പദവി ഹിന്ദുക്കൾക്കുമാണ് അനുവദിച്ചുകൊടുത്തിരുന്നത്. ഇനാംദാർ പദവിപോലെ അത്ര വലിയ അധികാരങ്ങളൊന്നും ഇല്ലായിരുന്നുവെങ്കിലും ഈ പദവികൾ ലഭിച്ചിരുന്നവർക്കും സർക്കാർ കാര്യങ്ങളിൽ മുന്തിയ പരിഗണന കിട്ടിയിരുന്നു.

കൊണ്ടോട്ടി തങ്ങളുടെ ഉടമസ്ഥതയിലായിരുന്ന വിസ്തൃതമായ പാടങ്ങളിൽ പണിചെയ്തുകൊണ്ട് വിവിധ ഭാഗങ്ങളിലായി ചാളകെട്ടിത്താമസിച്ചിരുന്ന ഹരിജൻ കുടുംബങ്ങളെ മൊത്തത്തിൽ കൊണ്ടോട്ടി തങ്ങളുടെ കണക്കന്മാർ എന്നാണ് പറഞ്ഞിരുന്നത്. വളരെ ദയനീയമായിരുന്നു അവരുടെ സ്ഥിതി. പുലർച്ചെ അഞ്ചുമണിക്കും ആറുമണിക്കുമൊക്കെ പണിക്കിറങ്ങിയിരുന്ന അവർ വീടുകളിൽ തിരിച്ചെത്തുമ്പോൾ രാത്രി ഏഴുമണി കഴിയുമായിരുന്നു. അവർക്ക് കിട്ടിയിരുന്ന കൂലി നാഴിയോ ഇരുനാഴിയോ നെല്ല് അല്ലെങ്കിൽ 2 അണ 4 അണ എന്നൊക്കെയുള്ള തുച്ഛമായ തുകകളായിരുന്നു.

ഏറ്റവും ദുരിതമനുഭവിച്ചിരുന്ന ഈ ജനവിഭാഗത്തെ പാർട്ടിയുമായി അടുപ്പിക്കുക അത്ര എളുപ്പമായിരുന്നില്ല. കാരണം ഏതെങ്കിലും മുതിർന്ന പാർട്ടി പ്രവർത്തകൻ ഏതെങ്കിലുമൊരു ചാളയിൽ പോയാൽ ഉടൻതന്നെ കൊണ്ടോട്ടി തങ്ങളുടെ കാര്യസ്ഥന്മാർ ശ്രദ്ധിക്കുകയും അവരെ ചാളകളിൽ ചെന്ന് താക്കീതുചെയ്യുകയും ചെയ്യും എന്നതായിരുന്നു അവസ്ഥ. ഇതിനുള്ള ഒരു പരിഹാരം എന്ന നിലയിൽ കൂടിയാണ് സെയ്താലിക്കുട്ടിയുടെ നേതൃത്വത്തിലുള്ള ബാലസംഘം കുട്ടികളെ ചാളകളിലെ കുട്ടികളോടൊപ്പം കളിക്കാൻ പറഞ്ഞയക്കുക എന്ന തന്ത്രം പാർട്ടി പ്രവർത്തക

രുടെ ഭാഗത്തുനിന്നും ഉണ്ടായത്. അത് ചെറിയ തോതിലെങ്കിലും ഫലിക്കുകയും ചെയ്തു.

ചാളകളിൽ നിന്നുള്ള പല ഹരിജൻകുട്ടികളും പാർട്ടി ഓഫീസിൽ വരാനും മറ്റു കുട്ടികളോടൊപ്പം കാരംസ് കളിക്കാനും മറ്റും തുടങ്ങി. ബാലസംഘം കൂട്ടുകാർക്കായി നടത്തിയിരുന്ന ക്ലാസുകളിൽ അവരും പങ്കെടുത്തു. അവരെ മറ്റു കുട്ടികളോടൊപ്പം ഒരേ ബെഞ്ചിൽ ആണ് ഇരുത്തിയിരുന്നത്.

ഇതുതന്നെ ഒരു വിപ്ലവമായിരുന്നു. കാരണം ആ കുട്ടികളുടെ കുടിലുകളിൽ ബെഞ്ചുകൾ ഉണ്ടായിരുന്നില്ല. ബെഞ്ചും മറ്റു സൗകര്യങ്ങളുമൊക്കെ ഉണ്ടായിരുന്ന വീടുകളിലേക്ക് അവർക്ക് പ്രവേശനവും ഉണ്ടായിരുന്നില്ല. ഇനി അഥവാ പ്രവേശനം ലഭിച്ചാൽത്തന്നെ അവർക്കവിടെ ബഞ്ചിൽ ഇരിക്കാൻ അനുവാദം ഉണ്ടായിരുന്നില്ല. അവർ എല്ലായിടത്തും നിലത്താണ് ഇരുന്നിരുന്നത്. ജാതിയുടെ ഭാഗമായുള്ള ഉച്ചനീചത്വം അത്ര ക്രൂരമായിരുന്നു.

ഹരിജൻകുട്ടികളെ പാർട്ടി ഓഫീസിൽ ബെഞ്ചിൽ ഇരുത്തിയത് എന്തോ ഒരു വലിയ സംഭവമാണെന്ന് തോന്നിയതിനാൽ അത് ശരിയാണോ എന്ന് ഉറപ്പുവരുത്താൻ കൊണ്ടോട്ടി തങ്ങളുടെ കാര്യസ്ഥന്മാരിൽ ഒരാൾ പാർട്ടി ഓഫീസിൽ ചെന്നുനോക്കുകയുണ്ടായി. അയാൾ അത് ചെന്ന് തങ്ങളുടെ ശ്രദ്ധയിൽപ്പെടുത്തുകയും ചെയ്തിരുന്നു. എന്നാൽ അതിന്റെ ഭാഗമായി പ്രത്യേകിച്ചൊരു നിർദേശവും അദ്ദേഹം കൊടുത്തില്ല.

സെയ്താലിക്കുട്ടി സെക്രട്ടറിയും പുളിക്കൽ ബീരാൻകുട്ടി പ്രസിഡന്റുമായ ബാലസംഘം വളരെ സജീവമായി പ്രവർത്തിച്ചുകൊണ്ടിരുന്നു. കുട്ടികളെ സംഘടിപ്പിച്ചുകൊണ്ട് അവർ നടത്തിയ എല്ലാ പ്രവർത്തനങ്ങൾക്കും പാർട്ടിപ്രവർത്തകർ നല്ല പ്രോത്സാഹനം നൽകി. പലപ്പോഴായി കിട്ടിയ ക്ലാസുകൾവഴി ആ രണ്ടു കുട്ടി നേതാക്കന്മാരും കമ്യൂണിസ്റ്റു പാർട്ടിയെക്കുറിച്ചും പാർട്ടിനേതാക്കളെക്കുറിച്ചുമൊക്കെ ചെറിയ അറിവൊക്കെ ഉള്ളവരായി.

സെയ്താലിക്കുട്ടിയുടെ ജീവിതത്തിലെ ഈ ബാലസംഘം പ്രവർത്തനകാലഘട്ടം രണ്ടാം ലോകമഹായുദ്ധം നടന്നുകൊണ്ടിരിക്കുന്ന കാലവും കമ്യൂണിസ്റ്റുപാർട്ടി നിരോധിക്കപ്പെട്ടിരുന്ന കാലവുമായിരുന്നു. അതിനാൽ ബാലസംഘത്തിന്റെ പ്രധാനപ്പെട്ട പ്രവർത്തനം യുദ്ധവിരുദ്ധ പ്രചരണങ്ങളായിരുന്നു.

രണ്ടാംലോകമഹായുദ്ധത്തിൽ സോവിയറ്റ് യൂണിയനും നാസികളാൽ ആക്രമിക്കപ്പെടുകയും ബ്രിട്ടനും അമേരിക്കയും സോവിയറ്റ് യൂണിയനും ചേർന്ന സഖ്യശക്തികൾ പൊതുശത്രുക്കളായ ഫാസിസ്റ്റുകൾക്കെതിരെ ഒന്നിച്ചുനിന്ന് യുദ്ധംചെയ്യുന്ന സ്ഥിതിയും സംജാതമായി. ജനകീയ യുദ്ധമായി മാറിക്കഴിഞ്ഞ രണ്ടാംലോക മഹായുദ്ധത്തിൽ സഖ്യശക്തികളുടെ വിജയത്തിനുവേണ്ടി പ്രവർത്തിക്കാൻ ലോക കമ്യൂണിസ്റ്റ്

പ്രസ്ഥാനം ആഹ്വാനംചെയ്തു. ഇന്ത്യയിലെ കമ്യൂണിസ്റ്റുകാരും ഇതേ നിലപാട് സ്വീകരിച്ചു. ഈ സാഹചര്യത്തിൽ കമ്യൂണിസ്റ്റുപാർട്ടിയുടെ മേലുണ്ടായിരുന്ന നിരോധനം ബ്രിട്ടീഷ് സർക്കാർ 1942 ജൂലൈ 23 ന് പിൻവലിച്ചു. നിരോധിക്കപ്പെട്ടിട്ട് കൃത്യം എട്ടുവർഷം തികയുന്ന ദിവസമായിരുന്നു അത്.

എട്ടുവർഷം (1934–1942) നിലനിന്ന ഈ നിരോധനകാലത്ത് കമ്യൂണിസ്റ്റുകാർ ഇന്ത്യയിൽ അടങ്ങിയിരിക്കുകയായിരുന്നില്ല. കോൺഗ്രസിനകത്ത് രൂപംകൊണ്ടിരുന്ന കോൺഗ്രസ് സോഷ്യലിസ്റ്റുപാർട്ടിയിലും കോൺഗ്രസിൽത്തന്നെയും ചേർന്നുകൊണ്ട് അവർ സ്വാതന്ത്ര്യസമരത്തിൽ സജീവമായിത്തന്നെ പങ്കെടുത്തു. അതോടൊപ്പം സമാന്തരമായി കൃഷിക്കാരെയും മറ്റു ബഹുജനങ്ങളെയും സംഘടിപ്പിക്കുന്ന പ്രവർത്തനങ്ങളിലും വ്യാപൃതരായി. കൃഷിക്കാരുടെയും തൊഴിലാളികളുടെയും ഉജ്ജ്വലമായ സമരങ്ങൾക്ക് കമ്യൂണിസ്റ്റുകാർ മുൻകൈയെടുത്തു.

നിരോധിക്കപ്പെട്ടിരുന്ന കാലത്ത് നടന്ന ഒരു പ്രതിഷേധ പ്രകടനമാണ് കയ്യൂർ സഖാക്കളുടെ രക്തസാക്ഷിത്വത്തിൽ കലാശിച്ചത്. പൊലീസ് അതിക്രമത്തിനെതിരെ 1941 മാർച്ച് 28ന് കയ്യൂരിൽ നടന്ന ഒരു പ്രതിഷേധ പ്രകടനത്തിനു മുന്നിൽ ഒരു പൊലീസുകാരൻ വന്നുപെട്ടു. പ്രകടനക്കാർ അയാളെ പ്രകടനത്തിൽ ചേരാൻ നിർബന്ധിച്ചു. അയാൾ രക്ഷപ്പെടാനായി ഓടി പുഴയിൽച്ചാടി മുങ്ങിമരിച്ചു. പൊലീസ് 61 പേരെ പ്രതിചേർത്ത് കേസെടുത്തു. അതിൽ നാലുപേർക്കു വധശിക്ഷയാണ് വിധിച്ചത്. പാർട്ടി പരസ്യമായി പ്രവർത്തിച്ചുതുടങ്ങിയിട്ട് എട്ടുമാസം മാത്രം കഴിഞ്ഞിട്ടേ ഉണ്ടായിരുന്നുള്ളു. 1943 മാർച്ച് 29 ന് കയ്യൂർ സഖാക്കൾ മഠത്തിൽ അപ്പു, കോയിത്താറ്റിൽ ചിരുകണ്ടൻ, പെടോര കുഞ്ഞമ്പുനായർ, പള്ളിക്കൽ അബൂബക്കർ എന്നിവരെ ബ്രിട്ടീഷ്ഭരണം തൂക്കിലേറ്റി. ഇവരാണ് അനശ്വരരായ കയ്യൂർ രക്തസാക്ഷികൾ.

പരസ്യമായി പ്രവർത്തിക്കാൻ സ്വാതന്ത്ര്യം ലഭിച്ചതോടെ കമ്യൂണിസ്റ്റുപാർട്ടിയുടെ ദേശീയ നേതാക്കൾ രാജ്യത്തിന്റെ എല്ലാ ഭാഗത്തും സഞ്ചരിച്ച് യോഗങ്ങൾ സംഘടിപ്പിച്ച് പ്രവർത്തനങ്ങൾ ഊർജിതമാക്കി. അഖിലേന്ത്യാ ജനറൽ സെക്രട്ടറി പി സി ജോഷി, ദേശീയ നേതാക്കളിൽ ഒരാളായിരുന്ന ഭാട്ടിവാല എന്നിവർ പങ്കെടുക്കുന്ന ഒരു പരിപാടി കോഴിക്കോട് ടൗൺഹാളിൽ നടക്കുന്നുവെന്ന വിവരം കൊണ്ടോട്ടിയിലും അറിഞ്ഞു. ആ പരിപാടിയിൽ കുട്ടികളെ പങ്കെടുപ്പിക്കാൻ നിർദേശം ഉണ്ടായിരുന്നില്ല.

ബാലസംഘം സെക്രട്ടറിയുടെ ചുമതല മാത്രമായിരുന്നു അപ്പോൾ സെയ്താലിക്കുട്ടിക്ക് ഉണ്ടായിരുന്നത്. കുട്ടിനേതാക്കന്മാരായിരുന്ന സെയ്താലിക്കുട്ടിക്കും ബീരാൻകുട്ടിക്കും പി സി ജോഷിയെ നേരിട്ടൊന്നു കാണണമെന്ന കലശലായ മോഹം. പക്ഷേ അവരുടെ രണ്ടുപേരുടെയുംകൂടെ കയ്യിൽ ആകെ ഉണ്ടായിരുന്നത് അന്നത്തെ ചെറിയ നാണയമായിരുന്ന 5 മുക്കാൽ മാത്രം. പക്ഷേ അതൊന്നും ആ കൊച്ചുനേതാ

ക്കന്മാർക്ക് പ്രശ്നമായി തോന്നിയില്ല. അവർ കൊണ്ടോട്ടിയിൽനിന്നും കോഴിക്കോട്ടേക്ക് നടന്നുപോകുവാൻ തീരുമാനിച്ചു.

രണ്ടുപേരും നടന്ന് കോഴിക്കോട് ടൗൺഹാൾ പരിസരത്തെത്തി. പരിപാടിയിലേക്ക് കുട്ടികൾക്ക് പ്രവേശനം ഉണ്ടായിരുന്നില്ല. അവർ ഹാളിന് ചുറ്റും നടന്നും ദൂരെനിന്ന് നേതാക്കളെ കണ്ടും പിന്നെ പ്രസംഗമൊക്കെ കഴിഞ്ഞ് ഹാളിൽനിന്നും പുറത്തേക്ക് വരുമ്പോൾ കുറച്ചൊക്കെ അടുത്തുനിന്ന് കണ്ടുമെല്ലാം സംതൃപ്തിയടഞ്ഞ് മടങ്ങി. കോഴിക്കോട്ടുനിന്ന് കൊണ്ടോട്ടിയിലേക്ക് തിരിച്ചും നടന്നുതന്നെയാണ് പോന്നത്. കയ്യിലുണ്ടായിരുന്ന അഞ്ച് മുക്കാൽകൊണ്ട് വഴിക്കുവെച്ച് ക്ഷീണം തീർക്കാനായി ചായയും ലഘുഭക്ഷണവും കഴിച്ചു.

പിന്നീടാണ് അവർ കൂടുതൽ ആവേശകരമായ ഒരു വാർത്ത അറിഞ്ഞത്. കോഴിക്കോട്ടെ പരിപാടികൾ കഴിഞ്ഞു തിരിച്ചുപോകുന്ന ജനറൽ സെക്രട്ടറി പി സി ജോഷിക്ക് കൊണ്ടോട്ടിയിൽ പാർട്ടി സ്വീകരണം നൽകുന്നു. ആഹ്ലാദകരമായിരുന്നു ആ വാർത്തയെങ്കിലും അധികം താമസിയാതെ ആ കൊച്ചു നേതാക്കന്മാർ തമ്മിലുള്ള ഒരു വഴക്കായി അത് മാറി.

പാർട്ടി ജനറൽ സെക്രട്ടറിയെ ഓരോ സംഘടനയ്ക്കുവേണ്ടിയും ഹാരാർപ്പണം നടത്താൻ തീരുമാനിച്ചിരുന്നു. ഇതിൽ ബാലസംഘത്തിനുവേണ്ടി ഹാരാർപ്പണം നടത്താൻ നിശ്ചയിക്കപ്പെട്ടത് പ്രസിഡന്റായ ബീരാൻകുട്ടിയായിരുന്നു. അതായിരുന്നു വഴക്കിന് കാരണം. തനിക്കും ജനറൽ സെക്രട്ടറിക്ക് മാലയിടണമെന്ന് സെയ്താലിക്കുട്ടി വാശിപിടിച്ചു. എല്ലാവരുടെയും അടുത്തുചെന്ന് അവൻ തർക്കിക്കുകയും ബഹളംവെക്കുകയും ചെയ്തു. തന്റെ ഊഴം വിട്ടുകൊടുക്കാൻ ബീരാൻകുട്ടിയും തയാറായില്ല.

കുട്ടിനേതാക്കന്മാരുടെ തർക്കത്തിന് ഒടുവിൽ മുതിർന്ന നേതാക്കൾ തന്നെ പരിഹാരം കാണേണ്ടിവന്നു. കർഷകസംഘത്തിന് വേണ്ടിയുള്ള മാല ബാലസംഘം പ്രസിഡന്റായ ബീരാൻകുട്ടിയും ബാലസംഘത്തിന് വേണ്ടിയുള്ള മാല സെയ്താലിക്കുട്ടിയും ജനറൽ സെക്രട്ടറിയെ അണിയിക്കാനും ഒടുവിൽ തീരുമാനമായി. അതോടെ രണ്ടുപേർക്കും സന്തോഷമായി.

# 3

# കുട്ടിക്കമ്മ്യൂണിസ്റ്റ്

**പ**തിനഞ്ച് വയസായപ്പോഴേക്കും സെയ്താലിക്കുട്ടി ഒരു മുഴുവൻ സമയപാർട്ടിപ്രവർത്തകനെപ്പോലെയായി. രാവിലെ വീട്ടിൽനിന്നും ഇറങ്ങിയാൽ രാത്രിയേ തിരിച്ചു ചെല്ലുകയുള്ളു.

പ്രത്യേകിച്ച് ഒരു തൊഴിലുംചെയ്യാതെ സദാ പാർട്ടിയുമായി നടക്കുന്ന സെയ്താലിക്കുട്ടിയുടെ പോക്ക് വീട്ടിൽ ചർച്ചയായി. മുതിർന്ന ജ്യേഷ്ഠന്മാർ അവനെ ഉപദേശിച്ചുനോക്കി. പക്ഷേ മാറ്റമൊന്നും ഉണ്ടായില്ല. കുടുംബത്തിലെ പല മുതിർന്ന കാരണവന്മാരും വന്ന് ഇടയ്ക്കിടെ വീട്ടുകാരെ പിരികയറ്റിക്കൊണ്ടിരുന്നു. അവർക്ക് സെയ്താലിക്കുട്ടി ഒരു തൊഴിലുംചെയ്യാതെ നടക്കുന്നതിലുള്ള വിഷമത്തേക്കാൾ അവൻ കമ്യൂണിസ്റ്റുപാർട്ടിക്കുവേണ്ടിയാണ് പ്രവർത്തിക്കുന്നത് എന്നതായിരുന്നു പ്രശ്നം. കമ്യൂണിസ്റ്റുപാർട്ടിക്കാരനായാൽ കാഫിർ (അവിശ്വാസി) ആകും എന്ന മതപുരോഹിതന്മാരുടെ പ്രചരണവും വീട്ടുകാരെ ആശയക്കുഴപ്പത്തിലാക്കിയിരുന്നു. കമ്യൂണിസ്റ്റുപാർട്ടിക്കാരനായാൽ ഇടയ്ക്കിടെ സമരവും കേസുമൊക്കെ ഉണ്ടാവുമെന്നും അപ്പോൾ വീട്ടുകാർക്കും പൊലീസിന്റെ പീഡനം അനുഭവിക്കേണ്ടിവരുമെന്നൊക്കെ പലരും വന്ന് വീട്ടുകാരെ ഭയപ്പെടുത്തിയിരുന്നു.

ആദ്യം സ്നേഹരൂപേണ ഉപദേശിച്ചുനോക്കിയിരുന്ന ജ്യേഷ്ഠന്മാർ ശകാരങ്ങളും വഴക്കും ഉണ്ടാക്കാൻ തുടങ്ങി. ബാപ്പ പൊതുവെ ശാന്തപ്രകൃതക്കാരനായിരുന്നു. ജ്യേഷ്ഠന്മാരുടെകൂടെ ചേർന്ന് വഴക്കുപറയാനൊന്നും വന്നില്ലായിരുന്നുവെങ്കിലും മകന്റെ പോക്കിൽ യോജിപ്പുണ്ടായിരുന്നില്ല. മകന്റെ നിലപാടിൽ ഉമ്മക്ക് സങ്കടമായിരുന്നു. അവരും ഉപദേശിച്ചു നോക്കിയിരുന്നു. പക്ഷേ വഴക്കുപറയാനൊന്നും മുതിർന്നിരുന്നില്ല.

നിരന്തരമായ ഉപദേശങ്ങളൊന്നും വകവെക്കാതെ പാർട്ടി പ്രവർത്ത

നവുമായി നടന്നിരുന്ന അനിയനെ ഒടുവിൽ കുപിതരായ ജ്യേഷ്ഠന്മാരെല്ലാം ചേർന്ന് ഒരുദിവസം വീട്ടിൽനിന്നും പുറത്താക്കി. അന്ന് സെയ്താലിക്കുട്ടിക്ക് പ്രായം പതിനാറ്. ബാപ്പ ജ്യേഷ്ഠന്മാരുടെ തീരുമാനത്തോട് എതിരൊന്നും പറഞ്ഞില്ല. ഉമ്മ മാത്രം കരഞ്ഞു. അനിയനോടുള്ള എന്തെങ്കിലും വിരോധംകൊണ്ടായിരുന്നില്ല തങ്ങൾക്കുംകൂടി എന്തെങ്കിലും ബുദ്ധിമുട്ടുകൾ വന്നേക്കുമെന്ന ആശങ്കയാണ് അവരെ അത്തരം ഒരു കടുത്ത തീരുമാനം എടുപ്പിച്ചത്.

വീട്ടിൽനിന്നും പുറത്താക്കപ്പെടുമ്പോൾ സെയ്താലിക്കുട്ടിക്ക് ഉടുത്തിരുന്ന വസ്ത്രമല്ലാതെ മറ്റൊന്നും ഉണ്ടായിരുന്നില്ല. പള്ളിക്കുളത്തിലും തോട്ടിലുമൊക്കെ പോയി കുളിച്ച് വസ്ത്രം അലക്കിയിട്ട് അത് ഉണങ്ങുന്നതുവരെ അവിടെത്തന്നെ കാത്തിരുന്ന് അതുതന്നെ ഇട്ട് നടക്കേണ്ട അവസ്ഥ.

കൊണ്ടോട്ടിയിൽനിന്നും ഉയർന്നുവന്ന കമ്യൂണിസ്റ്റുപാർട്ടി നേതാക്കളിൽ സെയ്താലിക്കുട്ടിയുടെയും കുഞ്ഞാലിയുടെയും സീനിയറായ നേതാവായിരുന്നു എടക്കോട് മുഹമ്മത്. സെയ്താലിക്കുട്ടിയുടെ അവസ്ഥ മനസിലാക്കിയ എടക്കോട് മുഹമ്മത് ഉടുക്കാൻ ഒരു തുണി വാങ്ങി കൊടുത്തു. അപ്പോൾ ഏതാനും ബീഡിത്തൊഴിലാളികൾ ചേർന്ന് ഒരു ഷർട്ടും വാങ്ങിച്ചുകൊടുത്തു. അങ്ങനെ ഉടുതുണിക്ക് മറുതുണിയില്ലാത്ത അവസ്ഥ മാറിക്കിട്ടി.

വീട്ടിൽനിന്നും പുറത്താക്കപ്പെട്ടതോടെ താമസം പാർട്ടി ഓഫീസിൽ തന്നെയാക്കിയിരുന്നു. പകൽസമയത്ത് പ്രത്യേകിച്ച് ഒന്നുംചെയ്യാനില്ലാത്ത ദിവസങ്ങളിൽ സമീപത്തെ ബീഡിക്കമ്പനിയിൽ ചെന്നിരിക്കും. ഭക്ഷണവും മിക്കവാറും അവരിൽ ആരുടെയെങ്കിലും ഒപ്പമായിരിക്കും. ചിലപ്പോൾ ഏതെങ്കിലും പാർട്ടിപ്രവർത്തകർ വീട്ടിലേക്ക് വിളിച്ചുകൊ

*സെയ്ദാലിക്കുട്ടിയുടെ ഭവനം*

ണ്ടുപോകും. ചില ദിവസങ്ങളിൽ കപ്പപുഴുങ്ങിയതും കാപ്പിയും മാത്രമായിരിക്കും ഭക്ഷണം. ഉമ്മമാത്രം ഇടയ്ക്കൊക്കെ ആരെയെങ്കിലുമൊക്കെ പറഞ്ഞയച്ച് വീട്ടിലേക്കൊന്ന് വന്നുപോകാൻ ആവശ്യപ്പെട്ടിരുന്നു. പക്ഷേ ജ്യേഷ്ഠന്മാരെ അത് കൂടുതൽ കുപിതരാക്കിയെങ്കിലോ എന്നോർത്ത് സെയ്താലിക്കുട്ടി പോയില്ല.

രണ്ടുവർഷത്തോളം വീട്ടിൽനിന്നും പുറത്തുതന്നെയായിരുന്നു. പാർട്ടി പ്രവർത്തനം നടത്തുന്നു എന്നതല്ലാതെ മറ്റു ചെറുപ്പക്കാരുടേതായ യാതൊരുവിധ സ്വഭാവവൈകല്യങ്ങൾക്കും വിധേയനാകാത്ത അനിയനെ പുറത്ത് നിർത്തുന്നതിൽ ജ്യേഷ്ഠന്മാർക്കുതന്നെ കുറ്റബോധംതോന്നി. പാർട്ടിയുടെ ഒരു സജീവപ്രവർത്തകൻ എന്ന നിലയിൽ നാട്ടുകാരിൽ മതിപ്പുള്ളവനായ അനിയനെ എന്നെന്നേക്കുമായി പുറത്തുനിർത്തുന്നത് ശരിയല്ല എന്ന നിഗമനത്തിൽ അവർ തന്നെ ഒടുവിൽ എത്തിച്ചേർന്നു. അവർ തന്നെ മുൻകൈയെടുത്ത് അനിയനെ വീട്ടിലേക്ക് തിരിച്ചുവിളിച്ചു കൊണ്ടുവന്നു.

വീട്ടിൽനിന്നുള്ള അംഗീകാരംകൂടി ലഭിച്ചതോടെ സെയ്താലിക്കുട്ടിയുടെ പ്രവർത്തനങ്ങൾ കൂടുതൽ ഊർജസ്വലമായി. ആ യുവസഖാവിനെ മുതിർന്ന നേതാക്കൾ സദാ പ്രോത്സാഹിപ്പിച്ചുകൊണ്ടിരുന്നു.

കമ്യൂണിസ്റ്റുപാർട്ടിയിൽ അംഗത്വം ലഭിക്കുന്നതിനുള്ള ഒരു നിബന്ധന ആൾ പതിനെട്ട് വയസ്സ് പൂർത്തിയാക്കിയിരിക്കണം എന്നതാണ്. പതിനെട്ട് പൂർത്തിയാക്കാൻ ഏതാനും മാസങ്ങൾകൂടി ബാക്കിയുണ്ടായിരുന്നുവെങ്കിലും ആ യുവപ്രവർത്തകന്റെ പക്വതയും താൽപ്പര്യവും കണക്കിലെടുത്ത് സെയ്താലിക്കുട്ടിക്ക് അംഗത്വം കൊടുക്കാൻ കൊണ്ടോട്ടിയിലെ പാർട്ടി ഘടകം തീരുമാനിച്ചു. 1944 ൽ അംഗത്വമെടുത്ത സെയ്താലിക്കുട്ടിയുടെ പാർട്ടിജീവിതം ആറുപതിറ്റാണ്ടിലേറെക്കാലം നീണ്ടുനിന്നതും ഇടവേളകൾ ഇല്ലാത്തതുമായിരുന്നു.

പാർട്ടി ഏൽപ്പിക്കുന്ന ചുമതലകൾ നിറവേറ്റാനായി പോകുമ്പോൾ യാത്രപ്പടിക്കായി ഏൽപ്പിക്കുന്നതിൽ ബാക്കിവല്ലതും വരുന്നുവെങ്കിൽ അത്, പാർട്ടി സഖാക്കൾ കണ്ടറിഞ്ഞു നൽകിയിരുന്ന സഹായങ്ങൾ എന്നിവയല്ലാതെ വരുമാനമൊന്നും സെയ്താലിക്കുട്ടിക്ക് ഇല്ലായിരുന്നു. അതിലപ്പുറത്തേക്കുള്ള ആവശ്യങ്ങളും അദ്ദേഹത്തിന് ഉണ്ടായിരുന്നില്ല.

മുതിർന്ന നേതാവായിത്തീർന്നശേഷം മുഴുവൻ സമയപ്രവർത്തകർക്ക് നൽകുന്ന ചെറിയ അലവൻസ് തുക ലഭിക്കുന്നതുവരെ യഥാർഥത്തിൽ ഒരു സ്ഥിരവരുമാനം അദ്ദേഹത്തിന് ഉണ്ടായിരുന്നില്ല. വരുമാനമുണ്ടാക്കാൻ കഴിയുന്ന എന്തെങ്കിലും തൊഴിലിൽ ഏർപ്പെടാൻ ആ മുഴുവൻസമയ പാർട്ടിക്കാരന് സൗകര്യം ലഭിച്ചതുമില്ല.

കമ്യൂണിസ്റ്റുപാർട്ടിക്കുവേണ്ടി പ്രവർത്തിക്കാൻ പോകുന്നതിന്റെ പേരിൽ രണ്ടുവർഷത്തോളം വീട്ടിൽനിന്നും പുറത്ത് നിർത്താൻ മുൻകൈയെടുത്തിരുന്ന ജ്യേഷ്ഠന്മാർതന്നെ പിൽക്കാലത്ത് പാർട്ടിയോട് അനുഭാവമുള്ളവരായി തീരുകയായിരുന്നു. നാല് ജ്യേഷ്ഠന്മാരിൽ മുഹ

മ്മദ്, സൈനുദീൻ, മൊയ്തു എന്നിവരാണ് ഇങ്ങനെ പാർട്ടിയോട് അനുഭാവമുള്ളവരായി മാറിയത്. ഇതിൽത്തന്നെ മൊയ്തു എന്ന ജ്യേഷ്ഠൻ മൈസൂരിൽ ബീഡിത്തൊഴിലാളിയായി കഴിയുന്ന അവസരത്തിൽ അവിടെ ബീഡിത്തൊഴിലാളി സംഘടനയിൽ പ്രവർത്തിച്ചിരുന്നു. പതിനാറാം വയസിൽ ജ്യേഷ്ഠന്മാർ ചേർന്ന് സെയ്താലിക്കുട്ടിയെ വീട്ടിൽ നിന്നും പുറത്താക്കുന്ന തീരുമാനം എടുക്കുമ്പോൾ മൊയ്തു മൈസൂരിൽ ആയിരുന്നു. ജ്യേഷ്ഠന്മാരിൽ നാലാമത്തെയാളായിരുന്ന കോയാമുട്ടി ഒരു മുസ്ലീംലീഗ് അനുഭാവിയായിരുന്നു.

കൂട്ടുകുടുംബത്തിന്റെ ഭാഗമായി നിന്നതുകൊണ്ടും മൂന്ന് ജ്യേഷ്ഠന്മാർ പാർട്ടിയോട് അനുഭാവമുള്ളവരായിരുന്നതിനാൽ അവരിൽനിന്നും കിട്ടിയ പിന്തുണകൊണ്ടും കൂടിയാണ് മുഴുവൻ സമയപാർട്ടി പ്രവർത്തകനായിരിക്കെത്തന്നെ ഒരു വ്യക്തിജീവിതവും പിൽക്കാലത്ത് ഒരു ദാമ്പത്യജീവിതവും സെയ്താലിക്കുട്ടിക്ക് പുലർത്താനായത്. നാലാമത്തെ ജ്യേഷ്ഠനായിരുന്ന കോയാമുട്ടി ലീഗ് അനുഭാവി ആയിരുന്നുവെങ്കിലും അനിയന്റെ രാഷ്ട്രീയപ്രവർത്തനത്തെ വീട്ടിലെ മറ്റുള്ളവർ എല്ലാം അംഗീകരിച്ചതിനുശേഷം പിന്നീട് എതിർപ്പൊന്നും പ്രകടിപ്പിച്ചിരുന്നില്ല. അത് അനിയന്റെ വ്യക്തിപരമായ ഒരുകാര്യം എന്ന ഒരു നിലപാട് അദ്ദേഹവും എടുക്കുകയായിരുന്നു.

ഒരു മുഴുവൻ സമയപാർട്ടി പ്രവർത്തകൻ, സ്വന്തമായി കാര്യമായ വരുമാനമൊന്നും ഇല്ലാത്തവൻ എന്നതൊക്കെ അറിഞ്ഞുകൊണ്ടു തന്നെയായിരുന്നു സെയ്താലിക്കുട്ടിക്ക് മകളെ വിവാഹം കഴിച്ചുകൊടുക്കാൻ കുഞ്ഞാലു–ആമിന ടീച്ചർ ദമ്പതിമാർ തയാറായത്. ദാമ്പത്യജീവിതവുമായി ബന്ധപ്പെട്ട സാമ്പത്തികപ്രയാസങ്ങളിൽ അവരും കണ്ടറിഞ്ഞ് സഹകരിച്ചിരുന്നു. ഇങ്ങനെ സ്വന്തം വീട്ടുകാരിൽനിന്നും ഭാര്യവീട്ടുകാരിൽനിന്നും കിട്ടിയ സഹകരണം സെയ്താലിക്കുട്ടിയെന്ന പാർട്ടിപ്രവർത്തകനെ നിലനിർത്തുന്നതിലും ഉയർത്തുന്നതിലും വലിയ പങ്കുപഹിച്ചു.

# 4

# ബ്രിട്ടീഷ് വാഴ്ചയ്ക്കെതിരെ

**ഫാ**സിസ്റ്റ് ശക്തികളുടെ പരാജയത്തോടെ 1945 ൽ രണ്ടാം ലോക മഹായുദ്ധം അവസാനിച്ചു. ലോകമാകെ ദേശീയവിമോചന സമരങ്ങൾ ഇരമ്പിക്കയറി. ഇന്ത്യയിൽ കമ്യൂണിസ്റ്റുപാർട്ടിയുടെ പിന്തുണയോടെ വമ്പിച്ച പണിമുടക്ക് സമരങ്ങൾ അരങ്ങേറി. ഒപ്പംതന്നെ അതിശക്തമായ കർഷകസമരങ്ങളും.

പഞ്ചാബ്, ആന്ധ്ര, മഹാരാഷ്ട്ര, ബംഗാൾ, തെലുങ്കാന എന്നിവിട ങ്ങളിലെല്ലാം വിവിധ ആവശ്യങ്ങൾ ഉന്നയിച്ചുകൊണ്ടും ജന്മിത്വ ചൂഷണം അവസാനിപ്പിക്കുന്നതിനുവേണ്ടിയും കൃഷിക്കാർ സമരരംഗത്തേക്ക് വന്നു. രണ്ടാംലോകമഹായുദ്ധം അവസാനിച്ചത് മുതൽ സ്വാതന്ത്ര്യലബ്ധി വരെ യുള്ള രണ്ടുവർഷക്കാലം നിലനിന്ന സമരതീക്ഷ്ണതയുടെ നാളുകളിൽ ശക്തമായ കർഷകസമരങ്ങൾ മലബാറിലും അരങ്ങേറി. കൊണ്ടോട്ടി യിലും പരിസരപ്രദേശങ്ങളിലുമായി നടന്ന കർഷകസമരങ്ങളിൽ യുവകമ്യൂണിസ്റ്റുപാർട്ടി പ്രവർത്തകനായിരുന്ന സെയ്താലിക്കുട്ടിയും പങ്കെടുത്തു.

ഇന്ത്യൻ സ്വാതന്ത്ര്യസമരചരിത്രത്തിലേക്ക് കേരളത്തിലെ കമ്യൂണി സ്റ്റുകാർ ചോരകൊണ്ട് എഴുതിച്ചേർത്ത അധ്യായങ്ങളായ പുന്നപ്ര-വയ ലാർ സമരവും കരിവള്ളൂർ, കാവുമ്പായി കർഷകസമരങ്ങളും അരങ്ങേ റിയത് ഇക്കാലത്തായിരുന്നു.

സ്വാതന്ത്ര്യസമരം അതിന്റെ അവസാനഘട്ടത്തിലേക്കു നീങ്ങുകയാ യിരുന്നു. അതോടെ വിവിധ നാട്ടുരാജ്യങ്ങളുടെ അധിപന്മാർ തങ്ങളുടെ നിക്ഷിപ്ത താൽപ്പര്യങ്ങൾ പുറത്തെടുക്കാൻ തുടങ്ങി. തിരുവിതാംകൂർ രാജഭരണാധികാരികൾ തങ്ങൾ സ്വതന്ത്രരാജ്യമായി നിൽക്കാൻ ഉദ്ദേ ശിക്കുന്നതായി പരസ്യമായി പ്രഖ്യാപിച്ചു. ഇതിന് ജനപിന്തുണ കിട്ടുക

എന്ന ഉദ്ദേശ്യത്തോടേ തങ്ങൾ സ്വതന്ത്ര തിരുവിതാംകൂറിൽ അമേരിക്കൻ മോഡൽ ജനാധിപത്യമായിരിക്കും നടപ്പിലാക്കുക എന്ന് പ്രചരിപ്പിച്ചു. തിരുവിതാംകൂർ രാജാവിന്റെ ദിവാനായിരുന്ന സി പി രാമസ്വാമി അയ്യരായിരുന്നു ഇതിന്റെ വക്താവ്. ഇന്ത്യൻ സ്വാതന്ത്ര്യസമരത്തിന്റെ സത്തയ്ക്ക് കടകവിരുദ്ധമായിരുന്നു ഈ ആശയം. രാജവാഴ്ചയും ദിവാൻഭരണവും തുടരാനുള്ള ഒരു തന്ത്രപരമായ ശ്രമമായിരുന്നു അത്. ഇതിനെതിരെ ശക്തമായ ബഹുജനരോഷം ഉയർന്നു. സ്വതന്ത്ര തിരുവിതാംകൂർ, അമേരിക്കൻ മോഡൽ എന്നീ രണ്ട് ആശയങ്ങൾക്കുമെതിരെ ഉയർന്ന ബഹുജനപ്രതിഷേധത്തിന്റെ മുൻപന്തിയിൽ നിന്നത് കമ്യൂണിസ്റ്റുപാർട്ടിയായിരുന്നു.

ദിവാൻഭരണം അവസാനിപ്പിക്കുക, ഉത്തരവാദഭരണം സ്ഥാപിക്കുക എന്നീ രാഷ്ട്രീയ ആവശ്യങ്ങളും മറ്റു 24 തൊഴിൽപരമായ ആവശ്യങ്ങളും ഉന്നയിച്ചുകൊണ്ടാണ് സമരം തുടങ്ങിയത്. സമരം ശക്തമാകുന്നത് കണ്ടപ്പോൾ തൊഴിൽപരമായ ആവശ്യങ്ങൾ അംഗീകരിക്കാൻ ദിവാൻ തയാറായി. എന്നാൽ രാഷ്ട്രീയ ആവശ്യങ്ങൾകൂടി നേടുന്നതിനുള്ള സമരവുമായി തൊഴിലാളികൾ മുന്നോട്ടുപോയി. അതോടെ കൊടിയ മർദനങ്ങൾ ദിവാൻ അഴിച്ചുവിട്ടു. സമരക്കാരുടെ ആത്മവീര്യം തകർക്കാനായി പുരുഷന്മാരെ തെങ്ങുകളിൽ കെട്ടിയിട്ട് അവരുടെ ഭാര്യമാരെയും അമ്മമാരെയുമൊക്കെ അവരുടെ കൺമുന്നിലിട്ട് ബലാത്സംഗം ചെയ്യുന്ന ക്രൂരതകൾവരെ പല സ്ഥലങ്ങളിലും പൊലീസ് നടത്തി. ഗത്യന്തരമില്ലാതെ കയ്യിൽക്കിട്ടുന്ന ആയുധങ്ങളെടുത്ത് തൊഴിലാളികൾ തിരിച്ചടിക്കാൻ തുടങ്ങി.

1946 ഒക്ടോബർ 23 ന് പുന്നപ്രയിൽ റിസർവ് പൊലീസും തൊഴിലാളികളും തമ്മിൽ നടന്ന ഏറ്റുമുട്ടലിൽ നൂറുകണക്കിന് തൊഴിലാളികളും കുറെയേറെ പൊലീസുകാരും മരിച്ചു. നാലുദിവസത്തിനുള്ളിൽ ഒക്ടോബർ 27 ന് വയലാറിൽ യന്ത്രത്തോക്കുകളുമായി വന്ന പട്ടാളത്തെ തൊഴിലാളികൾ വാരിക്കുന്തങ്ങളും മറ്റു സാധാരണ പണി ആയുധങ്ങളുമായി നേരിട്ടു. മുന്നൂറിലേറെ പേരാണ് അവിടെ പൊരുതിമരിച്ചത്. സ്വാതന്ത്ര്യസമരത്തിന്റെ ഭാഗമായി നടന്ന പുന്നപ്ര–വയലാർ സമരത്തിൽ അഞ്ഞൂറിലേറെ പേരാണ് രക്തസാക്ഷിത്വം വരിച്ചത്.

പുന്നപ്ര–വയലാർ കൂട്ടക്കൊല നടന്ന് രണ്ടുമാസത്തിനുള്ളിൽ 1946 ഡിസംബർ 20 ന് കരിവെള്ളൂരിൽ സമരംചെയ്ത കൃഷിക്കാർക്കുനേരെ പൊലീസ് വെടിവെച്ചു. രണ്ടുസഖാക്കൾ രക്തസാക്ഷികളായി. വറുതിക്കാലമായിട്ടും ഭീമമായ തോതിൽ പാട്ടം ഈടാക്കിയ ചിറക്കൽ തമ്പുരാന്റെ പാട്ടനെല്ല് കൊണ്ടുപോകുന്നത് തടഞ്ഞ കർഷകസമരക്കാരെയാണ് പൊലീസ് വെടിവെച്ചത്.

കരിവെള്ളൂർ വെടിവെപ്പ് കഴിഞ്ഞ് വെറും പത്തുദിവസമേ ആയിട്ടുണ്ടായിരുന്നുള്ളൂ, 1946 ഡിസംബർ 30 ന് കാവുമ്പായിലും സമരത്തിനിറങ്ങിയ കൃഷിക്കാർക്കുനേരെ പൊലീസ് വെടിവെച്ചു. തരിശായി കിടന്നി

രുന്ന ഭൂമി കൃഷിക്കായി വിട്ടുതരണം എന്നാവശ്യപ്പെട്ടായിരുന്നു സമരം. കാവുമ്പായി കുന്നിൽ ഉണ്ടായിരുന്ന സമരകേന്ദ്രം വളഞ്ഞാണ് പൊലീസ് കൂട്ടക്കുരുതി നടത്തിയത്. നിരായുധരായിരുന്ന അഞ്ച് കർഷക സഖാക്കൾ രക്തസാക്ഷികളായി. തെങ്ങിൽ അപ്പുനമ്പ്യാർ, വി കുമാരൻ, ആലോറമ്പൻ കുഞ്ഞികൃഷ്ണൻ, പുളുക്കൽ കുഞ്ഞിരാമൻ മഞ്ഞേരി ഗോവിന്ദൻ എന്നിവരാണ് മരിച്ചത്.

ദേശവ്യാപകമായി നടന്ന പല പണിമുടക്ക് സമരങ്ങളും ബ്രിട്ടീഷ്ഭരണത്തെ പിടിച്ചുകുലുക്കി. 1500 ഓളം വൈമാനികർ നടത്തിയ പണിമുടക്ക്, റയിൽവേ പോസ്റ്റൽ തൊഴിലാളികൾ നടത്തിയ പണിമുടക്കുകൾ എന്നിവ ഭരണത്തെ ബാധിച്ചു. ഈ സമരവേലിയേറ്റത്തിന്റെ ഉയർന്ന രൂപമായിരുന്നു 1946 ഫെബ്രുവരിയിൽ നടന്ന നാവികകലാപം.

കേരളത്തിന്റെ ഇതരഭാഗങ്ങളിൽനിന്നും വ്യത്യസ്തമായ ചില സാഹചര്യങ്ങൾ ഏറനാട് പ്രദേശത്തുണ്ടായിരുന്നു. 1921 ലെ മലബാർ കലാപം നടന്ന് കാൽനൂറ്റാണ്ട് പിന്നിട്ടുകഴിഞ്ഞിരുന്നു. കലാപത്തെക്കുറിച്ച് ഇ എം എസ് 'ആഹ്വാനവും താക്കീതും' എന്ന പേരിൽ ശ്രദ്ധേയമായൊരു പ്രബന്ധം തയാറാക്കിയിരുന്നു. മലബാറിൽ മുസ്ലിങ്ങൾക്കിടയിൽ ശക്തമായി നിലനിൽക്കുന്ന സാമ്രാജ്യത്വവിരുദ്ധ മനോഭാവം ദേശീയപ്രസ്ഥാനവും പുരോഗമന പ്രസ്ഥാനങ്ങളും പ്രയോജനപ്പെടുത്തേണ്ടതുണ്ട് എന്ന ഒരാഹ്വാനവും പ്രക്ഷോഭത്തിന്റെ നേതൃത്വത്തിൽ ഉണ്ടായിരുന്നത് ഭൂരിഭാഗവും മതനേതാക്കളായിരുന്നു എന്നതിനാൽ ഫലപ്രദമായ ഒരു ഇടപെടൽ നടത്താൻ കഴിഞ്ഞില്ലെങ്കിൽ രൂപംകൊള്ളാനിടയുള്ള സമുദായവൽക്കരണമെന്ന വിപത്തിനെക്കുറിച്ചുള്ള ഒരു താക്കീതുമാണ് മലബാർ കലാപം മുന്നോട്ടുവെക്കുന്നത് എന്ന നിരീക്ഷണമാണ് ഇ എം എസ് പ്രബന്ധത്തിലൂടെ അവതരിപ്പിച്ചത്.

മലബാർ കലാപത്തിന്റെ ഭാഗമായി നടന്ന ഒട്ടേറെ രക്തരൂഷിതമായ പോരാട്ടങ്ങളുടെ ഓർമകൾ നിറഞ്ഞുനിൽക്കുന്ന കൊണ്ടോട്ടിയിലും പരിസരപ്രദേശങ്ങളിലും ഈ കാലത്ത് കമ്യൂണിസ്റ്റുപാർട്ടി നേതൃത്വം കൊടുത്തിരുന്ന കൃഷിക്കാർക്കുവേണ്ടിയുള്ള സമരങ്ങളോട് മുസ്ലിം ജനതയിൽ ഒരു നല്ലവിഭാഗം എടുത്തിരുന്ന സമീപനം ഇ എം എസിന്റെ നിരീക്ഷണങ്ങളെ ശരിവെക്കുന്നവിധമായിരുന്നു.

ജന്മിത്വചൂഷണത്തിനെതിരെയും സാമ്രാജ്യത്വവാഴ്ച അവസാനിപ്പിക്കുന്നതിനുവേണ്ടിയും സമരരംഗത്തിറങ്ങാൻ ജനങ്ങളെ ആഹ്വാനംചെയ്യുന്ന ഒരു കാൽനട പ്രചരണജാഥ നടത്താൻ പാർട്ടി തീരുമാനിച്ചു.

"ജന്മിത്വം നശിക്കട്ടെ
സാമ്രാജ്യത്വം തുലയട്ടെ
കൃഷിഭൂമി കൃഷിക്കാരന്
പാട്ടം വെട്ടിച്ചുരുക്കുക."

എന്നീ മുദ്രാവാക്യങ്ങൾ മുഴക്കിക്കൊണ്ട് ആ കാൽനടജാഥ കൊണ്ടോട്ടിയിൽനിന്നും എടവണ്ണപ്പാറയിലേക്ക് നീങ്ങിക്കൊണ്ടിരിക്കയാ

യിരുന്നു. പാർട്ടി പ്രവർത്തകരായിരുന്ന സെയ്താലിക്കുട്ടി, ചേക്കുട്ടി, മോയിൻ, മൊയ്തീൻകുട്ടി, കുഞ്ഞീമുട്ടി തുടങ്ങി ആകെ എട്ടുപേർ മാത്രമാണ് ജാഥയിൽ ഉണ്ടായിരുന്നത്. എല്ലാവരുടെയും കയ്യിൽ ചുവന്ന കൊടികളും ഉണ്ടായിരുന്നു.

ജാഥ എടവണ്ണപ്പാറക്ക് പോകുന്നവഴിക്ക് മുതുവല്ലൂരിൽ എത്തിയപ്പോൾ അവിടെ ഒരു ചായമക്കാനിയിൽ ഇരിക്കുകയായിരുന്ന ഏതാനും മുസ്ലിം കാർന്നവന്മാർ ക്ഷുഭിതരായി റോഡിലേക്കിറങ്ങി. അവർ വഴിയരികിൽനിന്നും വലിയ ഉരുളൻ കല്ലുകൾ പെറുക്കിയെടുത്ത് എറിഞ്ഞുകൊണ്ട് ജാഥയെ ആക്രമിച്ചു.

"ങ്ങളെ ബാപ്പാന്റതാണോടാ ഭൂമി" എന്നവർ ആക്രോശിച്ചു.

ജാഥക്കാർ പിന്തിരിഞ്ഞോടി. കാർന്നവന്മാർ കുറച്ചുദൂരം അവരെ പിന്തുടർന്നു കല്ലെടുത്തെറിഞ്ഞു. ജാഥ അങ്ങനെ ഉപേക്ഷിക്കേണ്ടിവന്നു.

മൊറയൂരിലെ മുങ്ങണ്ടമ്പലം ഇല്ലം ആ പ്രദേശത്തെ ഒരു വലിയ ജന്മികുടുംബമായിരുന്നു. ഇല്ലത്തേക്ക് ഒരു ജന്മിത്വവിരുദ്ധ മാർച്ച് കമ്യൂണിസ്റ്റുപാർട്ടിയുടെ നേതൃത്വത്തിൽ സംഘടിപ്പിച്ചിരുന്നു. എടവണ്ണപ്പാറയിലേക്ക് പോയ കാൽനടജാഥയിൽ പങ്കെടുത്തിരുന്നവർക്ക് പുറമെ ഏതാനുംപേർകൂടി ആ മാർച്ചിൽ പങ്കെടുത്തിരുന്നു. പതിനഞ്ചോളംപേർ ഉണ്ടായിരുന്ന ആ മാർച്ച് മുദ്രാവാക്യം വിളികളുമായി മുങ്ങണ്ടമ്പലം ഇല്ലത്തിനുനേരെ നീങ്ങി.

വഴിയരികിൽ ഇടതൂർന്ന് നിൽക്കുന്ന ഒരു വാഴത്തോപ്പ് ഉണ്ടായിരുന്നു. ആ വാഴകൾക്ക് മറവിൽ കുറെ സമരവിരുദ്ധന്മാരായ മുസ്ലീം കാർന്നവന്മാർ ഒളിച്ചിരുന്നത് പ്രകടനത്തിൽ പങ്കെടുത്തിരുന്നവർക്ക് കാണാൻ കഴിഞ്ഞിരുന്നില്ല. ജാഥ വാഴത്തോപ്പിന്നരികിലെത്തിയതും അവർ കൈയിൽ വലിയ പാത്രങ്ങളിൽ കരുതിവെച്ചിരുന്ന കുറുകിയ ചാണകവെള്ളവുമായി മുന്നിലേക്ക് ചാടിവീണു.

അവർ പ്രകടനക്കാരുടെ എല്ലാവരുടെയുംമേൽ നാറുന്ന ചാണകവെള്ളം കോരിയൊഴിച്ചു. എന്നാൽ ഇത്തവണ സമരഭടന്മാർ പിന്തിരിയാൻ തയാറായില്ല. അവർ ചാണകവെള്ളം നാറുന്ന വസ്ത്രങ്ങളുമായി മുന്നോട്ടുതന്നെ നടന്നു. തങ്ങളുടെ ലക്ഷ്യസ്ഥാനമായിരുന്ന ഇല്ലപ്പടിവരെ മാർച്ചുചെയ്യുകതന്നെ ചെയ്തു.

1921 ലെ മലബാർ കർഷകപ്രക്ഷോഭത്തിന്റെ നേതൃത്വത്തിൽ വലിയൊരു വിഭാഗം ഇസ്ലാംമത പണ്ഡിതന്മാരായിരുന്നു. ഇസ്ലാംമതവിശ്വാസത്തിന്റെ ഭാഗമായി കൊണ്ടുനടന്നിരുന്ന അനീതിക്കെതിരായി പോരാടാനുള്ള മനോഭാവമായിരുന്നു അവരിൽ മിക്കവരെയും പോർക്കളത്തിലേക്ക് ഇറക്കിയത്.

മഹാകവി മോയിൻകുട്ടി വൈദ്യർ തന്റെ പ്രസിദ്ധമായ *ബദർപടപ്പാട്* എന്ന കൃതിയിൽ മുഹമ്മദ് നബിയും 313 അനുയായികളുംചേർന്ന് ആയുധബലംകൊണ്ടും ആൾബലംകൊണ്ടും തങ്ങളെക്കാൾ പത്തിരട്ടിയോളം ശക്തരായ മക്കാസൈന്യത്തെ വിശ്വാസദൃഢതയുടെയും ഇച്ഛാശക്തിയു

ടെയും കരുത്തിൽ പൊരുതിത്തോൽപ്പിച്ചതിന്റെ ചരിത്രം വിശദീകരിച്ചത് അവർ മാതൃകയായി കണ്ടു.

മലബാർ കലാപത്തിന്റെ വീരനായകരും രക്തസാക്ഷികളുമായ വാരിയംകുന്നത്ത് കുഞ്ഞഹമ്മത് ഹാജിക്കും ആലി മുസ്ലിയാർക്കും സഹപ്രവർത്തകർക്കുമെല്ലാം സൂര്യനസ്തമിക്കാൻ കഴിയാത്തത്ര വൈപുല്യമുള്ളതും അന്നത്തെക്കാലത്ത് ലഭ്യമായതിൽവെച്ച് ഏറ്റവും മികച്ച ആയുധബലം ഉള്ളവരുമായ ബ്രിട്ടീഷ് സൈന്യത്തോട് വാരിക്കുന്തങ്ങളും നാടൻതോക്കുകളുമായി പോരിനിറങ്ങാൻ വൈദ്യരുടെ പടപ്പാട്ടുകളും പ്രചോദനമായി തീർന്നു.

ഇതൊരു ആലങ്കാരിക പ്രയോഗമല്ല. മലബാർ കലാപത്തിൽ രക്തസാക്ഷികളായവരുടെ മൃതദേഹങ്ങളിൽനിന്നും വൈദ്യരുടെ പടപ്പാട്ടുകളുടെ കോപ്പികൾ കണ്ടെടുക്കപ്പെട്ടിരുന്നതായി രേഖപ്പെടുത്തപ്പെട്ടിട്ടുണ്ട്.

ഉറച്ച ഇസ്ലാംമത വിശ്വാസികളായിരിക്കെത്തന്നെ ശക്തമായ സാമ്രാജ്യത്വവിരോധം മനസിൽ സൂക്ഷിച്ചിരുന്നവരായിരുന്നു മലബാർ കലാപത്തിന് നേതൃത്വംകൊടുത്തിരുന്ന നേതാക്കൾ. എന്നാൽ ഇവരിൽ മഹാഭൂരിപക്ഷത്തെയും കലാപം അടിച്ചമർത്തുന്നതിന്റെ ഭാഗമായി ബ്രിട്ടീഷുകാർ കൊന്നൊടുക്കുകയോ അന്തമാനിലേക്കും മറ്റും നാടുകടത്തുകയോ ചെയ്തു.

ഇത് സൃഷ്ടിച്ച ശൂന്യതയിൽ കലാപത്തോട് മുഖംതിരിച്ചിരുന്നവരും ബ്രിട്ടീഷ് സാമ്രാജ്യത്തോട് വിധേയത്വം പ്രകടിപ്പിച്ചിരുന്നവരുമായ പലരും സമുദായ നേതൃത്വത്തിലേക്കും സമൂഹനേതൃത്വത്തിലേക്കും വലിഞ്ഞുകയറി. രൂപീകരണകാലംതൊട്ട് മുസ്ലീം സമുദായത്തിലെ പ്രമാണിമാരുടെ താൽപ്പര്യങ്ങൾ സംരക്ഷിക്കുന്നതിൽ മാത്രം വ്യഗ്രതകാണിച്ച പാരമ്പര്യമുള്ള ഇന്ത്യൻ യൂണിയൻ മുസ്ലീംലീഗ് സ്വാഭാവികമായും ഇവരുമായി കൂട്ടുചേർന്നു.

ഇവരുടെ ബലത്തിൽ മതനേതൃത്വത്തിലേക്ക് വന്ന പുതിയ പണ്ഡിതന്മാർ ഇസ്ലാമിനെയും വിശുദ്ധ *ഖുർആനി*നെയും ജന്മിത്വത്തെയും സാമ്രാജ്യത്വവാഴ്ചയെയും ന്യായീകരിക്കത്തക്ക നിലയിലുള്ള പുതിയ വ്യാഖ്യാനങ്ങൾ ചമച്ചു. പാട്ടം വെട്ടിക്കുറയ്ക്കാൻ പറയുന്നത് കരാർ ലംഘനമാണെന്നും അതിനാൽ ഇസ്ലാമിക വിരുദ്ധമാണെന്നുമുള്ള ഫത്വകൾ ജന്മിമാർക്കുവേണ്ടി ചില പുരോഹിതന്മാർ ഇറക്കി. അതുപോലെതന്നെ അവിശ്വാസികളായ കമ്യൂണിസ്റ്റുകാരുമായി ചേർന്ന് ജന്മിത്വവിരുദ്ധ സമരങ്ങളിൽ പങ്കെടുക്കുന്നത് ഇസ്ലാമിന് നിരക്കാത്ത കാര്യമാണെന്നും അവർ പ്രചരിപ്പിച്ചു. ഇത്തരത്തിലുള്ള പ്രചരണങ്ങൾവഴി അൽപ്പജ്ഞാനികളും വിദ്യാഭ്യാസം കുറഞ്ഞവരുമായ മുസ്ലീങ്ങളിൽ അവർ തെറ്റിദ്ധാരണകൾ പരത്തി.

ഇങ്ങനെ സാധാരണക്കാരായ മുസ്ലീങ്ങളിൽ ജന്മിത്വവിരുദ്ധ സമരങ്ങളെയും സ്വാതന്ത്ര്യസമരപ്രസ്ഥാനത്തെ തന്നെയും എതിർക്കാനുള്ള ഒരു മനോഭാവം വളർത്തിയെടുക്കുന്നതിൽ ചെറിയതോതിലെങ്കിലും

അവർ വിജയിച്ചിരുന്നു. ഇതിന്റെയൊക്കെ ഫലമായിരുന്നു സെയ്താലിക്കുട്ടിയും സഹപ്രവർത്തകരും നടത്തിയ ജന്മിത്വവിരുദ്ധ സമരപരിപാടികളെ കായികമായി തന്നെ നേരിടാൻ ആ മുസ്ലീം കാരണവന്മാരെ പ്രേരിപ്പിച്ചത്. യഥാർഥത്തിൽ അവരിൽ പലരും ജന്മിത്വവ്യവസ്ഥയുടെ കടുത്ത ചൂഷണം അനുഭവിച്ചുകൊണ്ടിരുന്ന കുടിയാന്മാർ കൂടിയായിരുന്നു. മുസ്ലീം ലീഗും മതപുരോഹിതന്മാരും ചേർന്ന് പ്രചരിപ്പിച്ച വികലമായ മതവ്യാഖ്യാനങ്ങൾ അവരെ തങ്ങളുടെകൂടി താൽപ്പര്യങ്ങൾക്കുവേണ്ടി നടന്ന സമരങ്ങളുടെ എതിർപക്ഷത്തേക്ക് ആക്കുകയായിരുന്നു.

ജന്മിമാർ അവരുടെ ശിങ്കിടികൾ മുഖേന നടത്തിയിരുന്ന ചില പ്രചരണങ്ങളും കുടിയാന്മാരെ ആശയക്കുഴപ്പത്തിലാക്കിയിരുന്നു. കൈവശരേഖപോലുമില്ലാതെ ജന്മിമാരുടെ പറമ്പുകളിൽ കുടിൽകെട്ടി താമസിച്ചിരുന്ന ദരിദ്രകൃഷിക്കാർക്കിടയിൽ കമ്യൂണിസ്റ്റുകാർ ഭൂമി പിടിച്ചെടുക്കുമെന്നും അതോടെ തങ്ങൾ ഭൂമിയിൽനിന്നും ഒഴിഞ്ഞുകൊടുക്കേണ്ടി വരുമെന്നുമായിരുന്നു അവരുടെ ഒരു പ്രചരണം. ആദ്യഘട്ടത്തിൽ പല കുടിയാന്മാരും ജന്മിത്വവിരുദ്ധ സമരങ്ങളെ എതിർക്കാൻ മുന്നോട്ടുവന്നത് ഈ കാരണത്താലായിരുന്നു. എന്നാൽ ഈ കള്ളപ്രചരണങ്ങൾകൊണ്ട് എല്ലാവരെയും പിന്തിരിപ്പിക്കാൻ അവർക്ക് കഴിഞ്ഞില്ല. പതുക്കെ പതുക്കെ ആദ്യം എതിർത്തിരുന്ന പലരും സമരത്തിന്റെകൂടെ നിൽക്കാൻ തയാറായി.

മദ്രാസ് സംസ്ഥാനത്തിന്റെ ഭാഗമായിരുന്നു അന്ന് മലബാർപ്രദേശം. ഇന്ത്യ സ്വാതന്ത്ര്യത്തിലേക്ക് അടുത്തു കൊണ്ടിരിക്കുകയായിരുന്നു. കിട്ടുന്ന ഓരോ സന്ദർഭത്തിലും ബ്രിട്ടീഷ് ഭരണത്തിനെതിരെ ആഞ്ഞടിക്കുന്ന സമരങ്ങൾക്ക് കമ്യൂണിസ്റ്റുപാർട്ടി നേതൃത്വംകൊടുത്തു. മദ്രാസ് സംസ്ഥാനത്തിന്റെ ഭരണത്തിന് നേതൃത്വംകൊടുത്തിരുന്ന ഗവർണർ മലബാർ സന്ദർശനത്തിന്റെ ഭാഗമായി കൊണ്ടോട്ടിയിലെത്തുമ്പോൾ പ്രതിഷേധപ്രകടനം നടത്താൻ പാർട്ടി തീരുമാനമുണ്ടായി.

ബ്രിട്ടീഷ് വാഴ്ചക്കാലത്ത് ജന്മിമാരും പ്രമാണിമാരുമെല്ലാം പൊതുവെ ബ്രിട്ടന് അനുകൂലമായിരുന്നു. സ്വാതന്ത്ര്യസമരസേനാനികളെ അവർക്ക് പുച്ഛമായിരുന്നു. സ്വാതന്ത്ര്യസമര പ്രവർത്തനങ്ങളിൽ പങ്കെടുക്കുന്നതിന്റെ പേരിൽ കോൺഗ്രസ് പ്രവർത്തകരെ വരെ വെറുപ്പോടെ കണ്ടിരുന്ന അവർക്ക് ജന്മിത്വവിരുദ്ധ സമരവും പൂഴ്ത്തിവെപ്പിനും കരിഞ്ചന്തയ്ക്കുമെതിരായ സമരങ്ങളും സ്വാതന്ത്ര്യസമരത്തോടൊപ്പം ഏറ്റെടുത്തു നടത്തിയിരുന്ന കമ്യൂണിസ്റ്റുകാരോട് കടുത്ത ശത്രുതയാണ് ഉണ്ടായിരുന്നത്.

ബ്രിട്ടീഷ് ഭരണത്തോടുള്ള തങ്ങളുടെ വിധേയത്വം പരസ്യമായി പ്രകടിപ്പിക്കാൻ കിട്ടുന്ന അവസരങ്ങളെല്ലാം പരമാവധി ഉപയോഗപ്പെടുത്തലും പ്രമാണിമാർക്കിടയിൽ പതിവായിരുന്നു. കൊണ്ടോട്ടിയിലെത്തുന്ന ഗവർണർക്ക് ഗംഭീരമായ ഒരു സ്വീകരണം കൊടുക്കുവാൻ അതുകൊണ്ടുതന്നെ അവരെല്ലാം സജീവമായി രംഗത്തിറങ്ങി. സ്വീകരണകേന്ദ്രം

കമനീയമായി അലങ്കരിച്ചിരുന്നു. വേദിയിലേക്കു വരുന്നവഴിയിൽ പരവതാനികൾ വിരിച്ചിട്ടുണ്ടായിരുന്നു. ആ പരവതാനിയിലൂടെ ഗവർണറുടെ കുതിരവണ്ടി പതുക്കെ വേദിക്കടുത്തേക്ക് നീങ്ങി.

പെട്ടെന്നാണ് ഗവർണറെയും അകമ്പടിക്കാരെയും കൂടിനിന്നവരെയും ഞെട്ടിച്ചുകൊണ്ട് ആൾക്കൂട്ടത്തിനിടയിൽനിന്നും 'ഗോബാക്ക്' വിളികൾ ഉയർന്നത്. ഗവർണർക്കെതിരെ പ്രതിഷേധപ്രകടനം നടത്താൻ പാർട്ടി തീരുമാനപ്രകാരം തയാറായിനിന്ന സെയ്താലിക്കുട്ടിയുടെ നേതൃത്വത്തിലുള്ള സമരഭടന്മാരായിരുന്നു 'ഗോബാക്ക്' വിളിച്ചു മുന്നോട്ടുവന്നത്. ബ്രിട്ടീഷ് പൊലീസ് പെട്ടെന്നുതന്നെ അവരുടെമേൽ ചാടിവീണു. എല്ലാവർക്കും മർദനമേറ്റു. ആ ചെറുപ്പക്കാരെ മുഴുവൻ ബലംപ്രയോഗിച്ച് കീഴടക്കി അറസ്റ്റുചെയ്ത് കൊണ്ടുപോയി.

ഗവർണർ പരിപാടി കഴിഞ്ഞ് ഉടൻതന്നെ മടങ്ങിപ്പോയി. അറസ്റ്റു ചെയ്ത സമരക്കാരെ അന്നുപകൽ മുഴുവൻ ലോക്കപ്പിലിട്ടു. എല്ലാവരുടെ പേരിലും കേസുകൾ ചാർജുചെയ്ത് വൈകുന്നേരത്തോടെ മാത്രമേ വിട്ടയച്ചുള്ളൂ. സെയ്താലിക്കുട്ടിയുടെ തടവ് ജീവിതത്തിന് അങ്ങനെ ബ്രിട്ടീഷ് ഭരണകാലത്തുതന്നെ തുടക്കമിട്ടു എന്നുപറയാം.

കമ്യൂണിസ്റ്റുപാർട്ടി പ്രവർത്തകരെയും നേതാക്കളെയും തളർത്താൻ ലക്ഷ്യമിട്ടുകൊണ്ട് എല്ലായിടത്തും അധികാരികൾ നടത്താറുള്ള സ്ഥിരം ആക്രമണമാണ് കള്ളക്കേസുകളിൽ പ്രതിയാക്കുക എന്നത്. സെയ്താലിക്കുട്ടിയുടെ അനുഭവവും വ്യത്യസ്തമായിരുന്നില്ല. പരമാവധി ശിക്ഷ കിട്ടുക എന്ന ലക്ഷ്യത്തോടെ ഇല്ലാത്ത സംഭവങ്ങൾ ഭാവനയിൽ ഉണ്ടാക്കി കേസെടുത്ത് തുടരെത്തുടരെ ആ യുവകമ്യൂണിസ്റ്റുകാരനെ പൊലീസധികാരികൾ ഉപദ്രവിച്ചു. പലതും അതീവ ഗൗരവസ്വഭാവമുള്ള ക്രിമനൽ കുറ്റങ്ങളായിരുന്നു.

ബ്രിട്ടീഷ് വാഴ്ചയുടെ അവസാനനാളുകളിലൊരിക്കൽ റേഷൻ കൺട്രോളറുടെ ചുമതലയുണ്ടായിരുന്ന ത്രബ് എന്ന് പേരുള്ള ഒരു സായ്പ് കൊണ്ടോട്ടിയിൽ വന്നിരുന്നു. സെയ്താലിക്കുട്ടിയുടെ നേതൃത്വത്തിൽ സംഘം ചേർന്ന പാർട്ടി പ്രവർത്തകർ അദ്ദേഹത്തോട് നാട്ടിലെ ദാരിദ്ര്യം നേരിട്ട് കണ്ട് ബോധ്യപ്പെടാൻ ചില വീടുകൾ സന്ദർശിക്കണമെന്ന് ആവശ്യപ്പെട്ടു. സായ്പ് ആദ്യം വഴങ്ങിയില്ല. സംഘടിച്ചുകൊണ്ടുള്ള നിർബന്ധം വന്നപ്പോൾ ഒടുവിൽ അയാൾ പോരാൻ തയാറായി. വെള്ളക്കാരനായ ഏതെങ്കിലും ചെറിയ ഉദ്യോഗസ്ഥനെപ്പോലും ഒന്നുതറപ്പിച്ചു നോക്കിയാൽ ഉടനെ കേസെടുക്കുകയും അറസ്റ്റുചെയ്യുകയും ചെയ്തിരുന്ന കാലത്താണ് താരതമ്യേന ഉയർന്ന പദവിയിൽ ഇരുന്നിരുന്ന ത്രബ് സായിപ്പിനോട് വന്നേപറ്റൂ എന്ന് ശഠിച്ചുപറയാനും അനുസരിപ്പിക്കാനും സെയ്താലിക്കുട്ടിയും സംഘവും ധൈര്യം കാണിച്ചത്.

പട്ടിണി കൊടുമ്പിരികൊണ്ടിരുന്ന സമയത്ത് കൊണ്ടോട്ടിയിലെ റേഷൻഷാപ്പ് സന്ദർശിച്ച് ഇവിടെ കുഴപ്പമൊന്നുമില്ല എന്ന റിപ്പോർട്ടുതയാറാക്കിയ കലക്ടറേയും ഒരിക്കൽ എടക്കോട് മുഹമ്മദ്, ചേക്കുട്ടി,

സെയ്താലിക്കുട്ടി എന്നിവരുടെ നേതൃത്വത്തിൽ പാർട്ടി പ്രവർത്തകർ തടഞ്ഞുവെച്ചിരുന്നു. മൂന്നുപേരെയും അന്നേരംതന്നെ അറസ്റ്റുചെയ്യുകയാണ് പൊലീസ് ചെയ്തത്.

ഇങ്ങനെ തുടർച്ചയായി നടന്ന വിവിധ പ്രക്ഷോഭസമരങ്ങളിൽ പങ്കെടുത്തതിന്റെ പേരിൽ സെയ്താലിക്കുട്ടി ഇതിനകംതന്നെ അനേകം കേസുകളിൽ പ്രതിയാക്കപ്പെട്ടിരുന്നു.

# 5

# അൽപ്പം മലപ്പുറം ചരിത്രം

**സെ**യ്താലിക്കുട്ടിയുടെ പ്രവർത്തനമണ്ഡലം ആദ്യാവസാനം മലപ്പുറം ജില്ല ഉൾപ്പെടുന്ന പ്രദേശത്തുതന്നെയായിരുന്നു. ജില്ല രൂപീകരിക്കുന്നതിനും പതിറ്റാണ്ടുകൾക്കു മുമ്പേ അദ്ദേഹം പ്രവർത്തനം തുടങ്ങിയിരുന്നുവെന്ന് മാത്രം.

പിന്നോക്ക ജില്ലയെന്ന വിശേഷണം ഇപ്പോഴും കൊണ്ടുനടക്കുന്ന മലപ്പുറത്തിന് അഭിമാനകരമായ ഒരു ചരിത്ര പശ്ചാത്തലമുണ്ട്. ഒരു നൂറ്റാണ്ട് കാലത്തോളം നീണ്ടുനിന്നതും ഇടയ്ക്കിടെ ചെറുതും വലുതുമായി പ്രത്യക്ഷപ്പെട്ടിരുന്നതുമായ ജന്മിത്വവിരുദ്ധ സമരങ്ങളുടെയും സാമ്രാജ്യത്വവിരുദ്ധ പ്രക്ഷോഭങ്ങളുടെയും നിലയ്ക്കാത്ത പോർവീര്യത്തിന്റെയും ചരിത്രമാണത്.

അതുകൊണ്ടുതന്നെ ബ്രിട്ടീഷ്ഭരണകാലത്ത് നിരന്തരമായ അടിച്ചമർത്തലുകൾക്കും പൊലീസ് തേർവാഴ്ചയ്ക്കും ഈ പ്രദേശങ്ങൾ വിധേയമായി. ഇന്നുപോലും മലപ്പുറം ജില്ലയിൽ ഒരുപേക്ഷ ഏറ്റവും കൂടുതൽപ്പേർ സർക്കാർ ജീവനക്കാരായി ജോലിചെയ്യുന്നത് പൊലീസുകാരായിരിക്കും. ആയിരക്കണക്കിന് പൊലീസുകാർക്ക് ക്യാമ്പ് ചെയ്യുന്നതിനുവേണ്ടി ബ്രിട്ടീഷ്ഭരണകാലത്ത് സ്ഥാപിച്ച ഒട്ടേറെ പൊലീസ് ക്യാമ്പുകൾ ഇന്നും മലപ്പുറംജില്ലയിൽ പ്രവർത്തിക്കുന്നുണ്ട്. ജനാധിപത്യ സംവിധാനത്തിൻകീഴിൽ അവ പുതിയ മുഖത്തോടെയാണ് പ്രവർത്തിക്കുന്നത് എന്നുമാത്രം. ഇപ്പോൾ അവ മലപ്പുറം ജില്ലയെയോ ഏറനാടിനെയൊ മാത്രം ഉദ്ദേശിച്ചല്ല നിലനിൽക്കുന്നത്. മലപ്പുറം, അരീക്കോട്, പാണ്ടിക്കാട്, നിലമ്പൂർ, കോഴിച്ചെന തുടങ്ങി ഇത്രയടുത്ത കേന്ദ്രങ്ങളിൽ ഇത്രയും പൊലീസ് ക്യാമ്പുകൾ മറ്റെവിടെയെങ്കിലും കാണാൻ പ്രയാസമാണ്.

1792 ൽ ശ്രീരംഗപട്ടണത്തിൽ വെച്ച് ടിപ്പുസുൽത്താനുമായി ഉണ്ടാക്കിയ കരാർപ്രകാരം മലബാർ ഇംഗ്ലീഷുകാരുടെ നേരിട്ടുള്ള ഭരണ

ത്തിൻകീഴിലായി. ഇന്നത്തെ കേരളത്തിന്റെ ബാക്കിഭാഗം വരുന്ന കൊച്ചിയിലും തിരുവിതാംകൂറിലും ഈസ്റ്റിന്ത്യാകമ്പനി അവിടത്തെ രാജാക്കന്മാരുമായി കരാറുണ്ടാക്കി മേൽക്കോയ്മ സ്ഥാപിക്കുകയേ ചെയ്തിരുന്നുള്ളു. ഈ നേരിട്ടുള്ള ഭരണം എന്നതിന്റെ അർഥം ഇവിടെ ഉണ്ടായിരുന്ന നാടുവാഴി ഇടപ്രഭുക്കന്മാരെയും ജന്മിമാരെയും ജനങ്ങളിൽനിന്നും നികുതി പിരിച്ചുകൊടുക്കുന്നതിനുള്ള ചുമതല ഏൽപ്പിക്കൽ മാത്രമായിരുന്നു. നാട്ടിലെ ക്രിമിനലുകളെയും കൊള്ളക്കാരെയുംവരെ ഈ ചുമതലകൾ അവർ ഏൽപ്പിച്ചിരുന്നു.

ഈസ്റ്റിന്ത്യാ കമ്പനിയുടെ നേതൃത്വത്തിൽ നടത്തിയ ബ്രിട്ടീഷ് ഭരണം മലബാറിലെ ഭൂവുടമാ ബന്ധത്തിൽ ജന്മികൾക്ക് അനുകൂലമായ ഒരു വലിയ മാറ്റംവരുത്തി. ജന്മിമാർക്ക് കുടിയാന്മാരെ ഏത് സമയത്തും ഒഴിപ്പിക്കാനാവും എന്ന സ്ഥിതി വന്നത് ബ്രിട്ടീഷ് ഭരണത്തോടെയായിരുന്നു.

1792 ന് മുമ്പ് മലബാറിൽ ഒഴിപ്പിക്കൽ നടക്കാറുണ്ടായിരുന്നില്ല. ബ്രിട്ടീഷ് ഭരണത്തിനും മുമ്പ് നിലനിന്നിരുന്ന നാടുവാഴിത്തത്തിലും മരുമക്കത്തായത്തിലും തങ്ങളുടെ കീഴിലുള്ള കുടിയാന്മാരോട് ജന്മിമാർക്കും നാടുവാഴികൾക്കും പരിമിതമായ ചില ഉത്തരവാദിത്വങ്ങൾകൂടി ഉണ്ടായിരുന്നു. അതിന്റെ ഭാഗമായിരുന്നു കുടിയാന്മാരെ ഭൂമിയിൽനിന്നും ഒഴിപ്പിക്കാൻ പാടില്ലെന്ന ധാരണ. ജാതിവ്യവസ്ഥയും മറ്റു ഉച്ചനീചത്വങ്ങളും എല്ലാം ഉണ്ടായിരുന്നുവെങ്കിലും ഈ ഉത്തരവാദിത്വങ്ങൾ കുറെയൊക്കെ നിറവേറ്റപ്പെട്ടിരുന്നു.

ബ്രിട്ടീഷ്ഭരണം ഫലത്തിൽ ചെയ്തത് ജന്മിമാർക്കുണ്ടായിരുന്ന ഉത്തരവാദിത്വങ്ങൾ ഒഴിവാക്കുകയും എന്നാൽ ബ്രിട്ടീഷുകാർക്കുവേണ്ടി കരംപിരിക്കാനുള്ള അധികാരം അവർക്ക് നൽകുകയും ചെയ്തു എന്നതാണ്. ഇത് പിൽക്കാലത്ത് കേരളത്തിന്റെ മറ്റു ഭാഗങ്ങളിൽ ഉണ്ടായിരുന്നതിനെക്കാൾ കടുത്ത ചൂഷണങ്ങൾക്ക് മലബാറിലെ കുടിയാന്മാരായ കൃഷിക്കാർ വിധേയമാവുന്ന സ്ഥിതിയുണ്ടാക്കി. കുടുംബത്തിലെ എല്ലാവരുംകൂടി വർഷം മുഴുവൻ കഠിനാധ്വാനം നടത്തിയാലും പട്ടിണി വിട്ടുമാറാത്ത സ്ഥിതിയായി. ഈ കൊടുംചൂഷണത്തിനെതിരെയുള്ള പ്രതികരണങ്ങളായാണ് മലബാറിൽ കാർഷിക കലാപങ്ങൾ അരങ്ങേറിയത്.

ഈ പ്രതികരണങ്ങളെയും പ്രതിഷേധങ്ങളെയും അടിച്ചമർത്താനായി പ്രത്യേകതരം നിയമങ്ങളും പ്രത്യേകതരം പൊലീസിനെയും ബ്രിട്ടീഷുകാർ സൃഷ്ടിച്ചു. ഒപ്പം കൃത്യമായ ഒരു ഹിന്ദുമുസ്ലീം വേർതിരിവ് ഉണ്ടാക്കാനുള്ള ബോധപൂർവമായ തന്ത്രങ്ങളും അവർ മെനഞ്ഞു. ചെറിയതോതിൽ ഇക്കാര്യത്തിൽ അവർ വിജയിക്കുകയും ചെയ്തു. രണ്ടുനൂറ്റണ്ട് കാലത്തെ ബ്രിട്ടീഷ്ഭരണത്തിനെതിരെ രാജ്യത്തിന്റെ വിവിധ ഭാഗങ്ങളിൽ നടന്ന സായുധ കലാപങ്ങളിൽ വളരെ പ്രധാനപ്പെട്ട ഒന്നായ മലബാർ കലാപം നടക്കാനിടയായ ചരിത്രപശ്ചാത്തലം ഇങ്ങനെയാണ് ഉരുത്തിരിഞ്ഞുവന്നത്.

ഇന്ന് മലപ്പുറം ജില്ലയുടെ ഭാഗമായി നിൽക്കുന്ന ഏറനാട്, തിരൂർ, പൊന്നാനി, വള്ളുവനാടിന്റെ പടിഞ്ഞാറെ പകുതി എന്നീ പ്രദേശങ്ങളിലാണ് കലാപം വ്യാപിച്ചിരുന്നത്. ഇപ്പോഴത്തെ നിലമ്പൂർ, വണ്ടൂർ, മഞ്ചേരി, ഏറനാട്, മലപ്പുറം, കൊണ്ടോട്ടി, തിരൂരങ്ങാടി, കോട്ടക്കൽ, വേങ്ങര, വള്ളിക്കുന്ന് എന്നീ നിയോജക മണ്ഡലങ്ങളെല്ലാം ചേർന്നതായിരുന്നു അന്നത്തെ ഏറനാട്. 1800നും 1921നും ഇടയിൽ ഈ പ്രദേശങ്ങളിൽ ചെറുതും വലുതുമായ 150ലേറെ കർഷക കലാപങ്ങൾ നടന്നിരുന്നു. അവയുടെ തുടർച്ചയും ഉയർച്ചയുമായിരുന്നു 1921. മണ്ണിൽ പണിചെയ്യുന്ന കൃഷിക്കാരനായ കുടിയാന്റെ രക്തം ഊറ്റിക്കുടിക്കുകയും അതിലൊരു പങ്ക് വെള്ളക്കാരന് എത്തിച്ചുകൊടുക്കുന്നവരുമായി ഇവിടുത്തെ ജന്മിമാർ അധഃപതിച്ചതായിരുന്നു ഇതിന്റെ കാരണം. ഇന്ത്യൻ സ്വാതന്ത്ര്യസമരത്തിൽ ഏറ്റവും കൂടുതൽ പേരുടെ രക്തസാക്ഷിത്വം സംഭവിച്ചത് മലബാർ കലാപത്തിലാണ്.

പതിനായിരത്തിലേറെ പേരുടെ മരണവും അമ്പതിനായിരത്തിലേറെ പേർക്ക് ഏറ്റ പരിക്കുകളും മുപ്പതിനായിരത്തിലേറെ പേരുടെ നാടുകടത്തലും മലബാർ കലാപത്തിന്റെ വ്യാപ്തിയുടെ സൂചകങ്ങളാണ്. ചില ഭാഗങ്ങളിൽ ചില വ്യതിചലനങ്ങൾ സംഭവിച്ചിട്ടുണ്ടെങ്കിലും മൊത്തത്തിൽ കലാപം ജന്മിത്വവിരുദ്ധവും സാമ്രാജ്യത്വ വിരുദ്ധവുമായ കാർഷിക കലാപം തന്നെയായിരുന്നു. "ഖിലാഫത്ത്" പ്രക്ഷോഭവും ദേശീയപ്രസ്ഥാനവും ആയി കണ്ണിച്ചേർക്കപ്പെട്ടിരുന്നതിനാൽ 1921 ലെ കലാപത്തിന് മുമ്പ് നടന്നിട്ടുള്ളവയേക്കാൾ വൈപുല്യത്തോടൊപ്പം ദേശീയ പ്രസക്തിയും ചരിത്രപ്രാധാന്യവും കൈവന്നു.

ഇസ്ലാം മതചരിത്രവുമായി ബന്ധപ്പെട്ട ഒന്നാണ് ഖിലാഫത്ത് പ്രസ്ഥാനം. മുഹമ്മദ് നബിയുടെ മരണശേഷമാണ് ഖിലാഫത്ത് എന്ന പ്രസ്ഥാനം നിലവിൽ വന്നത്. നബിയുടെ ഏറ്റവും അടുത്ത ശിഷ്യനായിരുന്ന അബൂബക്കർ ആയിരുന്നു ആദ്യത്തെ ഖലീഫ. മുസ്ലീം ഭരണം നിലനിന്നിരുന്ന പ്രദേശങ്ങളിൽ പ്രവാചകന്റെ പ്രതിനിധിയായാണ് ഖലീഫയെ പരിഗണിച്ചിരുന്നത്. അബൂബക്കറിന്റെ മരണശേഷം നബിയുടെ അടുത്ത ശിഷ്യൻമാരായിരുന്ന ഉമർ, ഉസ്മാൻ, അലി എന്നിവർ യഥാക്രമം രണ്ടാമത്തേയും മൂന്നാമത്തേയും നാലാമത്തേയും ഖലീഫമാരായി. ഉമറിന്റെ കാലത്ത് തന്നെ ഇസ്ലാമിക സാമ്രാജ്യം റോമിന്റെയും പേർഷ്യയുടേയും ഭാഗത്തേക്ക് വ്യാപിച്ചിരുന്നു.

ഇസ്ലാമിക ലോകത്തിന്റെ ഭരണാധിപനും മതാചാര്യനും ഖലീഫയായിരുന്നു. പിൻക്കാലത്ത് മുസ്ലീം-ഭരണപ്രദേശത്തെ രാജാവിന്റെ ഒരു സ്ഥാനപ്പേരായി അത് ചുരുങ്ങി. ഭരണപരമായ നിയന്ത്രണങ്ങളൊന്നും തങ്ങളുടെ മേൽ ഇല്ലെങ്കിലും ഇതര രാജ്യങ്ങളിലെ മുസ്ലീങ്ങളും മുസ്ലീം ഐക്യത്തിന്റെ ഒരു പ്രതീകം എന്ന നിലയിൽ ഒരു നേതാവായി ഖലീഫയെ അംഗീകരിച്ചു പോന്നിരുന്നു. നൂറ്റാണ്ടുകൾക്ക് ശേഷം ഈ ഖിലാ

ഫത്ത് തുർക്കി സുൽത്താൻമാരുടെ കൈകളിലായി. ഖലീഫയുടെ സ്ഥാനം തുർക്കി സുൽത്താൻമാർക്കായി.

1914 ൽ ഒന്നാം ലോകമഹായുദ്ധത്തിൽ തുർക്കി ബ്രിട്ടനെതിരെ ജർമ്മനിയുടെ പക്ഷത്താണ് ചേർന്നത്. ഇതിന്റെ ഫലമായി ലോകമുസ്ലീംകളാകെ തങ്ങൾക്കെതിരെ തിരിയുന്ന സ്ഥിതി ഒഴിവാക്കാൻ ബ്രിട്ടൻ ഒരു തന്ത്രം പ്രയോഗിച്ചു. തങ്ങൾ യുദ്ധത്തിൽ ജയിച്ചാൽ ഖിലാഫത്തിനോ തുർക്കി ഭരണകൂടത്തിനോ ഒരു ദ്രോഹവും ചെയ്യുകയില്ലെന്നും യുദ്ധത്തിൽ തങ്ങൾ പിടിച്ചെടുക്കുന്ന മുസ്ലീം പുണ്യസ്ഥലങ്ങൾ തുർക്കിക്ക് തിരിച്ചേൽപിക്കുമെന്നും അവർ പരസ്യമായി പ്രഖ്യാപിച്ചു. ഇത് വിശ്വസിച്ച് നിരവധി രാജ്യങ്ങളിലെ മുസ്ലീംകളും ബ്രിട്ടന്റെ യുദ്ധയത്നങ്ങളുമായി സഹകരിച്ചു. യുദ്ധം ബ്രിട്ടനും സഖ്യകക്ഷികളും ജയിച്ചു. എന്നാൽ അവർ വാക്കു പാലിച്ചില്ല. യുദ്ധത്തിൽ പിടിച്ചടക്കിയ മുസ്ലീം പ്രദേശങ്ങൾ അവർ വിട്ടുകൊടുത്തില്ല. ഇത് ലോകത്താകെ മുസ്ലീംകളിൽ പ്രതിഷേധമുയർത്തി. ഇന്ത്യയിലും പല സ്ഥലങ്ങളിലും പ്രതിഷേധയോഗങ്ങൾ നടന്നു.

1919ൽ ദൽഹിയിൽ അഖിലേന്ത്യാ ഖിലാഫത്ത് കോൺഫറൻസ് എന്ന പേരിൽ ഒരു മഹാസമ്മേളനം നടന്നു. തുർക്കിയിലെ ഖിലാഫത്ത് പുനഃസ്ഥാപിക്കാൻ സമ്മേളനം ബ്രിട്ടീഷ് സർക്കാരിനോടാവശ്യപ്പെട്ടു. അല്ലാത്ത പക്ഷം ബ്രിട്ടനുമായി നിസ്സഹരിക്കാൻ ഇന്ത്യയിലെ മൊത്തം ജനങ്ങളോടും സമ്മേളനം ആഹ്വാനം ചെയ്തു. മുസ്ലീംകൾ കൂടുതലുള്ള എല്ലാ പ്രദേശങ്ങളിലും രാജ്യവ്യാപകമായി തന്നെ ഖിലാഫത്ത് കമ്മറ്റികൾ രൂപീകരിക്കപ്പെട്ടു.

ബ്രിട്ടീഷുകാർ ഒരു തന്ത്രമെന്ന നിലയിൽ വികസിപ്പിച്ചിരുന്ന ഭിന്നിപ്പിക്കൽ നയം കൊണ്ടും ചരിത്രപരമായ മറ്റു കാരണങ്ങളാലും സ്വാതന്ത്ര്യസമരപ്രസ്ഥാനത്തിൽ വേണ്ടത്ര സജീവമായി മുന്നോട്ടുവന്നിട്ടില്ലാതിരുന്ന മുസ്ലീംസമൂഹത്തെ കൂടെനിർത്താനുള്ള ഒരു സന്ദർഭമായി ഗാന്ധിജിയും കോൺഗ്രസും ഇതിനെ കണ്ടു. ഖലീഫയുടെ കാര്യത്തിൽ ഖിലാഫത്ത് പ്രസ്ഥാനക്കാർ ഉന്നയിച്ച ആവശ്യങ്ങളോട് ഗാന്ധിജി പരസ്യമായി തന്നെ യോജിപ്പ് പ്രകടിപ്പിച്ചു.

ഇന്ത്യയിൽ ഖിലാഫത്ത് പ്രസ്ഥാനത്തിന് നേതൃത്വംകൊടുത്തിരുന്ന മൗലാനാ മുഹമ്മദലിയെയും മൗലാനാ ഷൗക്കത്തലിയെയുംപോലുള്ള നേതാക്കൾക്ക് തങ്ങളുടേത് വെറുമൊരു മുസ്ലീം പ്രസ്ഥാനമല്ല, ഇന്ത്യൻ ജനതയുടെ മുഴുവൻ അനുഭാവം തങ്ങളുയർത്തുന്ന ആവശ്യങ്ങൾക്കൊപ്പമുണ്ട് എന്ന് സ്ഥാപിക്കുന്നതിൽ താൽപ്പര്യമുണ്ടായിരുന്നു. ഈ താൽപ്പര്യങ്ങൾ ഒത്തുചേർന്നപ്പോൾ 1919 ൽ ഖിലാഫത്ത് കമ്മിറ്റിയുടെ പ്രസിഡന്റായി ഗാന്ധിജി തിരഞ്ഞെടുക്കപ്പെട്ടു.

ഭിന്നിപ്പിക്കൽ തന്ത്രത്തെ പരാജയപ്പെടുത്തിക്കൊണ്ട് വിപുലമായ ഹിന്ദുമുസ്ലിം ഐക്യം സ്വാതന്ത്ര്യസമരത്തിൽ ഉണ്ടാക്കിയെടുക്കുന്നതിൽ ഈ തീരുമാനം വലിയ പങ്കുവഹിച്ചു. ഈ പശ്ചാത്തലത്തിലായിരുന്നു

1921 ൽ മലബാറിൽ കാർഷിക കലാപം അരങ്ങേറിയത്. ഖിലാഫത്ത് പ്രക്ഷോഭം ആഹ്വാനംചെയ്ത ഗാന്ധിജിയുടെയും കോൺഗ്രസിന്റെയും രാഷ്ട്രീയ ചട്ടക്കൂടിൽ അത് ഒതുങ്ങിനിന്നില്ല.

മലബാറിൽ സ്വാതന്ത്ര്യ സമരത്തിന്റെ ഭാഗമായി കോൺഗ്രസിന്റെ കൂടി പിന്തുണയോടുകൂടി ആരംഭിച്ച ഖിലാഫത്ത് സമരത്തിന്റെ മുന്നണിപ്പോരാളികൾ പാവങ്ങളായ മുസ്ലീം കൃഷിക്കാരായിരുന്നു. ജന്മിമാരുടെ ചൂഷണത്തിനെതിരെയും ബ്രിട്ടീഷ് വാഴ്ചയ്ക്കെതിരെയുള്ള ഒരു സായുധ കലാപമായി സമരം മുന്നോട്ടുപോയി.

അഹിംസ എന്ന തന്റെ ആശയത്തെ പലപ്പോഴും വളരെ യാന്ത്രികമായി സമീപിച്ചിരുന്ന ഗാന്ധിജിയുടെ ദൗർബല്യങ്ങളും പാർട്ടി നേതൃത്വത്തിനു മൊത്തത്തിൽ ഉണ്ടായിരുന്ന അഴകൊഴമ്പൻ നിലപാടുകളും ചേർന്നപ്പോൾ കോൺഗ്രസ് എടുത്ത തീരുമാനം സ്വാതന്ത്ര്യസമരത്തിനായി ജീവൻ ത്യജിക്കാൻവരെ തയാറായി മുന്നോട്ടുവന്ന മലബാറിലെ മാപ്പിളമാരോടുചെയ്ത കടുത്ത വഞ്ചനയായി. മലപ്പുറം ജില്ലയുടെ ചരിത്രത്തിലെ വഴിത്തിരിവായി തീർന്ന ആ സംഭവത്തെ പാലൊളി മുഹമ്മദുകുട്ടി വിവരിക്കുന്നു:

> സ്വാതന്ത്ര്യസമരത്തിന്റെ ഭാഗമായി കോൺഗ്രസിന്റെ ഒത്താശയോടെ ആരംഭിച്ച ഖിലാഫത്ത് സമരത്തിലെ മുന്നണിപ്പോരാളികൾ പാവങ്ങളായ മുസ്ലീം കൃഷിക്കാരായിരുന്നു. നിർണായകമായ സന്ദർഭത്തിൽ അഹിംസാമന്ത്രം ജപിച്ച് കോൺഗ്രസ് പ്രക്ഷോഭത്തിൽനിന്നും പിന്മാറി. ബ്രിട്ടീഷ്ഭരണത്തിന്റെ ഏജന്റുമാരും കാര്യസ്ഥന്മാരുമായിരുന്ന മുസ്ലീം പ്രമാണിമാർ സ്വന്തം സമുദായത്തിൽപ്പെട്ട പ്രക്ഷോഭകാരികളെ ഒറ്റിക്കൊടുത്തു. നിരാലംബരും നിസ്സഹായരുമായ പോരാളികളെ നയിക്കാൻ ലക്ഷ്യബോധവും ഇച്ഛാശക്തിയുമുള്ള ഒരു നേതൃത്വം ഉണ്ടായിരുന്നില്ല. ബ്രിട്ടീഷ് സർക്കാർ ഇരുമ്പുമുഷ്ടി ഉപയോഗിച്ച് സമരം അടിച്ചമർത്തി. സമാനതകളില്ലാത്ത പീഡനങ്ങൾക്കും നീതിരഹിതമായ ശിക്ഷാവിധികൾക്കും അവർ വിധേയരായി. മർദനങ്ങളും ഭീകരതയും ശിക്ഷാവിധികളാക്കി എന്നുപറയുന്നതാവും കൂടുതൽ ശരി. പോരാട്ടത്തിന്റെയും പ്രക്ഷോഭത്തിന്റെയും സമർപ്പണത്തിന്റെയും പാതയിലേക്കവർ ഒതുങ്ങിക്കൂടി. ജനാധിപത്യ പ്രസ്ഥാനങ്ങളുടെ ശവപ്പറമ്പായി ഈ പ്രദേശം മാറി. ബ്രിട്ടീഷ് സർക്കാരിന്റെ ആസ്ഥാന പണ്ഡിതന്മാരുടെ വ്യാഖ്യാനവൈഭവത്താൽ ധീരോജ്വലമായ ആ കാർഷികക്കലാപം മാപ്പിളലഹളയായി ചരിത്രത്തിലേക്ക് മൊഴിമാറ്റം ചെയ്യപ്പെട്ടു. (*കനൽപ്പാട്ടുകൾ* - പേജ് - 8)

മലബാർ കർഷകകലാപത്തിന്റെ മുൻനിര നേതാക്കളായിരുന്ന ആലി മുസ്ലിയാരും വാരിയൻകുന്നൻ കുഞ്ഞഹമ്മദ് ഹാജിയും കോൺഗ്രസസിന്റെ പ്രവർത്തകരായിരുന്നു. ജീവിതം മുഴുവൻ ഖദർവസ്ത്രം ധരിച്ചു

നടന്നവനായിരുന്നു ആലി മുസ്ലിയാർ എന്നുകൂടി ഓർക്കുമ്പോഴാണ് കോൺഗ്രസിന്റെ അന്നത്തെ നിലപാടുമാറ്റത്തിലെ വഞ്ചനയുടെ കാഠിന്യം വ്യക്തമാവുക.

മലബാർ കലാപവുമായി ബന്ധപ്പെട്ട് കാൽനൂറ്റാണ്ടിനുശേഷം ഇ എം എസ് എഴുതിയ 'ആഹ്വാനവും താക്കീതും' എന്ന രേഖ പുറത്തുവരുന്നതുവരെ വെറുമൊരു 'മാപ്പിളലഹള'യായി മുദ്രയടിക്കപ്പെട്ട മലബാർ കലാപത്തെ സ്വാതന്ത്ര്യസമരത്തിന്റെ ഭാഗമായി കാണാനുള്ള ശ്രമങ്ങൾപോലും കാര്യമായി ഉണ്ടായിരുന്നില്ല.

മുഖ്യരാഷ്ട്രീയപ്രസ്ഥാനമായിരുന്ന കോൺഗസ് കൈയൊഴിഞ്ഞപ്പോൾ കലാപകാരികളെ അടിച്ചമർത്താൻ സാമ്രാജ്യത്വം അതിന്റെ എല്ലാ ഭീകരതയോടുംകൂടി രംഗത്തുവന്നു. കലാപത്തിൽ പങ്കെടുത്തവരെ മാത്രമല്ല മാപ്പിളസമുദായത്തെ മൊത്തത്തിൽത്തന്നെ അവർ ശത്രുക്കളായി കണ്ടു. എല്ലാ ഗ്രാമങ്ങളിലെയും മാപ്പിളമാരുടെ കണക്കെടുത്തു. അവരോട് മുഴുവൻ പട്ടാളക്യാമ്പിൽ ഹാജരാവാൻ പറയുക. യാതൊരു മുന്നറിയിപ്പുമില്ലാതെ അവരെ മുഴുവൻ കിട്ടുന്ന വാഹനങ്ങളിൽ കുത്തിനിറച്ച് ആന്തമാനിലേക്ക് നാടുകടത്തുക തുടങ്ങിയ ഭീകരതകൾ വ്യാപകമായി നടന്നു. 1921 നവംബർ 10 ന് തിരൂരിൽ നടന്ന 'വാഗൺ ട്രാജഡി' കൂട്ടക്കൊലയെ തുടർന്ന് രാജ്യവ്യാപകമായി ഉയർന്ന പ്രതിഷേധത്തെ തുടർന്നാണ് ഈ കൂട്ട നാടുകടത്തലുകൾ നിർത്തിവെക്കപ്പെട്ടത്.

കലാപം അതിക്രൂരമായി അടിച്ചമർത്തപ്പെട്ടതിനാൽ ഏറനാടും പരിസരപ്രദേശങ്ങളും ജനാധിപത്യ പ്രസ്ഥാനങ്ങളുടെ ശവപ്പറമ്പായി മാറി. 1921 നുശേഷം ഏറനാട്, വള്ളുവനാട്, തിരൂർ, പൊന്നാനി ഭാഗങ്ങളിൽ കോൺഗ്രസ് സമാധാനപരമായ സാധാരണ പ്രവർത്തനങ്ങൾപോലും തൽക്കാലം വേണ്ടതില്ല എന്ന നിലപാടാണ് സ്വീകരിച്ചത്.

പരിപൂർണമായും അടിച്ചമർത്തപ്പെട്ട ജനസമൂഹം ഏറ്റവും വലിയ രാഷ്ട്രീയപ്രസ്ഥാനമായ കോൺഗ്രസ് സ്വയം രംഗത്തുനിന്നും വിട്ടുനിൽക്കുന്ന അവസ്ഥ. കൂട്ടക്കൊലകളാൽ ചോരയിൽ കുതിർന്നുപോയ ഒരു ഭൂവിഭാഗം ഒന്നാകെ തന്നെ വിറങ്ങലിച്ചു നിൽക്കയായിരുന്നു. ഈ പരിതാപകരമായ അവസ്ഥയെ സമർഥമായും വർഗീയകണ്ണുകളോടെയും മുതലെടുത്തുകൊണ്ട് 1921 നുശേഷം ഈ പ്രദേശങ്ങളിൽ മുസ്ലീം ലീഗ് വേരുറപ്പിക്കാൻ തുടങ്ങി. കലാപകാരികളെ ഒറ്റുകൊടുത്തവരും ബ്രിട്ടീഷുകാരുമായി ഒത്തുനിന്നവരുമായിരുന്ന പ്രമാണിമാരൊക്കെ ലീഗ് നേതാക്കളായി.

അൽപ്പകാലത്തെ നിസ്സംഗതക്കും നിശ്ശബ്ദതക്കും വിരാമമിട്ടുകൊണ്ട് പുതിയ സാമൂഹ്യപരിഷ്കരണ ചിന്തകളും പ്രവർത്തനങ്ങളും ഉയർന്നുവന്നു. അബ്ദുറഹ്മാൻ സാഹിബിന്റെ നേതൃത്വത്തിൽ കോൺഗ്രസിന്റെ പ്രവർത്തനങ്ങളും പതുക്കെ സജീവമായി. ഖിലാഫത്ത് കേസിൽ പ്രതിയാക്കപ്പെട്ട് ശിക്ഷിക്കപ്പെട്ടിരുന്ന എം പി നാരായണമേനോൻ, 1921 നും മുമ്പുതന്നെ കോൺഗ്രസ് നേതൃത്വത്തിലുണ്ടായിരുന്ന കെ മാധവൻ

നായർ, കട്ടിലശ്ശേരി മുഹമ്മദ് മുസ്ലിയാർ, മോഴിക്കുന്നത് ബ്രഹ്മദത്തൻ നമ്പൂതിരിപ്പാട് തുടങ്ങിയവരൊക്കെ വീണ്ടും സജീവമായതോടെ ഒരു രാഷ്ട്രീയ ഉണർവ് തിരിച്ചുവന്നു.

ഇതേകാലത്താണ് നമ്പൂതിരി സമുദായത്തിലെ സാമൂഹ്യജീർണ തക്കെതിരെ 'നമ്പൂതിരിയെ മനുഷ്യനാക്കുക' എന്ന സന്ദേശവുമായി നമ്പൂതിരിയോഗക്ഷേമ സഭയുടെ രംഗപ്രവേശം. ഇ എം എസ്, എം ആർ ബി, പ്രേംജി, ഐ സി പി നമ്പൂതിരി തുടങ്ങിയവർ ഇതുവഴിയാണ് പൊതുരംഗത്തേക്ക് വന്നത്.

ഇങ്ങനെ നമ്പൂതിരിയോഗക്ഷേമ സഭപോലുള്ള സാമൂഹ്യപരിഷ്ക രണ പ്രസ്ഥാനങ്ങളിലൂടെ വന്നവരും കോൺഗ്രസിന്റെ നേതൃത്വത്തി ലുള്ള ദേശീയപ്രസ്ഥാനവുമായി ചേർന്ന് പ്രവർത്തിച്ചു. ഇങ്ങനെ കോൺഗ്രസിലെത്തിയ പലരും കോൺഗ്രസിന്റെ തന്നെ ഒരു ഭാഗമായി രൂപീകരിക്കപ്പെട്ട കോൺഗ്രസ് സോഷ്യലിസ്റ്റുപാർട്ടിയിലും പ്രവർത്തി ച്ചു. കോൺഗ്രസ് സോഷ്യലിസ്റ്റുപാർട്ടിയിലെത്തിയ ഒരു വലിയ വിഭാഗം പിന്നീട് കമ്യൂണിസ്റ്റുപാർട്ടി പ്രവർത്തകരായി മാറി.

ഇങ്ങനെ കമ്യൂണിസ്റ്റുപാർട്ടിയുടെ ആദ്യകാല പ്രവർത്തകരായെത്തി യവരിൽ പ്രമുഖരായിരുന്ന ഇ എം എസ്, ഇ പി ഗോപാലൻ, ഐ സി പി നമ്പൂതിരി എന്നിവർക്ക് തൊട്ടുപിറകെ വി വി കുഞ്ഞിക്കണ്ണൻ നായർ, ഇസ്ഹാഖ്, കൊങ്ങശ്ശേരി കൃഷ്ണൻ, ഗോവിന്ദൻ നമ്പ്യാർ, എം പി കുഞ്ഞു, കെ എൻ മേനോൻ തുടങ്ങിയ കുറെ പ്രവർത്തകർകൂടി രംഗത്ത് വന്നതോടെ വള്ളുവനാട്ടിലും ഏറനാട്ടിലും കമ്യൂണിസ്റ്റുപാർട്ടിയുടെ പ്രവർത്തനങ്ങൾ ചലനങ്ങൾ സൃഷ്ടിക്കാൻ തുടങ്ങി.

ഏതാണ്ട് ഇതേ കാലയളവിൽ തിരൂർ, പൊന്നാനി ഭാഗങ്ങളിൽ കമ്യൂ ണിസ്റ്റുപാർട്ടിയുടെ പ്രവർത്തനങ്ങൾ ഇ കെ ഇമ്പിച്ചിബാവ, ഇ കെ മൊയ്തു മൗലവി, കൃഷ്ണപ്പണിക്കർ, എം പി ഭട്ടതിരിപ്പാട്, കെ ദാമോദ രൻ, കൊടമന ദാമോദരൻ നമ്പൂതിരി, യജ്ഞമൂർത്തി, കോയക്കുഞ്ഞിനഹ തുടങ്ങിയവരിലൂടെ സജീവമായി. ഏറനാട്ടിൽ സാധു പി അഹമ്മദ്കുട്ടി, എടക്കോട് മുഹമ്മദ്, കെ ടി മുഹമ്മദ്, ടി പി മുഹമ്മദ് തുടങ്ങിയവർ നട ത്തിയ പ്രവർത്തനങ്ങളും പാർട്ടിയെ ശക്തിപ്പെടുത്തി. മുകളിൽ സൂചി പ്പിച്ച തലമുറയുടെ പിന്മുറക്കാരായി 1940 കളുടെ മധ്യത്തോടെ രംഗത്തു വന്നവരായിരുന്നു കുഞ്ഞാലിയും സെയ്താലിക്കുട്ടിയുമൊക്കെ.

# 6

# സമരഭടനും ആതുരസേവകനുമായി ഒരേ സമയം

രണ്ടാം ലോകമഹായുദ്ധം അവസാനിച്ചതോടെ ലോകമാകെ അലയടിച്ച സാമ്രാജ്യത്വവിരുദ്ധ സമരം ഇന്ത്യയിലും ശക്തമായി. ദേശവ്യാപകമായി നടന്ന പണിമുടക്കുസമരങ്ങൾ, ബ്രിട്ടീഷ് സർക്കാരിന്റെ നേരിട്ട് കീഴിൽ ഉള്ളവരായിരുന്ന റയിൽവേ, പോസ്റ്റൽ തൊഴിലാളികളും, വൈമാനികരും നാവികരുംവരെ സമരരംഗത്തേക്ക് വന്നത് തുടങ്ങിയ കാര്യങ്ങൾ ബ്രിട്ടീഷ് ഭരണത്തെ അങ്കലാപ്പിലാക്കി. ഇനിയും മുന്നോട്ടുപോയാൽ ബ്രിട്ടീഷ് താൽപ്പര്യങ്ങൾക്ക് ഒട്ടും പരിഗണന കിട്ടാത്ത ഒരു അധികാര ക്കൈമാറ്റത്തിന് തങ്ങൾ നിർബന്ധിതരായിത്തീരും എന്നൊരു കണക്കുകൂട്ടലിൽ അവർ എത്തിച്ചേർന്നു.

കോൺഗ്രസിനും ജനകീയ സമരങ്ങളുടെ ഈ വേലിയേറ്റത്തെ ഉൾക്കൊള്ളാൻ കഴിഞ്ഞില്ല. സ്വാതന്ത്ര്യസമരത്തിന്റെ നേതൃത്വം തന്നെ തങ്ങളിൽനിന്നും വഴുതിപ്പോകുമോ എന്നവർ ഭയപ്പെട്ടു. ബ്രിട്ടനെ ഞെട്ടിച്ച സംഭവമായിരുന്ന നാവികകലാപത്തെ എതിർക്കുന്ന ഒരു സമീപനമാണ് കോൺഗ്രസ് എടുത്തത്. അതിനാൽ സാമ്രാജ്യത്വ വിരുദ്ധതയുടെ കാര്യത്തിൽ താരതമ്യേന മൃദുസമീപനം എടുക്കുന്ന കോൺഗ്രസിന് അധികാരം കൈമാറുകയാണ് ഉചിതം എന്ന ബുദ്ധിപരമായ ഒരു തീരുമാനം ബ്രിട്ടൻ എടുത്തു. അങ്ങനെ 1947 ആഗസ്റ്റ് 15 ന് വിഭജിക്കപ്പെട്ടു കൊണ്ടാണെങ്കിലും ഇന്ത്യ സ്വതന്ത്രയായി.

സ്വാതന്ത്ര്യം കിട്ടിയപ്പോൾ സാമ്രാജ്യത്വവിരുദ്ധസമരത്തിന്റെ വിജയം കമ്യൂണിസ്റ്റുപാർട്ടിയും ആഘോഷിച്ചു. എന്നാൽ ജനകീയ ആവശ്യങ്ങൾ മുൻനിർത്തിക്കൊണ്ടുള്ള പ്രക്ഷോഭങ്ങൾ തുടർന്നും നടത്തണം എന്നായിരുന്നു പാർട്ടിയുടെ സമീപനം. കൊണ്ടോട്ടിയിലും പരിസരപ്രദേശങ്ങളിലും ജനങ്ങളുടെ വിവിധ പ്രശ്നങ്ങൾ ഏറ്റെടുത്തുകൊണ്ട്

പാർട്ടി സംഘടിപ്പിച്ച എല്ലാ സമരങ്ങളിലും പ്രചാരണ പ്രവർത്തനങ്ങളിലും സെയ്താലിക്കുട്ടിയെന്ന യുവനേതാവ് മുന്നണിപ്പോരാളിയായി നിന്നു.

ആയിടയ്ക്ക് നാട്ടിലാകെ പടർന്നുപിടിച്ച കോളറ, വസൂരി തുടങ്ങിയ മാരകമായ പകർച്ചവ്യാധികൾ ജനജീവിതം മഹാദുരിതത്തിലാഴ്ത്തി. അന്ധവിശ്വാസങ്ങളും ഭയവും കാരണം രോഗത്തിനടിമപ്പെട്ടവരെ മരണത്തിന് വിട്ടുകൊടുത്തുകൊണ്ട് അകന്നു നിൽക്കുന്ന ഒരു സ്വഭാവമായിരുന്നു ജനങ്ങളിൽ വലിയൊരു വിഭാഗം പ്രകടിപ്പിച്ചിരുന്നത്. രോഗികളെ ശുശ്രൂഷിക്കാൻ തുനിഞ്ഞില്ല എന്ന് മാത്രമല്ല ഒന്നുചെന്ന് കാണുന്നതിനുപോലും ആളുകൾ ധൈര്യപ്പെട്ടില്ല.

എല്ലായിടത്തുമെന്നപോലെ കൊണ്ടോട്ടിയിലെയും പാർട്ടി പ്രവർത്തകർ രോഗബാധിതർക്ക് ആശ്വാസമേകാൻ രംഗത്തിറങ്ങി. എടക്കോട് മുഹമ്മദ്, സെയ്താലിക്കുട്ടി, ചേക്കുട്ടി തുടങ്ങിയവരുടെ നേതൃത്വത്തിൽ അവർ വീട് വീടാന്തരം കയറിയിറങ്ങി ജനങ്ങളെ ഭയത്തിൽനിന്നും അന്ധവിശ്വാസങ്ങളിൽ നിന്നുമൊക്കെ മോചിപ്പിക്കുന്നതിനുള്ള പ്രചരണം വ്യാപകമായി നടത്തി.

ആരും തിരിഞ്ഞുനോക്കാനില്ലാതെ ഒറ്റപ്പെടുത്തപ്പെട്ട് കിടന്നിരുന്ന രോഗബാധിതരുടെ അടുത്തുചെന്ന് അവർ പരിചരണം കൊടുത്തു. പാർട്ടി പ്രവർത്തകർ മുന്നിട്ടിറങ്ങിയപ്പോൾ പലർക്കും ധൈര്യവന്നു. കുറെ ചെറുപ്പക്കാർ അവരോടൊപ്പംകൂടി. അങ്ങനെ അതൊരു വലിയ സംരംഭമായി ഉയർന്നു. ജനങ്ങളിൽനിന്നും അരിയും സാധനങ്ങളും സമാഹരിച്ച് അവർ രോഗബാധിതർക്ക് കഞ്ഞിവെച്ചുകൊടുത്തു.

തങ്ങൾക്കുകൂടി പകരാനുള്ള സാധ്യത ഉണ്ടായിട്ടും അതൊന്നും വകവെക്കാതെ രോഗബാധിതരുടെ അടുത്തുചെന്ന് പരിചരിക്കാൻ മുന്നോട്ടുവന്ന സെയ്താലിക്കുട്ടിയും സഹപ്രവർത്തകരും അങ്ങനെ കൊണ്ടോട്ടിക്കാരുടെ മനസിൽ ഇടംനേടിയ യുവനേതാക്കളായി. കമ്യൂണിസ്റ്റു പാർട്ടിയെക്കുറിച്ചുള്ള മതിപ്പ് വലിയതോതിൽ വർധിക്കാനിടയാക്കിയ ഒരു പ്രവർത്തനമായിരുന്നു അത്.

പകർച്ചവ്യാധിയോടൊപ്പംതന്നെ അവശ്യസാധനങ്ങളുടെ ക്ഷാമവും ജനങ്ങളെ ബുദ്ധിമുട്ടിച്ചു. എന്നാൽ അതൊരു അവസരമായി കണ്ട ചില കച്ചവടക്കാരും ഉണ്ടായിരുന്നു. അവർ അവരുടെ കൈവശമുണ്ടായിരുന്ന ഭക്ഷ്യസാധനങ്ങൾ തന്നെ കടയിൽനിന്നും മാറ്റുകയും കൂടിയ വില തരാൻ തയാറുള്ളവർക്ക് രഹസ്യമായി കൊടുത്തു ഇരട്ടി ലാഭമുണ്ടാക്കുകയും ചെയ്യാൻ തുടങ്ങി. ഈ കരിഞ്ചന്തക്കെതിരെയും പാർട്ടി പ്രവർത്തകർ രംഗത്തിറങ്ങി. സെയ്താലിക്കുട്ടിയുടെ നേതൃത്വത്തിൽ അവർ കരിഞ്ചന്തക്കാർ രഹസ്യമായി സൂക്ഷിച്ച സാധനങ്ങൾ കണ്ടെത്തുകയും ബലമായി പിടിച്ചെടുത്ത് ജനങ്ങൾക്ക് വിതരണംചെയ്യുകയും ചെയ്തു. ഇത്തരം സമരമുറ അക്കാലത്ത് നാട്ടിൽ പലഭാഗത്തും പാർട്ടി പ്രവർത്തകർ നടത്തിയിരുന്നു. ഇത്തരം പ്രവർത്തനങ്ങളുടെ പേരിലും സെയ്താലിക്കുട്ടിയുടെ പേരിൽ പൊലീസ് കേസ് വന്നു.

ആതുരസേവനങ്ങൾക്കൊപ്പം ഏറ്റവും അടിത്തട്ടിൽ കിടക്കുന്നവരുടെ പ്രശ്നങ്ങൾ ഏറ്റെടുത്തുകൊണ്ടുള്ള സമരങ്ങളും തുടരെത്തുടരെ നടന്നു. ബാലസംഘം പ്രവർത്തനകാലംതൊട്ട് ഹരിജൻ കുടുംബാംഗങ്ങളുമായുണ്ടായിരുന്ന ബന്ധംകാരണം അവരുടെ ജീവിതപ്രശ്നങ്ങൾക്ക് പരിഹാരംതേടി നടത്താൻ ഉദ്ദേശിച്ച പ്രക്ഷോഭത്തിന്റെ സംഘാടനം പാർട്ടി സെയ്താലിക്കുട്ടിയെത്തന്നെ ഏൽപ്പിച്ചു.

റേഷൻഷാപ്പുകൾവഴി അവശ്യസാധനങ്ങളുടെ വിതരണം കാര്യമായ തോതിൽ നടക്കാതിരുന്നത് ഹരിജൻ കുടുംബങ്ങളുടെ ജീവിതദുരിതം വർധിപ്പിച്ചു. അവർക്ക് പഞ്ചസാരയും മണ്ണെണ്ണയും വേണമെന്നാവശ്യപ്പെട്ടുകൊണ്ട് മഞ്ചേരി സപ്ലൈ ഓഫീസിലേക്ക് ഒരു മാർച്ച് കമ്യൂണിസ്റ്റ്പാർട്ടിയുടെ നേതൃത്വത്തിൽ സംഘടിപ്പിക്കപ്പെട്ടു. എടക്കോട് മുഹമ്മദ് നയിച്ചിരുന്ന കൊണ്ടോട്ടിയിൽ നിന്നുള്ള മാർച്ചിന്റെ പ്രധാന സംഘാടകൻ സെയ്താലിക്കുട്ടിയായിരുന്നു.നൂറുകണക്കിന് ഹരിജൻ യുവാക്കളും മുതിർന്നവരും സ്ത്രീകളുമൊക്കെ പങ്കെടുത്ത ആ മാർച്ച് കൊണ്ടോട്ടിയിൽ ഒരു പുതിയ അനുഭവമായിരുന്നു.

"അങ്ങക്കുംമാണം പഞ്ചാര
അങ്ങക്കുംമാണം കാസർട്ട്
അങ്ങളും മന്സനാണ്"

ഇതൊക്കെയായിരുന്നു ആ പാവപ്പെട്ടവർ സ്വന്തം ഭാഷയിൽ വിളിച്ചിരുന്ന മുദ്രാവാക്യങ്ങൾ. അവരോടൊപ്പം പാർട്ടി പ്രവർത്തകരുടെ ഒരു വലിയ സംഘവുംകൂടി ചേർന്നപ്പോൾ അതൊരു വലിയ പ്രകടനമായി. കൊണ്ടോട്ടിയിൽനിന്നും മഞ്ചേരിവരെ നടത്തിയ ആ മാർച്ച് അധികാരികളുടെ കണ്ണുതുറപ്പിച്ചു. സമരം വിജയകരമായി പര്യവസാനിച്ചു. കൊണ്ടോട്ടിയിലെ 242–ാം നമ്പർ റേഷൻ ഷാപ്പിലേക്ക് 2 ചാക്ക് പഞ്ചസാരയും 5 ടിൻ മണ്ണെണ്ണയും കൂടുതലായി അനുവദിക്കാൻ സപ്ലൈ ഓഫീസർ തയാറായി. ഇത് അവരിൽ വലിയ സന്തോഷവും ആത്മവിശ്വാസവും ഉണ്ടാക്കി. അവരെ കമ്യൂണിസ്റ്റുപാർട്ടിയോട് അടുപ്പിക്കുന്നതിൽ ആ സമരം വലിയ പങ്കുവഹിച്ചു. മാർച്ചിനോടനുബന്ധിച്ച് സപ്ലൈ ഓഫീസിലെത്തിയ തഹസീൽദാർ ഗോവിന്ദന്റെ നിർദേശപ്രകാരം അരറാത്തൽ പഞ്ചസാര വീതം എല്ലാവർക്കും അവിടെവെച്ച് തന്നെ വിതരണം ചെയ്തു. അന്നുമുതൽ എല്ലാ വീട്ടിലേക്കും ആഴ്ചയിൽ അരറാത്തൽ പഞ്ചസാരയും അരക്കുപ്പി മണ്ണെണ്ണയുംവീതം കിട്ടി.

മണ്ണെണ്ണക്കും പഞ്ചസാരക്കുംവേണ്ടിയുള്ള സമരം വിജയംകണ്ടപ്പോൾ അവരിൽ സമരത്തോടും ഒപ്പം പാർട്ടിയോടുമുള്ള അനുഭാവം വർധിച്ചു. അതോടെ അവർക്ക് ന്യായവിലയ്ക്ക് ഭക്ഷണ സാധനങ്ങൾ കിട്ടാൻ ഒരു ചായമക്കാനി അനുവദിക്കണമെന്ന ആവശ്യം അവരിൽനിന്നും തന്നെ വന്നു. അതിനുവേണ്ടി നടത്തിയ പ്രക്ഷോഭവും വിജയിച്ചു. ആവശ്യസാധനങ്ങൾക്കൊപ്പം ചായയും ഓട്ടടയും കിട്ടുന്ന ഒരു കട കൂടി സപ്ലൈ ഓഫീസർ അനുവദിച്ചു. നാഗൻ എന്നൊരാളായിരുന്നു ഇതിന്റെ ചുമതലക്കാരൻ.

ഈ രണ്ട് സമരങ്ങളിലും സെയ്താലിക്കുട്ടിയോടൊപ്പം നേതൃത്വം കൊടുത്തയാളായിരുന്നു യു ഉത്തമൻ. പിൽക്കാലത്ത് കർഷകത്തൊഴിലാളി പ്രസ്ഥാനത്തിന്റെയും കമ്യൂണിസ്റ്റുപാർട്ടിയുടെയും നേതാവായി ഉയർന്ന അദ്ദേഹം പാർട്ടിയിൽ സെയ്താലിക്കുട്ടിയുടെ സഹപ്രവർത്തകനായി മരണംവരെ ഉണ്ടായിരുന്നു.

ആ കാലത്ത് പാർട്ടിയുടെ നേതൃത്വത്തിൽ നടന്ന ബഹുജനമാർച്ചിന്റെയും അതിനോടനുബന്ധിച്ച് പറ്റിയ രസകരമായ ഒരു അമളിയുടെയും കഥ സെയ്താലിക്കുട്ടി ഓർമയിൽ സൂക്ഷിച്ചിരുന്നു.

മുഖ്യമന്ത്രി പ്രകാശത്തിനും കോൺഗ്രസിന്റെ ദേശീയ നേതാക്കളിൽ പ്രമുഖനായിരുന്ന സി രാജഗോപാലാചാരിക്കും കൊണ്ടോട്ടിയിൽ ഒരു പൗരസ്വീകരണം സംഘടിപ്പിച്ചിരുന്നു. ഇപ്പോഴത്തെ സബ് രജിസ്ട്രാർ ഓഫീസ് നിൽക്കുന്ന സ്ഥലത്തായിരുന്നു സ്വീകരണം. മുഖ്യമന്ത്രിക്ക് കൊണ്ടോട്ടിയുടെ വികസനവുമായി ബന്ധപ്പെട്ട് ഒരു നിവേദനം സമർപ്പിക്കാനും അതൊരു വലിയ ബഹുജനമാർച്ചായിച്ചെന്ന് കൊടുക്കാനുമായിരുന്നു പാർട്ടി തീരുമാനം.

മുഖ്യമന്ത്രിയും രാജഗോപാലാചാരിയും പരിവാരസമേതം സ്വീകരണ സ്ഥലത്തെത്തി. പാർട്ടി സംഘടിപ്പിച്ച ബഹുജനമാർച്ചിൽ സാമാന്യം നല്ല ജനപങ്കാളിത്തം ഉണ്ടായിരുന്നു. സ്വീകരണസ്ഥലത്തിനും കുറെ അകലെ വെച്ചുതന്നെ പൊലീസ് മാർച്ച് തടഞ്ഞു. തങ്ങൾ കുഴപ്പമുണ്ടാക്കാൻ വന്നവരല്ലെന്നും ഒരു നിവേദനം മുഖ്യമന്ത്രിക്ക് സമർപ്പിക്കാൻ വന്നവരാണെന്നും മാർച്ചിലെ നേതാക്കൾ പൊലീസിനോട് തർക്കിച്ചു. ഒടുവിൽ നിവേദനവുമായി മൂന്നുപേർക്ക് മുഖ്യമന്ത്രിയെ കാണാനുള്ള അനുവാദം കിട്ടി.

മാർച്ചിന് നേതൃത്വംകൊടുത്തിരുന്ന സെയ്താലിക്കുട്ടിയടക്കമുള്ള മൂന്നുപേർ നിവേദനവുമായി ചെന്ന് മുഖ്യമന്ത്രിയെ കണ്ടു. മുഖ്യമന്ത്രി നിവേദനം സ്വീകരിച്ചു. നേതാക്കൾ മടങ്ങിപ്പോരുകയും മാർച്ച് പിരിഞ്ഞു പോവുകയും ചെയ്തു. തിരിച്ചുപാർട്ടി ഓഫീസിൽ ചെന്ന് നോക്കുമ്പോൾ മുഖ്യമന്ത്രിക്ക് കൊടുക്കാനായി കൊണ്ടുപോയിരുന്ന നിവേദനം കവറിൽ തന്നെ ഭദ്രമായി ഇരിക്കുന്നുണ്ടായിരുന്നു.

നിവേദനം വെച്ചിരുന്ന കവറിനുപകരം മറ്റൊരു കവറാണ് മുഖ്യമന്ത്രിക്ക് നേതാക്കൾ കൊടുത്തുപോന്നിരുന്നത്. ആ കവറിൽ ഉണ്ടായിരുന്നത് ബഹുജനമാർച്ച് സംഘടിപ്പിക്കുന്നതിനുവേണ്ടി നടത്തിയ ചെറിയ ഒരു ഫണ്ട് പിരിവിന്റെ കണക്കുകൾ എഴുതിയ കടലാസുകളായിരുന്നു. ശരിക്കുള്ള നിവേദനം പിന്നീട് തപാൽമാർഗം മുഖ്യമന്ത്രിക്ക് അയച്ചു കൊടുക്കുകയായിരുന്നു ചെയ്തത്.

# 7

# പാർട്ടി നിരോധനം – ഒളിവുജീവിതം

**ആ**ദ്യകാല കമ്യൂണിസ്റ്റുപാർട്ടി നേതാക്കളിൽ മഹാഭൂരിപക്ഷം പേർക്കും അവരുടെ ജീവിതത്തിൽ ഒഴിച്ചുകൂടാൻ കഴിയാത്തവയായിരുന്നു ഒളിവ് ജീവിതവും ജയിൽവാസവും. സെയ്താലിക്കുട്ടിക്ക് ഒളിവ് ജീവിതം വേണ്ടിവന്നത് സ്വാതന്ത്ര്യത്തിനുശേഷം ഏഴ് മാസത്തിനുള്ളിൽ തന്നെ–1948 മാർച്ച് 10 ന് കേന്ദ്രസർക്കാർ കമ്യൂണിസ്റ്റുപാർട്ടിയെ നിരോധിച്ചപ്പോഴായിരുന്നു. നിരോധനം വന്ന സാഹചര്യം സി ഭാസ്കരൻ വിവരിക്കുന്നു:

> ഇന്ത്യക്ക് സ്വാതന്ത്ര്യം കിട്ടിയപ്പോൾ സാമ്രാജ്യത്വവിരുദ്ധ സമരത്തിന്റെ വിജയാഹ്ലാദ പ്രകടനങ്ങളിൽ കമ്യൂണിസ്റ്റുപാർട്ടി പങ്കുചേർന്നു. എങ്കിലും താമസിയാതെ അധികാരക്കൈമാറ്റത്തിന്റെ പ്രാധാന്യം വിലയിരുത്തുന്നതിൽ പാർട്ടിക്കകത്ത് അഭിപ്രായ വ്യത്യാസം വന്നു. ദേശീയ സ്വാതന്ത്ര്യം ഒരു യാഥാർഥ്യമായിരിക്കുന്നു. ഈ സാഹചര്യത്തിൽ അത് ഉപയോഗിച്ച് ജനങ്ങളുടെ ആവശ്യങ്ങൾ നേടിയെടുക്കാൻ കഴിയുന്നത്ര ശ്രമിക്കണം. ഇതായിരുന്നു ഒരഭിപ്രായം.
>
> കിട്ടിയ സ്വാതന്ത്ര്യം യാഥാർഥ്യമല്ല. ഔദ്യോഗികമായി ഭരണം വിട്ടൊഴിഞ്ഞ ബ്രിട്ടീഷ് സാമ്രാജ്യവാദികൾ ഇന്ത്യയിലെ ഫ്യൂഡൽ പ്രഭുക്കളുടെയും മുതലാളിമാരുടെയും സഹായസഹകരണങ്ങളോടെ പരോക്ഷമായി ഭരണത്തിൽ തുടരുകയാണ്. അതുകൊണ്ട് പുതിയ ഭരണാധികാരികൾക്കെതിരെ ഇന്ത്യൻ ജനസാമാന്യത്തെ സംഘടിപ്പിക്കണം. ഈ കാഴ്ചപ്പാടോടെ ഒരു വിപ്ലവ

> ശക്തിയായി പാർട്ടി പ്രവർത്തിക്കണം. മറ്റൊരു വിഭാഗത്തിന്റെ അഭിപ്രായം ഇതായിരുന്നു.
>
> ഈ രണ്ട് ആശയഗതികൾ തമ്മിൽ ഏതാനും ആഴ്ചകൾ നടന്ന സമരത്തിന്റെ തുടർച്ചയായാണ്, 1948 ഫെബ്രുവരി 28 മുതൽ മാർച്ച് 6 വരെ കൽക്കത്തയിൽ പാർട്ടിയുടെ രണ്ടാമത് കോൺഗ്രസ് ചേർന്നത്. ആ പാർട്ടി കോൺഗ്രസ് പാർട്ടിയുടെ നയം മാത്രമല്ല നേതൃത്വത്തെയും മാറ്റി. പുതിയനയം വ്യക്തമാക്കുന്ന രാഷ്ട്രീയ രേഖയും പഴയതിനെ വിമർശിക്കുന്ന ഒരു റിപ്പോർട്ടും അംഗീകരിച്ചു. സ്വയം വിമർശനത്തിന്റെ അടിസ്ഥാനത്തിൽ അംഗീകരിച്ച രാഷ്ട്രീയ നയം കോൺഗ്രസിനെ അധികാരസ്ഥാനത്തുനിന്ന് മാറ്റാനും അതിനായി സായുധസമരം സംഘടിപ്പിക്കാനും ആഹ്വാനം നൽകി.
>
> പാർട്ടി കോൺഗ്രസിനു തിരശീല വീഴേണ്ട താമസം സർക്കാർ പാർട്ടിക്കെതിരെ ആഞ്ഞടിച്ചു. പാർട്ടിയെയും ട്രേഡ് യൂണിയനുകളെയും, പല ബഹുജനസംഘടനകളെയുംവരെ നിരോധിച്ചു. പൊതുസുരക്ഷിതത്വ നിയമംകൊണ്ടുവന്ന് ആയിരക്കണക്കിന് പാർട്ടി നേതാക്കളെയും പ്രവർത്തകരെയും തടവറകളിലേക്ക് തള്ളി. ഒട്ടേറെപ്പേർ ഒളിവിൽ പോകാൻ നിർബന്ധിതരായി. പാർട്ടി പത്രങ്ങൾ പ്രസിദ്ധീകരിക്കാൻ കഴിയാതായി. (*കമ്യൂണിസ്റ്റു പ്രസ്ഥാനം ഇന്ത്യയിൽ* - സി ഭാസ്കരൻ, പേജ് - 67, 68)

പരസ്യമായ പ്രവർത്തനങ്ങൾ സാമൂഹ്യസേവന മേഖലകളിൽ ഒതുക്കിനിർത്തിയിരുന്നുവെങ്കിലും രഹസ്യമായി കമ്മിറ്റികൾചേരലും മറ്റുചില പ്രവർത്തനങ്ങൾ നടത്തലും നിരോധനകാലത്തും പാർട്ടി പ്രവർത്തകർ ചെയ്യാറുണ്ടായിരുന്നു.

കൊണ്ടോട്ടിയിലും പരിസരപ്രദേശങ്ങളിലും നിരോധിക്കപ്പെട്ട കമ്യൂണിസ്റ്റുപാർട്ടിയുടെ പോസ്റ്ററുകൾ ഇടക്കിടെ പൊതുസ്ഥലങ്ങളിൽ പ്രത്യക്ഷപ്പെട്ടുകൊണ്ടിരുന്നത് അധികാരികളെ ഞെട്ടിച്ചിരുന്നു. പൊതുജനങ്ങൾ ധാരാളമായി ഒത്തുചേർന്നിരുന്ന ആഘോഷവേളകളോടനുബന്ധിച്ചായിരുന്നു ഇത്തരം പോസ്റ്ററുകൾ പ്രത്യക്ഷപ്പെട്ടിരുന്നത്. ഇതിനുപിന്നിൽ സെയ്താലിക്കുട്ടിയും സഹപ്രവർത്തകരും തന്നെയായിരുന്നു. വളരെ സാഹസികമായ രീതിയിലായിരുന്നു ഇത്തരം പോസ്റ്റർ പതിക്കലുകൾ നടന്നിരുന്നത്.

ജനത്തിരക്കേറിയ കൊണ്ടോട്ടി നേർച്ചയോടനുബന്ധിച്ചും ഇത്തരം പോസ്റ്ററുകൾ കൊണ്ടോട്ടി അങ്ങാടിയിൽ പ്രത്യക്ഷപ്പെട്ടു. ഇങ്ങനെ പോസ്റ്റർപതിക്കുന്നതിന് സെയ്താലിക്കുട്ടിയും കൂട്ടുകാരും കാണിച്ചത് ഒരു പ്രത്യേകതരം അടവായിരുന്നു.

എഴുതി തയാറാക്കിയ പോസ്റ്റർ എഴുതിയ ഭാഗത്ത് നാലുമൂലയിലും പശതേച്ച് സ്വന്തം പുറത്ത് ഒട്ടിച്ചുവെക്കും. മറുഭാഗത്ത് നല്ലപോലെ പശ

സെയ്ദാലിക്കുട്ടി
യുവാവായിരുന്നപ്പോൾ

തേച്ച് പിടിപ്പിച്ചിട്ടുണ്ടായിരിക്കും. പുറത്ത് മറിച്ചൊട്ടിച്ചിരിക്കുന്ന പോസ്റ്റർ മറ്റാരും കാണാതിരിക്കാൻ കഴുത്ത് മുതൽ താഴോട്ട് നീണ്ടുകിടക്കുന്ന ഒരു തുണികൊണ്ട് മൂടിപ്പുതച്ചാണ് പുറത്തിറങ്ങുക. കൂടെ രണ്ടോ മൂന്നോ സഖാക്കൾ കാണും. എല്ലാവരും നേർച്ചയുടെ കാഴ്ചകൾ കാണാനെന്നപോലെ അങ്ങാടിയിലെ ആൾക്കൂട്ടത്തിലേക്കിറങ്ങും.

വലിയ തിരക്കുള്ള ഒരു സ്ഥലവും പോസ്റ്റർ പതിക്കാൻ സൗകര്യമുള്ള ഒരു ചുമരും ഒത്തുവരുന്ന സ്ഥലത്തെത്തുമ്പോൾ കാഴ്ചക്കാരായി നടക്കുന്ന സഹപ്രവർത്തകർ അവിടെ എന്തെങ്കിലും ഒരു ബഹളം ഉണ്ടാക്കും. ഏതെങ്കിലും ഒരു കച്ചവടക്കാരനോട് വിലയുടെ കാര്യംപറഞ്ഞ് തർക്കിച്ചോ മറ്റെന്തെങ്കിലും കാരണം കണ്ടെത്തിയോ ആണ് ഈ ബഹളം ഒപ്പിച്ചെടുത്തിരുന്നത്.

എല്ലാവരുടെയും ശ്രദ്ധ അങ്ങോട്ട് തിരിയുമ്പോൾ സെയ്താലിക്കുട്ടി ചുമരിനടുത്തേക്ക് നീങ്ങും. ചുമരിൽ ചാരിനിന്ന് പതുക്കെ മൂടിപ്പുതച്ചിരിക്കുന്ന തുണിമാറ്റും. അതോടെ പോസ്റ്ററിന്റെ പശതേച്ചുവെച്ച ഭാഗം അനാവൃതമാകും. ചുമരിൽ പുറം അമർത്തിച്ചാരി ശരീരം പതുക്കെ അങ്ങോട്ടും ഇങ്ങോട്ടും ചലിപ്പിക്കും. അതോടെ പോസ്റ്റർ ചുമരിൽ വൃത്തിയായി പതിയും.

പോസ്റ്റർ പതിഞ്ഞുകഴിഞ്ഞാൽ ഒന്നുമറിയാത്തവനെപ്പോലെ സെയ്താലിക്കുട്ടിയും ബഹളം നടക്കുന്ന സ്ഥലത്തേക്ക് ചെല്ലും. അതോടെ കൂട്ടുകാർക്ക് കാര്യം പിടികിട്ടും. തർക്കമൊക്കെ വേഗം തീരും. പിന്നെ എല്ലാവരുംകൂടി ഒന്നും സംഭവിച്ചിട്ടില്ലാത്ത മട്ടിൽ നേർച്ചക്കാഴ്ചകൾ കണ്ടുനടക്കും. ഇതായിരുന്നു അവരുടെ തന്ത്രം.

ഇത്തരം പോസ്റ്ററുകൾക്ക് പിന്നിൽ സെയ്താലിക്കുട്ടിയും കൂട്ടരും തന്നെയായിരിക്കും എന്ന് പൊലീസിനു ഉറപ്പായിരുന്നു. എന്നാൽ നേരിട്ട് തെളിവുകൾ കിട്ടാത്തതിനാൽ അവർ ഉടനെയൊന്നും ചെയ്തിരുന്നില്ല. എന്നാൽ അവർ റിപ്പോർട്ടുകൾ മേലധികാരികൾക്ക് അയച്ചുകൊടുത്തുകൊണ്ടിരുന്നു. ഇത്തരം റിപ്പോർട്ടുകളുടെകൂടി അടിസ്ഥാനത്തിലായിരുന്നു സെയ്താലിക്കുട്ടിയുടെ പേരിലും പിന്നീട് അറസ്റ്റ് വാറണ്ട് വരാൻ ഇടയായതും തുടർന്ന് പതിനൊന്നുമാസക്കാലം ഒളിവിൽ പോകേണ്ടിവരികയും ചെയ്തത്.

അറസ്റ്റ് വാറണ്ട് വന്നു ഒളിവിൽ പോകുന്നതിനു മുമ്പ് നടത്തിയ ഒരു ശ്രമം പരാജയപ്പെട്ടതിന്റെ അനുഭവം സഖാവ് ഓർമിക്കാറുണ്ടായിരുന്നു. സെയ്താലിക്കുട്ടിക്കും മുമ്പുതന്നെ അറസ്റ്റ് വാറണ്ട് വന്ന് ഒളിവിൽ പോയിരുന്ന ചില സഖാക്കൾ അപ്രതീക്ഷിതമായി പൊലീസിന്റെ പിടിയിൽ അകപ്പെടുകയുണ്ടായി. അന്വേഷണത്തിൽ അൽപ്പം മുമ്പ് പാർട്ടി വിട്ട ഒരാൾ ഒറ്റുകൊടുത്തതുകൊണ്ടാണ് പൊലീസിന് അത് സാധിച്ചത് എന്ന് വ്യക്തമായി. ഒറ്റുകാരനെ ഒരു പാഠം പഠിപ്പിക്കാൻ സെയ്താലിക്കുട്ടിയും ഒന്നുരണ്ട് സഹപ്രവർത്തകരുംകൂടി പദ്ധതി തയാറാക്കി.

ആളെ നിരീക്ഷിക്കാൻ ഒരാളെ ചുമതലപ്പെടുത്തി. അയാളെ ഒറ്റയ്ക്ക് കിട്ടാൻ സാധ്യതയുള്ള സ്ഥലം സമയം എന്നിവ മനസിലാക്കിവെക്കലായിരുന്നു നിരീക്ഷിക്കാൻ ചുമതലപ്പെടുത്തിയ ആളുടെ ഉത്തരവാദിത്വം. ചുമതലപ്പെടുത്തിയ സഖാവ് നാലഞ്ചുദിവസത്തിനുശേഷം വിവരം തന്നു. അതൊരു നോമ്പുകാലമായിരുന്നു. നോമ്പ് നോൽക്കുന്ന സ്വഭാവക്കാരനായിരുന്നു ഒറ്റുകാരൻ. പതിവായി നോമ്പ് തുറക്കൽ കഴിഞ്ഞാൽ വീടിനടുത്തുള്ള പെട്ടിക്കടയിൽനിന്നും കുറച്ച് തിരകൂട്ട് ബീഡി (പുകയ്ക്കുമ്പോൾ സുഗന്ധംവരുന്ന ഈ ബീഡി ഉപയോഗിക്കുന്നത് നോമ്പുകാലത്ത് ചിലരുടെ പതിവാണ്) വാങ്ങി അതും പുകച്ചുകൊണ്ട് സമീപത്തെ പാടത്തേക്കിറങ്ങി അൽപ്പം അകലെക്കൂടി ഒഴുകിയിരുന്ന തോട്ടിൻവക്കത്തെ കൈതക്കാടുകൾക്കിടയിൽ പോയി ഒന്ന് വെളിക്കിറങ്ങുന്ന പതിവ് ഒറ്റുകാരനായ ആൾക്ക് ഉള്ളതായി നിരീക്ഷകൻ കണ്ടെത്തിയിരുന്നു. ആ സമയത്തായിരിക്കും അയാളെ ഒന്ന് എടുത്തിട്ടു പെരുമാറുവാൻ നല്ലത് എന്നവർ കണക്കുകൂട്ടി.

പറഞ്ഞുറപ്പിച്ച് ധാരണയിലെത്തിയതു പ്രകാരം സെയ്താലിക്കുട്ടിയും രണ്ടുമൂന്ന് സഖാക്കളും സന്ധ്യയോടെ തോട്ടുവക്കിലെ കൈതക്കാട്ടിൽ ഒളിച്ചിരുന്നു. എന്നാൽ അന്നു സമയമേറെ കാത്തുനിന്നിട്ടും ഒറ്റുകാരൻ വന്നില്ല. പരിപാടി അയാൾക്ക് ആരോ വിവരം കൊടുത്തതുകൊണ്ടായിരിക്കും എന്ന് എല്ലാവരും സംശയിച്ചു. എന്നാൽ അയാൾ ഭാര്യവീട്ടിൽ നോമ്പ്സൽക്കാരത്തിന് പോയിരിക്കയായിരുന്നു എന്ന് പിന്നീട് മനസിലായി. കൃത്യം അതേദിവസം തന്നെ അയാൾക്ക് സൽക്കാരമുണ്ടായത് അയാളുടെ ഭാഗ്യം. അല്ലെങ്കിൽ അയാൾക്ക് കണക്കുതീർത്ത് കിട്ടുമായിരുന്നു. ഒരുപക്ഷേ സെയ്താലിക്കുട്ടിയുടെയും കൂടെയുള്ളവരുടെയും പേരിൽ ഒരു ക്രിമിനൽ കേസുകൂടി ചാർത്തിക്കിട്ടുവാനും സാധ്യത ഉണ്ടായിരുന്നു. ഏതായാലും ഒന്നും നടന്നില്ല.

നിരോധനം നിലവിൽ വന്ന ഉടനെതന്നെ മുതിർന്ന നേതാക്കൾക്കെതിരെ അറസ്റ്റുവാറണ്ടുകൾ വന്നു. ചിലർ പിടിയിലായി. മറ്റുള്ളവർ ഒളിവിൽ പോയി. പതുക്കെ താഴെത്തട്ടിലുള്ള നേതാക്കൾക്കെതിരെയും അറസ്റ്റുവാറണ്ടുകൾ വരാൻ തുടങ്ങി. സെയ്താലിക്കുട്ടിയുടെ പേരിൽ അറസ്റ്റുവാറണ്ട് വന്ന ഉടനെ സഖാവ് ഒളിവിൽ പോയി. ചേറൂർ, പാലത്തിങ്ങൽ, പരപ്പനങ്ങാടി, കൂട്ടായി തുടങ്ങിയ സ്ഥലങ്ങളിലും പാലക്കാട്

ജില്ലയിലെ തത്തമംഗലത്തുമൊക്കെയായിരുന്നു സെയ്താലിക്കുട്ടിക്കു കിട്ടിയ ഒളിവ് താവളങ്ങൾ. ഒരേസ്ഥലത്തുതന്നെ കുറെക്കാലം നിൽക്കുന്നത് സുരക്ഷിതമല്ലാതിരുന്നതിനാൽ ഇടക്കിടെ താവളം മാറിക്കൊണ്ടിരിക്കേണ്ടത് ഒളിവ് ജീവിതത്തിൽ അത്യാവശ്യമായിരുന്നു.

സെയ്താലിക്കുട്ടിയുടെ ഒളിവു ജീവിതത്തിലെ രസകരമായ ഒരു ഓർമ അദ്ദേഹം പങ്കുവെക്കാറുണ്ടായിരുന്നു. പാർട്ടിയുടെ ഒരു പ്രാദേശിക നേതാവായിരുന്ന പള്ളിപ്പറമ്പൻ മമ്മൂട്ടിയുടെ സഹോദരനായിരുന്ന പള്ളിപ്പറമ്പൻ മൂസ്സയുടെ വീട്ടിലെ ഒളിവു താമസത്തെക്കുറിച്ചാണ് അദ്ദേഹം പറഞ്ഞിരുന്നത്.

പള്ളിപ്പറമ്പൻ മൂസ്സ പാർട്ടിയുടെ അംഗത്വമുള്ളയാളോ, മറ്റെന്തെങ്കിലും ചുമതലകൾ വഹിച്ചിരുന്ന ആളോ ആയിരുന്നില്ല. പക്ഷേ അദ്ദേഹം കറകളഞ്ഞ പാർട്ടിക്കൂറുള്ളവനായിരുന്നു. മൂസ്സ പാർട്ടിക്കുവേണ്ടി ഏറ്റെടുത്ത ഒരു ഉത്തരവാദിത്വമായിരുന്നു ഒളിവിൽ കഴിയുന്ന നേതാക്കൾക്ക് അഭയം കൊടുക്കുകയെന്നത്. അവരുടെ സുരക്ഷിതത്വം ഉറപ്പുവരുത്താനായി മൂസ്സ കണ്ടെത്തിയ കൗശലം വിചിത്രമായിരുന്നു.

മൂസ്സ എല്ലാ സ്ഥലത്തും പാർട്ടിക്കെതിരെ മാത്രമെ സംസാരിക്കാറുണ്ടായിരുന്നുള്ളു. ചായക്കടയിലും മറ്റു പൊതുസ്ഥലങ്ങളിലുമെല്ലാം അദ്ദേഹം പാർട്ടിയെ നിരന്തരം വിമർശിക്കുകയും പരിഹസിക്കുകയും ചെയ്യുമായിരുന്നു. അതിനാൽ മൂസ്സയെ ആരും തന്നെ ഒരു പാർട്ടി ബന്ധുവായി കണക്കാക്കിയിരുന്നില്ല. ഈ കാരണത്താൽ പാർട്ടിയുടെ ശത്രുക്കളോ പൊലീസോ ഒന്നും മൂസ്സയുടെ വീട്ടിൽ ഒരു കമ്യൂണിസ്റ്റുപാർട്ടി നേതാവ് ഒളിവിൽ കഴിയാനുള്ള സാധ്യത സംശയിച്ചിരുന്നില്ല.

പാർട്ടിയുടെ പ്രവർത്തകരായാലും അനുഭാവികളായാലും ബഹുഭൂരിപക്ഷം ആളുകളും പരമദരിദ്രരായിരുന്നു. അതിനാൽ നേതാക്കൾക്ക് ഒളിവിൽ താമസിക്കാൻ കിട്ടിയിരുന്ന വീടുകളും അത്തരത്തിൽപ്പെട്ടതായിരുന്നു. പല വീടുകളിലും അന്നത്തെ ഒരു പ്രധാന ഭക്ഷണ വിഭവമായി കിട്ടിയിരുന്നത് കമ്പം (ചോളം) ത്തിന്റെ പൊടികൊണ്ട് ഉണ്ടാക്കിയിരുന്ന ഒരുതരം പുട്ടായിരുന്നു. ഏറ്റവും ചെലവുകുറഞ്ഞ ഒരു ഭക്ഷണ സാധനം എന്ന നിലയിലായിരുന്നു ഈ കമ്പത്തിന്റെ പുട്ടിന് കിട്ടിയിരുന്ന പരിഗണന. റേഷൻഷാപ്പിലൂടെ കിട്ടിയിരുന്ന ധാന്യങ്ങളല്ലാതെ മറ്റു ധാന്യങ്ങൾ മാർക്കറ്റിൽനിന്നും ഉയർന്ന വിലകൊടുത്ത് വാങ്ങിക്കാൻ അവരിൽ മിക്കവർക്കും സാമ്പത്തികശേഷി ഇല്ലായിരുന്നു.

1948 മാർച്ച് മുതൽ 1951 അവസാനംവരെ നീണ്ടുനിന്ന ഈ നിരോധനകാലത്ത് ഇന്ത്യയിലെ കമ്യൂണിസ്റ്റുപ്രസ്ഥാനത്തിന്റെ ചരിത്രത്തിലെ ഏറ്റവും വലിയ വെല്ലുവിളിയെ നേരിടുകയായിരുന്നു. എണ്ണിയാൽ ഒടുങ്ങാത്തതും പറഞ്ഞാൽ തീരാത്തതുമായ തരത്തിൽപ്പെട്ട കൊടുംപീഡനങ്ങൾക്ക് പാർട്ടി പ്രവർത്തകർ വിധേയരായി.

> 1948 നും 1951 നും ഇടയിൽ 1982 വെടിവെപ്പുകൾ നടന്നു. അവയിൽ 3784 പേർ കൊല്ലപ്പെട്ടു. പതിനായിരത്തോളംപേർക്ക് മുറി

വേറ്റു. അമ്പതിനായിരത്തോളംപേർ കാരാഗൃഹത്തിലായി. 82 പേർ ജയിലുകളിൽ നടന്ന വെടിവെപ്പിലും മർദനങ്ങളിലും മാത്രമായി കൊല്ലപ്പെട്ടു. (*കമ്യൂണിസ്റ്റുപ്രസ്ഥാനം ഇന്ത്യയിൽ*, സി ഭാസ്കരൻ, പേജ് 71)

മുകളിൽ സൂചിപ്പിച്ച ഒരു ഖണ്ഡികയിൽനിന്നും ആ കാലഘട്ടത്തിൽ നടന്ന സംഭവങ്ങളുടെ ഭീകരത വ്യക്തമാകും.

രാജ്യത്താകെ നാലായിരത്തോളം സഖാക്കളുടെ വിലപ്പെട്ട ജീവൻ ബലികൊടുക്കേണ്ടിവന്ന നിരോധനകാലത്ത് (1948–1951) കേരളത്തിലും കമ്യൂണിസ്റ്റുപാർട്ടിയുടെ ഉശിരന്മാരായ പ്രവർത്തകർ ചോരകൊണ്ട് ചരിത്രം രചിക്കുകയായിരുന്നു. പാർട്ടി നിയമപ്രകാരം നിരോധിക്കപ്പെട്ടിരുന്നുവെങ്കിലും കൃഷിക്കാരെയും തൊഴിലാളികളെയും സംഘടിപ്പിച്ചുകൊണ്ട് നടത്തിയ ഉജ്ജ്വലമായ സമരങ്ങൾക്ക് പാർട്ടി പ്രവർത്തകർ നേതൃത്വംകൊടുത്തു.

കേരളത്തിലെ കമ്യൂണിസ്റ്റുപാർട്ടിയുടെ ചരിത്രത്തിലെ രക്തപങ്കിലമായ അധ്യായങ്ങളായ കോറോം, തില്ലങ്കേരി, ഒഞ്ചിയം, മുനയൻകുന്ന്, പഴശ്ശി, ശൂരനാട്, സേലം, ഇടപ്പള്ളി, പാടിക്കുന്ന് തുടങ്ങിയ സമരങ്ങളും വീരമരണങ്ങളുമെല്ലാം നടന്നത് ഇക്കാലത്തായിരുന്നു.

ജനങ്ങൾ ക്ഷാമംകൊണ്ട് പൊറുതിമുട്ടുമ്പോൾ ധാന്യങ്ങൾ പൂഴ്ത്തിവെച്ചിരുന്ന കരിഞ്ചന്തക്കാരായ ജന്മിമാരുടെയും കച്ചവടക്കാരുടെയും ധാന്യക്കലവറകൾ ബലമായി തുറന്ന് വിതരണം നടത്തുന്ന സമരങ്ങൾ കേരളത്തിൽ പല സ്ഥലത്തും നടത്തപ്പെട്ടിരുന്നു. 1948 ഏപ്രിൽ 12 ന് കോറോമിൽ ജന്മിയുടെ പത്തായം ബലമായി തുറന്ന സമരക്കാർക്കുനേരെ പൊലീസ് വെടിവെച്ചു. സി പൊക്കൻ എന്ന സമരഭടൻ രക്തസാക്ഷിയായി.

കോറോം വെടിവെപ്പ് കഴിഞ്ഞ മൂന്നാംദിവസം ഏപ്രിൽ 15 ന് തില്ലങ്കേരിയിലും ധാന്യവിതരണം നടത്തിയിരുന്ന സമരക്കാരെ ഗ്രാമം വളഞ്ഞ് പൊലീസ് വെടിവെച്ചു വീഴ്ത്തി. ഏഴുപേർ കൊല്ലപ്പെട്ടു. വി അനന്തൻ, കുണ്ടാഞ്ചേരി ഗോവിന്ദൻ, കാരാട്ട് കുഞ്ഞമ്പു, പോരുകണ്ടി കൃഷ്ണൻ, നമ്പിടിക്കുന്നുമ്മേൽ നാരായണൻ നമ്പ്യാർ, സി ഗോപാലൻ, വെള്ളുവക്കണ്ടി രാമൻ എന്നിവരാണ് മരണം ഏറ്റുവാങ്ങിയത്.

1948 ഏപ്രിൽ 30 ഒഞ്ചിയത്ത് കർഷക സംഘത്തിന്റെ പത്തുസഖാക്കളെ പൊലീസ് കൂട്ടക്കൊല ചെയ്തു. അറസ്റ്റ് വാറണ്ടൊന്നുമില്ലാതെ ഏതാനും കർഷകസംഘം പ്രവർത്തകരെ അറസ്റ്റുചെയ്ത് കൊണ്ടുപോകാൻ തുനിഞ്ഞ പൊലീസിനെ പ്രതിരോധിക്കാൻ മുന്നോട്ടുവന്നവരെയാണ് കൂട്ടക്കൊലക്കിരയാക്കിയത്. തില്ലങ്കേരിയിലെ കൂട്ടമരണം കഴിഞ്ഞ് വെറും പതിനഞ്ച് ദിവസത്തിനുള്ളിലായിരുന്നു ഇത്. അളവക്കൻ കൃഷ്ണൻ, കാവുന്തൊടി മീത്തൽ ശങ്കരൻ, വാഴയിൽ പീടികയിൽ ഗോപാലൻ, വട്ടക്കണ്ടി രാഘൂട്ടി, സി കെ ചാത്തു, മേനോൻ കണാരൻ, പുറവിൽ കണാരൻ, പാറോള്ളതിൽ കണാരൻ, മണ്ടോടി കണ്ണൻ, കൊല്ലാ

ച്ചേരി കുമാരൻ എന്നിവരാണ് രക്തസാക്ഷിത്വം പൂകിയത്. മണ്ടോടി കണ്ണനും കൊല്ലാച്ചേരി കുമാരനും ലോക്കപ്പ് മർദനത്തിലും ബാക്കിയുള്ളവർ വെടിവെപ്പിലുമായിരുന്നു കൊല്ലപ്പെട്ടത്.

മനുഷ്യരക്തത്തിന്റെ ലഹരി തലയ്ക്കുപിടിച്ച പൊലീസ് തൊട്ടടുത്ത ദിവസംതന്നെ ആറ് സഖാക്കളെക്കൂടി കൂട്ടക്കൊല ചെയ്തു. 1948 മെയ് ഒന്നിന് മുനയൻകുന്നിൽ പൂഴ്ത്തിവെപ്പിനെതിരെ പ്രക്ഷോഭത്തിനിറങ്ങിയ സമരഭടന്മാരാണ് കൊല്ലപ്പെട്ടത്. കെ കുഞ്ഞാപ്പ മാസ്റ്റർ, കെ എ ചിങ്ങപ്പൊതുവാൾ, മൊടത്തറ ഗോവിന്ദൻ നമ്പ്യാർ, പാപ്പിനിശ്ശേരി കേളുനമ്പ്യാർ, കുന്നുമ്മൽ കുഞ്ഞിരാമൻ, പനയന്തട്ട കണ്ണൻ നമ്പ്യാർ എന്നിവരാണ് വധിക്കപ്പെട്ടത്.

1948 മെയ് 13 നടന്ന മൊയാരത്ത് ശങ്കരന്റെ രക്തസാക്ഷിത്വം ജയിലിൽ വെച്ചുള്ള മർദനംകൊണ്ടായിരുന്നു. കോറോം വെടിവെപ്പ് കഴിഞ്ഞ് ഒരുമാസം പിന്നിട്ടപ്പോഴേക്കും മുപ്പതോളം പേരെയാണ് ഈ കൊച്ചുകേരളത്തിൽ മാത്രം പൊലീസ് കൊന്നുതള്ളിയത്.

പഴശ്ശിയിൽ പതിനഞ്ച് ദിവസത്തിനുള്ളിൽ അടുത്ത കൊല പൊലീസ് നടത്തി. 1948 മെയ് 28 ന് പെർമിറ്റില്ലാതെ കടത്തുകയായിരുന്ന നെല്ല് പിടിച്ചെടുത്ത സമരക്കാരെ പൊലീസ് വെടിവെച്ചിട്ടു. കാരാത്താൽ കോരനും വി അനന്തനും രക്തസാക്ഷികളായി.

1949 ഡിസംബർ 31 ന് ശൂരനാട്ട് ജന്മിത്വ ഭീകരതക്കെതിരെ സമരത്തിനിറങ്ങിയവരെ പൊലീസ് വേട്ടയാടിയപ്പോൾ കൊല്ലപ്പെട്ടത് പത്തുപേരായിരുന്നു. തണ്ടാശ്ശേരി രാഘവൻ, കളക്കാട്ടുതറ പരമേശ്വരൻ നായർ, പായ്ക്കാലിൽ ഗോപാലപിള്ള, മഠത്തിൽ ഭാസ്കരൻ നായർ, കാഞ്ഞിരപ്പള്ളി വടക്കേതിൽ പുരുഷോത്തമക്കുറുപ്പ്, ചാലിത്തറ കുഞ്ഞച്ചൻ, പായ്ക്കലിൽ രാമൻനായർ, വാസുപിള്ള, മലമേൽ കൃഷ്ണപിള്ളസാർ, കാട്ടൂർ ജനാർദനൻനായർ എന്നിവരാണ് രക്തസാക്ഷികളായത്.

ഇന്ത്യ ഒരു ജനാധിപത്യ പരമാധികാര റിപ്പബ്ലിക്കായി പ്രഖ്യാപിക്കപ്പെട്ട 1950 ജനുവരി 26 നായിരുന്നു സർദാർ ഗോപാലകൃഷ്ണൻ എന്ന സഖാവ് പൊലീസ് ലോക്കപ്പിൽ വധിക്കപ്പെട്ടത്. നിരന്തരമായി നടന്നുകൊണ്ടിരുന്ന പൊലീസ് ഭീകരതക്കെതിരെയുള്ള പ്രതിഷേധ പരിപാടിയിൽ പങ്കെടുത്തതിനായിരുന്നു അദ്ദേഹത്തെ പിടിച്ചുകൊണ്ടുപോയത്.

1950 ഫെബ്രുവരി 11 ന് സേലം ജയിലിൽ നടന്ന വെടിവെപ്പിൽ 22 കർഷകസംഘം പ്രവർത്തകർ രക്തസാക്ഷികളായി.

കർഷകസംഘം പ്രവർത്തകരെ വേട്ടയാടാനായി തുറന്ന പൊലീസ് ക്യാമ്പിലെ പൊലീസുകാർ പിടിച്ചുകൊണ്ടുപോയ രൈരു നമ്പ്യാർ, കുട്ട്യപ്പ, എം വി ഗോപാലൻ എന്നീ മൂന്നുസഖാക്കളെ 1950 മെയ് നാലിന് പാടിക്കുന്നിന്റെ മുകളിൽ കൊണ്ടുപോയി നിർത്തി വെടിവെച്ചുകൊല്ലുകയായിരുന്നു ചെയ്തത്. സ്വാതന്ത്ര്യത്തിനു മുമ്പും നിരോധിക്കപ്പെട്ടിരുന്ന കമ്യൂണിസ്റ്റുപാർട്ടിയുടെ പ്രവർത്തകരെ ബ്രിട്ടീഷ്ഭരണകൂടംപോലും ഇങ്ങനെ കൂട്ടക്കൊല ചെയ്തിരുന്നില്ല.

1948–51 ലെ നിരോധനകാലത്ത് ഇന്ത്യൻ കമ്യൂണിസ്റ്റുപ്രസ്ഥാനം നീന്തിക്കയറിയ ചോരപ്പുഴയുടെ ആഴവും പരപ്പും വ്യക്തമാക്കുന്നതാണ് കേരളത്തിൽ മാത്രം നടന്ന ഈ കൂട്ടക്കൊലകളുടെ കണക്ക്. രാജ്യത്തൊട്ടാകെ ആ കാലത്ത് നടന്ന കമ്യൂണിസ്റ്റു വേട്ടയുടെ ഭാഗംതന്നെയായിരുന്നു കേരളത്തിൽ അരങ്ങേറിയ ഈ കൊടുംക്രൂരതകളും.

പൂഴ്ത്തിവെച്ച ധാന്യങ്ങൾ പിടിച്ചെടുത്തു വിതരണം നടത്തലുൾപ്പെടെയുള്ള സമരങ്ങൾ മലപ്പുറം ജില്ലയുടെ ഭാഗമായ പ്രദേശങ്ങളിലും അക്കാലത്ത് നടന്നിരുന്നുവെങ്കിലും പൊലീസ് വെടിവെപ്പൊന്നും നടക്കുകയുണ്ടായില്ല. അറസ്റ്റും ജയിൽവാസവുമൊക്കെ പലർക്കും നേരിടേണ്ടിവന്നു.

നിരോധനകാലത്ത് ഒളിവിൽപ്പോയ സെയ്താലിക്കുട്ടി, പതിനൊന്നു മാസത്തെ ഒളിവുജീവിതത്തിനുശേഷം അറസ്റ്റുചെയ്യപ്പെട്ടു ജയിലിലായി. ഏതാനും മാസത്തേക്ക് ശിക്ഷിക്കപ്പെട്ടു.

# 8

## മഞ്ചേരിയിലേക്ക്

**ആ**യിരത്തി തൊള്ളായിരത്തി അമ്പത്തിയൊന്നിൽ ജയിലിൽ നിന്നും പുറത്തുവന്നതിനുശേഷം സെയ്താലിക്കുട്ടി പ്രവർത്തനകേന്ദ്രം കൊണ്ടോട്ടിയിൽനിന്നും മഞ്ചേരിയിലേക്ക് മാറ്റിയത് ഒരു സൗകര്യംകൂടി കണക്കിലെടുത്തുകൊണ്ടായിരുന്നു. മൈസൂരിൽ ബീഡിത്തൊഴിലാളിയായിരുന്ന ജ്യേഷ്ഠൻ മൊയ്തു തിരിച്ചുവന്ന് മഞ്ചേരിയിൽ ഒരു കട തുടങ്ങിയിരുന്നു. ആ കടയിൽ ഒരു സഹായിയായി കൂടുകയും ചെയ്യാം പാർട്ടി അനുഭാവികൂടിയായിരുന്ന ജ്യേഷ്ഠന്റെ സഹകരണത്തോടെ പ്രവർത്തനങ്ങൾ തുടരുകയും ചെയ്യാം.

ഈ സമയത്തും പാർട്ടിയുടെ മേലുണ്ടായിരുന്ന നിരോധനം പിൻവലിക്കപ്പെട്ടിരുന്നില്ല. ഒളിവിൽ പ്രവർത്തിച്ചിരുന്ന പാർട്ടിയുടെ സന്ദേശങ്ങൾ കൈമാറുന്ന ഒരു കേന്ദ്രമായി ജ്യേഷ്ഠന്റെ കട സെയ്താലിക്കുട്ടി പ്രയോജനപ്പെടുത്തി. പൊലീസിന്റെ ശ്രദ്ധയിൽപ്പെടാതിരിക്കാൻ വളരെ സൂക്ഷ്മതയോടെയാണ് ഈ കൈമാറ്റങ്ങൾ നടന്നിരുന്നത്. സന്ദേശങ്ങൾ കൊടുക്കേണ്ടവർക്ക് കടയിൽനിന്നും എന്തെങ്കിലും സാധനങ്ങൾ വാങ്ങുമ്പോൾ സാധനം പൊതിഞ്ഞ പൊതിയോടൊപ്പമാണ് കത്തും കൊടുത്തിരുന്നത്. സന്ദേശം ഏൽപ്പിക്കുന്ന ആൾ സാധനത്തിന്റെ വില തരുന്നതിന്റെകൂടെ കുറിപ്പും ചേർത്ത് കൊടുക്കും ഇതായിരുന്നു രീതി.

തന്റെ കട പൊലീസ് നിരീക്ഷണത്തിന് വിധേയമാകാൻ സാധ്യതയുണ്ടായിട്ടും അനുജന്റെ രഹസ്യമായ പാർട്ടിപ്രവർത്തനത്തിന് കൂട്ടുനിൽക്കാൻ മൊയ്തുവിന് തോന്നിയത് അദ്ദേഹത്തിന് പാർട്ടിയോടുള്ള കൂറുകൊണ്ടായിരുന്നു. മൈസൂരിൽ ബീഡിത്തൊഴിലാളിയായി കഴിഞ്ഞിരുന്ന അവസരത്തിൽ അവിടത്തെ ബീഡിത്തൊഴിലാളി സംഘടനയുടെ പ്രവർത്തകനുമായിരുന്നു മൊയ്തു.

രണ്ടാംപാർട്ടി കോൺഗ്രസിനുശേഷം നിരോധിക്കപ്പെട്ടിരുന്നതിനാൽ ഒളിവിൽ പ്രവർത്തിച്ചിരുന്ന പാർട്ടിക്കകത്ത് ശക്തമായ ആശയസമരങ്ങൾ നടക്കുന്നുണ്ടായിരുന്നു. ഇതിന്റെ ഫലമായി 1950 ജൂണിൽ ഒരു സമ്പൂർണ കേന്ദ്രക്കമ്മിറ്റി ചേരുകയും ജനറൽ സെക്രട്ടറി സ്ഥാനത്തുനിന്നും ബി ടി രണദിവെയെ മാറ്റി പകരം ഡി രാജേശ്വരറാവുവിനെ ജനറൽ സെക്രട്ടറിയാക്കുകയും ചെയ്തു. എങ്കിലും ആശയസംവാദങ്ങൾ തുടർന്നു.

ജയിൽശിക്ഷ കഴിഞ്ഞ് മുതിർന്ന നേതാക്കളായ അജയഘോഷ്, എസ് എ ഡാങ്കെ, എസ് വി ഘാട്ടെ തുടങ്ങിയ നേതാക്കൾകൂടി പുറത്തുവന്നതോടെ പാർട്ടിക്കുള്ളിലെ ആശയസംവാദം കൂടുതൽ രൂക്ഷമായി. ഈ പശ്ചാത്തലത്തിലാണ് 1951 ഒക്ടോബറിൽ കൽക്കത്തയിലെ ടോളിഗഞ്ചിൽ പാർട്ടിയുടെ ഒരു വിശേഷാൽ സമ്മേളനം ചേർന്നത്. 1948 മുതൽ തുടർന്നുവന്ന അഭിപ്രായവ്യത്യാസങ്ങൾ ഈ വിശേഷാൽ സമ്മേളനത്തോടെ പരിഹരിക്കപ്പെട്ടു. അജയഘോഷ് ജനറൽ സെക്രട്ടറിയായി പുതിയ നേതൃത്വം ചുമതലയേറ്റു.

സായുധസമരം അടക്കമുള്ള ഇടതുപക്ഷ സെക്ടേറിയൻ സമീപനങ്ങൾ തിരുത്തുകയും കോൺഗ്രസിനെതിരെ ജനങ്ങളെ സംഘടിപ്പിക്കാനും അതിനുള്ള മാർഗങ്ങളുടെ കൂട്ടത്തിൽ പാർലമെന്ററി പ്രവർത്തനം ഉൾപ്പെടുത്തുന്നതുൾപ്പെടെയുള്ള പുതിയ നയങ്ങൾ അംഗീകരിക്കപ്പെട്ടു. ഈ വിശേഷാൽ സമ്മേളനത്തോടെ പാർട്ടിയുടെ മേലുള്ള നിരോധനം സർക്കാർ പിൻവലിച്ചു.

നിരോധിക്കപ്പെട്ട അവസ്ഥയിൽ ക്രൂരമായ അടിച്ചമർത്തലുകൾക്ക് വിധേയമായ കമ്യൂണിസ്റ്റുപാർട്ടി ഇനി ഉയിർത്തെഴുന്നേൽക്കുകയുണ്ടാവില്ല എന്നാണ് പലരും കരുതിയത്. എന്നാൽ നിരോധനം പിൻവലിക്കപ്പെട്ടതോടെ ഒന്നൊന്നായി ജയിലിൽനിന്നും പുറത്തുവന്ന പാർട്ടിപ്രവർത്തകർ ഉടൻതന്നെ പൂർവാധികം ശക്തമായി പ്രവർത്തനരംഗത്തിറങ്ങി. ജനങ്ങളുടെ ചെറുതും വലുതുമായ എല്ലാ പ്രശ്നങ്ങളും ഏറ്റെടുത്തുകൊണ്ടുള്ള പ്രക്ഷോഭസമരങ്ങളിൽ പാർട്ടി മുന്നണിപ്പോരാളിയായി.

നിരോധനം പിൻവലിക്കപ്പെട്ടതോടെ പരസ്യമായ പ്രവർത്തനങ്ങളിൽ സെയ്താലിക്കുട്ടിയും സജീവമായി. അക്കാലത്ത് കമ്യൂണിസ്റ്റുപാർട്ടിക്ക് ഏതാനും പോക്കറ്റുകളിൽ മാത്രമേ കാര്യമായ സ്വാധീനം ഉണ്ടായിരുന്നുള്ളൂ. കൊണ്ടോട്ടി, വിളയിൽ കോഡൂർ, മഞ്ചേരി, നിലമ്പൂർ തുടങ്ങിയ പ്രദേശങ്ങളായിരുന്നു അവ. അവിടങ്ങളിലൊക്കെ കമ്മിറ്റികളിലും യോഗങ്ങളിലും പങ്കെടുത്തുകൊണ്ട് അദ്ദേഹം നിരന്തരം യാത്രചെയ്തു. അന്നത്തെ കാലത്ത് സഹപ്രവർത്തകരായി ഉണ്ടായിരുന്നവരിൽ പ്രധാനികൾ മഞ്ചേരിഭാഗത്ത് കൃഷ്ണൻനായർ, അനന്തൻ, എൻ ടി മൊയ്തീൻ തുടങ്ങിയവരും നിലമ്പൂർ ഭാഗത്ത് കുഞ്ഞാലിക്ക് പുറമെ കുഞ്ഞുണ്ണി, മാധവൻ, കുഞ്ഞുക്കുട്ടൻ തമ്പാൻ തുടങ്ങിയവരും കോഡൂർ ഭാഗത്ത് വില്ലൻ മുഹമ്മദ് എന്നിവരുമൊക്കെയായിരുന്നു.

ജനജീവിതം ദുരിതത്തിലാഴ്ത്തുന്ന പ്രകൃതിദുരന്തങ്ങളും പടർന്നുപിടിച്ചിരുന്ന പകർച്ചവ്യാധികൾക്കും മുമ്പിൽ പകച്ചു നിന്നിരുന്ന സാധാ

രണ ജനങ്ങൾക്ക് മുമ്പിൽ ദുരിതാശ്വാസപ്രവർത്തകരായി പാർട്ടി സഖാക്കൾ ഓടിയെത്തി. സാധാരണ പ്രവർത്തകർതൊട്ട് ദേശീയ നേതാക്കൾ വരെ ഇത്തരം പ്രവർത്തനങ്ങളിൽ ആണ്ടിറങ്ങി. വെടിയുണ്ടകളെയും ജയിലറകളെയും അതിജീവിച്ച കമ്യൂണിസ്റ്റുപാർട്ടി നിരോധനം പിൻവലിക്കപ്പെട്ട് ഏതാനും മാസങ്ങൾ പിന്നിടുകമാത്രം ചെയ്തിരുന്ന അവസരത്തിൽ 1952 ൽ രാജ്യത്തെ ആദ്യത്തെ പൊതുതിരഞ്ഞെടുപ്പ് പ്രഖ്യാപനം വന്നു.

നിരോധനം പിൻവലിക്കപ്പെട്ടിരുന്നുവെങ്കിലും ഒട്ടേറെ നേതാക്കളുടെ പേരിൽ നിരോധനകാലത്ത് പുറപ്പെടുവിച്ചിരുന്ന വാറണ്ടുകൾ പിൻവലിക്കാൻ കോൺഗ്രസ് സർക്കാർ ഒന്നുംചെയ്തിരുന്നില്ല. അതിനാൽ ഇ എം എസ്, ദശരഥ്ദേവ് തുടങ്ങിയ നേതാക്കൾവരെ ഒളിവിൽ ഇരുന്നാണ് മത്സരിച്ചത്. ആ നേതാക്കൾക്കൊന്നും പ്രചരണരംഗത്തിറങ്ങാൻ കഴിഞ്ഞിരുന്നില്ല. ഇന്നത്തെ മലപ്പുറം ജില്ല ഏതാണ്ട് മുഴുവനുമായിത്തന്നെ ഉൾക്കൊണ്ടിരുന്ന മലപ്പുറം മണ്ഡലത്തിൽനിന്നും കമ്യൂണിസ്റ്റുപാർട്ടിയുടെ പാർലമെന്റിലേക്കുള്ള സ്ഥാനാർഥി കുഞ്ഞാലിയായിരുന്നു.

ബാലസംഘം കാലംതൊട്ട് സെയ്താലിക്കുട്ടിയുടെ സഹപ്രവർത്തകനായിരുന്ന കുഞ്ഞാലി വിദ്യാഭ്യാസം കഴിഞ്ഞ് സൈന്യത്തിൽ ചേരുകയും ഏതാനുംവർഷത്തെ സൈനിക സേവനത്തിനുശേഷം തിരിച്ചെത്തി പാർട്ടി പ്രവർത്തനം തുടരുകയും പാർട്ടി നിർദേശപ്രകാരം പ്രവർത്തനകേന്ദ്രം ആദ്യം മൈസൂരിലേക്കും തുടർന്ന് നിലമ്പൂരിലേക്കും മാറ്റുകയും നിലമ്പൂരിലെ അജയ്യനായ തൊഴിലാളിനേതാവായി ഇതിനകം ഉയരുകയും ചെയ്തിരുന്നു. തിരഞ്ഞെടുപ്പ് പ്രചരണപ്രവർത്തനങ്ങളിൽ സെയ്താലിക്കുട്ടി മുൻനിരയിൽത്തന്നെ ഉണ്ടായിരുന്നു.

1952 ലെ പ്രഥമ പൊതുതിരഞ്ഞെടുപ്പിൽ കമ്യൂണിസ്റ്റുപാർട്ടിയുടെ പ്രകടനം രാഷ്ട്രീയനിരീക്ഷകരെ ഞെട്ടിച്ചു. ക്രൂരമായ അടിച്ചമർത്തലിൽ ഇല്ലാതായെന്നു കരുതിയ പാർട്ടി 31 എം പി മാരുമായി കോൺഗ്രസ് കഴിഞ്ഞാൽ ഏറ്റവും കൂടുതൽ അംഗങ്ങൾ ഉള്ള കക്ഷിയായി. അങ്ങനെ എ കെ ജി ഇന്ത്യൻ പാർലമെന്റിലെ ആദ്യത്തെ പ്രതിപക്ഷനേതാവായി. മലപ്പുറം മണ്ഡലത്തിൽ കുഞ്ഞാലി തോറ്റുവെങ്കിലും 52000 വോട്ട് പിടിച്ചു.

മലബാർ പ്രദേശത്ത് ഏറ്റവും കൂടുതൽ ജനപിന്തുണയുള്ള രാഷ്ട്രീയ പ്രസ്ഥാനമായി ഇതിനകം കമ്യൂണിസ്റ്റ് പ്രസ്ഥാനം വളർന്നിരുന്നു. പ്രഥമ പൊതുതിരഞ്ഞെടുപ്പ് നടന്ന് രണ്ടുവർഷത്തിനുള്ളിൽ 1954 ൽ മലബാർ ഡിസ്ട്രിക്റ്റ് ബോർഡിലേക്ക് നടന്ന തിരഞ്ഞെടുപ്പിൽ കമ്യൂണിസ്റ്റുപാർട്ടി ഭൂരിപക്ഷംനേടി. പാർട്ടി നേതാവായിരുന്ന പി ടി ഭാസ്കരപ്പണിക്കർ മലബാർ ഡിസ്ട്രിക്ട് ബോർഡ് പ്രസിഡന്റായി തിരഞ്ഞെടുക്കപ്പെട്ടു. മലബാർ പ്രദേശത്ത് മൊത്തത്തിലുള്ള അവസ്ഥക്ക് ആനുപാതികമായ അളവിൽ പാർട്ടിക്കുള്ള സ്വാധീനം മലപ്പുറം ജില്ലയുടെ ഭാഗമായ പ്രദേശങ്ങളിൽ ഉണ്ടായിരുന്നില്ല. പ്രമാണിമാർക്കുവേണ്ടി ചില മുസ്ലീം പുരോഹിതന്മാർ നടത്തിയിരുന്ന കള്ളപ്രചാരണങ്ങൾ അതിലൊരു ഘടകമായിരുന്നു.

രാഷ്ട്രീയ എതിരാളികളായ ലീഗിന്റെയും കോൺഗ്രസിന്റെയും പ്രവർത്തനങ്ങളോടൊപ്പം മുസ്ലീം പൗരോഹിത്യം നടത്തിയിരുന്ന ഈ കള്ളപ്രചാരണങ്ങളെയും പാർട്ടിക്ക് നേരിടേണ്ടതുണ്ടായിരുന്നു. കമ്യൂണിസ്റ്റുപാർട്ടിയോടൊപ്പം നിൽക്കുന്ന മുസ്ലീംയുവാക്കളെ അവർ കാഫിർ (അവിശ്വാസി) ആയി മുദ്രയടിച്ചു. പാർട്ടിക്കാരായ മുസ്ലിംയുവാക്കൾക്ക് മക്കളെ കല്യാണം കഴിച്ചുകൊടുക്കാൻ പാടില്ലെന്ന് അവർ പള്ളികളിൽ പ്രസംഗിച്ചു. ഇത്തരം നികൃഷ്ടമായ പ്രവർത്തനങ്ങളെ ആശയപരമായി നേരിടുന്നതിനൊപ്പം ചിലപ്പോഴൊക്കെ കായികമായും പാർട്ടി നേരിട്ടു.

അങ്ങനെയുള്ള ഒരു സംഭവമായിരുന്നു മഞ്ചേരിയിലെ പാർട്ടിപ്രവർത്തകനായിരുന്ന ചിതൽമണ്ണിൽ അബ്ദുള്ളയുടെ വിവാഹം. പാർട്ടി അനുഭാവിയായിരുന്ന ഒരാളുടെ മകളുമായി അബ്ദുള്ളയുടെ വിവാഹം നിശ്ചയിച്ചതായിരുന്നു. നിക്കാഹ് നടത്തിത്തരാൻ സ്ഥലത്തെ ഖാളി സമ്മതിച്ചതുമായിരുന്നു. പിന്നീടുണ്ടായ ബാഹ്യസമ്മർദത്തിന് വഴങ്ങി വിവാഹത്തിന് ഏതാനും ദിവസങ്ങൾമാത്രം ബാക്കിയുള്ളപ്പോൾ അയാൾ പെൺവീട്ടുകാരുടെ അടുത്തുചെന്ന് വരൻ കമ്യൂണിസ്റ്റുകാരനായതിനാൽ താൻ നിക്കാഹ് നടത്തിത്തരില്ലെന്ന് അറിയിച്ചു. ഇതറിഞ്ഞ പാർട്ടി പ്രവർത്തകർ ഒത്തുകൂടി. പാർട്ടിയോട് അനുഭാവമുള്ള ആളായിരുന്നുവെങ്കിലും ഖാളിയുടെ ധിക്കാരത്തെ വല്ലുവിളിച്ചുകൊണ്ട് മകളെ അബ്ദുള്ളക്കുതന്നെ വിവാഹംകഴിച്ചുകൊടുക്കാൻ മാത്രം മനക്കരുത്ത് പെൺകുട്ടിയുടെ പിതാവിനുണ്ടായിരുന്നില്ല.

സെയ്താലിക്കുട്ടിയുടെ നേതൃത്വത്തിൽ അബ്ദുള്ളക്ക് ഒരു വിവാഹം അന്നുതന്നെ നടത്തിക്കൊടുക്കാൻ പാർട്ടി സഖാക്കൾ അന്വേഷണം ത്വരിതഗതിയിൽ നടത്തി. ഒടുവിൽ ചെമ്മങ്കടവിലുള്ള ഒരു പാർട്ടി പ്രവർത്തകൻ തന്റെ മകളെ ചിതൽമണ്ണിൽ അബ്ദുള്ളയ്ക്ക് വിവാഹംചെയ്തുകൊടുക്കാൻ തയാറായി മുന്നോട്ടുവന്നു. ഖാളിയുടെ ധിക്കാരത്തെ വെല്ലുവിളിച്ചുകൊണ്ട് നടത്തിയ ആ വിവാഹത്തിൽ നല്ല ജനപങ്കാളിത്തം ഉണ്ടായിരുന്നു. വരനും സംഘവും വധൂഗൃഹത്തിലേക്ക് പോകുന്ന ചടങ്ങായ 'പുതിയാപ്ലപോകൽ' നടത്തിയത് പ്രകടനമായി മുദ്രാവാക്യങ്ങൾ വിളിച്ചുകൊണ്ടായിരുന്നു. മുസ്ലീംലീഗിന്റെ ആജ്ഞാനുവർത്തികളായി അധഃപതിച്ചിരുന്ന ഒട്ടേറെ പുരോഹിതന്മാർ ഇത്തരത്തിൽ പെരുമാറിയിരുന്നു. അതിനാൽ ഇത്തരം പ്രവർത്തനങ്ങളും അന്ന് പാർട്ടിക്ക് ഒരു സമരമുഖമായിരുന്നു.

മലപ്പുറം ജില്ലാരൂപീകരണത്തിനുമുമ്പ് കോഴിക്കോട് ജില്ലാ കമ്മിറ്റിയിൽ സെയ്താലിക്കുട്ടി അംഗമായിരുന്നു. തുടർന്ന് മലപ്പുറം ജില്ലാരൂപീകരണത്തോടെ പാർട്ടിയുടെ മലപ്പുറം ജില്ലാ കമ്മിറ്റി അംഗമായി. പ്രവർത്തനമേഖലയുടെ വലിപ്പം കൂടിയപ്പോഴും മഞ്ചേരിയിലെ ദൈനംദിന പ്രവർത്തനങ്ങളിൽ പരമാവധി ബന്ധപ്പെട്ടുകൊണ്ടിരിക്കാൻ സെയ്താലിക്കുട്ടി എന്നും ശ്രദ്ധിച്ചിരുന്നു.

# 9

# സ്വതന്ത്ര ഇന്ത്യയിൽ പത്തുവർഷം റൗഡി ലിസ്റ്റിൽ

**സ്വാ**തന്ത്ര്യസമരത്തിന്റെ ഭാഗമായി ബ്രിട്ടീഷ് വാഴ്ചക്കാലത്ത് നടത്തിയ സമരങ്ങൾ, സ്വാതന്ത്ര്യലബ്ധിക്കുശേഷം വിവിധ ആവശ്യങ്ങൾ ഉന്നയിച്ചുകൊണ്ട് നടത്തപ്പെട്ട ജനകീയ സമരങ്ങൾ, കുടിയൊഴിപ്പിക്കലുകൾക്കെതിരെ നടന്ന ജന്മിത്വവിരുദ്ധ പോരാട്ടങ്ങൾ, പൂഴ്ത്തിവെപ്പും കരിഞ്ചന്തയും നടത്താൻ തുനിഞ്ഞ കച്ചവടക്കാരുടെ പൂഴ്ത്തിവെപ്പ് കേന്ദ്രങ്ങൾ കയ്യേറി നടത്തിയ സമരങ്ങൾ, എന്നിവയിലെല്ലാം മുൻനിരക്കാരായി നിന്ന സെയ്താലിക്കുട്ടിയുടെ പേരിൽ നിരന്തരം കേസുകൾ ചാർത്തപ്പെട്ടുകൊണ്ടിരുന്നു.

യുവാവായ ആ കമ്യൂണിസ്റ്റ് പോരാളിയെ തളർത്തുക എന്ന വ്യക്തമായ ഉദ്ദേശ്യത്തോടെ സമരവുമായി ഒരു ബന്ധവുമില്ലാത്ത ഗൗരവമുള്ള എന്തെങ്കിലും ക്രിമിനൽ കുറ്റങ്ങൾ ചേർത്ത് കള്ളക്കേസുകൾ ഉണ്ടാക്കുക എന്നതായിരുന്നു പൊലീസിന്റെ രീതി. ബ്രിട്ടീഷ് പൊലീസ് ചാർജ് ചെയ്തവയും സ്വതന്ത്ര ഇന്ത്യയുടെ പൊലീസ് ചാർജ് ചെയ്തവയുമായ ഇത്തരം പതിനൊന്ന് ക്രിമിനൽ കേസുകളിൽ പ്രതിയാക്കപ്പെട്ട സെയ്താലിക്കുട്ടി ഏറനാട്ടിലെ പൊലീസ് സ്റ്റേഷനുകളിൽ നിരന്തരം നിരീക്ഷിക്കപ്പെടേണ്ട വലിയ കുറ്റവാളിയായി. പരിസരപ്രദേശങ്ങളിലെ എല്ലാ സ്റ്റേഷനുകളിലും സെയ്താലിക്കുട്ടിയുടെ പടം പ്രദർശിപ്പി1ച്ചിരുന്നു. ഏതെങ്കിലും വിശിഷ്ടാതിഥികൾ സന്ദർശനത്തിനെത്തുമ്പോൾ കരുതൽ തടങ്കലിൽ വെക്കേണ്ട ഒരു റൗഡിയായി പൊലീസിന്റെ ലിസ്റ്റിൽ സെയ്താലിക്കുട്ടി അങ്ങനെ സ്ഥാനം പിടിച്ചു.

ബ്രിട്ടീഷ് പൊലീസ് ചാർജുചെയ്ത ഒരു കേസിലെ കുറ്റം ഇനാംദാർപദവിയുള്ള കൊണ്ടോട്ടി തങ്ങളെ വധിക്കാൻ പദ്ധതിയിട്ടു എന്നതായിരുന്നു. മറ്റൊരു കേസിൽ ചേർത്തിരുന്ന കുറ്റം കൊണ്ടോട്ടി പോസ്റ്റ്

ഓഫീസിനുമുന്നിൽ ആക്രമണോദ്ദേശ്യത്തോടെ മുഖംമൂടി ധരിച്ച് കാണപ്പെട്ടു എന്നായിരുന്നു.

ജീവിതത്തിൽ ഒരു നാടകത്തിൽ അഭിനയിക്കുന്നതിന്റെ ഭാഗമായി പോലും ഒരു മുഖംമൂടി ഉപയോഗിച്ചു നോക്കിയിട്ടില്ലാത്ത ആളായിരുന്നു സെയ്താലിക്കുട്ടി. പക്ഷേ അതൊന്നും പൊലീസിന് ഒരു പ്രശ്നമല്ലായിരുന്നു. കമ്യൂണിസ്റ്റുപാർട്ടി പ്രവർത്തകർക്കെതിരെ കള്ളക്കേസുകൾ ചമയ്ക്കുമ്പോൾ ഇങ്ങനെ ഇല്ലാത്ത മുഖംമൂടി ആക്രമണക്കേസുകൾ ഉണ്ടാക്കിയെടുക്കൽ ഏറനാട്ടിൽ മാത്രമല്ല മറ്റുസ്ഥലങ്ങളിലും പൊലീസിന്റെ രീതിയായിരുന്നു. ഒരിക്കൽ കണ്ണൂർ സെൻട്രൽ ജയിലിൽ തടവുകാരനായിരിക്കുമ്പോൾ സെയ്താലിക്കുട്ടിയുടെ സഹതടവുകാരനായിരുന്ന കണ്ണൂരിൽനിന്നുള്ള ഒരു സഖാവിന്റെ പേരിലും ചാർത്തപ്പെട്ടിരുന്നത് ഈ ഇല്ലാത്ത മുഖംമൂടിക്കേസായിരുന്നു.

പാർട്ടി തീരുമാനപ്രകാരം നടത്തിയ ഒരു സമരമായിരുന്ന ഏറനാട് താലൂക്ക് അവകാശദിനാചരണത്തിന് നേതൃത്വം കൊടുത്തതിന് പൊലീസ് എടുത്ത കേസ് രാജ്യത്തിനെതിരായി പ്രവർത്തിച്ചു എന്നായിരുന്നു. കൊണ്ടോട്ടി പൊലീസ് സബ് ഇൻസ്പെക്ടറെ വധിക്കാൻ ശ്രമിച്ചു, സേവാദൾ വളണ്ടിയർമാരെ ആക്രമിച്ചു തുടങ്ങിയ വകുപ്പുകളായിരുന്നു മറ്റു ചില കേസുകളിൽ ചേർത്തിരുന്നത്.

റൗഡിലിസ്റ്റിൽ ഉൾപ്പെട്ടതോടെ സെയ്താലിക്കുട്ടിയുടെ ജീവിതം പൂർണ അനിശ്ചിതത്വത്തിലായി. ഏതുസമയത്താണ് പൊലീസ് വന്ന് പിടിച്ചുകൊണ്ടുപോവുക എന്നത് ഒരു പിടിയുമില്ലാത്ത അവസ്ഥ. മലബാർ അന്ന് മദ്രാസ് സംസ്ഥാനത്തിന്റെ ഭാഗമായിരുന്നു. തലസ്ഥാനമായിരുന്ന മദ്രാസിൽനിന്നും ഏതെങ്കിലും മന്ത്രിയോ ഉയർന്ന ഉദ്യോഗസ്ഥനോ മലബാറിലേക്ക് തിരിച്ചു എന്ന് വിവരംകിട്ടിയാൽ പൊലീസ് സെയ്താലിക്കുട്ടിയെ തേടിയെത്തും. എവിടെവച്ചാണെങ്കിലും അറസ്റ്റു ചെയ്ത് കൊണ്ടുപോയി ജയിലിൽ അടയ്ക്കും. മന്ത്രിയോ വി ഐ പിയോ മലബാർ വിട്ടുകഴിഞ്ഞാലേ പിന്നെ പുറത്ത് വിടുകയുള്ളു അതായിരുന്നു പതിവ്. ഇത് മിക്കപ്പോഴും പതിനഞ്ച് ദിവസത്തെ റിമാന്റ് തടവുകാരനായി കിടക്കേണ്ട അവസ്ഥയിലേക്കും എത്തിക്കാറുണ്ടായിരുന്നു.

കോടതിയിൽ ഹാജരാക്കുന്ന അവസരത്തിലാണ് ഇങ്ങനെ റിമാന്റ് തടവുകാരനാക്കപ്പെട്ടിരുന്നത്. റിമാന്റ് കാലാവധി തീരുമ്പോൾ വീണ്ടും കോടതിയിൽ ഹാജരാക്കും. പുതിയ കേസൊന്നും ഇല്ലെന്ന് പൊലീസ് റിപ്പോർട്ട് കൊടുക്കും. കോടതി വിട്ടയക്കും. ഇത് പലതവണ ആവർത്തിക്കപ്പെട്ടു. ചില ദിവസങ്ങളിൽ പൊലീസ് കോടതിയിൽ ഹാജരാക്കാറുണ്ടായിരുന്നില്ല. വി ഐ പി യുടെ സന്ദർശനം കഴിഞ്ഞാൽ അവർതന്നെ വിട്ടയക്കുകയായിരുന്നു അങ്ങനെയുള്ള അവസരങ്ങളിൽ ചെയ്തിരുന്നത്.

ഇങ്ങനെ എത്ര തവണ അറസ്റ്റ് ചെയ്യപ്പെട്ടിട്ടുണ്ടാവുമെന്ന് സെയ്താലിക്കുട്ടിക്കുതന്നെ കൃത്യമായി ഓർമിക്കാൻ കഴിഞ്ഞിരുന്നില്ല. തുടരെത്തുടരെ അറസ്റ്റുചെയ്യപ്പെടുകയും കോടതിയിൽ ഹാജരാക്കപ്പെടുകയും

ചെയ്തതിനാൽ കോടതിക്കുതന്നെ ഇതിൽ ഒരു അന്യായമുണ്ടെന്ന് ചില സന്ദർഭങ്ങളിൽ തോന്നിയിരുന്നു. അത് സൂചിപ്പിക്കുന്ന തരത്തിലുള്ള ചില പ്രതികരണങ്ങൾ കോടതിയുടെ ഭാഗത്തുനിന്നും ഉണ്ടാവുകയും ചെയ്തിരുന്നു.

ബ്രിട്ടീഷ് പൊലീസ് ചാർജുചെയ്ത കേസുകൾപോലും സ്വാതന്ത്ര്യ സമരത്തിന്റ ഭാഗമായി കാണാനോ പിൻവലിക്കാനോ ഉള്ള ഒരു നടപടിയും സ്വാതന്ത്ര്യലബ്ധിക്കുശേഷം അധികാരത്തിൽ വന്ന കോൺഗ്രസ് സർക്കാരിന്റെ ഭാഗത്തുനിന്നും ഉണ്ടായില്ല. പ്രകാശം മന്ത്രിസഭയുടെ കാലത്തും ഓമന്നൂർ മന്ത്രിസഭയുടെ കാലത്തുമെല്ലാം സെയ്താലിക്കുട്ടി ഇങ്ങനെ പൊലീസിന്റെ രേഖകളിൽ റൗഡി ലിസ്റ്റിൽ തന്നെ കിടന്നു.

കേരള സംസ്ഥാനം നിലവിൽ വരികയും കേരള നിയമസഭയിലേക്ക് ആദ്യമായി നടന്ന തിരഞ്ഞെടുപ്പിൽ ഇ എം എസിന്റെ നേതൃത്വത്തിൽ കമ്യൂണിസ്റ്റുപാർട്ടിയുടെതായ ഒരു മന്ത്രിസഭ അധികാരത്തിൽ വരികയും ചെയ്യുന്നതുവരെ സെയ്താലിക്കുട്ടിയെന്ന രാഷ്ട്രീയ പ്രവർത്തകന്റെ പേര് തങ്ങളുടെ റൗഡി ലിസ്റ്റിൽനിന്നും നീക്കംചെയ്യാൻ പൊലീസ് തയാറായില്ല. ഇ എം എസ് മന്ത്രിസഭ അധികാരമേറ്റ് ദിവസങ്ങൾക്കകം സെയ്താലിക്കുട്ടിക്കെതിരെ ചാർത്തിയിരുന്ന കള്ളക്കേസുകൾ അവസാനിപ്പിക്കുന്നതിനുള്ള നടപടികൾ സ്വീകരിച്ചു. അഴീക്കോടൻ രാഘവൻ അടക്കമുള്ള മുതിർന്ന നേതാക്കളുടെ ഇടപെടലുകൾ ഇക്കാര്യത്തിൽ വേഗത്തിൽ നടപടികൾ വരുന്നതിന് സഹായകരമായി.

രാജ്യതാൽപ്പര്യം മുൻനിർത്തി നടന്ന പ്രക്ഷോഭസമരങ്ങളിൽ പങ്കെടുത്തതിന്റെ പേരിൽ ഒരു രാഷ്ട്രീയ പ്രവർത്തകൻ ഇങ്ങനെ റൗഡിലിസ്റ്റിൽ ഉൾപ്പെടുത്തപ്പെടുകയും നിരന്തരം തടവിലിട്ട് പീഡിപ്പിക്കപ്പെടുകയും ചെയ്തുകൊണ്ടിരുന്ന അവസ്ഥ സ്വാതന്ത്ര്യത്തിനുശേഷം പത്തുവർഷം തുടർന്നതിൽ ഒരു മനസാക്ഷിക്കുത്തും അന്ന് സംസ്ഥാനം ഭരിച്ചിരുന്ന കോൺഗ്രസ് സർക്കാരിനോ, കോൺഗ്രസ് പാർട്ടിയുടെ നേതൃത്വത്തിനോ തോന്നിയില്ല. കമ്യൂണിസ്റ്റുപാർട്ടിയോടും പാർട്ടിപ്രവർത്തകരോടും കോൺഗ്രസിന്റെ ഭാഗത്തുനിന്നും മൊത്തത്തിലുള്ള സമീപനം ഇത്തരത്തിൽ തന്നെയായിരുന്നു.

1947 ആഗസ്ത് 15 ന് സ്വാതന്ത്ര്യം ലഭിക്കുമ്പോൾ എ കെ ജി അടക്കമുള്ള പാർട്ടിയുടെ ദേശീയ നേതാക്കൾവരെ ജയിലിലായിരുന്നു. ബ്രിട്ടീഷ് സർക്കാരുണ്ടാക്കിയിരുന്ന 14 എ എന്ന വകുപ്പുപ്രകാരം രാജ്യദ്രോഹക്കുറ്റമാണ് എ കെ ജി ക്കെതിരെ ചുമത്തിയിരുന്നത്. എ കെ ജിയെ വിട്ടയക്കണമെന്നാവശ്യപ്പെട്ടുകൊണ്ടുള്ള പ്രകടനങ്ങൾ പൊതുയോഗങ്ങൾ എന്നിവയിൽ സാധാരണ കോൺഗ്രസ് പ്രവർത്തകർപോലും പങ്കെടുത്തിരുന്നു. കണ്ണൂർ ജയിലിൽ അന്ന് എ കെ ജിയോടൊപ്പം 808 പേർ രാഷ്ട്രീയക്കുറ്റങ്ങളുടെ പേരിൽ തടവിൽ കിടക്കുന്നുണ്ടായിരുന്നു. രാജ്യത്താകെ തന്നെ ഏതാണ്ട് ഇതുതന്നെയായിരുന്നു സ്ഥിതി.

ജയിലിൽ എ കെ ജിയും സഖാക്കളും നടത്തിയ നിരാഹാരസമരം,

പുറത്ത് നടന്നുകൊണ്ടിരുന്ന ജനകീയ പ്രക്ഷോഭങ്ങൾ, പണിമുടക്കുകൾ തുടങ്ങിയവയുടെ സമ്മർദംകൊണ്ടാണ് എ കെ ജിയെപ്പോലും വിട്ടയക്കാൻ കോൺഗ്രസ് ഭരണം തയാറായത്. അതും സ്വാതന്ത്ര്യം ലഭിച്ച് രണ്ടുമാസത്തോളം കഴിഞ്ഞ് 1947 ഒക്ടോബർ പന്ത്രണ്ടിനുമാത്രം. അതുകൊണ്ടുതന്നെ സെയ്താലിക്കുട്ടിയെപ്പോലുള്ള ഒരു പ്രാദേശിക നേതാവിന്റെ കാര്യത്തിൽ കോൺഗ്രസ് ഭരണം ഇത്തരത്തിൽ പെരുമാറിയതിൽ അത്ഭുതപ്പെടേണ്ടതില്ല.

1947 ഒക്ടോബർ 12 ന് വിട്ടയക്കപ്പെട്ട എ കെ ജിയെ ഒരു ഹെഡ്കോൺസ്റ്റബിളിനെ ആറ്റിലെറിഞ്ഞു കൊല്ലുമെന്ന് പറഞ്ഞ് ഭീഷണിപ്പെടുത്തി എന്ന കുറ്റംചുമത്തി രണ്ടുമാസവും ആറ് ദിവസവും കഴിഞ്ഞപ്പോൾ 1947 ഡിസംബർ 17 ന് വീണ്ടും അറസ്റ്റുചെയ്ത കോൺഗ്രസ് സർക്കാർ അദ്ദേഹത്തെ വിട്ടത് 1951 ൽ മാത്രമായിരുന്നു.

സ്വാതന്ത്ര്യം ലഭിച്ച് അഞ്ചുമാസം പിന്നിട്ട സമയത്ത് രാജ്യത്തെ ഏറ്റവും മുതിർന്ന കമ്യൂണിസ്റ്റുപാർട്ടി നേതാക്കളിലൊരാളായ എ കെ ജിയെ കള്ളക്കേസിൽ കുടുക്കി നാല് വർഷം തടവിലിട്ടത് ജനാധിപത്യത്തിന്റെ ലോകനേതാക്കളിൽ ഒരാളായി വാഴ്ത്തപ്പെടാറുള്ള ജവഹർലാൽ നെഹ്റുവിന്റെ സർക്കാരായിരുന്നു.

അത്തരം ഒരു ഭരണകൂടം സാധാരണ കമ്യൂണിസ്റ്റുപാർട്ടി പ്രവർത്തകരോട് ഏതുരീതിയിലായിരിക്കും ഇടപെട്ടിട്ടുണ്ടാവുക. അതുകൊണ്ട് തന്നെ സെയ്താലിക്കുട്ടിയുടെ അനുഭവം എന്നത് അക്കാലത്തെ ഏതാണ്ട് എല്ലാ പാർട്ടിപ്രവർത്തകരും ഒരുതരത്തിലല്ലെങ്കിൽ മറ്റൊരുതരത്തിൽ അനുഭവിച്ചിരുന്നതിന്റെ പതിപ്പുതന്നെയായിരുന്നു.

# 10

# ജയിൽ ജീവിതം

**സ്വാ**തന്ത്ര്യത്തിന് മുമ്പുള്ള രാഷ്ട്രീയപ്രവർത്തകർക്ക് ജയിൽ വാസമെന്നത് ഒരു അനിവാര്യതയായിരുന്നു. കോൺഗ്രസുകാരുടെയും കമ്യൂണിസ്റ്റുകാരുടെയും സ്ഥിതി ഇക്കാര്യത്തിൽ വ്യത്യസ്തമായിരുന്നില്ല. എന്നാൽ കമ്യൂണിസ്റ്റുപാർട്ടി പ്രവർത്തകർക്ക് സ്വാതന്ത്ര്യത്തിനുശേഷവും ജയിൽവാസം ഇടയ്ക്കിടെ അനുഭവിക്കേണ്ടി വന്നിരുന്നു.

എ കെ ജിക്കും മറ്റും കിടക്കേണ്ടിവന്നതുപോലെ ദീർഘിച്ച ജയിൽവാസം സെയ്താലിക്കുട്ടിക്ക് അനുഭവിക്കേണ്ടി വന്നിരുന്നില്ല. മൂന്നു മാസം, ആറുമാസം തുടങ്ങിയ ശിക്ഷകളാണ് സെയ്താലിക്കുട്ടിക്കെതി രായ കേസുകളിൽ വിധിച്ചത്. പലതവണയായി രണ്ടരവർഷത്തെ ജയിൽവാസമാണ് അദ്ദേഹത്തിന് വേണ്ടിവന്നത്. അതിനും പുറമെയാ യിരുന്നു ഏതാനും ദിവസത്തേക്ക് മാത്രമായി കിട്ടിക്കൊണ്ടിരുന്ന കരു തൽ തടങ്കലുകൾ.

നിരന്തരം പൊലീസ് നിരീക്ഷണത്തിലായിരിക്കുകയും ഏത് വി ഐ പി വന്നാലും തുറുങ്കിലടക്കപ്പെടുകയും ചെയ്തുകൊണ്ടിരുന്ന സെയ്താ ലിക്കുട്ടിയുടെ അവസ്ഥ കഴിഞ്ഞ അധ്യായത്തിൽ സൂചിപ്പിച്ചിരുന്നു. ഒരു കൊടുംക്രിമിനലിനെ എന്നപോലെയായിരുന്നു പൊലീസ് അദ്ദേഹത്തെ പലപ്പോഴും കൈകാര്യം ചെയ്തിരുന്നത്.

1948 ൽ പാർട്ടി നിരോധിക്കപ്പെട്ട സമയം. സെയ്താലിക്കുട്ടിക്കെതിരെ അറസ്റ്റുവാറണ്ട് വന്നിട്ടില്ലാത്ത സമയമായിരുന്നതിനാൽ അദ്ദേഹം ഒളി വിൽ പോയിരുന്നില്ല. ആണ്ടിക്കുട്ടിയെന്ന ഒരു സഖാവ് സെയ്താലിക്കുട്ടി യുടെ അടുത്ത് ഒരു വിവരം അറിയിക്കുന്നതിനായി വന്നു. ആണ്ടിക്കു ട്ടിയും സെയ്താലിക്കുട്ടിയും സംസാരിച്ചു നിൽക്കുന്നത് ഒരു പൊലീസു കാരൻ കണ്ടു. അയാൾക്കെന്തോ സംശയം തോന്നിയതിനാൽ അയാൾ

മറ്റു ചില പൊലീസുകാരെയുംകൂട്ടി മടങ്ങിപ്പോവുകയായിരുന്ന ആണ്ടിക്കുട്ടിയെ പിന്തുടർന്ന് പിടികൂടി.

പന്തികേട് തോന്നിയ സെയ്താലിക്കുട്ടി ഉടൻതന്നെ രംഗത്തുനിന്നും മാറി. ഒളിവിൽ കഴിയുന്ന ചില സഖാക്കളുടെ വിവരങ്ങൾ അറിയാവുന്ന ആളായിരുന്നു ആണ്ടിക്കുട്ടി. ഫറൂക്ക്, അരിയല്ലൂർ ഭാഗത്ത് ഒളിവിൽ കഴിഞ്ഞിരുന്ന രണ്ട് സഖാക്കളെക്കുറിച്ചുള്ള വിവരങ്ങളാണ് ആണ്ടിക്കുട്ടിക്ക് അറിയുമായിരുന്നത്. ആണ്ടിക്കുട്ടി അറസ്റ്റിലായ സ്ഥിതിക്ക് അവരെക്കുറിച്ചുള്ള വിവരങ്ങൾ പൊലീസിന് കിട്ടാൻ സാധ്യതയുണ്ടെന്നതിനാൽ വിവരം ഒളിവിലുള്ള സഖാക്കൾക്ക് എത്തിക്കാനായി സെയ്താലിക്കുട്ടി ഫറൂക്കിലേക്ക് ബസ് കയറി. ഒളിവിലുള്ള സഖാക്കൾ എവിടെയാണെന്ന കാര്യം സെയ്താലിക്കുട്ടിക്കും അറിയില്ലായിരുന്നു. എന്നാൽ തുമ്പൻ എന്നുപേരായ ഒരു സഖാവിന് വിവരം എത്തിക്കാനായാൽ ആ വിവരം ഒളിവിലെ സഖാക്കൾക്ക് കിട്ടും എന്നറിയാമായിരുന്നു. ഫറൂക്കിലെത്തിയ സെയ്താലിക്കുട്ടി തമ്പനെ കണ്ടുപിടിച്ച് വിവരം കൈമാറി.

സെയ്താലിക്കുട്ടി അറിയാതെ മഫ്ടിയിൽ പിന്തുടർന്നിരുന്ന പൊലീസ് തുമ്പനുമായി സംസാരിച്ചു മടങ്ങുമ്പോൾ അദ്ദേഹത്തെ അറസ്റ്റുചെയ്തു. ഫറൂക്കിൽനിന്നും തിരൂരങ്ങാടി കോടതിയിൽ ഹാജരാക്കാനായി പൊലീസ് വാഹനത്തിലാണ് കൊണ്ടുപോന്നത്. പാറക്കടവ് പാലം അന്നില്ലാതിരുന്നതിനാൽ കൊണ്ടോട്ടി വഴിക്കാണ് തിരൂരങ്ങാടിയിലേക്ക് പോന്നത്.

മജിസ്ട്രേറ്റുമാർ അന്നു പല സ്ഥലത്തുംപോയി സിറ്റിങ് നടത്തി കേസ് വിചാരണ ചെയ്യുന്ന ഒരു സമ്പ്രദായമുണ്ടായിരുന്നു. തിരൂരങ്ങാടി മജിസ്ട്രേട്ട് അന്ന് ഒതുക്കുങ്ങലിൽ ഒരു സിറ്റിങ്ങിനായി പോയിരിക്കയായിരുന്നു. പൊലീസ് വാഹനത്തിൽ തന്നെ ഒതുക്കുങ്ങലിൽ കൊണ്ടുപോയി മജിസ്ട്രേട്ടിന് മുമ്പിൽ ഹാജരാക്കി. മജിസ്ട്രേട്ട് പതിനഞ്ചു ദിവസത്തേക്ക് റിമാന്റുചെയ്തു.

അന്ന് തിരൂരങ്ങാടി സബ്ജയിൽ ഉണ്ട്. ഒതുക്കുങ്ങൽനിന്നും കോട്ടക്കൽ പൊലീസ് സ്റ്റേഷനിലേക്കാണ് ആദ്യം കൊണ്ടുപോയത്. പൊലീസ് വാഹനം ഇല്ലാതിരുന്നതിനാൽ കയ്യാമംവെച്ച് നടത്തിയാണ് കൊണ്ടുപോയത്. അന്ന് പൊലീസ് സ്റ്റേഷൻ ലോക്കപ്പിൽ കിടത്തി.

പിറ്റേന്ന് കാലത്ത് കോട്ടയ്ക്കൽനിന്നും തിരൂരങ്ങാടി സബ്ജയിലിലേക്ക് കൊണ്ടുപോകാനും പൊലീസിന്റെ വാഹനം ഉണ്ടായിരുന്നില്ല. കോട്ടയ്ക്കൽ മുതൽ തിരൂരങ്ങാടിവരെ നടത്തിത്തന്നെ കൊണ്ടുപോകാനാണ് പൊലീസ് തീരുമാനിച്ചത്. രണ്ട് കൈയുംചേർത്ത് ആമംവെച്ച നിലയിൽ സെയ്താലിക്കുട്ടി നടുക്ക്. ഇരുവശത്തും ഓരോ പൊലീസുകാരുമായി അവർ കോട്ടയ്ക്കൽനിന്നും രാവിലെ നടന്നുതുടങ്ങി.

ചങ്കുവെട്ടി അന്നൊരു കാട്ടുപ്രദേശമായിരുന്നു. താഴെക്കൂടി ഒരു ചോല ഒഴുകിയിരുന്നു. ചോലയുടെ പരിസരത്തുള്ള കാട്ടിൽപ്പോയി മലവിസർജനം ചെയ്യാനും ചോലയിൽ ഇറങ്ങി ശുചിയാക്കാനും പൊലീസ്

സൗകര്യംചെയ്തുകൊടുത്തു. കാട്ടിൽ മലവിസർജനം ചെയ്യാൻ ഇരിക്കുമ്പോൾ അധികം ദൂരത്തല്ലാതെ കാണത്തക്കവിധത്തിൽത്തന്നെ പൊലീസുകാർ ജാഗ്രതയോടെ നിന്നിരുന്നു. ആ സമയത്തേക്കുമാത്രം കയ്യാമം ഒരു കയ്യിലേക്ക് അഴിച്ചുമാറ്റി മറ്റേ കയ്യിലേക്ക് ചേർത്ത് കെട്ടികൊടുത്തിരുന്നു. പ്രഭാതകൃത്യങ്ങൾ തീർന്നപ്പോൾ വീണ്ടും രണ്ടുകൈകളും ചേർത്ത് ആമംവെച്ചു. നടത്തിത്തന്നെ തിരൂരങ്ങാടിവരെ കൊണ്ടുപോയി.

കൂട്ടിന് ഉണ്ടായിരുന്ന പൊലീസുകാരിൽ ഒരാൾ ഒരു മധ്യവസ്കനായിരുന്നു. അയാൾ വളരെ സ്നേഹത്തോടെ സെയ്താലിക്കുട്ടിയെ ഉപദേശിച്ചുകൊണ്ടിരുന്നു.

"എന്തിനാ കുട്ടീ നീ ഇങ്ങനത്തെ പണിക്കൊക്കെ നടക്കണ്, നിനക്ക് അത്യാവശ്യം വിദ്യാഭ്യാസമൊക്കെ കിട്ടീട്ടുണ്ടല്ലോ. ഈ രാഷ്ട്രീയമൊക്കെ ഒന്നൊഴിവാക്കി നല്ല വല്ല പണിക്കും പോയിക്കൂടെ?" എന്നൊക്കെ അയാൾ ചോദിച്ചുകൊണ്ടിരുന്നു.

ഈ സംഭവം നടന്നത് ഒരു വലിയ പെരുന്നാളിന്റെ തലേദിവസമായിരുന്നു. അതിനാൽ പെരുന്നാൾ ദിവസം സെയ്താലിക്കുട്ടി തിരൂരങ്ങാടി സബ്ജയിലിൽ ആയിരുന്നു. വീട്ടിലുള്ളവരുടെ വിഷമം കാരണം ഉമ്മ ഉണ്ടാക്കിയ പെരുന്നാൾ ഭക്ഷണവുമായി മൂത്തജ്യേഷ്ഠൻ മുഹമ്മദ് ജയിലിൽ വന്നിരുന്നു. റിമാന്റ് കാലാവധി കഴിഞ്ഞപ്പോൾ പൊലീസ് റിപ്പോർട്ട് പ്രകാരം പുതിയ ഗൗരവമുള്ള കേസൊന്നും ഇല്ലാതിരുന്നതിനാൽ അന്ന് വിട്ടയക്കപ്പെട്ടു.

ഏതാനും ദിവസങ്ങളോ ആഴ്ചകളോ തടവിലാവുകയും പിന്നെ വിട്ടയക്കപ്പെടുകയും ചെയ്യുന്ന അനുഭവം പലതവണയുണ്ടായി. കേസുകളുടെ ഭാഗമായും വി ഐ പി സന്ദർശനവേളയിലെ കരുതൽ തടങ്കൽ എന്ന നിലയിലുമാണ് ഇത് നടന്നുകൊണ്ടിരുന്നത്. അന്ന് ചിലപ്പോഴൊക്കെ ജുഡീഷ്യറിയും എക്സിക്യൂട്ടീവും ഒന്നിച്ചാവുന്ന ഒരു രീതിയുണ്ടായിരുന്നു. തഹസിൽദാർ തന്നെ മജിസ്ട്രേറ്റിന്റെ ചുമതലകൾകൂടി ചില സന്ദർഭങ്ങളിൽ നിർവഹിച്ചിരുന്നു.

കൊണ്ടോട്ടി പാർട്ടി ഓഫീസിൽ ഇരിക്കുന്ന അവസരത്തിൽ മഞ്ചേരിയിൽ ജ്യേഷ്ഠന്റെ കടയിൽ ജോലിചെയ്തുകൊണ്ടിരിക്കുമ്പോൾ, വഴിയിലൂടെ നടന്നുപോകുമ്പോൾ ഇങ്ങനെ ഒട്ടും പ്രതീക്ഷിക്കാത്ത സന്ദർഭങ്ങളിൽ സെയ്താലിക്കുട്ടിയെ പൊലീസ് അറസ്റ്റുചെയ്തുകൊണ്ടുപോയി തുറുങ്കിലടച്ചു. കള്ളക്കേസുകളിൽ ഗൗരവമുള്ള ക്രിമിനൽ കുറ്റംചേർത്തപ്പോഴെല്ലാം കോടതിയിൽ ഹാജരായി ജാമ്യം എടുത്തശേഷം മാത്രമേ പുറത്ത് വന്നിരുന്നുള്ളു.

കേസുകൾ മിക്കതും സ്വയംതന്നെ വാദിക്കുകയായിരുന്നു ചെയ്തിരുന്നത്. ഇതിന് പ്രധാനമായും രണ്ട് കാരണങ്ങൾ ഉണ്ടായിരുന്നു. ഒന്നാമതായി ക്രൂരമായ അടിച്ചമർത്തലിന് വിധേയമായ പാർട്ടിക്ക് ആയിരക്കണക്കിന് വരുന്ന തടവുകാരായ സഖാക്കൾക്കെല്ലാംവേണ്ടി പണംമുടക്കി

വക്കീലിനെ വെച്ചുകൊടുക്കാൻ വേണ്ട സാമ്പത്തികശേഷി ഉണ്ടായിരുന്നില്ല. രണ്ടാമത്തെ കാരണം മജിസ്ട്രേട്ടുമാരിൽ പലരും കൊണ്ടുനടന്നിരുന്ന അന്ധമായ കമ്യൂണിസ്റ്റ് വിരോധമായിരുന്നു. തീരെ ദുർബലമായ കേസാണെങ്കിലും പ്രതികൾ കമ്യൂണിസ്റ്റുപാർട്ടി പ്രവർത്തകരാണെങ്കിൽ അവർക്ക് എന്തെങ്കിലും ഒരു ശിക്ഷ വിധിക്കുക എന്നത് അവരുടെ ഒരു രീതിയായിരുന്നു. അതിനാൽ വെറുതെ പണം മുടക്കി വക്കീലിനെ വെക്കേണ്ടതില്ല എന്നൊരു സമീപനം പാർട്ടി പ്രവർത്തകരും സ്വീകരിച്ചിരുന്നു. എ കെ ജി അടക്കമുള്ള പല നേതാക്കളും കേസുകൾ സ്വയം വാദിക്കുകയായിരുന്നു ചെയ്തിരുന്നത്.

ഒരുതവണ മഞ്ചേരി ജയിലിൽ കിടക്കുമ്പോൾ മൂത്തജ്യേഷ്ഠൻ മുഹമ്മദ് വന്നു. ഒരു വക്കീലിനെ വെക്കാൻ സഹായിക്കാമെന്നു പറഞ്ഞു. പ്രത്യേകിച്ച് ഗുണമൊന്നും കിട്ടില്ലെന്ന ഉറപ്പുണ്ടായിരുന്നതിനാൽ ജ്യേഷ്ഠനെ കാര്യംപറഞ്ഞു ബോധ്യപ്പെടുത്തി തിരിച്ചയയ്ക്കുകയായിരുന്നു.

സെയ്താലിക്കുട്ടിയുടെ കേസുള്ള ദിവസങ്ങളിൽ അദ്ദേഹം സ്വയം കേസ് വാദിക്കുന്നത് കേൾക്കാനായി പരിചയക്കാരിൽ പലരും കോടതിയിൽ എത്താറുണ്ടായിരുന്നു. അവരിൽ മുഹമ്മദ് മേസ്തിരിയെന്ന ഒരു കോൺഗ്രസുകാരനും ഉൾപ്പെട്ടിരുന്നു.

സബ് ഇൻസ്പെക്ടർ വധശ്രമം, സേവാദൾ വളണ്ടിയർമാരെ ആക്രമിക്കൽ എന്നീ കേസുകളിൽ മൂന്നുമാസം വീതം ശിക്ഷകിട്ടി. വേറൊരു കേസിൽ ആറുമാസം തടവിനും ശിക്ഷ വിധിച്ചു. അങ്ങനെ ഒരുവർഷത്തെ തടവുശിക്ഷ ഒരുമിച്ചുകിട്ടി. ഈ കാലാവധി മുഴുവൻ കിടന്നത് കണ്ണൂർ, സേലം ജയിലുകളിൽ ആയിരുന്നു. സെയ്താലിക്കുട്ടി ഏറ്റവും കൂടുതൽ കാലം കിടന്നിട്ടുള്ളത് മഞ്ചേരി ജയിലിൽ തന്നെ ആയിരുന്നു. തിരൂരങ്ങാടി, പെരിന്തൽമണ്ണ, കോഴിക്കോട്, കണ്ണൂർ, സേലം എന്നീ ജയിലുകളിലും പലപ്പോഴായി തടവിൽ കിടന്നു.

ഒട്ടേറെ പൊലീസ് സ്റ്റേഷൻ ലോക്കപ്പുകളിലും രാത്രി കിടക്കേണ്ടി വന്നിരുന്നു. അന്ന് ജയിലുകളിലേക്ക് കൊണ്ടുപോകാനൊന്നും ആവശ്യത്തിന് വാഹനങ്ങൾ പൊലീസിന് ഉണ്ടായിരുന്നില്ല. അതിനാൽ പൊതുവാഹനങ്ങളിൽ കയറ്റിയും ചിലപ്പോൾ നടത്തിയുമൊക്കെയാണ് തടവുകാരെ ഒരു സ്ഥലത്തുനിന്നും മറ്റൊരു സ്ഥലത്തേക്ക് കൊണ്ടുപോയിരുന്നത്. ഇങ്ങനെ കൊണ്ടുപോകുമ്പോൾ വൈകുന്നേരം അഞ്ച് മണിയോടെ യാത്ര അവസാനിപ്പിക്കും. ഉടനെ തൊട്ടടുത്ത പൊലീസ് സ്റ്റേഷൻ ലോക്കപ്പിൽ കൊണ്ടുപോയി ഇടും. പിന്നെ പിറ്റേന്ന് കാലത്ത് മാത്രമേ യാത്ര തുടരുകയുള്ളു. ഇതായിരുന്നു വ്യവസ്ഥ. ഇങ്ങനെയാണ് കണ്ണൂർ, കോഴിക്കോട് ജില്ലകളിലെ ഒട്ടേറെ പൊലീസ് സ്റ്റേഷൻ ലോക്കപ്പുകളിൽ രാത്രി കഴിച്ചുകൂട്ടേണ്ടി വന്നിരുന്നത്.

സബ് ഇൻസ്പെക്ടറെ വധിക്കാൻ ശ്രമിച്ചു എന്ന കേസിൽ സെയ്താലിക്കുട്ടിയെ റിമാന്റ് കാലാവധി കഴിഞ്ഞ് കോടതിയിൽ ഹാജ

രാക്കി. മജിസ്ട്രേട്ട് സെയ്താലിക്കുട്ടിയെ വ്യക്തിപരമായിത്തന്നെ അറിയുന്ന ആളായിരുന്നു. രാഷ്ട്രീയ പ്രവർത്തനങ്ങളുടെ ഭാഗമായി പൊലീസ് കൃത്രിമമായി ഉണ്ടാക്കുന്ന കേസുകളാണ് സെയ്താലിക്കുട്ടിക്കെതിരെയുള്ളത് എന്ന ഒരു ധാരണ അദ്ദേഹത്തിനുതന്നെ ഉണ്ടായിരുന്നു.

കോടതിയിൽ കേസ് സ്വയം വാദിച്ചുകൊണ്ട് സ്വന്തം ജാമ്യത്തിൽ പോകാൻ അനുവദിക്കണമെന്ന് സെയ്താലിക്കുട്ടി അഭ്യർഥിച്ചു. ഒരു വക്കീലിനെ ഏർപ്പാടാക്കാനായി ബന്ധപ്പെടലുകൾ നടത്താനാണ് സ്വന്തം ജാമ്യത്തിൽ പോകാൻ അനുവദിക്കണമെന്ന് ആവശ്യപ്പെടുന്നതെന്ന് അദ്ദേഹം വിശദീകരിച്ചു.

"ജാമ്യക്കാരെ ആരെയെങ്കിലും കൊണ്ടുവന്നിട്ടുണ്ടോ" മജിസ്ട്രേട്ട് ചോദിച്ചു.

"ജയിലിൽനിന്നും വരുന്ന എനിക്ക് ജാമ്യക്കാരെ ഏർപ്പാടാക്കാൻ കഴിഞ്ഞിട്ടില്ല."

സ്വന്തം ജാമ്യത്തിൽ വിടുന്നതിൽ വൈമുഖ്യം തോന്നിയെങ്കിലും എങ്ങനെയെങ്കിലും സെയ്താലിക്കുട്ടിയെ വിട്ടയക്കണം എന്നൊരു ഉദ്ദേശ്യവും മജിസ്ട്രേട്ടിന് ഉണ്ടായിരുന്നു. അദ്ദേഹം നിർദേശിച്ചു.

"പുറത്തിറങ്ങി ജാമ്യം നിൽക്കാൻ ആരെയെങ്കിലും കിട്ടുമോ എന്ന് അന്വേഷിച്ചു നോക്കുക."

പൊലീസ് അകമ്പടിയോടെ പുറത്തിറങ്ങി കോടതിവളപ്പിൽ മുറ്റത്തും പരിസരത്തുമായി കേസ് സംബന്ധമായ ആവശ്യങ്ങൾക്ക് വന്നിരുന്നവരും അവിടെയും ഇവിടെയുമായി കൂടിനിന്നിരുന്നവരുമായ ആളുകൾക്കിടയിലൂടെ അന്വേഷിച്ചു നടന്നു. നാട്ടുകാരനായ ഒരു പരിചയക്കാരനെ കണ്ടുമുട്ടി. അമറക്കാടൻ മൊയ്തീൻകുട്ടി.

പൊലീസിന്റെ കണക്കിൽ വലിയ ക്രിമിനൽപ്പുള്ളിയായിരുന്നുവെങ്കിലും നാട്ടിൽ കക്ഷി രാഷ്ട്രീയത്തിനതീതമായി ജനങ്ങൾക്ക് ഇഷ്ടപ്പെട്ടവനായിരുന്നു സെയ്താലിക്കുട്ടിയെന്ന പാർട്ടി പ്രവർത്തകൻ. ഒരു പാർട്ടി അനുഭാവിപോലുമല്ലാതിരുന്ന ആളായിരുന്നിട്ടുപോലും മജിസ്ട്രേട്ട് പറഞ്ഞ കാര്യം ചെന്ന് പറഞ്ഞപ്പോൾ അമറക്കാടൻ മൊയ്തീൻകുട്ടിക്ക് അതിൽ ഒരു എതിർപ്പും തോന്നാതിരുന്നത് അതുകൊണ്ടായിരുന്നു. അയാൾ ജാമ്യംനിൽക്കാൻ തയാറായി. അങ്ങനെയാണ് ആ തവണ പുറത്തിറങ്ങിയത്.

വിവിധ ജയിലുകളിൽ കിടക്കുമ്പോൾ പാർട്ടിയുടെ പല മുതിർന്ന നേതാക്കളെയും സഹതടവുകാരായി കിട്ടിയിരുന്നു. സി കണ്ണൻ, എ വി കുഞ്ഞമ്പു, കെ പി ഗോപാലൻ, പി ഗോവിന്ദപ്പിള്ള തുടങ്ങിയവർ അങ്ങനെ കൂടെ ജയിലിൽ ഉണ്ടായിരുന്നവരാണ്. കൊണ്ടോട്ടിക്കാരൻ തന്നെയായ എടക്കോട് മുഹമ്മദുമൊരുമിച്ചും പല തവണ ജയിലിൽ കഴിഞ്ഞിരുന്നു.

ജയിലിൽ അപൂർവം ചില വാർഡന്മാർ കമ്യൂണിസ്റ്റുപാർട്ടിയോട് അനുഭാവം ഉള്ളവരായും ഉണ്ടായിരുന്നു. പുറത്ത് നടക്കുന്ന പാർട്ടി പ്രവർത്തനങ്ങൾ സംബന്ധിച്ച് കുറെ വിവരങ്ങളൊക്കെ അവർ തടവുകാർക്ക്

കൈമാറിയിരുന്നു. അതിന് അനുബന്ധമായി ജയിലിലെ പാർട്ടി പ്രവർത്തകർ അകത്ത് യോഗംചേരുകയും ചർച്ചകൾ നടത്തുകയും ചെയ്തിരുന്നു.

കുറേപ്പേരെ ഒന്നിച്ചിട്ടിരിക്കുന്ന ഹാൾപോലെയുള്ള സെല്ലുകളിലാണ് ഇത്തരം യോഗങ്ങൾ നടന്നിരുന്നത്. അവിടെ വട്ടംകൂടിയിരുന്ന് പാട്ടുപാടുക, സൊറ പറയുക തുടങ്ങിയ പരിപാടികൾക്കൊപ്പം ഇത്തരം കാര്യങ്ങളും നടത്തിയിരുന്നു. തടവുശിക്ഷ വിധിക്കപ്പെട്ട് ആദ്യം ജയിലിൽ എത്തുന്നവരെ പതിനഞ്ച് ദിവസത്തേക്ക് സിംഗിൾ സെല്ലിലാണ് അന്ന് താമസിപ്പിക്കുക. അതിനുശേഷം ബ്ലോക്കിലേക്കു മാറ്റും. അപ്പോൾ മാത്രമെ മറ്റു തടവുകാരുമായി ബന്ധപ്പെടാൻ കഴിഞ്ഞിരുന്നുള്ളു.

ജയിലിൽ ഭക്ഷണമായി കിട്ടിയിരുന്നത് രാവിലെ കഞ്ഞിയായിരുന്നു. ഉച്ചക്കും രാത്രിയും അൽപ്പം ചോറും കൂടെ റാഗികൊണ്ടുള്ള ഒരു ഉണ്ടയുമാണ് കൊടുത്തിരുന്നത്. വലിയ രുചിയൊന്നും ഉള്ള സാധനമായിരുന്നില്ല അത്. ജയിലിലെ റേഷൻ പലപ്പോഴും സെയ്താലിക്കുട്ടിക്ക് തികയാറുണ്ടായിരുന്നില്ല. സ്റ്റാലിൻ എന്നുപേരുള്ള ഒരു സഖാവ് സഹതടവുകാരനായി കണ്ണൂർ ജയിലിൽ കൂട്ടിനുണ്ടായിരുന്നു. സ്റ്റാലിന് റാഗികൊണ്ടുള്ള ആ ഉണ്ട ഒട്ടുംതന്നെ ഇഷ്ടമുണ്ടായിരുന്നില്ല. സ്റ്റാലിന് കിട്ടിയിരുന്ന ഉണ്ടകൂടി വാങ്ങിക്കഴിച്ചാണ് സെയ്താലിക്കുട്ടി പ്രശ്നം പരിഹരിച്ചിരുന്നത്.

ജയിലിലും ലോക്കപ്പിലുമായി ചിലപ്പോഴൊക്കെ യാതൊരു കാരണവുംകൂടാതെ തന്നെ ചില പൊലീസുകാർ തടവുകാരെ മർദിക്കുമായിരുന്നു. പലതവണ സെയ്താലിക്കുട്ടിക്കും ഇങ്ങനെ മർദനം ഏൽക്കേണ്ടി വന്നിരുന്നു. ഒരിക്കൽ കണ്ണൂർ ജയിലിൽവച്ച് ഒരു വാർഡൻ ലാടമുള്ള ഷൂസിട്ട കാലുകൊണ്ട് അദ്ദേഹത്തെ ചവിട്ടി. ലാടം ഉരഞ്ഞ മുറിവ് പഴുത്തു. മുറിവ് ഉണങ്ങിയിട്ടും ചവിട്ടുകൊണ്ട ഭാഗത്ത് കുറെക്കാലം അകത്ത് വേദന തോന്നിയിരുന്നു. പിന്നെ അത് മാറി.

അവസാനകാലത്ത് ചികിത്സിച്ചിരുന്ന കോഴിക്കോട്ടെ ഡോക്ടർ അടിവയറിന്റെ വലതുഭാഗത്ത് എന്തെങ്കിലും ചതവ് പറ്റിയിരുന്നോ എന്ന് ചോദിച്ചിരുന്നു. അപ്പോൾ അദ്ദേഹത്തിന് അടുത്ത കാലത്തൊന്നും ഒന്നും നടന്നതായി ഓർമയില്ലാതിരുന്നതിനാൽ ഇല്ലെന്നാണ് ഡോക്ടറോട് പറഞ്ഞത്. പിന്നെ രാത്രി വീട്ടിൽ തിരിച്ചെത്തി ഒറ്റയ്ക്കിരുന്ന് പഴയ കാര്യങ്ങൾ ഓർത്തപ്പോഴാണ് ഡോക്ടർ പറഞ്ഞ സ്ഥാനത്തായിരുന്നു അരനൂറ്റാണ്ട് മുമ്പ് കണ്ണൂർ ജയിലിലെ ആ ക്രൂരനായ പൊലീസുകാരൻ ഷൂസിട്ട കാലുകൊണ്ട് ചവിട്ടിയിരുന്നതും കുറേക്കാലം അതിന്റെ വേദനയും പാടും കൊണ്ടുനടന്നിരുന്നതും സെയ്താലിക്കുട്ടിയുടെ ഓർമയിലേക്ക് വന്നത്.

കമ്യൂണിസ്റ്റുപാർട്ടിയുടെ ചരിത്രത്തിലെ ചോരപുരണ്ട അധ്യായങ്ങളിൽ ഒന്നാണ് സേലം ജയിലിലെ വെടിവെപ്പ്. ജയിലധികാരികളുടെ ക്രൂരതയ്ക്കും അന്യായങ്ങൾക്കുമെതിരെ ഉയർന്ന പ്രതിഷേധമാണ് ജയിലിലെ വെടിവെപ്പിൽ കലാശിച്ച കലാപമായി ഉയർന്നത്.

ഇന്ത്യ ഒരു ജനാധിപത്യ പരമാധികാര റിപ്പബ്ലിക്കായി പ്രഖ്യാപിക്കപ്പെട്ടതിന്റെ പതാനാറാം ദിവസമായിരുന്നു സേലം ജയിലിലെ വെടിവെപ്പ് നടന്നത്. 1950 ഫെബ്രുവരി 11 ന് നടന്ന ആ സംഭവം സ്വതന്ത്ര ഇന്ത്യയിലെ കോൺഗ്രസ് സർക്കാർ എത്ര മാത്രം ക്രൂരവും ജനാധിപത്യവിരുദ്ധവുമായ രീതിയിലാണ് തങ്ങളുടെ രാഷ്ട്രീയ എതിരാളികളോട് പെരമാറിയിരുന്നത് എന്നതിന്റെ മികച്ച ഉദാഹരണമാണ്.

രണ്ടാം ലോക മഹായുദ്ധത്തെ തുടർന്നുണ്ടായ ഭക്ഷ്യക്ഷാമം വർഷങ്ങളോളം നീണ്ടുനിന്നിരുന്നു. ദക്ഷിണേന്ത്യയിൽ ആന്ധ്ര, പഴയ മദ്രാസ് സംസ്ഥാനത്തിന്റെ ഭാഗമായിരുന്ന മലബാർ ഉൾപ്പെടെയുള്ള പ്രദേശങ്ങൾ എന്നിവിടങ്ങളിൽ പട്ടിണിയും ദുരിതങ്ങളുംകൊണ്ട് വലഞ്ഞ ജനങ്ങൾ ശക്തമായ സമരങ്ങളുമായി മുന്നോട്ട് വരാൻ തുടങ്ങി. ജന്മിമാരുടേയും പൂഴ്ത്തിവെപ്പുകാരുടെയും നിലവറയിലേക്ക് അതിക്രമിച്ചു കയറിക്കൊണ്ടുള്ള സമരങ്ങൾ പല സ്ഥലത്തും സംഘർഷം സൃഷ്ടിച്ചു.

സമരത്തിന് നേതൃത്വം കൊടുത്തിരുന്ന കർഷകസംഘം പ്രവർത്തകരെയും നിരേധിക്കപ്പെട്ട അവസ്ഥയിലായിരുന്നിട്ടും സമരത്തിൽ പങ്കെടുത്തിരുന്ന കമ്യൂണിസ്റ്റ് പാർട്ടിയുടെ പ്രവർത്തകരേയും പൊലീസ് തെരഞ്ഞു പിടിച്ചു വേട്ടയാടി. ഒട്ടേറെ വെടിവപ്പുകൾ നടന്നു. ആയിരക്കണക്കിനാളുകൾ വിവിധ കേസുകളിൽ കുടുങ്ങി ജയിലടക്കപ്പെട്ടു. പതിനായിരങ്ങൾ മർദ്ദനങ്ങൾ ഏറ്റുവാങ്ങി.

ജയിലിലടക്കപ്പെട്ടവർ ജയിലിനകത്തും കൊടിയ മർദനങ്ങൾക്കിരയായി. ഭക്ഷണം കൊടുക്കാതിരിക്കുക, കഴിക്കാൻ കൊള്ളരുതാത്ത ഭക്ഷണം കൊടുക്കുക തുടങ്ങിയ പീഡനങ്ങളും ജയിലുകളിൽ പതിവായി. ആഹാരം ബഹിഷ്കരിക്കലും പ്രക്ഷോഭങ്ങൾ നടത്തലുമൊക്കെ നടത്തിക്കൊണ്ടിരുന്നു. വിവിധ ജയിലുകളിൽ വിവിധ കേസുകളിൽ ശിക്ഷ അനുഭവിച്ചുകൊണ്ടിരുന്ന കമ്യൂണിസ്റ്റുകാരായ തടവുകാരെ മാത്രം തെരഞ്ഞു പിടിച്ചു സേലം ജയിലിൽ കൊണ്ടുപോയി അടച്ചു. അവർ മൊത്തം 200ൽപ്പരം പേരുണ്ടായിരുന്നു. മലയാളികളും തമിഴരും തെലുങ്കരും ഹിന്ദുവും മുസ്ലീം ക്രിസ്ത്യാനിയും എല്ലാം അക്കൂട്ടത്തിൽ ഉണ്ടായിരുന്നു.

സേലം ജയിലിനകത്തുതന്നെ കമ്യൂണിസ്റ്റുകാരായ തടവകാർക്ക് മാത്രമായി ഒരു പ്രത്യേക തടങ്കൽ ക്യാമ്പ് തുടങ്ങിയിരിക്കുകയായിരുന്നു. ഇതിനെ സേലം ജയിൽ അനക്സ് എന്നാണ് വിളിച്ചിരുന്നത്. കൊടും ക്രിമിനലുകളെ പാർപ്പിക്കുന്ന സേലം ജയിലിനകത്തുതന്നെ കമ്യൂണിസ്റ്റുകാർക്കുവേണ്ടിയുള്ള ഒരു തടങ്കൽ ക്യാമ്പ് തുടങ്ങുന്നതിന് പ്രത്യേകമായ ഉദ്ദേശ്യങ്ങൾ ഉണ്ടായിരുന്നു. ഏറ്റവും ക്രൂരമായ പെരുമാറ്റങ്ങൾക്ക് കുപ്രസിദ്ധരായിരുന്നു സേലം ജയിലിലെ പൊലീസുകാർ. വിവിധ കേസുകളിലായി ശിക്ഷ അനുഭവിച്ചു കൊണ്ടിരിക്കയായിരുന്ന സെയ്ദാലിക്കുട്ടിയും സേലം ജയിലിലേക്ക് മാറ്റപ്പെട്ടവരിൽ ഉൾപ്പെട്ടിരുന്നു.

പൂഴ്ത്തിവെപ്പുകാരുടെയും ക്രൂരചൂഷണം നടത്തിയിരുന്ന ജന്മിമാരുടെയും നിലവറകൾ ബലമായി തുറന്ന് ധാന്യങ്ങളും മറ്റും ജനങ്ങൾക്ക്

വിതരണം ചെയ്തുകൊടുത്തുകൊണ്ട് നടത്തിയിരുന്ന സമരങ്ങൾ മലപ്പുറം ജില്ലയുടെ ഭാഗമായ പ്രദേശങ്ങളിലും ഒട്ടേറെ സ്ഥലങ്ങളിൽ നടത്തിയിരുന്നു. അങ്ങനെയുള്ള ഒരു സമരത്തിന്റെ ഭാഗമായി ഉണ്ടായ ഒരു കേസിൽ പ്രതിചേർക്കപ്പെട്ടാണ് വള്ളുവനാട്ടിലെ കമ്യൂണിസ്റ്റ് പാർട്ടിയുടെ പ്രവർത്തകരും നേതാക്കളുമായിരുന്ന സി ആർ (സി രാമൻകുട്ടി നായർ), ആർ പി (സി ഇ രാഘവപിഷാരടി), കെ പി മാസ്റ്റർ (കെ പി മുഹമ്മദ് മാസ്റ്റർ), വർളിക്കോട്ടിൽ ഉസ്സൻ എന്നിവർ സേലം ജയിലിൽ എത്തിയത്. കെ കെ മുഹമ്മദ് എന്ന കുഞ്ഞിപ്പു, കെ പി രാമൻ നായർ എന്നിവരും പ്രസ്തുത കേസിൽ പ്രതികളാക്കപ്പെട്ടിരുന്നുവെങ്കിലും കുഞ്ഞിപ്പുവിനെതിരെ വേണ്ടത്ര തെളിവുകളില്ലാത്തതിന്റെ പേരിൽ പിന്നീട് ഒഴിവാക്കപ്പെടുകയായിരുന്നു. കെ പി രാമൻ നായർ പിടികൊടുക്കാതെ ഒളിവിൽ പോവുകയായിരുന്നു. സി പി എ(എം) മലപ്പുറം ജില്ലാ കമ്മിറ്റി അംഗമായി ഇപ്പോഴും രംഗത്തുള്ള കെ പി മാസ്റ്ററുടെ ഓർമകളിൽ അന്നത്തെ സംഭവങ്ങൾ ഇപ്പോഴും പച്ചപിടിച്ചു നിൽക്കുന്നുണ്ട്.

മഞ്ചേരി ജയിലിൽ നിന്നാണ് കെ പി മാസ്റ്ററെയും കൂടെയുള്ളവരെയും സേലം ജയിലിലേക്ക് കൊണ്ടു വന്നിരുന്നത്. മഞ്ചേരി ജയിലിനോട് ചേർന്നാണ് അന്ന് കോടതി പ്രവർത്തിച്ചിരുന്നത്. മഞ്ചേരി തടവ് ജീവിതത്തിനിടക്ക് കുഞ്ഞാലി ഡയറി കേസിന്റെ വിചാരണ നേരിൽ കണ്ടത് കെ പി മാസ്റ്ററുടെ ഓർമയിലുണ്ട്. കുഞ്ഞാലിയുടെ ഉമ്മയെ കൂട്ടിൽ കയറ്റി വിചാരണ ചെയ്തപ്പോൾ മജസ്ട്രേറ്റിന്റെ ചോദ്യത്തിന് കുഞ്ഞാലിയുടെ ഉമ്മയുടെ ധീരമായ മറുപടിയും ചരിത്രത്തിൽ ഇടം നേടിയ ഒന്നായിരുന്നു.

കെ പി മാസ്റ്റർ, സി ആർ, ആർ പി, വർളിക്കോട്ടിൽ ഉസ്സൻ എന്നിവർക്ക് കീഴ്ക്കോടതി 5 വർഷം തടവായിരുന്നു വിധിച്ചത്. അപ്പീലിൽ തെളിവുകൾ ഇല്ലെന്ന നിഗമനത്തിലാണ് ജഡ്ജി എത്തിയത്. എന്നാൽ അക്കാലത്ത് ജഡ്ജിമാരെ സഹായിക്കുന്നതിനായി പൗരപ്രമുഖരും നിയമജ്ഞരും മറ്റും ഉൾപ്പെട്ട ജഡ്ജിമാരുടെ ഒരു പാനലും കേസ് കേൾക്കുന്ന ഒരു പതിവുണ്ടായിരുന്നു. ഇവരുടെ അഭിപ്രായവും ജഡ്ജിമാർ പരിഗണിക്കുമായിരുന്നു. അവരുടെ ഭാഗത്ത് നിന്നും ഉണ്ടായ അഭിപ്രായം കണക്കിലെടുത്ത് ജൂറി കേസ്സ് പുനർവിചാരണ നടത്താൻ തീരുമാനിക്കുകയായിരുന്നു. ഈ പുനർവിചാരണ വേളയിലാണ് കെ പി മാസ്റ്ററും സഹതടവുകാരും സേലം ജയിലിലേക്ക് മാറ്റപ്പെട്ടത്.

മലബാറിലെ പല ജയിലുകളിലായി കിടന്നിരുന്ന കമ്യൂണിസ്റ്റുകാരായ മിക്കവാറും എല്ലാവരും തന്നെ സേലം ജയിലിലേക്ക് മാറ്റപ്പെട്ടു. മൂന്നുനാല് ഏക്കറിലേറെ വരുന്ന സേലം ജയിൽ വളപ്പിലെ മെയിൻ ജയിലിനെതിർവശത്തായി പണിതിരുന്ന രണ്ട് വലിയ ഹാളുകളിലായാണ് കമ്യൂണിസ്റ്റ് തടവുകാർക്കു മാത്രമായുള്ള സേലം ജയിൽ അനക്സ് സ്ഥാപിച്ചിരുന്നത്.

ഓരോ ഹാളിലും നൂറിലേറെ പേരുണ്ടായിരുന്നു. എന്നാൽ ഇവരിൽ നിന്നും തെരഞ്ഞെടുക്കപ്പെട്ട മുപ്പതോളംപേരെ കുറച്ചുകൂടി സൗകര്യമുള്ള മറ്റൊരു ഹാളിലേക്ക് മാറ്റിയിരുന്നു. കടുത്ത മർദനങ്ങളൊക്കെ വരാൻ തുടങ്ങിയപ്പോൾ കമ്യൂണിസ്റ്റ് പാർട്ടിയോടുള്ള അനുഭാവത്തിൽ കുറവ് വന്നിട്ടുള്ളവരെന്ന് റിപ്പോർട്ട് കിട്ടിയിരുന്നവരെ നോക്കിയാണ് ഇങ്ങനെ മാറ്റി പ്രത്യേക സൗകര്യം ചെയ്തുകൊടുത്തിരുന്നത്.

കമ്യൂണിസ്റ്റ് തടവുകാർ ഏത് ജയിലിൽ ആയാലും നാല് പേർ ഒത്ത് കൂടിയാൽ അവർ അവിടെ ചർച്ചകളും ക്ലാസുകളും സംഘടിപ്പിക്കുക പതിവായിരുന്നു. ഇതുവഴി രാഷ്ട്രീയ കാരണങ്ങളല്ലാതെ ജയിലിൽ എത്തിയിരുന്നവരിലേക്കുകൂടി ആശയ പ്രചരണം നടക്കുന്നത് ഒഴിവാക്കലും സേലം ജയിലിലേക്കുള്ള ഈ മാറ്റി പാർപ്പിക്കലിന്റെ പിന്നിൽ ഉദ്ദേശിക്കപ്പെട്ടിരുന്നു. സേലം ജയിലിൽ സി കണ്ണൻ, കാന്തലോട്ട്, എം കണാരൻ, സി ആർ, ആർ പി തുടങ്ങിയവർ വിവിധ വിഷയങ്ങളിൽ ക്ലാസുകൾ എടുത്തിരുന്നു. മറ്റു പല ജയിലുകളിലുമായി താരതമ്യപ്പെടുത്തുമ്പോൾ വളരെ മോശം പരിഗണനയാണ് തടവുകാർക്ക് സേലം ജയിലിൽ കിട്ടിയിരുന്നത്. ഭക്ഷണം, വെള്ളം തുടങ്ങിയ എല്ലാ കാര്യങ്ങളിലും ഇതിന്റെ പ്രയാസം തടവുകാർക്ക് അനുഭവപ്പെട്ടിരുന്നു.

തടവുകാർക്ക് ജയിലധികാരികളോട് എന്തെങ്കിലും പരാതികൾ ഉണ്ടെങ്കിൽ പറയുവാനുള്ള ഒരു അവസരം എന്ന നിലയിൽ ഏർപ്പെടുത്തിയിരുന്ന ഒരു സമ്പ്രദായമായിരുന്നു “ഫയലിംഗ്.” വെള്ളിയാഴ്ചകളിലാണ് ഇത് നടത്തിയിരുന്നത്. അന്ന് എല്ലാ തടവുകാരേയും ഒന്നിച്ച് വരിക്ക് നിർത്തും. ജയിൽ സൂപ്രണ്ട്, കളക്ടർ തുടങ്ങിയ ഉദ്യോഗസ്ഥരൊക്കെ ചിലപ്പോൾ ഇതിൽ പങ്കെടുക്കും. അവർ വരിക്ക് നിർത്തിയിരിക്കുന്ന തടവുകാർക്ക് മുന്നിലൂടെ നടന്നുപോകുമ്പോൾ ആർക്കെങ്കിലും എന്തെങ്കിലും പറയാനുണ്ടെങ്കിൽ തടവുകാർ കൈ കാണിച്ചാൽ മതി, അപ്പോൾ അവർ നിൽക്കും. എന്നിട്ട് പറയാനുള്ളത് കേൾക്കും, അതായിരുന്നു രീതി.

ജയിലിലെ ഭക്ഷണത്തിന്റെ അളവിലും ഗുണത്തിലും മാറ്റം വേണമെന്ന് ജയിലിനകത്ത് നടന്ന ചർച്ചകളിൽ അഭിപ്രായം വന്നിരുന്നു. അത് ഫയലിംഗിൽ മേലാധികാരികളോട് പറയാൻ അതിനായി ഉണ്ടാക്കിയിരുന്ന കമ്മിറ്റിയുടെ കൺവീനറെ ചുമതലപ്പെടുത്തിയിരുന്നു. ആന്ധ്രയിൽ നിന്നുള്ള ഒരു സഖാവിനായിരുന്നു ആ ചുമതല.

മേലാധികാരികളുടെ വെള്ളിയാഴ്ച പരിശോധനയിൽ നിയമാനുസൃതം ആ സഖാവ് പരാതി പറഞ്ഞു. ഫയലിംഗ് എന്നത് തടവുകാർക്ക് അവരുടെ പരാതികൾ പറയാനുള്ള ഒരു വേദിയാണെന്നാണ് വെപ്പെങ്കിലും അത് മിക്കവാറും ഒരു പ്രഹസനമായിരുന്നു.

മാത്രമല്ല മേലാധികാരികൾ പോയിക്കഴിഞ്ഞാൽ പരാതി പറഞ്ഞവരെ ജയിൽ അധികൃതർ കൂടുതൽ ബുദ്ധിമുട്ടിക്കുന്നതും പതിവായിരുന്നു. ഇതറിയാമായിരുന്നിട്ടും ആ സഖാവിനെ കൊണ്ട് പരാതി ഉന്നയി

പ്പിച്ചത് ഒരു വ്യവസ്ഥിത മാർഗത്തിൽ പരാതി ഉന്നയിക്കുക എന്ന ഉത്തരവാദിത്വം നിർവഹിക്കണം എന്ന പൊതുതീരുമാനത്തിന്റെ അടിസ്ഥാനത്തിലായിരുന്നു.

തൊട്ടടുത്ത ദിവസം പരാതി പറഞ്ഞ ആ സഖാവിനെ വീട്ടിൽനിന്നും ആള് വന്നിട്ടുണ്ടെന്ന് പറഞ്ഞ് ഹാളിൽനിന്നും പുറത്തേക്ക് കൊണ്ടുപോയി. നാല് മണിവരേയും അദ്ദേഹം ഹാളിൽ തിരിച്ചെത്തി കണ്ടില്ല. ഇതിൽ എന്തോ ചതിയുണ്ടെന്ന് എല്ലാവരും സംശയിച്ചു.

രാഷ്ട്രീയ തടവുകാരോട് ഇങ്ങനെ പ്രതികാരത്തോടെ പെരുമാറുന്നതിൽ മനസുകൊണ്ട് യോജിപ്പില്ലാത്ത ജയിൽ ഉദ്യോഗസ്ഥരും ഉണ്ടായിരുന്നു. അവരിൽ ഒരാൾ വന്നു പറഞ്ഞു. വിളിച്ചുകൊണ്ടു പോയ ആ സഖാവിനെ റോഡ് പണിയിൽ നിർബന്ധിത ജോലിക്കിറക്കിയിരിക്കുകയാണെന്ന്. കഠിന തടവിന് ശിക്ഷിക്കപ്പെടുന്നവരെക്കൊണ്ട് ഭാരുള്ള ജോലികൾ നിർബന്ധിച്ച് ചെയ്യിക്കൽ ജയിലിൽ പതിവായിരുന്നു. എന്നാൽ രാഷ്ട്രീയ തടവുകാരെ എല്ലാ ജയിലുകളിലും ഇതിൽ നിന്നും ഒഴിവാക്കിയിരുന്നു. സേലം ജയിലിൽ ഇക്കാര്യത്തിലും ഇടക്കിടക്ക് കീഴ്വഴക്കം ലംഘിക്കാൻ അധികൃതർ തുനിയലും രാഷ്ട്രീയ തടവുകാർ ഒന്നിച്ചുനിന്ന് അതിനെ ചെറുക്കലും അതിന്റെ ഭാഗമായി സംഘർഷങ്ങൾ ഉണ്ടാവലുമൊക്കെ പതിവായിരുന്നു.

കമ്മിറ്റി കൺവീനറെന്ന നിലയിൽ ചുമതലപ്പെടുത്തിയത് പ്രകാരം പരാതി പറഞ്ഞ ആ സഖാവിനെ തന്ത്രത്തിൽ കൊണ്ടു പോയി കഠിന ജോലിക്കിട്ടതിൽ പ്രതിഷേധിച്ച് അന്നത്തെ രാത്രി ഭക്ഷണം എല്ലാവരും ബഹിഷ്കരിച്ചു. അതോടെ ആ സഖാവിനെ കഠിന ജോലികളിൽനിന്നും ഒഴിവാക്കി. പക്ഷേ, കൂട്ടത്തിലേക്ക് തിരിച്ചുകൊണ്ടു വരാൻ അധികൃതർ തയാറായില്ല. അദ്ദേഹത്തെ മാത്രം ഒറ്റക്കു വേറെ സെല്ലിൽ ഇടുകയാണവർ ചെയ്തത്. അതോടെ അദ്ദേഹത്തെ തങ്ങളുടെ കൂട്ടത്തിലേക്ക് തിരിച്ചെത്തിക്കുംവരെ ഭക്ഷണം ബഹിഷ്കരിക്കാൻ എല്ലാവരും ചേർന്ന് തീരുമാനിച്ചു. പ്രഭാത ഭക്ഷണം ബഹിഷ്കരിച്ചതോടെ അദ്ദേഹത്തെ കൂട്ടത്തിലേക്ക് തിരിച്ചുകൊണ്ടുവരാൻ അധികൃതർ തയാറായി. എല്ലാവരേയും കൂട്ടത്തോടെ കഠിന ജോലിക്കിറക്കാനുള്ള ശ്രമം വീണ്ടും അധികൃതരിൽനിന്നും ഉണ്ടായി. കൂട്ടത്തോടെ വിസമ്മതിച്ചതിനാൽ വീണ്ടും സംഘർഷങ്ങളും മർദനങ്ങളും ഉണ്ടായി.

ഒരു മൂന്നു മാസത്തിലൊരിക്കലെങ്കിലും ജയിലിൽ തടവുകാരെ കൂട്ടത്തല്ലിന് വിധേയമാക്കൽ സേലം ജയിലിലെ ഒരു പതിവായിരുന്നു. നിസ്സാര കാരണം കണ്ടെത്തി ഏതെങ്കിലും തടവുകാരനെ പരസ്യമായി മർദിക്കുന്നത് കാണുമ്പോൾ കൂടെയുള്ളവർ അത് ചോദ്യം ചെയ്യും. അതോടെ എല്ലാവരേയും കൂട്ടത്തല്ലിന് വിധേയമാക്കുക എന്നതായിരുന്നു അവിടുത്തെ രീതി. അതിനായി വാർഡൻമാരെല്ലാവരുംകൂടി ഒന്നിച്ചങ്ങ് ഇറങ്ങുകയാണ് ചെയ്തിരുന്നത്.

തടവുകാരും ജയിലധികാരികളും തമ്മിലുള്ള ബന്ധം നാൾക്കു നാൾ മോശമായി വന്നു. ഈ സംഘർഷവും പ്രതിഷേധവും നടന്നുകൊണ്ടി

രുന്ന നാളുകളിൽ സെയ്താലിക്കുട്ടിയും തടവുകാരനായി സേലം ജയിലിൽത്തന്നെ ഉണ്ടായിരുന്നു.

സേലം ജയിലിൽ അനക്സിലെ രണ്ടു ഹാളുകളിൽനിന്നും പുറത്തേക്കു വരാൻ ഒരു തിരിയുന്ന വാതിലാണ് ഉണ്ടായിരുന്നത്. ഒരു സമയത്ത് ഒരാൾക്ക് മാത്രമേ അകത്തേക്ക് കയറാനോ പുറത്തേക്കിറങ്ങാനോ കഴിയുമായിരുന്നുള്ളൂ. ചില ദിവസങ്ങളിൽ തടവുകാരെ എല്ലാവരേയും പുറത്തേക്ക് വരാൻ അനുവദിക്കും. ആ സമയത്ത് ജയിൽ വളപ്പിനകത്തുകൂടി അധികാരികൾ അനുവദിക്കുന്ന ഭാഗത്തുകൂടെയൊക്കെ തടവുകാർക്ക് നടക്കാം. സമയം കഴിഞ്ഞാൽ ഡ്യൂട്ടി ജയിലർ ഒരു വിസിൽ അടിക്കും. അതോടെ എല്ലാവരും ജയിലിനകത്തേക്കു കയറണം. അതാണ് ചട്ടം.

സംഘർഷാവസ്ഥ ഓരോ ദിവസവും കൂടിക്കൂടി വന്നു. ജയിലിനകത്ത് കയറിയുള്ള കൂട്ടത്തല്ലും ഒറ്റതിരിച്ചുള്ള മർദനവും തുടർച്ചയായി നടന്നു. സി കണ്ണൻ, കാന്തലോട്ട് എന്നിവർ ഈ അവസ്ഥയ്ക്ക് പരിഹാരം വേണമെന്നാവശ്യപ്പെട്ട് അധികൃതരുമായി ചർച്ചനടത്തി നോക്കിയെങ്കിലും ഫലം കണ്ടില്ല. ഒരു പ്രതിഷേധം എന്ന നിലയിൽ അടുത്ത ദിവസം പുറത്തേക്ക് വിടുമ്പോൾ ജയിലർ വിസിലടിച്ചാലും ആരും തിരിച്ചു കയറേണ്ടതില്ല എന്ന് കൂട്ടായി തീരുമാനിച്ചു.

പിറ്റെ ദിവസം സമയമായപ്പോൾ എല്ലാവരേയും പുറത്തേക്ക് വിട്ടു. തീരുമാനപ്രകാരം വിസിലടി കേട്ടാലും തിരിച്ചുകേറാതിരിക്കുമ്പോൾ എന്തായാലും സംഘർഷം ഉണ്ടാകും എന്നതിനാൽ അസുഖബാധിതരായിരുന്ന കുറച്ച് പേരോട് അന്ന് പുറത്തിറങ്ങേണ്ട എന്നും നിർദേശിച്ചിരുന്നു. അത് പ്രകാരം അവർ ജയിലിനകത്തുതന്നെ ഇരിക്കുകയാണ് ചെയ്തിരുന്നത്.

അനുവദിക്കപ്പെട്ടിരുന്ന സമയം കഴിഞ്ഞപ്പോൾ ഡ്യൂട്ടി ജയിലർ വിസിൽ മുഴക്കി. ആരും അകത്തേക്ക് കയറിയില്ല. അയാൾ വീണ്ടും വിസിലടിച്ചു. ആരും അനങ്ങിയില്ല.

ജയിലിലെ അന്തരീക്ഷം കണക്കിലെടുത്ത് അധികൃതർ നല്ല തയാറെടുപ്പ് നടത്തിയിരുന്നു. ജയിൽ വാർഡൻമാരെല്ലാം സായുധരായി കൂട്ടത്തോടെ വന്നു നിന്നു. തടവുകാർ നിന്നിരുന്ന ഭാഗത്തുനിന്നും പുറത്തേക്കുള്ള എല്ലാ വഴികളും ബ്ലോക്ക് ചെയ്താണ് അവർ നിലയുറപ്പിച്ചിരുന്നത്. സാമാന്യം വലിയൊരു സംഘം വരുന്ന സായുധ പൊലീസ് തോക്കുമേന്തി അവർക്കൊപ്പംതന്നെ നിന്നിരുന്നു.

വാർഡൻമാർ പെട്ടെന്ന് തടവുകാരുടെ അടുത്തേക്ക് പാഞ്ഞടുത്ത് ലത്തിച്ചാർജ് തുടങ്ങി. തടവുകാർ ചെറുത്തുനിന്നു. ചിലർ ലാത്തികൾ പിടിച്ചു വാങ്ങി തിരിച്ചടിച്ചു. ഒരു പത്തു മിനിറ്റോളം നേരം ആ സംഘട്ടനം തുടർന്നു. പെട്ടെന്ന് ജയിൽ സൂപ്രണ്ടിന്റെ ആജ്ഞ മുഴങ്ങി.

“ഫയർ.................”

സായുധ പൊലീസ് സംഘം നിരായുധരായ തടവുകാരുടെ നേരെ വെടിയുതിർത്തു. അന്തരീക്ഷം പിളർക്കുന്ന സ്വരത്തിൽ ആർത്തനാദങ്ങൾ മുഴങ്ങി. പലരും നിലത്തിൽ കമഴ്ന്ന് കിടന്ന് രക്ഷപ്പെടാൻ നോക്കി. വെടിയേറ്റവരുടെ ശരീരത്തിൽനിന്നും രക്തം വാർന്നൊഴുകി. ആ ചോരച്ചാലിലൂടെ ചവിട്ടി നീങ്ങിയ ക്രൂരന്മാരായ ചില പൊലീസുകാർ വെടിയേറ്റ് അർധപ്രാണനായി കിടന്നിരുന്നവരിൽ ചിലരെ തോക്കിന്റെ പാത്തിക്കൊണ്ട് അടിച്ചു കൊന്നു. സേലം ജയിൽ അനക്സ് ഒരു രക്തപ്പുഴയായി. ഇരുപത്തിരണ്ട് സഖാക്കളാണ് ആ തടവറയിൽ അന്ന് തങ്ങളുടെ ജീവൻ ബലി നൽകി രക്തസാക്ഷികളായത്. ജയിലിനകത്തേക്കും വെടിവെച്ചിരുന്നതിനാൽ അസുഖം കാരണം പുറത്തിറങ്ങാതിരുന്നവരിൽ ചിലരും മരണപ്പെട്ടവരിലും പരിക്കേറ്റവരിലും ഉണ്ടായിരുന്നു.

കെ പി മാസ്റ്ററുടെ ഓർമ്മയിൽ അന്നത്തെ കൂട്ടക്കൊലയിലും മർദനങ്ങളിലും കാര്യമായ ഒരു പരിക്കും ഏൽക്കാതെ രക്ഷപ്പെട്ടത് അദ്ദേഹവും എം കണാരനും മാത്രമായിരുന്നു.

പരിക്കേറ്റവരിൽ ഒരാളായിരുന്ന എൻ ബാലന്റെ ശരീരത്തിൽ തുളഞ്ഞുകയറിയിരുന്ന വെടിയുണ്ട പുറത്തെടുക്കാനുള്ള ഓപ്പറേഷൻ നടത്തിയപ്പോഴാണ് അദ്ദേഹം മരണപ്പെട്ടത്. കെ പി മാസ്റ്റർക്കൊപ്പം സേലം ജയിലിൽ എത്തിയിരുന്ന വർളിക്കോട്ടിൽ ഉസ്സന്റെ കാൽമുട്ടിനകത്ത് ജയിൽവാസം പൂർത്തിയാക്കി പുറത്തേക്ക് പോരുമ്പോഴും ഒരു വെടിയുണ്ട ഉണ്ടായിരുന്നു. സി കണ്ണൻ അടക്കമുള്ള പല സഖാക്കളുടെയും അവസ്ഥയും അത് തന്നെയായിരുന്നു. വെടിവെപ്പ് നടന്നതിനുശേഷം പോലും നല്ല രീതിയിൽ ചികിത്സാ സൗകര്യം ഒരുക്കാൻപോലും ജയിലധികാരികൾ മനസു കാണിച്ചില്ല.

തളിയൻ രാമൻ നമ്പ്യാർ, നക്കായി കണ്ണൻ, ആശാരി അമ്പാടി, പുല്ലാഞ്ഞിയോടൻ കുഞ്ഞപ്പ നമ്പ്യാർ, പുല്ലാഞ്ഞിയോടൻ ഗോവിന്ദൻ നമ്പ്യാർ, എൻ ബാലൻ, എൻ പത്മനാഭൻ, നീലഞ്ചേരി നാരായണൻ നായർ, ആസാദ് ഗോപാലൻ നായർ, എൻ കോരൻ, മയില പ്രവൻ നാരായണൻ നമ്പ്യാർ, പിലാട്രോടൻ ഗോപാലൻ നമ്പ്യാർ, കോരൻ ഗുരുക്കൾ, ആണ്ടലോടൻ കുഞ്ഞപ്പ, ഞണ്ടാടി കുഞ്ഞമ്പു, പി സി കുഞ്ഞിരാമൻ നമ്പ്യാർ, ഒ വി അനന്തൻ നമ്പ്യാർ, കെ ഗോപാലൻകുട്ടി നായർ, കാവേരി മുതലി, അറുമുഖ പണ്ടാരം, ഷെയ്ക്കു ദാവൂദ് എന്നീ ഇരുപത്തി രണ്ടുപേരാണ് സേലം ജയിലിൽ രക്തസാക്ഷികളായത്.

സേലം ജയിലിൽ വെടിവെപ്പു നടന്നതിന്റെ ഏതാനും ദിവസങ്ങൾക്കു മുമ്പാണ് സെയ്താലിക്കുട്ടിക്കു പരോൾ കിട്ടിയിരുന്നത്. എന്നാൽ അദ്ദേഹം വീട്ടിൽ തിരിച്ചെത്തിയിരുന്നില്ല. ഇന്നത്തേത് പോലുള്ള ടെലിഫോൺ സൗകര്യം ഒന്നും അന്നുണ്ടായിരുന്നില്ല. സെയ്താലിക്കുട്ടിയും സേലം ജയിലിലെ വെടിവെപ്പിൽ മരണപ്പെട്ടു എന്നൊരു സൂചനയാണ് കുടുംബാംഗങ്ങൾക്ക് കിട്ടിയത്. അവരിൽ ചിലർ വീട്ടിൽ ഒത്തുകൂടി മരണാന്തരം നടത്താനുള്ള പ്രാർഥനയും മറ്റും നടത്തിയതായി വീട്ടിൽ തിരിച്ചെത്തിയതിൻ ശേഷം സെയ്താലിക്കുട്ടി അറിഞ്ഞു.

ശിക്ഷ കിട്ടി സേലം ജയിലിൽ എത്തിയിരുന്ന വള്ളുവനാട്ടിലെ പ്രമുഖ നേതാവായിരുന്ന സി ആർ (സി രാമൻകുട്ടി നായർ) ന് വെടിവെപ്പിൽ ഇടത് കൈക്ക് സാരമായ പരിക്കേറ്റിരുന്നു. പ്രസ്തുത കേസിൽ നാല് വർഷം തടവിൽ കിടന്ന സി ആർ സേലം ജയിലിൽ എത്തുന്നതിൻ മുമ്പ് കണ്ണൂർ സെൻട്രൽ ജയിലിൽ ആയിരുന്നു. അവിടെ വെച്ച് മറ്റു ഒമ്പത് പേരോടൊപ്പം അതിസാഹസികമായി ജയിൽ ചാടി രക്ഷപ്പെട്ടെങ്കിലും നാട്ടിലെത്തുന്നതിന് മുമ്പ് തിരൂരിൽ വെച്ച് പിടികൂടപ്പെട്ടു. തുടർന്നാണ് സേലം ജയിലിൽ എത്തിയിരുന്നത്. 1948 ൽ മക്കരപ്പറമ്പിൽ എം പി ഗോവിന്ദമേനോൻ പ്രസംഗിച്ചിരുന്ന കോൺഗ്രസ് പൊതുയോഗം അലങ്കോലമാക്കിയതിന്റെ പേരിൽ മൂന്ന് മാസം തടവും സി ആർ അനുഭവിച്ചിരുന്നു. തടവ് ശിക്ഷ പൂർത്തിയാക്കി നാട്ടിൽതിരിച്ചെത്തി അധ്യാപകനായി ജോലിയിൽ കയറിയ സി ആർ കമ്യൂണിസ്റ്റ് പാർട്ടിയുടെയും അധ്യാപകപ്രസ്ഥാനത്തിന്റെയും ഉന്നത നേതാവായി ഉയർന്നു. 2004 ഫെബ്രുവരി 26ന് മരണമടഞ്ഞു.

സി ആർ, കെ പി മാസ്റ്റർ എന്നിവർക്കൊപ്പം ശിക്ഷ കിട്ടി സേലം ജയിലിൽ എത്തിയിരുന്ന ആർ പി (സി ഇ രാഘവപിഷാരടി)യും വള്ളുവനാട്ടിൽ നിന്നുള്ള ശ്രദ്ധേയനായ നേതാവായിരുന്നു. സേലം ജയിൽ വെടിവെപ്പിൽ നിസ്സാരപരിക്കുകളോടെ രക്ഷപ്പെടുകയായിരുന്നു. ഒരു കേസിലെ മൂന്നു വർഷത്തിന് പുറമെ 1948 ൽ മക്കരപറമ്പിലെ കോൺഗ്രസ് പൊതുയോഗത്തിൽ പർട്ടി തീരുമാനപ്രകാരം സദസിൽവെച്ച് മറുചോദ്യങ്ങൾ ചോദിച്ച് അലങ്കോലമാക്കിയതിന് ചെറുകാടിനും, സി ആറിനും ഒപ്പം മൂന്നു മാസത്തെ തടവുശിക്ഷ ആർ പിയും അനുഭവിച്ചിരുന്നു. കർഷക സംഘത്തിന്റെയും കമ്യൂണിസ്റ്റ് പാർട്ടിയുടെയും നേതൃത്വത്തിലേക്ക് ഉയർന്ന ആർ പി 1964 ലെ കമ്യൂണിസ്റ്റ് പാർട്ടിയിലെ പിളർപ്പിനുശേഷം സി പി ഐ (എം) നേതാക്കളെ രാജ്യവ്യാപകമായി ചൈനീസ് ചാരന്മാരെന്ന മുദ്രകുത്തി ജയിലിൽ അടച്ചിരുന്നതിന്റെ ഭാഗമായി 18 മാസം വീണ്ടും ജയിൽവാസം അനുഭവിച്ചു. 1998 നവംബർ 20 ന് ആർ പി മരണമടഞ്ഞു.

മക്കരപ്പറമ്പിലെ കോൺഗ്രസ് പൊതുയോഗത്തിൽ ചോദ്യങ്ങൾ ഉന്നയിച്ചുകൊണ്ട് പ്രശ്നം സൃഷ്ടിച്ചവരുടെ സംഘത്തിൽ കെ പി മാസ്റ്ററും ഉണ്ടായിരുന്നുവെങ്കിലും പിടികൊടുക്കാതെ രക്ഷപ്പെടുകയായിരുന്നു. എന്നാൽ സ്കൂൾ അവധി കഴിഞ്ഞ് തുറക്കുന്ന ദിവസം സ്കൂൾ പരിസരത്തുവച്ച് മാസ്റ്ററും അറസ്റ്റ് ചെയ്യപ്പെട്ടു. രണ്ട് കേസുകളിലായി രണ്ടര വർഷത്തിലേറെ കാലം ജയിൽവാസം അനുഷ്ഠിച്ച കെ പി മാസ്റ്റർ അധ്യാപക പ്രസ്ഥാനത്തിന്റെയും കമ്യൂണിസ്റ്റ് പാർട്ടിയുടെയും നേതൃത്വത്തിൽ വിവിധ ചുമതലകൾ വഹിച്ചു. ഇപ്പോൾ സി പി ഐ (എം) മലപ്പുറം ജില്ലാ കമ്മിറ്റി അംഗമാണ്. പാർട്ടി നിരോധനകാലം മുതൽ തന്നെ സെയ്താലിക്കുട്ടിയും കെ പി മാസ്റ്ററും പരിചിതരായിരുന്നു.

സേലം ജയിലിൽ തടവുകാരായിരുന്നുവെങ്കിലും വെടിവെപ്പ് നടന്ന ദിവസത്തിനും മുമ്പ് മോചിതരാക്കപ്പെട്ടിരുന്നതിനാൽ രക്ഷപ്പെട്ടവരിൽ സെയ്താലിക്കുട്ടിയെ കൂടാതെ പൊന്നാനി ഭാഗത്ത് നിന്നുമുള്ള ഏതാനും പേരുമുണ്ടായിരുന്നു. പൊന്നാനിയിലെയും പരിസരപ്രദേശങ്ങളിലെയും കമ്യൂണിസ്റ്റ് പാർട്ടിയുടെ നേതാക്കളും പ്രവർത്തകരുമായിരുന്ന കെ ആർ മുഹമ്മദ്, എ പി എം കുഞ്ഞുബാവ, സി അബ്ദുറഹ്മാൻകുട്ടി, ഏനുദീൻ, കെ കുഞ്ഞുമുഹമ്മദ്, കെ കുഞ്ഞിബാവ, പി വി മുഹമ്മദ്, ഒറ്റപ്പാലം ബാവ, പി എം കൃഷ്ണൻ നമ്പൂതിരി എന്നിവരായിരുന്നു അവർ. വിവിധ കേസുകളിലായി സേലം ജയിലിൽ ശിക്ഷ അനുഭവിച്ചുകൊണ്ടിരുന്ന അവർക്ക് വെടിവെപ്പിനും മുമ്പ് പുറത്തിറങ്ങാൻ കഴിഞ്ഞത് അവരുടെ ശിക്ഷാകാലാവധി അതിനകം പൂർത്തിയാക്കപ്പെട്ടതു കൊണ്ടായിരുന്നു. സെയ്താലികുട്ടിയുടെ ശിക്ഷാ കാലാവധി പൂർത്തിയായിരുന്നില്ല. എന്നാൽ വല്ലപ്പോഴും ലഭിക്കുന്ന പരോൾ അദ്ദേഹത്തിന് ലഭിച്ചത് വെടിവെപ്പിനും ഏതാനും ദിവസങ്ങൾക്കു മുമ്പായി എന്നതാണ് അദ്ദേഹത്തിന് തുണയായത്. സേലം ജയിലിലെ വെടിവെപ്പിൽ പരിക്കേൽക്കാതെ രക്ഷപ്പെട്ടവരിൽ മലപ്പുറം ജില്ലയിലെ എടപ്പാളിൽ നിന്നുള്ള ഇ യു ജി മേനോനും ഉൾപ്പെട്ടിരുന്നു.

# 11

# വിവാഹം – കുടുംബം

ആയിരത്തി തൊള്ളായിരത്തി അമ്പത്തിയേഴിലായിരുന്നു സെയ്താലിക്കുട്ടിയുടെ വിവാഹം. കമ്യൂണിസ്റ്റുകാർക്ക് പെണ്ണ് കൊടുക്കുന്നത് ഇസ്ലാമിന് നിരക്കാത്ത കാര്യമാണെന്ന പ്രചരണം മുസ്ലീം ലീഗിന്റെ ശിങ്കിടകളായ മൗലവിമാർ വ്യാപകമായി നടത്തിയിരുന്ന കാലമായിരുന്നു അത്. സാധാരണ മുസ്ലീം കുടുംബങ്ങളിൽനിന്നും, സജീവമായി പാർട്ടി രംഗത്തുള്ള മുസ്ലീം യുവാക്കൾക്ക് മക്കളെ കെട്ടിച്ചുകൊടുക്കാൻ പലരും അന്ന് മടിച്ചിരുന്നു.

മതത്തെ ഇങ്ങനെ വികൃതമായി അവതരിപ്പിക്കുന്നതിൽ പ്രതിഷേധമുള്ളവരും കുറച്ചൊക്കെ ഉണ്ടായിരുന്നു. വിദ്യാഭ്യാസമുള്ളവരും തൊഴിലുള്ളവരുമായിരുന്ന കുഞ്ഞാലു–ആമിന ടീച്ചർ ദമ്പതിമാർക്ക് തങ്ങളുടെ മകൾ ഫാത്തിമയെ കമ്യൂണിസ്റ്റുപാർട്ടിയുടെ മുഴുവൻസമയ പ്രവർത്തകനായി നടക്കുന്ന സെയ്താലിക്കുട്ടിക്ക് വിവാഹം ചെയ്തുകൊടുക്കുവാൻ മടിയൊന്നും തോന്നിയില്ല. ആമിന ടീച്ചറുടെ ആദ്യവിവാഹത്തിലെ മകളായിരുന്നു ഫാത്തിമ. ഫാത്തിമ കൂടാതെ മുഹമ്മദ് എന്നൊരു മകനും ആ ബന്ധത്തിൽ ടീച്ചർക്കുണ്ടായിരുന്നു. കുഞ്ഞാലുവുമായുള്ള വിവാഹശേഷവും അവർ ഉമ്മയുടെ കൂടെത്തന്നെയായിരുന്നു. സ്ഥലത്തെ പള്ളിയിലെ ഖാളിയുമായി സംസാരിച്ചപ്പോൾ അയാൾ വിവാഹം നടത്തിത്തരാമെന്ന് സമ്മതിക്കുകയും അതുപ്രകാരം വിവാഹം ഭംഗിയായി നടക്കുകയും ചെയ്തു.

എന്നാൽ പിന്നീട് ഖാളിക്ക് മനസുമാറി. സെയ്താലിക്കുട്ടിയെപ്പോലൊരു ഉറച്ച കമ്യൂണിസ്റ്റുകാരന്റെ വിവാഹം ഖാളി നടത്തിക്കൊടുത്തത് ശരിയായില്ല എന്ന് അയാൾക്ക് പല കോണുകളിൽനിന്നും വിമർശനം

കേൾക്കേണ്ടി വന്നു. അത് കൂടിക്കൂടി വന്നപ്പോൾ – വിവാഹം കഴിഞ്ഞ് മൂന്നുമാസം കഴിഞ്ഞപ്പോൾ – ഖാളി – കുഞ്ഞാലു – ആമിന ടീച്ചർ ദമ്പതിമാരുടെ വീട്ടിലേക്ക് ആളെ അയച്ചു. മകൾ ഫാത്തിമയും സെയ്താലിക്കുട്ടിയുമായി നടത്തിയ വിവാഹം മതത്തിന് നിരക്കാത്തതായതിനാൽ ആ ബന്ധം വേർപിരിക്കണമെന്നായിരുന്നു ഖാളിയുടെ ആവശ്യം. കുഞ്ഞാലുവും ടീച്ചറും ആ ആവശ്യത്തിന് വഴങ്ങിയില്ല. എങ്കിലും പള്ളിയുടെയും ഖാളിയുടെയും സമ്മർദ്ദത്തിന്റെ ഊക്ക് കുറക്കാനായി മരുമകനോട് പരസ്യമായ പോക്കു വരവുകൾ കുറക്കാൻ പറഞ്ഞു. കുറച്ചുകാലം ആ ദമ്പതിമാർക്ക് പുറമെക്കു വലിയ ബന്ധമൊന്നും ഇല്ലാത്തവരെപോലെ കഴിയേണ്ടി വന്നു.

ഇത്തരം കുറെ വൃത്തികെട്ട അടവുകൾ കമ്യൂണിസ്റ്റുപാർട്ടിയെ തളർത്താൻ മുസ്ലീം ലീഗിന്റ ഒത്താശയോടെ കുറെ മൗലവിമാരും ഖാളിമാരുമൊക്കെ അന്ന് ചെയ്തിരുന്നു. വിദ്യാഭ്യാസം കുറഞ്ഞവരും ഖാളിയെന്നൊക്കെ പറഞ്ഞാൽ എന്തൊക്കെയോ സിദ്ധികൾ ഉള്ളവരാണെന്നൊക്കെ ധരിച്ചിരുന്ന ചില ശുദ്ധഗതിക്കാരൊക്കെ ഇത്തരം കുതന്ത്രങ്ങളിൽ കുടുങ്ങി തങ്ങളുടെ മക്കളുടെ ജീവിതം അവതാളത്തിലാക്കിയിരുന്നു.

ഇത്തരം ഒരു മൗലവിയുടെ ഉപദേശംകേട്ട് സ്വന്തം മകളെ നിർബന്ധിച്ച് വിവാഹമോചനം ചെയ്യിച്ച ഒരു പിതാവ് 1967 ൽ മുസ്ലീംലീഗ് കമ്യൂണിസ്റ്റുപാർട്ടിയുമായി ചേർന്ന് ഭരണം പങ്കിട്ടപ്പോൾ മൗലവിയുടെ അടുത്തുചെന്ന് തെറിവിളിച്ച സംഭവം സഖാവ് സി പി കുഞ്ഞു തന്റെ പ്രസംഗങ്ങളിൽ സരസമായി അവതരിപ്പിക്കാറുണ്ടായിരുന്നു.

വിവാഹം നടന്നത് കൊണ്ടോട്ടിയിലെ വീട്ടിൽവെച്ചായിരുന്നു. വിവാഹം കഴിഞ്ഞ് അൽപ്പകാലം ജ്യേഷ്ഠൻ മൊയ്തുവിന്റെ മഞ്ചേരിയിലെ വീട്ടിലായിരുന്നു താമസം. ദൈനംദിന പാർട്ടി പ്രവർത്തനങ്ങളും ജീവിതവും മഞ്ചേരിയിൽത്തന്നെ ആയതോടെ മഞ്ചേരിയിലെ എല്ലാ വിഭാഗം തൊഴിലാളികളെയും സംഘടിപ്പിക്കുന്നതിലും അവരുടെ ജീവൽപ്രശ്നങ്ങൾ പരിഹരിക്കുന്നതിനുള്ള പ്രക്ഷോഭങ്ങൾ സംഘടിപ്പിക്കുന്നതിലും നിരന്തരമായി ഇടപെട്ട സെയ്താലിക്കുട്ടി മഞ്ചേരിയിലെ എല്ലാ വിഭാഗം തൊഴിലാളികളുടെയും പ്രിയപ്പെട്ട നേതാവായി ഉയർന്നു.

സെയ്താലിക്കുട്ടിയെന്ന തൊഴിലാളിനേതാവ് വിവാഹം കഴിഞ്ഞ് വർഷങ്ങൾ കഴിഞ്ഞിട്ടും, നാലുമക്കളായതിനുശേഷവും സ്വന്തമായൊരു വീടില്ലാതെ കഴിയുന്നത് ഒരു അപാകതയാണെന്ന് തൊഴിലാളികൾക്കിടയിൽ ചർച്ചയായി.

മഞ്ചേരിയിലെ തൊഴിലാളി സംഘടനകളെല്ലാം ചേർന്ന് സെയ്താലിക്കുട്ടിക്ക് ഒരു വീടുവെച്ചുകൊടുക്കാൻ ധാരണയായി. എല്ലാവിഭാഗം തൊഴിലാളി സംഘടനകളും ഓരോ വിഹിതം എടുത്തിട്ടും തികയാത്ത

ബാക്കി തുക മറ്റു അഭ്യുദയകാംക്ഷികളിൽനിന്നും കണ്ടെത്താനായിരുന്നു പദ്ധതിയിട്ടത്. സെയ്താലിക്കുട്ടിക്ക് എല്ലാ വിഭാഗം ആളുകൾക്കിടയിലും ഉണ്ടായിരുന്ന സ്വീകാര്യത കാരണം അത് വലിയ പ്രയാസംകൂടാതെ തന്നെ നടന്നു.

സെയ്താലിക്കുട്ടി നേതൃത്വം കൊടുത്തുകൊണ്ട് മഞ്ചേരി കേന്ദ്രീകരിച്ച് നടന്ന ഭൂസമരങ്ങളിൽ ഭൂരിപക്ഷവും മഞ്ചേരി കോവിലകത്തിന്റെയും മഞ്ചേരിയിലെ കുരിക്കൾ കുടുംബത്തിന്റെയും ഭൂമിയിൽ ആയിരുന്നു. കാരണം പരിധിയിൽ കൂടുതൽ ഭൂമി കൈവശമുള്ളവരിൽ പ്രധാനികൾ അവരായിരുന്നു. എന്നാൽ സെയ്താലിക്കുട്ടിയെന്ന കമ്യൂണിസ്റ്റു നേതാവിന് ഒരു വീടുവെക്കാൻ സമരമുഖത്തെ എതിരാളികളായിരുന്ന കുരിക്കൾകുടുംബവും മഞ്ചേരികോവിലകവും നല്ലരീതിയിൽ സഹകരിച്ചിരുന്നു. തങ്ങളുടെ ഭൂമി നഷ്ടപ്പെടുത്താനിടയുള്ള സമരത്തിന് നേതൃത്വംകൊടുക്കുന്നവനാണെങ്കിലും വ്യക്തിപരമായി അവരും അദ്ദേഹത്തെ ബഹുമാനിച്ചിരുന്നു. മറ്റു പൊതുപ്രശ്നങ്ങളിലെല്ലാം മുസ്ലീംലീഗുകാരെയും കോൺഗ്രസുകാരെയും എല്ലാം സഹകരിപ്പിക്കുന്നതിൽ അദ്ദേഹം എടുത്തിരുന്ന മുൻകൈ അവരിൽ മതിപ്പുണ്ടാക്കിയിരുന്നു.

മകൾ ഫാത്തിമയുടെ വിവാഹം നടക്കുമ്പോൾ കുഞ്ഞാലു – ആമിന ടീച്ചർ ദമ്പതിമാർ മഞ്ചേരിയിൽ വാടകവീട്ടിലാണ് താമസിച്ചിരുന്നത്. വിവാഹം കഴിഞ്ഞ് അൽപ്പനാളുകൾ കഴിഞ്ഞപ്പോൾ വാടകവീടിന്റെ ഉടമസ്ഥർ അവരോട് വീട് ഒഴിഞ്ഞുതരണം എന്നാവശ്യപ്പെട്ടു. അതിന് പ്രധാന കാരണം കമ്യൂണിസ്റ്റുകാരനായ ഒരു മരുമകൻ വന്നതിനാൽ ആവശ്യം വരുമ്പോൾ വീട് ഒഴിഞ്ഞുകിട്ടുക പ്രയാസമായിരിക്കും എന്ന് വീട്ടുടമസ്ഥനെ ആരോ പറഞ്ഞു ഫലിപ്പിച്ചതായിരുന്നു. കമ്യൂണിസ്റ്റുപാർട്ടി പ്രവർത്തകരുടെ ദൈനംദിന ജീവിതത്തിൽ ബുദ്ധിമുട്ടുണ്ടാക്കാൻ അന്നത്തെ രാഷ്ട്രീയ എതിരാളികൾ എടുത്തിരുന്ന തന്ത്രങ്ങളിൽ ഒന്നായിരുന്നു അതും. ഈ കാരണംകൊണ്ടുകൂടിയാണ് ആ ദമ്പതിമാർ എത്രയുംവേഗം മഞ്ചേരിയിൽ സ്വന്തമായി ഒരു വീട് വാങ്ങി താമസിക്കാൻ തീരുമാനിച്ചത്. 1970 ൽ തൊഴിലാളികൾ മുൻകൈയെടുത്ത് ഒരു സ്വന്തം വീടുണ്ടാകുന്നതുവരെ ഭാര്യ ഫാത്തിമയുടെ വീട്ടിലും ഇടയ്ക്കൊക്കെ ജ്യേഷ്ഠൻ മൊയ്തുവിന്റെ വീട്ടിലുമായാണ് സെയ്താലിക്കുട്ടിയുടെ കുടുംബം കഴിഞ്ഞത്.

സെയ്താലിക്കുട്ടി – ഫാത്തിമ ദമ്പതിമാർക്ക് മക്കൾ ഏഴുപേരാണ്. അബ്ദുൾ നാസർ, ഹഫ്സത്ത്, നൗഷാദലി, റഫീക്കലി, മൻസൂറലി, സഫീർ, ഷഹ്‌ല ഇതിൽ ഹഫ്സത്തൊഴികെയുള്ളവർ വിവാഹിതരാണ്.

1982 ൽ മൂത്തമകൻ അബ്ദുൾ നാസർ വല്യൂപ്പയുടെ സഹായത്തോടെ ഒരു വർക്ക്ഷോപ്പ് തുടങ്ങുന്നതുവരെ സാമ്പത്തികശേഷിയുള്ള ചില തൊഴിൽസംഘടനകൾ നിശ്ചയിച്ചിരുന്ന ചെറിയ അലവൻസ് തുക

കളല്ലാതെ മറ്റു വരുമാനമൊന്നും കുടുംബത്തിനുണ്ടായിരുന്നില്ല. ഭാര്യ വീട്ടുകാരുടെ ഭാഗത്തുനിന്നും ജ്യേഷ്ഠന്റെ ഭാഗത്തുനിന്നും നല്ല സഹകരണം കിട്ടിയിരുന്നതുകൊണ്ടാണ് കാര്യങ്ങൾ നടന്നിരുന്നത്.

മലപ്പുറംജില്ലയിൽ കമ്യൂണിസ്റ്റുപാർട്ടിയുടെ വലിയ രാഷ്ട്രീയ എതിരാളി മുസ്ലീംലീഗാണ്. മുസ്ലീംലീഗിന്റെ സംസ്ഥാനനേതൃത്വത്തിൽ മഞ്ചേരിയിൽനിന്നുള്ള കുരിക്കൾ കുടുംബത്തിൽനിന്നുള്ള ആരെങ്കിലുമൊക്കെ എന്നും ഉണ്ടായിരുന്നു. 1967 മുതൽ ഒരു ചെറിയ കാലയളവ് മാറ്റിനിർത്തിയാൽ എല്ലാക്കാലത്തും മുസ്ലീംലീഗും കമ്യൂണിസ്റ്റുപാർട്ടിയും എതിർചേരികളിലായാണ് നിലയുറപ്പിച്ചിരുന്നത്. ഇങ്ങനെയായിരുന്നുവെങ്കിലും മഞ്ചേരിയിലെ കുരിക്കൾ കുടുംബവും പ്രത്യേകിച്ച് ആദ്യകാല മുസ്ലീംലീഗ് നേതാക്കളായിരുന്ന അസ്സൻകുട്ടി കുരിക്കൾ, അഹമ്മദ് കുരിക്കൾ എന്നിവരുമായി നല്ല ഒരു വ്യക്തിബന്ധമാണ് സെയ്താലിക്കുട്ടിക്ക് ഉണ്ടായിരുന്നത്.

മഞ്ചേരിയിലെ നിലമ്പൂർ റോഡിൽ ഒരു ചെറിയ കെട്ടിടം സി പി ഐ (എം) ലോക്കൽ കമ്മിറ്റി ഒഫീസായി പ്രവർത്തിക്കാൻ സൗജന്യമായി വിട്ടുകൊടുക്കാൻ ബാപ്പുകുരിക്കൾ (അഹമ്മദ് കുരിക്കൾ) തയാറായത് ഈ ബന്ധത്തിന്റെകൂടി അടിസ്ഥാനത്തിലായിരുന്നു. മുസ്ലീംലീഗുമായുള്ള രാഷ്ട്രീയസഖ്യം അവസാനിച്ചിട്ടും പരസ്പരം സംഘർഷാത്മകബന്ധം ഉരുത്തിരിഞ്ഞുവന്ന ഘട്ടത്തിലുമൊക്കെ അത് അങ്ങനെതന്നെ തുടർന്നു. പാർട്ടിക്ക് വേറെ ഓഫീസ് കെട്ടിടം വന്നപ്പോൾ അത് ചുമട്ടുതൊഴിലാളി യൂണിയൻ ഓഫീസായി ഉപയോഗിച്ചുകൊണ്ടിരുന്നു.

അഹമ്മദ് കുരിക്കൾ മരണപ്പെട്ട് വളരെ കഴിഞ്ഞാണ് മക്കൾ വന്ന് ആ കെട്ടിടം ഒഴിഞ്ഞുതരണം എന്ന ആഗ്രഹം അറിയിച്ചത്. യാതൊരു വൈമനസ്യവും കൂടാതെ തൊഴിലാളികളെ വിളിച്ചുവരുത്തി കാര്യംപറഞ്ഞു മനസിലാക്കിക്കൊടുത്ത് താക്കോൽ ഏൽപ്പിക്കുകയായിരുന്നു സെയ്താലിക്കുട്ടി ചെയ്തത്. ഒഴിഞ്ഞുകൊടുക്കുന്നതിന്റെ പേരിൽ അതും പതിറ്റാണ്ടുകൾ കൈവശം വെച്ചതിനുശേഷം, എന്തെങ്കിലും കൊടുക്കേണ്ടിവരും എന്ന് ചിലരൊക്കെ സംശയിച്ചിരുന്നുവെന്നും അങ്ങനെ വന്നാൽ ചെറിയ തോതിൽ എന്തെങ്കിലുമൊക്കെ ചെയ്യാൻ അവർ സന്നദ്ധമായിരുന്നുവെന്നും പിന്നീട് ചില ലീഗ് സുഹൃത്തുക്കളിൽനിന്നും മനസിലാക്കാൻ കഴിഞ്ഞതായി പാർട്ടി പ്രവർത്തകൻകൂടിയായ മകൻ അബ്ദുൾനാസർ പറയുകയുണ്ടായി.

മകൻ നാസറിന്റെ വർക്ഷോപ്പ് 1982 ൽ തുടങ്ങിയത് നാലഞ്ചുവർഷം കഴിഞ്ഞപ്പോൾ നിർത്തി. പിന്നെ കെ എഫ് സി ലോണും വല്യുപ്പയുടെ സഹായവും ചേർത്ത് ഒരു ബസ് സർവീസ് തുടങ്ങി. അതിപ്പോഴും തുടരുന്നു. രണ്ടാമത്തെ മകൻ നൗഷാദ് അഞ്ചുരൂപ സ്റ്റൈപെന്റിൽ ഏതാനുംനാളുകൾ മലപ്പുറം സ്പിന്നിങ് മില്ലിൽ ജോലിചെയ്തിരുന്നു. പിന്നീട്

അൽപ്പകാലം ഗൾഫിൽ പോയി തിരിച്ചുവന്ന് ജ്യേഷ്ഠന്റെപോലെ ഒരു ബസ് സർവീസ് തുടങ്ങി. മൂന്നാമത്തെ മകൻ റഫീക്കലി മഞ്ചേരി യത്തീം ഖാന ഹയർസെക്കന്ററി സ്കൂളിൽ ലാബ് അസിസ്റ്റന്റാണ്. നാലാമത്തെ മകൻ മൻസൂറലി ജ്വല്ലറിത്തൊഴിലാളിയാണ്. ചെറിയ മകൻ സഫീർ ഒരു ചെറുകിട വ്യാപാരിയാണ്. മൂത്തമകൾ ഹഫ്സത്ത് വിവാഹം കഴിച്ചിട്ടില്ല. ചെറിയ മകൾ ഷഹ്ലയെ വിവാഹം കഴിച്ചിരിക്കുന്നത് വണ്ടൂരിലേക്കാണ്. ഭർത്താവ് ഷമീർ ഗൾഫിലാണ്. ആൺമക്കളുടെയും മകളുടെയും വിവാഹബന്ധങ്ങൾ സെയ്താലിക്കുട്ടിയുടെ സാമ്പത്തികസ്ഥിതിയെക്കാൾ മെച്ചപ്പെട്ട കുടുംബങ്ങളുമായിട്ടാണ് നടന്നിട്ടുള്ളത്. സെയ്താലിക്കുട്ടിയുടെ കുടുംബവുമായി ഒരു ബന്ധം എന്ന താൽപ്പര്യമാണ് ആ കുടുംബങ്ങൾക്ക് വിവാഹബന്ധത്തിന് പ്രേരണയായത്. ആദ്യകാലത്ത് ഒരു ഭേദപ്പെട്ട കുടുംബത്തിൽനിന്നും കമ്യൂണിസ്റ്റുകാരനായാൽ പെണ്ണ് കിട്ടാത്ത അവസ്ഥയിൽനിന്നും സമൂഹത്തിലാകെ വന്ന മാറ്റത്തിന്റെ സൂചനകൂടിയാണിത്.

തൊഴിലാളി സംഘടനകളുടെ സഹകരണത്തോടെ എഴുപതുകളിൽ പണിതവീട് 1985 ൽ ഒന്ന് പുതുക്കിപ്പണിതു. സ്വന്തം വീടിന്റെ തൊട്ടുചേർന്ന സ്ഥലത്ത് ഭാര്യയുടെ ഓഹരിയായി കിട്ടിയ സ്ഥലത്ത് ഒരു കെട്ടിടം പണിയുകയും സാമാന്യം ഭേദപ്പെട്ട ഒരു വാടക അതിന് ലഭിക്കാനും തുടങ്ങിയതോടെ കുടുംബത്തിന്റെ സാമ്പത്തികസ്ഥിതിയിൽ ഒരു പുരോഗതിയുണ്ടായി.

കുടുംബകാര്യങ്ങളിൽ നല്ല പ്രാധാന്യം കൊടുത്തിരുന്ന സെയ്താലിക്കുട്ടിക്ക് പേരക്കുട്ടികളോടൊക്കെ വലിയ അടുപ്പവും സ്നേഹവുമായിരുന്നു. സമ്മേളനങ്ങൾക്കും മറ്റു പരിപാടികൾക്കുമൊക്കെയായി ദൂരെ പോയിവരുമ്പോഴൊക്കെ പേരക്കുട്ടികൾക്ക് പലഹാരങ്ങൾ വാങ്ങിക്കൊണ്ടുവരാൻ അദ്ദേഹം മറക്കാറുണ്ടായിരുന്നില്ല.

പുലർച്ചെ നാലുമണിക്ക് എഴുന്നേൽക്കുക, എല്ലാ ദിവസവും ഷേവ് ചെയ്യുക, നല്ല വൃത്തിയിൽ വസ്ത്രം ധരിക്കുക തുടങ്ങിയ കാര്യങ്ങളിലൊക്കെ വലിയ ചിട്ടയായിരുന്നു. എല്ലാം സ്വന്തമായിത്തന്നെ ചെയ്തിരുന്നുവെങ്കിലും അവസാനകാലത്ത് ആരോഗ്യസ്ഥിതി മോശമായപ്പോൾ അതിന് കഴിയാതായി. പരസഹായം വേണ്ടിവന്നപ്പോഴും ഒന്നിനും ഒരു കുറവും വരുത്തിയില്ല. കുളിപ്പിക്കാനും ഷേവ് ചെയ്യാനുമൊക്കെ മിക്ക ദിവസങ്ങളിലും സഹായിച്ചിരുന്നത് മകൻ മൻസൂറലിയായിരുന്നു. പാർട്ടി വിട്ടുകൊടുത്തിരുന്ന കാറിന്റെ ഡ്രൈവർ ഇസ്മായീലിനും ബഷീറിനും സഖാവിനോടുണ്ടായിരുന്നത് പിതൃതുല്യമായ ഒരു ബന്ധമായിരുന്നു. പല ദിവസങ്ങളിലും മകനെപ്പോലെ കുളിപ്പിക്കാനും ഷേവുചെയ്ത് ഒരുക്കാനുമൊക്കെ അവർ രണ്ടുപേരും സഹായിയായി നിന്നിരുന്നു. ആദ്യം ഡ്രൈവറായി കൂടെയുണ്ടായിരുന്ന ഇസ്മായീൽ, പാലൊളി മന്ത്രിയായപ്പോൾ

അദ്ദേഹത്തിന്റെ ഡ്രൈവറായി. പിന്നീടായിരുന്നു ബഷീർ ചുമതലയേറ്റത്.

ഇ എം എസ്, നായനാർ, ഇമ്പിച്ചിബാവ, ചാത്തുണ്ണി മാസ്റ്റർ, ഇ ബാലാനന്ദൻ, എം വി രാഘവൻ തുടങ്ങിയ നേതാക്കൾ പലതവണ സെയ്താലിക്കുട്ടിയുടെ വീട്ടിൽ ചെന്നിരുന്നു.

മലപ്പുറത്തിന്റെ പ്രത്യേകതയായ ഫുട്ബോൾ, മാപ്പിളപ്പാട്ട് എന്നിവയുടെ കമ്പക്കാരനായിരുന്നു അദ്ദേഹം. തിരക്കുപിടിച്ച പാർട്ടി പ്രവർത്തനങ്ങൾക്കിടയിൽ ഇത്തിരി ഒഴിവുകിട്ടിയാൽ ഇക്കാര്യങ്ങൾക്ക് സമയം കണ്ടെത്താൻ പ്രത്യേകം താൽപ്പര്യമെടുത്തിരുന്നു.

# 12

## സംഘാടകൻ – സമരനായകൻ

**ആ**യിരത്തി തൊള്ളായിരത്തി അമ്പത്തിയൊന്നിൽ ജയിൽമോചി തനായി വന്നശേഷം പ്രവർത്തനകേന്ദ്രം മഞ്ചേരിയിലേക്ക് മാറ്റിയിരുന്നു വെങ്കിലും കൊണ്ടോട്ടി ലോക്കൽ കമ്മിറ്റി സെക്രട്ടറിയുടെ ചുമതലയേറ്റ തോടെ വീണ്ടും കൊണ്ടോട്ടി കേന്ദ്രീകരിച്ചായിരുന്നു പ്രവർത്തിച്ചിരുന്നത്. എന്നാൽ ഏറനാട് താലൂക്ക് സെക്രട്ടറിയുടെ ചുമതല ഏറ്റെടുത്തതോടെ വീണ്ടും മഞ്ചേരിയിലേക്കുതന്നെ മാറി. കമ്യൂണിസ്റ്റുപാർട്ടിയുടെയും തൊഴിലാളി പ്രസ്ഥാനത്തിന്റെയും അമരക്കാരനായി പതിറ്റാണ്ടുകളോളം സെയ്താലിക്കുട്ടി നിറഞ്ഞുനിന്നു.

1957–58 കാലത്ത് മഞ്ചേരിയിൽ ഒരു തീപ്പെട്ടിക്കമ്പനി പ്രവർത്തിച്ചി രുന്നു. തൊഴിലാളികൾ കൂടുതൽ പേരും സ്ത്രീകളായിരുന്നു. ഏതാനും പുരുഷന്മാരും അവിടെ ജോലിചെയ്തിരുന്നു. മഞ്ചേരിയിലെ ആദ്യകാല ട്രേഡ് യൂണിയൻ പ്രവർത്തകരിൽ ഒരാളായ മംഗലശ്ശേരി നാരായണന്റെ ജ്യേഷ്ഠൻ ഈ കമ്പനിയിൽ ജോലിചെയ്തിരുന്നു. കടുത്ത ചൂഷണ ത്തിനു വിധേയമായിരുന്ന കമ്പനിയിലെ തൊഴിലാളികൾക്ക് സംഘടന യുണ്ടാക്കാനും കൂലിക്കൂടുതലിനുവേണ്ടി ശബ്ദമുയർത്താനും മുൻകൈ യെടുത്തത് സെയ്താലിക്കുട്ടിയായിരുന്നു. മംഗലശ്ശേരി അയ്യപ്പന്റെ വീട്ടി ലാണ് തൊഴിലാളികൾ യോഗംചേർന്നിരുന്നത്. പരിമിതമായ ആവശ്യ ങ്ങൾ അംഗീകരിക്കുന്നതിന് പകരം സംഘടനാ പ്രവർത്തനത്തിന് നേതൃ ത്വംകൊടുത്തിരുന്ന എട്ടുപേരെ പിരിച്ചുവിടാനാണ് കമ്പനി ഉടമസ്ഥൻ തുനിഞ്ഞത്. അതോടെ കമ്പനിയുടെ പ്രവർത്തനം സ്തംഭിക്കത്തക്കനി ലയിലുള്ള പണിമുടക്ക് സമരം പ്രഖ്യാപിക്കപ്പെട്ടു. ഭീഷണികൾ വക വെക്കാതെ തൊഴിലാളികൾ ഉറച്ചുനിന്നു. ഒടുവിൽ കൂലി വർധനവ് കമ്പനി അംഗീകരിച്ചു. ഏതാനുംപേരെ പിരിച്ചുവിടുന്ന കാര്യത്തിൽ അവർ

വാശിപിടിച്ചു. ഒടുവിൽ പിരിച്ചുവിടപ്പെടുന്നവർക്ക് നഷ്ടപരിഹാരവും അല്ലാത്തവർക്ക് കൂലിവർധനവും നേടി സമരം ഒത്തുതീർപ്പായി.

ഇപ്പോഴത്തെ ഫോൾഡിങ് കുടകളും മറ്റും വരുന്നതിന് വളരെ മുമ്പ് കുടകൾക്ക് മരംകൊണ്ടുള്ള കാലും പിടിയുമാണ് ഉണ്ടായിരുന്നത്. കാട്ടിൽനിന്നും ശേഖരിക്കുന്ന എരംകോൽകൊണ്ട് കുടക്കാലുകൾ നിർമിച്ചിരുന്ന ഒരു കമ്പനിയും മഞ്ചേരിയിൽ പ്രവർത്തിച്ചിരുന്നു. 1954 മുതൽ ഈ കമ്പനിയിൽ ജോലിചെയ്തിരുന്ന മംഗലശ്ശേരി നാരായണൻ അക്കാലത്ത് ട്രേഡ് യൂണിയൻ പ്രവർത്തനങ്ങളിൽ സെയ്താലിക്കുട്ടിയുമായി സഹകരിച്ച് പ്രവർത്തിച്ചിരുന്നു. നാരായണന്റെ ഓർമയിൽ മഞ്ചേരിയിൽ ഏതെങ്കിലും ഒരു മുതലാളി ഒരു തൊഴിലാളിയെ പിരിച്ചുവിട്ടതിന് നഷ്ട പരിഹാരം വാങ്ങിക്കൊടുക്കാൻ കഴിഞ്ഞത് ആ തീപ്പെട്ടിക്കമ്പനി സമരത്തിലായിരുന്നു. തൊഴിലാളികളെ പിരിച്ചുവിടുന്നത് പൂർണ്ണമായി ഒഴിവാക്കാനായില്ലെങ്കിലും ആ സമരത്തിന്റെ വലിയ നേട്ടം എല്ലായിടത്തും വളരെ സാധാരണമട്ടിൽ നടന്നിരുന്ന തൊഴിലാളികളെ തോന്നുംപോലെ പിരിച്ചുവിടുക എന്ന നടപടിക്ക് ഇനി ഒരു മുതലാളി തുനിയുന്നത് അൽപ്പം സൂക്ഷിച്ചുവേണം എന്നൊരു സന്ദേശം കൊടുക്കാനായി എന്നതാണ്.

നാരായണൻ ജോലിചെയ്തിരുന്ന കുടക്കാൽ കമ്പനിയിലെ തൊഴിലാളികൾക്ക് സംഘടനയുണ്ടാക്കാനും മുൻകൈയെടുത്തത് സെയ്താലിക്കുട്ടിയായിരുന്നു. 1960 ൽ ഈ തൊഴിലാളികളെയൊക്കെ ഉൾപ്പെടുത്തിക്കൊണ്ട് ഒരു പാർട്ടിക്കമ്മിറ്റിയുണ്ടാക്കാനും അദ്ദേഹം നേതൃത്വം നൽകി. അവുഞ്ഞിപ്പുറത്ത് ഹസ്സന്റെ കടയിലായിരുന്നു പാർട്ടിക്കമ്മിറ്റി യോഗം ചേർന്നിരുന്നത്. അബ്ദുള്ള, ചെമ്പശ്ശേരി കൃഷ്ണൻനായർ, നാരായണൻ ചെട്ട്യാർ തുടങ്ങിയവർ ആണ് ആ കമ്മിറ്റിയിൽ പ്രവർത്തിച്ചിരുന്നത്. വളരെ വേഗംതന്നെ മംഗലശ്ശേരി പാർട്ടിക്ക് സ്വാധീനമുള്ള ഒരു മേഖലയായി മാറി.

1957 ൽ അധികാരത്തിൽ വന്ന ആദ്യകമ്യൂണിസ്റ്റ് മന്ത്രിസഭ തന്നെ കുടിയിറക്കൽ നിർത്തലാക്കിയിരുന്നു. രണ്ടുവർഷം കഴിഞ്ഞപ്പോൾ ആ സർക്കാരിനെ ജനാധിപത്യവിരുദ്ധമായി കേന്ദ്രം പിരിച്ചുവിട്ടു. പിന്നീട് അധികാരത്തിൽ വന്ന കോൺഗ്രസ് കൂട്ടുകക്ഷി സർക്കാരുകൾ താൽപ്പര്യം കാണിക്കാഞ്ഞതിനാൽ കുടിയിറക്കലുകൾ ആവർത്തിക്കാൻ തുടങ്ങി. കമ്യൂണിസ്റ്റുപാർട്ടിയുടെ ആഭിമുഖ്യത്തിൽ ശക്തമായ ചെറുത്തുനിൽപ്പു സമരങ്ങൾ നടത്താൻ കഴിഞ്ഞിരുന്ന സ്ഥലങ്ങളിൽ അതിന് സാധിച്ചിരുന്നില്ല എന്നുമാത്രം. എന്നാൽ 1967ൽ വീണ്ടും ഇ എം എസിന്റെ നേതൃത്വത്തിലുള്ള മന്ത്രിസഭ അധികാരമേറ്റതോടെ കുടിയിറക്കലിനെതിരെ സർക്കാർ ഇടപെടൽ സജീവമായി.

ഈ കാലത്താണ് നല്ലേങ്ങര അബ്ദുറഹ്മാൻ എന്നയാളെയും കുടുംബത്തെയും അയാളുടെ ജന്മി കുടിയിറക്കിയത്. ജന്മിയുടെ ആളുകൾ വീട് പൊളിച്ചിട്ടതിനാൽ കൊച്ചുകുട്ടികളും സ്ത്രീകളും ഉൾപ്പെടുന്ന

അബ്ദുറഹ്മാന്റെ കുടുംബം ഒരു മരച്ചുവട്ടിലാണ് കഴിഞ്ഞിരുന്നത്. അവർക്ക് പിന്തുണയുമായി പാർട്ടി പ്രവർത്തകർ ചെന്നു. സെയ്താലിക്കുട്ടിയുടെ നേതൃത്വത്തിൽ നേതാക്കൾ ജന്മിയുടെ അടുത്തുചെന്ന് സംസാരിച്ചുനോക്കി. ആൾ വഴങ്ങിയില്ല. ഉടനെ പൊലീസിലും മേലധികാരികൾക്കും പരാതികൾ കൊടുത്തു. ശക്തമായ സർക്കാർ ഇടപെടൽ പെട്ടെന്നുതന്നെ ഉണ്ടായി. ജന്മിയെ അറസ്റ്റുചെയ്തു ജയിലിലടച്ചു.

കാര്യങ്ങൾ പന്തിയല്ലെന്ന് മനസിലാക്കിയ ജന്മിയുടെ കുടുംബം രാത്രി പെട്രോമാക്സിന്റെ വെളിച്ചത്തിൽ അബ്ദുറഹ്മാന്റെ പൊളിച്ചിട്ട വീട് പുതുക്കിപ്പണിതു. കേസ് ഒത്തുതീർപ്പാക്കുന്നതിനുള്ള ശ്രമത്തിന്റെ ഭാഗമായാണ് ഈ ധൃതിപിടിച്ച വീടുപണി നടന്നത്. സെയ്താലിക്കുട്ടി മംഗലശ്ശേരിയിലെ പാർട്ടി പ്രവർത്തകരോട് വീട് പുതുക്കിപ്പണിതു എന്നു പറയുന്നത് ശരിയായ രീതിയിലാണോ എന്ന് പരിശോധിച്ച് വരാൻ നിർദേശിച്ചു. ഒട്ടും തൃപ്തികരമല്ലെന്നും വെറും ഒപ്പിക്കലാണ് നടത്തിയിരിക്കുന്നതെന്നും പാർട്ടി സഖാക്കൾ വിവരം നൽകി. പിറ്റെദിവസം ജന്മിയുടെ നിർദേശപ്രകാരം അബ്ദുറഹ്മാന്റെ വീട് പൊളിക്കാൻ കൂടിയവർകൂടി അറസ്റ്റുചെയ്യപ്പെടുകയും ജയിലിൽ ആവുകയുംചെയ്തു.

അതോടെ ജന്മിയുടെ കുടുംബക്കാർ ഹൈദ്രുവിന്റെ വീട് വീണ്ടും പൊളിച്ച് വളരെ നല്ലരീതിയിൽ കാശ് മുടക്കി പണിഞ്ഞുകൊടുത്തു. പാർട്ടി പ്രവർത്തകരോട് വീണ്ടും പോയിനോക്കാൻ സെയ്താലിക്കുട്ടി നിർദേശിച്ചു. തൃപ്തികരമാണെന്ന് റിപ്പോർട്ട് കിട്ടിയതിനുശേഷം അബ്ദു റഹ്മാനോടും കുടുംബത്തോടും വീട്ടിലേക്ക് തിരിച്ചുപോകാൻ സഖാവ് നിർദേശിച്ചു. കുടിയൊഴിപ്പിക്കൽ എന്നത് തങ്ങളുടെ ജന്മാവകാശമാണെന്ന് കരുതിയിരുന്ന മഞ്ചേരിയിലെയും പരിസരപ്രദേശങ്ങളിലെയും ജന്മിമാരെ ഞെട്ടിച്ച ഒരു സംഭവമായിരുന്നു അത്. അടങ്ങുംപുറത്ത് നാടിയെന്ന ഒരു കൃഷിക്കാരനെ ഒഴിപ്പിക്കാൻ നീക്കമുണ്ടായപ്പോഴും സെയ്താലിക്കുട്ടി നേരിട്ട് ചെന്ന് ഇടപെട്ടു. ഭൂവുടമയോട് സംസാരിച്ചു. അയാൾ 36 സെന്റ് ഭൂമി നാടിക്ക് വിട്ടുകൊടുത്തുകൊണ്ട് ഒത്തുതീർപ്പിന് തയാറായി.

ആനക്കയത്തെ കശുമാവ് ഫാമിലെ തൊഴിലാളികൾ, മഞ്ചേരിയിലെ ടാക്സി തൊഴിലാളികൾ ട്രാൻസ്പോർട്ട് തൊഴിലാളികൾ എന്നിവർക്കൊക്കെ സംഘടനയുണ്ടാക്കാൻ മുൻകൈയെടുത്തതും സെയ്താലിക്കുട്ടിയായിരുന്നു. കൊല്ലറമ്പൻ അബ്ദുള്ളയുണ്ണി ഹാജിയുടെ ബസിലെ പിരിച്ചുവിടപ്പെട്ട തൊഴിലാളികളെ തിരിച്ചെടുക്കണമെന്നാവശ്യപ്പെട്ടുകൊണ്ട് ഒരുവർഷം നീണ്ടുനിന്ന സമരമാണ് നടന്നത്. മുതലാളിയുടെ വീടിന് മുന്നിൽ സത്യഗ്രഹപ്പന്തൽ കെട്ടിയിരുന്നു. സെയ്താലിക്കുട്ടിയുടെ നേതൃത്വത്തിൽ പാർട്ടിയുടെ ഭാഗത്തുനിന്നും കിട്ടിയ ഉറച്ച പിന്തുണകൊണ്ടായിരുന്നു ഇത്ര ദീർഘിച്ച കാലം സമരരംഗത്ത് നിൽക്കാൻ തൊഴിലാളികൾക്ക് ആത്മവിശ്വാസം കിട്ടിയത്. ഒടുവിൽ അർഹതപ്പെട്ട ആനുകൂല്യങ്ങളെല്ലാം നൽകാൻ ബസ്സുടമ നിർബന്ധിതനായി. ഇത് മഞ്ചേരിയിൽ പൊതുവിൽ തന്നെ തൊഴിലാളികളുടെ ന്യായ

മായ അവകാശങ്ങൾ വകവെച്ചുകൊടുക്കാതെ ഇനിയാർക്കും മുന്നോട്ടു പോകാനാവില്ല എന്ന ഒരു ധാരണ പരത്തി.

1970 ൽ ഭൂനിയമം വന്നെങ്കിലും പരിധിയിൽ കവിഞ്ഞ ഭൂമി പിടിച്ചെടുത്ത് ഭൂരഹിതർക്ക് വിതരണംചെയ്യാൻ സർക്കാർ മുൻകൈയെടുത്തിരുന്നില്ല. സി പി ഐ കോൺഗ്രസിനൊപ്പം ചേർന്ന് ഭരണം നടത്തിയിരുന്ന സമയമായിരുന്നു. അച്യുതമേനോനായിരുന്നു മുഖ്യമന്ത്രി. മിച്ചഭൂമി പിടിച്ചെടുത്ത് ഭൂരഹിതർക്ക് വിതരണം ചെയ്യണമെന്നാവശ്യപ്പെട്ടുകൊണ്ട് കേരളമാകെ മിച്ചഭൂമി കയ്യേറി അവകാശം സ്ഥാപിച്ചുകൊണ്ടുള്ള സമരങ്ങൾ സി പി ഐ (എം) ന്റെ നേതൃത്വത്തിൽ ശക്തമായി നടന്നു.

സർക്കാരിന്റെ മൗനാനുവാദത്തോടെ ഭൂവുടമകൾ പരിധിയിൽ കവിഞ്ഞ ഭൂമി വിൽപ്പന നടത്തുന്നുണ്ടായിരുന്നു. മഞ്ചേരി കോവിലകത്തിന്റെ മിച്ചഭൂമിയായി നിർദേശിക്കപ്പെട്ടിരുന്ന ഭൂമിയും ഇങ്ങനെ വിൽപ്പന നടത്താൻ തുടങ്ങി. 1972 ലായിരുന്നു ഇത്. മഞ്ചേരിയിലെ പാർട്ടി പ്രവർത്തകരുടെ നേതൃത്വത്തിൽ ഒരു സംഘം സെയ്താലിക്കുട്ടിയെ പോയി കണ്ടു. അദ്ദേഹം അന്ന് സി ഐ ടി യു ജില്ലാ സെക്രട്ടറിയായി മലപ്പുറം കേന്ദ്രീകരിച്ചാണ് പ്രവർത്തിച്ചിരുന്നത്. “നിങ്ങൾ സമരംചെയ്യാൻ തയാറുണ്ടോ” എന്നായിരുന്നു സഖാവിന്റെ ചോദ്യം. ചിലപ്പോൾ കുറച്ച് ദീർഘിച്ച സമരംവേണ്ടിവരും എന്നും അദ്ദേഹം സൂചിപ്പിച്ചു. തിരിച്ചുവന്ന് വിശദമായ ചർച്ചകൾ നടത്തിയ പാർട്ടിപ്രവർത്തകർ സമരത്തിനിറങ്ങാൻ തീരുമാനിച്ചു. സെയ്താലിക്കുട്ടിയുടെ ഉപദേശനിർദേശങ്ങളും നേതൃത്വവും സമരത്തിനുണ്ടായിരുന്നു.

വിൽപ്പനക്കായി വേലികെട്ടി തിരിച്ചിട്ടിരുന്ന മിച്ചഭൂമിയിലേക്ക് സമരഭടന്മാർ മാർച്ചുചെയ്തു. വേലികൾ പൊളിച്ചുമാറ്റി അവർ അവകാശം സ്ഥാപിച്ചു. കോവിലകത്തുകാർ പൊലീസിനെ ഇറക്കി. കയ്യേറിയ സ്ഥലത്തുനിന്നും സമരഭടന്മാരെ പൊലീസ് ഇറക്കിവിട്ടു. വിശലമായ ഭൂമിയായിരുന്നതിനാൽ പൊലീസിനെ കബളിപ്പിച്ച് വേറെ സ്ഥലത്ത് വേലിപൊളിച്ച് സമരക്കാർ കയ്യേറ്റം നടത്തും. പൊലീസ് ഇടപെടും. വീണ്ടും കയ്യേറും. ഇതായിരുന്നു സമരത്തിന്റെ രീതി. വിൽപ്പന അതോടെ നിന്നു. സമരം തുടർന്നുകൊണ്ടിരുന്നു. 1972 മുതൽ 1980 വരെ ഈ സമരം നീണ്ടുനിന്നു. പൊലീസ് കാവൽ ദുർബലമാകുന്ന അവസരംനോക്കി സമരക്കാർ ഭൂമിയിൽ കയറും. പൊലീസ് വന്ന് ഇറക്കിവിടും വേലികൾ വീണ്ടും കെട്ടും. ഒരു വ്യാഴവട്ടക്കാലം ഈ രംഗങ്ങൾ വീണ്ടും വീണ്ടും അരങ്ങേറി.

1979 ഒക്ടോബർ 12 മുതൽ ഡിസംബർ 5 വരെ കേരളത്തിന്റെ മുഖ്യമന്ത്രിപദത്തിൽ ഇരുന്നിരുന്നത് ലീഗ് നേതാവ് സി എച്ച് മുഹമ്മദ്കോയയായിരുന്നു. 54 ദിവസത്തേക്ക് മുസ്ലീംലീഗിന് കേരളഭരണത്തിന്റെ നേതൃത്വം കിട്ടിയപ്പോൾ ആ മന്ത്രിസഭ പാസാക്കിയ ഒരു നിയമമായിരുന്നു ഇഷ്ടദാനബിൽ. പരിധിയിൽ കവിഞ്ഞ ഭൂമിയുള്ള പ്രമാണിമാർക്ക് അവരുടെ ഭൂമി മിച്ചഭൂമിയായി പോകാതിരിക്കാൻ ഒരു വഴിതുറന്നുകൊടുത്തു ഇഷ്ടദാനനിയമം. മുസ്ലീങ്ങളായ ആയിരക്കണക്കിന് ഭൂരഹിതർക്ക്

ഭൂമി കിട്ടാനുള്ള സാധ്യത ഇല്ലാതാവുന്നതിനേക്കാൾ അവർക്ക് പ്രധാനം തങ്ങളുടെ ഇടയിലെ പ്രമാണിമാർക്ക് അൽപ്പം ഭൂമി നഷ്ടമാവുന്നതിലെ വേവലാതിയായിരുന്നു. 1957 ൽ ഇ എം എസിന്റെ നേതൃത്വത്തിൽ ആദ്യമായി കമ്യൂണിസ്റ്റുപാർട്ടിക്ക് അധികാരം കിട്ടിയപ്പോൾ ആദ്യമായി ഇറക്കിയ ഉത്തരവ് കുടിയാന്മാരെ ഒഴിപ്പിക്കുന്നതിനുള്ള ജന്മിമാരുടെ അവകാശം ഇല്ലാതാക്കുന്നതായിരുന്നു.

ഒട്ടേറെ സ്ഥലങ്ങളിൽ മിച്ചഭൂമി ഭൂരഹിതർക്ക് കിട്ടാനുള്ള വഴി ഇഷ്ടദാനനിയമം അടച്ചു. ഇത് മഞ്ചേരിയിലെ കോവിലകം ഭൂമിയിൽ വർഷങ്ങളായി തുടരുന്ന സമരത്തിനും ബാധകമായിരുന്നു. ഈ പശ്ചാത്തലത്തിൽ സെയ്താലിക്കുട്ടിയുടെ നേതൃത്വത്തിൽ കോവിലകത്തുകാരുമായി ചർച്ച നടന്നു. ഇഷ്ടദാന നിയമം മഞ്ചേരി കോവിലകത്തിന് മാത്രം ബാധകമല്ല എന്നുപറയുന്നത് ശരിയാണോ എന്നായിരുന്നു കോവിലകത്തിന്റെ പ്രതിനിധികൾ ചോദിച്ചത്. ഭൂരഹിതരായവർക്ക് വിതരണം ചെയ്യാനായി 5 ഏക്ര ഭൂമി വിട്ടുതന്നാൽ സമരം അവസാനിപ്പിക്കാമെന്ന് സെയ്താലിക്കുട്ടി നിർദേശംവെച്ചു. ദീർഘിച്ച ചർച്ചകൾക്ക് ശേഷം 2 ഏക്ര ഭൂമി വിട്ടുതരാൻ കോവിലകത്തുകാർ തയാറായി. അങ്ങനെ ഭൂരഹിതരായ 30 പേർക്ക് 6 സെന്റ് വെച്ച് ഭൂമി ലഭിച്ചു. ഒരു 20 സെന്റ് പൊതുആവശ്യത്തിനായും നീക്കിവെച്ചു. ഇങ്ങനെ ഉണ്ടായതാണ് മംഗലശ്ശേരി കോട്ടക്കുണ്ട് കോളനി. നിയമത്തിന്റെ പിൻബലം നഷ്ടമായിട്ടും രണ്ട് ഏക്ര ഭൂമി വാങ്ങിയെടുക്കാൻ സാധിച്ചത് സെയ്താലിക്കുട്ടിയുടെ നയതന്ത്രജ്ഞതയുടെയും നേതൃശേഷിയുടെയും ഫലമായിരുന്നു.

കോട്ടക്കുണ്ട് ഭൂസമരത്തിന്റെ തുടക്കത്തിൽ ലീഗിന്റെയും കോൺഗ്രസിന്റെയും ആളുകളും പങ്കെടുത്തിരുന്നു. എന്നാൽ കേരളമാകെ നടന്ന ഭൂസമരത്തിന്റെ ഭാഗമായി എടവണ്ണയിലെയും മറ്റു ചില പ്രദേശങ്ങളിലെയും ലീഗ് പ്രമാണിമാരുടെ ഭൂമിയും സമരഭടന്മാർ കയ്യേറിയിരുന്നു. അതോടെ മഞ്ചേരിയിലെ സമരത്തിൽനിന്നും ലീഗുകാരും കോൺഗ്രസുകാരും ഒഴിഞ്ഞുപോയി. തൊട്ടിയിൽ, നറുകര, മംഗലശ്ശേരി ഭാഗങ്ങളിലെല്ലാം മിച്ചഭൂമി സമരത്തിന്റെ ഭാഗമായി വൻകിട ഭൂവുടമകളുടെ ഭൂമികളിൽ സമരവാളണ്ടിയർമാർ കയ്യേറ്റം നടത്തി. ഇവയിലെല്ലാംകൂടി 3 ഏക്കറോളം സ്ഥലം ഭൂരഹിതർക്ക് വിതരണം ചെയ്യിക്കാൻ സമരംകൊണ്ട് സാധിച്ചു. മഞ്ചേരി ഭാഗത്ത് നടന്ന ഭൂസമരങ്ങളിലെല്ലാം സെയ്താലിക്കുട്ടിയുടെ സാന്നിധ്യവും നേതൃത്വവും ശ്രദ്ധേയമായിരുന്നു.

കർഷകത്തൊഴിലാളിയുടെ കൊയ്ത്തു കൂലി പത്തിനൊന്ന് പതമെന്നത് എട്ടിനൊന്ന് പതമാക്കിയത് എഴുപതുകളിലായിരുന്നു. പത്ത് പറ നെല്ല് കൊയ്തുമെതിച്ച് അളന്ന് കൊടുത്താൽ ഒരു പറ നെല്ല് കൂലി, ഇതായിരുന്നു പത്തിനൊന്ന് പതം. ഇതുതന്നെ പല മുഷ്കന്മാരായ ഭൂവുടമകളും പത്തിന് പകരം പതിനൊന്നാക്കി ചൂഷണംചെയ്തിരുന്നു. പത്ത് പറ അളന്ന് കഴിഞ്ഞാൽ ഒരു പറ ലാഭം അടുത്തത് കൂലി എന്നൊക്കെ പറഞ്ഞായിരുന്നു ചൂഷണം. എട്ടിനൊന്ന് പതമാക്കി കൂലി നിശ്ചയി

ച്ചപ്പോൾ കുറെപ്പേരൊക്കെ തരാൻ മടികാണിച്ചു. പലയിടത്തും സമരം നടന്നു. കർഷകത്തൊഴിലാളികളെ വലിയ തോതിൽ പാർട്ടിയുമായി അടുപ്പിക്കാൻ കഴിഞ്ഞ ഒരു സംഭവവികാസമായിരുന്നു ഈ കൂലി വർധനവും അനുബന്ധമായി നടന്ന സമരങ്ങളും. ഈ സമരങ്ങളിൽ സെയ്താലിക്കുട്ടിയോടൊപ്പം നേതൃത്വം കൊടുത്തവരിൽ യു ഉത്തമൻ, വേലുനായർ, നാരായണൻ ചെട്ട്യാർ, ചെമ്പഞ്ചേരി കൃഷ്ണൻ തുടങ്ങിയവർ സജീവമായി ഉണ്ടായിരുന്നു.

മഞ്ചേരിയിലെ കൊരമ്പയിൽ കുടുംബം, മേലാക്കത്ത് അബ്ദുള്ളക്കുട്ടി ഹാജി, കുത്തകല്ലിലെ മൊല്ലാക്ക തുടങ്ങിയവരുടെയൊക്കെ പാടത്ത് പുതുക്കിയ കൂലി തരാത്തതിന്റെ പേരിൽ സമരം നടന്നു. പുതുക്കിയ കൂലി തരാഞ്ഞപ്പോൾ കർഷകത്തൊഴിലാളികൾ കൂലി നിരസിക്കുകയും കൊയ്ത നെല്ല് കൊണ്ടുപോകുന്നത് തടയുകയുംചെയ്തു. ഒടുവിൽ എല്ലായിടത്തും എട്ടിനൊന്ന് പതം തന്നെ കൂലി കൊടുക്കേണ്ടി വന്നു.

ആദ്യകാലത്തെ കർഷകത്തൊഴിലാളികളുടെ സ്ഥിതി ഒരുതരം അടിമത്തം തന്നെയായിരുന്നു. ഒരുദിവസം പണിക്ക് ചെന്നില്ലെങ്കിൽ കാര്യസ്ഥന്മാരും ശിങ്കിടികളുമൊക്കെ ചാളകളിൽ അന്വേഷിച്ച് ചെല്ലുകയും അടിക്കുകയും ചെയ്യുമായിരുന്നു. ഒരു ജന്മിയുടെ കീഴിലുള്ള പണിക്കാരെ മറ്റൊരു ജന്മിക്ക് കൈമാറുമ്പോൾ പണം കൈമാറുന്ന രീതിയുണ്ടായിരുന്നു. ഇങ്ങനെ 100 പണം കൊടുത്തും 500 പണം കൊടുത്തും കൊണ്ടുവന്നിരുന്ന തൊഴിലാളികളോട് അവർ ഉടമകളാണെന്ന മട്ടിലായിരുന്നു പെരുമാറിയിരുന്നത്. അസുഖം വന്നാൽ ജന്മിയുടെ വീട്ടിൽച്ചെന്ന് പറയണമായിരുന്നു. ഇല്ലെങ്കിൽ ശിക്ഷ കിട്ടുമായിരുന്നു. ഇത്തരം ഒരവസ്ഥയിൽ അടിമകളായി കഴിഞ്ഞിരുന്ന കർഷകത്തൊഴിലാളികളെ എട്ടിനൊന്ന് പതം എന്ന അവകാശം കണക്കുപറഞ്ഞ് വാങ്ങിക്കുന്ന അവസ്ഥയിലേക്ക് വളർത്തിയത് കമ്യൂണിസ്റ്റ് പ്രസ്ഥാനത്തിന്റെ ഇടപെടൽ കൊണ്ടുതന്നെയായിരുന്നു.

# 13

# കമ്യൂണിസ്റ്റുപാർട്ടിക്കായി നീക്കിവെച്ച ജീവിതം

**ആ**യിരത്തി തൊള്ളായിരത്തി എൺപത്തിയെട്ട് ഒക്ടോബർ 2 ന് എന്റെ വിവാഹം സ്പെഷൽ മാര്യേജ് ആക്ട് പ്രകാരം വേദിയിൽ വെച്ച് രജിസ്റ്റർ ചെയ്യുമ്പോൾ വിവാഹരജിസ്റ്ററിൽ സാക്ഷികളായി ഒപ്പിട്ട മൂന്നു പേരിൽ ഒരാൾ സെയ്താലിക്കുട്ടിയായിരുന്നു. മറ്റു രണ്ടുപേരിൽ ഒരാൾ എന്റെ പിതാവ് മുത്തിരി മുഹമ്മദുണ്ണിയും രണ്ടാമത്തെയാൾ വധു പി കെ സൈനബയുടെ സഹോദരൻ പുന്നക്കണ്ടി ആദമും ആയിരുന്നു. ഇപ്പോൾ സി പി ഐ (എം) സംസ്ഥാനസമിതി അംഗമായ പി കെ സൈനബ അന്ന് പാർട്ടി ജില്ലാ കമ്മിറ്റി അംഗവും ജനാധിപത്യ മഹിളാ അസോസിയേഷൻ ജില്ലാ പ്രസിഡന്റുമായിരുന്നു. പാർട്ടിയുടെ മലപ്പുറം ജില്ലാ കമ്മിറ്റിക്കുവേണ്ടി സെക്രട്ടറി സെയ്താലിക്കുട്ടിയുടെ പേരിലാണ് വധുവിന്റെ പക്ഷത്തുനിന്നുള്ള വിവാഹക്ഷണക്കത്തുതന്നെ തയാറായിരിക്കുന്നത്.

വിവാഹ രജിസ്റ്ററിൽ സാക്ഷിയായി ഒപ്പിടുമ്പോൾ പേരും അഡ്രസും ചേർത്തശേഷം തൊഴിൽ എന്ന കോളത്തിന് നേരെ സെയ്താലിക്കുട്ടി എഴുതിയത് രാഷ്ട്രീയപ്രവർത്തനം എന്നായിരുന്നു. എനിക്കന്ന് അതിൽ എന്തോ ഒരു അപാകത തോന്നിയിരുന്നു. എന്നാൽ പിന്നീട് അടുത്തറിയാൻ കഴിഞ്ഞപ്പോൾ അതല്ലാതെ മറ്റൊന്നും അദ്ദേഹത്തിന് എഴുതാൻ കഴിയുമായിരുന്നില്ല എന്ന് ബോധ്യമായി.

ചെറുപ്പത്തിൽ സ്കൂളിൽനിന്നും പഠനം മതിയാക്കി പുറത്തുപോന്നത് മുതൽ ഒന്നുരണ്ട് വർഷങ്ങൾക്കകം തന്നെ അദ്ദേഹം ഒരു മുഴുവൻ സമയ പാർട്ടി പ്രവർത്തകനായി മാറിക്കഴിഞ്ഞിരുന്നു. 1944 പാർട്ടി അംഗത്വം നേടിയതുമുതൽ 2010 ജനുവരി 24 ന് തന്റെ അവസാന ചലനവും നിലയ്ക്കുന്നതുവരെ പാർട്ടിയുമായി ബന്ധപ്പെട്ട ജോലികളോ ചുമ

തലകളോ അല്ലാതെ ഒരു തൊഴിലും അദ്ദേഹം ചെയ്തിട്ടില്ല. വിവിധ തൊഴിലാളി സംഘടനകളുടെ ചുമതലക്കാരൻ എന്ന നിലയിലോ പാർട്ടിയുടെ മുഴുവൻ സമയപ്രവർത്തകൻ എന്ന നിലയിലോ കൊടുത്തിരുന്ന പരിമിതമായ അലവൻസ് തുകകളല്ലാതെ ഒരു വരുമാനവും അദ്ദേഹത്തിന് ഒരിക്കലും ഉണ്ടായിട്ടില്ല.

1948 ൽ കോഴിക്കോട് വെച്ച് പ്രമുഖ കമ്യൂണിസ്റ്റ് ട്രേഡ് യൂണിയൻ നേതാവായിരുന്ന പി ശേഖരൻ പങ്കെടുത്ത ബീഡിത്തൊഴിലാളികളുടെ ഒരു യോഗത്തിൽ വെച്ച് ബീഡിത്തൊഴിലാളി യൂണിയന്റെ സെക്രട്ടറിയുടെ ചുമതല സെയ്താലിക്കുട്ടിക്ക് നൽകപ്പെട്ടു. ആ ചുമതലയിൽ ഇരിക്കുന്ന വേളയിൽ ബീഡിത്തൊഴിലാളികൾ കൂലിവർധനവ് ഉൾപ്പെടെയുള്ള ആവശ്യങ്ങൾ ഉന്നയിച്ചുകൊണ്ട് നടത്തിയ സമരങ്ങൾക്ക് നേതൃത്വം നൽകി. ചിലപ്പോഴൊക്കെ തൊഴിൽത്തർക്കങ്ങൾ കോടതിയിലും എത്തിയിരുന്നു. യൂണിയൻ രംഗത്തെയും പാർട്ടി രംഗത്തെയും അനുഭവങ്ങളും അറിവും ഉപയോഗിച്ച് കോടതിയിൽ യൂണിയനുവേണ്ടി കേസ് സ്വയം വാദിക്കാനും സെയ്താലിക്കുട്ടി തന്റേടം കാണിച്ചിരുന്നു. പിൽക്കാലത്ത് പാർട്ടിയുടെയും വർഗബഹുജനസംഘടനകളുടെയും വ്യത്യസ്തതരത്തിൽപ്പെട്ട ഒട്ടറെ ചുമതലകൾ അദ്ദേഹത്തിന്റെ ചുമതലയിൽ വന്നു. ആരോഗ്യം അനുവദിച്ച കാലത്തോളം എല്ലാ ചുമതലകളോടും അദ്ദേഹം പരമാവധി നീതിപുലർത്തി.

ആദ്യംകിട്ടിയ പാർട്ടി ചുമതല കൊണ്ടോട്ടി ബ്രാഞ്ച് സെക്രട്ടറിയുടെതായിരുന്നു. തുടർന്ന് കൊണ്ടോട്ടി ലോക്കൽ കമ്മിറ്റി സെക്രട്ടറിയായി. ഏറനാട് താലൂക്ക് സെക്രട്ടറിയായി ചുമതലയേറ്റപ്പോൾ പ്രവർത്തന കേന്ദ്രം ശരിക്കും മഞ്ചേരി തന്നെയായി. അന്നത്തെ ഏറനാട് താലൂക്ക് ഇന്നത്തെ മലപ്പുറംജില്ലയുടെ ഏതാണ്ട് സിംഹഭാഗവും വരുമായിരുന്നു. നിലമ്പൂർ, വണ്ടൂർ, മഞ്ചേരി, കൊണ്ടോട്ടി, മലപ്പുറം, ഫറൂക്ക്, കടലുണ്ടി, പരപ്പനങ്ങാടി, കോട്ടക്കൽ എന്നിവയെല്ലാം ചേർന്നതായിരുന്നു അന്നത്തെ ഏറനാട് താലൂക്ക്. കുഞ്ഞാലി, കുഞ്ഞുണ്ണി, മാധവൻ, ഗംഗാധരൻ, സാധു പി അഹമ്മദുകുട്ടി തുടങ്ങിയവരൊക്കെയായിരുന്നു അന്നത്തെ സഹപ്രവർത്തകരിൽ പ്രമുഖർ. മുതിർന്ന നേതാവായിരുന്ന എടക്കോട് മുഹമ്മദും ഏറനാട് താലൂക്ക് കേന്ദ്രീകരിച്ചാണ് പ്രവർത്തിച്ചിരുന്നത്.

1964 ൽ കമ്യൂണിസ്റ്റുപാർട്ടി പിളർന്നു രണ്ടാകുമ്പോൾ സെയ്താലിക്കുട്ടി അവിഭക്ത കമ്യൂണിസ്റ്റുപാർട്ടിയുടെ കോഴിക്കോട് ജില്ലാ കൗൺസിലിലും എക്സിക്യൂട്ടീവിലും അംഗമായിരുന്നു. ഇമ്പിച്ചിബാവ, എടക്കോട്, ദക്ഷിണാമൂർത്തി, പത്മനാഭൻ, ശങ്കരൻ, കേളപ്പൻ, എം കെ കേളുവേട്ടൻ, യു കുഞ്ഞിരാമൻ, എ കെ കുഞ്ഞിരാമൻ തുടങ്ങിയവരോടൊത്തൊക്കെ ഇക്കാലംമുതൽ ഒരുമിച്ചു പ്രവർത്തിച്ചു. പിളർപ്പിനുശേഷം സി പി ഐ (എം) കോഴിക്കോട് ജില്ലാ കമ്മിറ്റി അംഗമായി.

1969 ൽ മലപ്പുറം ജില്ല രൂപീകൃതമായപ്പോൾ പാർട്ടിയുടെ മലപ്പുറം ജില്ലാ സെക്രട്ടറിയേറ്റ് അംഗമായി. 1970 ൽ മലപ്പുറം ജില്ലാ സി ഐ ടി

യു വിന്റെ പ്രഥമജില്ലാ സെക്രട്ടറിയായി. 1970 തൊട്ട് 1987 വരെ പതിനേഴ് വർഷം ആ സ്ഥാനത്ത് തുടർന്നു.

സി പി ഐ (എം) മലപ്പുറം ജില്ലാ കമ്മിറ്റി രൂപീകൃതമായപ്പൾ ആദ്യ ജില്ലാ സെക്രട്ടറി പാലൊളി മുഹമ്മദുകുട്ടിയായിരുന്നു. തുടർന്ന് നടന്ന സമ്മേളനത്തിൽവെച്ച് ഇമ്പിച്ചിബാവ ജില്ലാ സെക്രട്ടറിയായി തിരഞ്ഞെടുക്കപ്പെട്ടു. മൂന്നുവർഷത്തിനുശേഷം വീണ്ടും പാലൊളി തന്നെ ജില്ലാ സെക്രട്ടറിയായി. പന്ത്രണ്ട് വർഷം ജില്ലാ സെക്രട്ടറിയുടെ ചുമതല വഹിച്ചിരുന്ന പാലൊളിയെ സംസ്ഥാന സെക്രട്ടറിയേറ്റിലേക്ക് തിരഞ്ഞെടുത്തപ്പോൾ 1985 ൽ സെയ്താലിക്കുട്ടി ജില്ലാ സെക്രട്ടറിയുടെ ചുമതലയേറ്റു. ആ വർഷം തന്നെ അദ്ദേഹം സംസ്ഥാനക്കമ്മിറ്റി അംഗമായി തിരഞ്ഞെടുക്കപ്പെട്ടു. മരണംവരെ ഇരുപത്തിനാല് വർഷക്കാലം സംസ്ഥാന കമ്മിറ്റി അംഗത്വത്തിൽ സെയ്താലിക്കുട്ടി തുടർന്നു.

പെരിന്തൽമണ്ണ സമ്മേളനത്തിൽവെച്ചാണ് ജില്ലാ സെക്രട്ടറിസ്ഥാനത്തുനിന്നും അദ്ദേഹം ഒഴിഞ്ഞത്. ചില ആരോഗ്യപ്രശ്നങ്ങൾ കാരണം ഇടയ്ക്ക് ഏതാനും മാസത്തേക്ക് ജില്ലാ സെക്രട്ടറിയുടെ ചുമതല വഹിച്ചിരുന്നത് കെ ഉമ്മർ മാസ്റ്റർ ആയിരുന്നു. പെരിന്തൽമണ്ണ ജില്ലാ സമ്മേളനത്തിൽവെച്ച് കെ ഉമ്മർ മാസ്റ്റർ മലപ്പുറം ജില്ലാ സെക്രട്ടറിയായി തിരഞ്ഞെടുക്കപ്പെടുകയും ചെയ്തു.

ആറുപതിറ്റാണ്ടിലേറെക്കാലം തുടർന്ന പൊതുജീവിതത്തിൽ പാർട്ടിയുടെ നേരിട്ടുള്ള ചുമതലകൾ ഒന്നിനു പുറകെ മറ്റൊന്നായി തുടർച്ചയായി ഏറ്റെടുത്തതിന് സമാന്തരമായി മറ്റു ചുമതലകളും അദ്ദേഹം ഏറ്റെടുത്തിരുന്നു. *ദേശാഭിമാനി* അദ്ദേഹത്തിന്റെ വലിയൊരു പ്രവർത്തനമേഖലയായിരുന്നു. സാധാരണ പത്രവിതരണക്കാരൻ, ഏജന്റ്, മഞ്ചേരി ഏരിയാ ലേഖകൻ എന്നീ ചുമതലകളൊക്കെ കൊണ്ടുനടന്നിരുന്ന സെയ്താലിക്കുട്ടി പിന്നീട് ദേശാഭിമാനി പ്രിന്റിങ് ആന്റ് പബ്ലിഷിങ് കമ്പനി ഡയറക്ടറായി. ഇ എം എസ് സ്മാരകട്രസ്റ്റ്, ചെറുകാട് സ്മാരക ട്രസ്റ്റ് എന്നിവയുടെ ചെയർമാനായിരുന്നു. കേരളത്തിലെ എന്നല്ല ഇന്ത്യയിലെ തന്നെ ഏറ്റവും വലിയ സഹകരണ ആശുപത്രിയായ ഇ എം എസ് സ്മാരക സഹകരണ ആശുപത്രിയുടെ ഡയറക്ടർ ബോർഡ് അംഗമായിരുന്നു.

സി ഐ ടി യു മുൻകൈയെടുത്ത് ജില്ലയിലെ മോട്ടോർ തൊഴിലാളികൾക്കായൊരു സംഘടന രൂപീകരിക്കാൻ തീരുമാനിച്ചു. എന്നാൽ മുതലാളിമാരുടെ ഭാഗത്ത് നിന്നുള്ള ഭീഷണി കാരണം തൊഴിലാളികൾ സംഘടനയിൽ അംഗത്വമെടുക്കാൻ മടിച്ചുനിന്നു. ഒട്ടേറെ പേരുടെ വീടുകളിൽ നേരിട്ടുചെന്ന് കണ്ട് സംസാരിച്ചാണ് സെയ്താലിക്കുട്ടി തൊഴിലാളികളുടെ ആത്മവിശ്വാസം ഉയർത്തിയത്. സി ഐ ടി യു ജില്ലാ സെക്രട്ടറി, പാർട്ടി ജില്ലാ സെക്രട്ടറിയേറ്റ് അംഗം എന്നീ ചുമതലകൾ വഹിച്ചിരുന്ന സമയത്താണ് അദ്ദേഹം അതിനൊക്കെ സമയം കണ്ടെത്തിയത്.

മഞ്ചേരിയിൽ റോഡുകൾ അറ്റകുറ്റപ്പണികൾ നടത്തിയിരുന്ന എൻ

എം ആർ തൊഴിലാളികളെ സംഘടിപ്പിക്കാൻ സെയ്താലിക്കുട്ടി മുൻകൈയെടുത്തിരുന്നു. ആ സമയത്ത് എ കെ ജി പാർലമെന്റ് അംഗമായിരുന്നു. എ കെ ജി ഒരിക്കൽ മഞ്ചേരിയിൽ വന്നപ്പോൾ അവരെയുംകൂട്ടി എ കെ ജിയോട് സംസാരിക്കുകയും ഒരു നിവേദനം കൊടുക്കുകയും ചെയ്തു. എൻ എം ആർ ജീവനക്കാരുടെ പ്രശ്നം ഇതിന്റെകൂടി ഫലമായി പാർലമെന്റിൽ ചർച്ചക്കു വരികയും ചില ചെറിയ ആനുകൂല്യങ്ങൾ അവർക്ക് ലഭ്യമാവുകയും ചെയ്തു.

കലാ-സാംസ്കാരിക രംഗത്തെ പ്രവർത്തനങ്ങളിലും അദ്ദേഹം തൽപ്പരനായിരുന്നു. മഞ്ചേരി കേന്ദ്രീകരിച്ചു പ്രവർത്തിച്ചിരുന്ന കാലത്ത് അരിക്കും പഞ്ചസാരക്കും മറ്റും ക്ഷാമം നേരിടുകയും ചില കച്ചവടക്കാർ നടത്തിയിരുന്ന കരിഞ്ചന്തയ്ക്കും പൂഴ്ത്തിവെപ്പിനുമെതിരെ രൂക്ഷമായ സമരങ്ങൾ നടന്നുകൊണ്ടിരിക്കുകയും ചെയ്തിരുന്ന അവസരത്തിൽ ഏറനാട് താലൂക്കിലാകെ സഞ്ചരിച്ച തെരുവ് നാടകസംഘത്തിന്റെ മുഖ്യ സംഘാടകനായിരുന്നു സെയ്താലിക്കുട്ടി.

"എണ്ണടിന്നുകൾ അങ്ങിങ്ങനവധി
മണ്ണിലൊളിപ്പൂ കച്ചവടക്കാർ."

ഓട്ടംതുള്ളൽ രീതിയിൽ ചൊല്ലിയിരുന്ന ഈ പാട്ട് ആ നാടകസംഘത്തിന്റെ ഓർമയായി ഇന്നും പഴമക്കാരുടെ മനസിലുണ്ട്.

ഒരു മധ്യസ്ഥൻ എന്ന നിലയിൽ കക്ഷിരാഷ്ട്രീയത്തിനും ജാതിമതങ്ങൾക്കും അതീതമായി സ്വീകാര്യനായിരുന്നു സെയ്താലിക്കുട്ടി. മതസംഘടനകൾ തമ്മിലുള്ള തർക്കങ്ങൾ, പള്ളിക്കമ്മിറ്റിയിൽ വന്നിരുന്ന തർക്കങ്ങൾ എന്നിവ വരെ അദ്ദേഹത്തിന്റെ മധ്യസ്ഥതയിൽ തീർന്നിട്ടുണ്ട്.

# 14

## കുട്ടിക്കാലംതൊട്ട് മരണംവരെ നീണ്ട സമരസൗഹൃദം

കുഞ്ഞാലി

**സ്**കൂൾ ജീവിതകാലത്ത് രണ്ട് ക്ലാസ് മുകളിലായി പഠിച്ചിരുന്ന സഹപാഠി, അതുവഴി സ്കൂളിൽ പ്രവർത്തിച്ചിരുന്ന ബാലസമാജത്തിലെയും തുടർന്ന് പാർട്ടിയുടെ മുൻകൈയിൽ പ്രവർത്തിച്ചിരുന്ന ബാലസംഘത്തിലെയും സഹപ്രവർത്തകൻ എന്നീ നിലകളിൽ കുട്ടിക്കാലത്ത് മുതൽ തുടങ്ങി മരണം വരെ നീണ്ടുനിന്ന ഒരു ബന്ധമായിരുന്നു സെയ്താലിക്കുട്ടിയും കുഞ്ഞാലിയും തമ്മിൽ ഉണ്ടായിരുന്നത്. രണ്ട് രാഷ്ട്രീയപ്രവർത്തകർ തമ്മിൽ ഇത്രയും ചെറുപ്പത്തിൽ തുടങ്ങിയ ഒരുമിച്ചുള്ള പ്രവർത്തനം ഒരേ ചിന്താഗതിക്കാരായി മരണംവരെ നിലനിന്നതിന്റെ വേറെ ഉദാഹരണം വിരളമായിരിക്കും.

കൊണ്ടോട്ടി യു പി സ്കൂളിലെ പഠനത്തിനുശേഷം മലപ്പുറം ഗവൺമെന്റ് ഹൈസ്കൂളിലായിരുന്നു കുഞ്ഞാലി പഠനം തുടർന്നിരുന്നത്. അവിടത്തെ ഹെഡ്മാസ്റ്ററായിരുന്ന സി ഒ ടി കുഞ്ഞിപ്പക്കി സാഹിബിന് കുഞ്ഞാലിയെ വലിയ കാര്യമായിരുന്നു.

പിതാവ് കരിക്കാടൻ കുഞ്ഞിക്കമ്മത് ചെറുപ്പകാലത്തുതന്നെ മരണപ്പെട്ടിരുന്നതിനാൽ മാതാവായ അമ്പലവൻ ആയിഷുമ്മയുടെ സംര

ക്ഷണത്തിലായിരുന്നു കുഞ്ഞാലി വളർന്നത്. കുഞ്ഞാലിയുടെയും മാതാവ് ആയിഷുമ്മയുടെയും വ്യക്തിത്വം പല സവിശേഷതകളും നിറഞ്ഞതായിരുന്നു. അത് സംബന്ധിച്ച സെയ്താലിക്കുട്ടിയുടെ വാക്കുകൾ:

> കുഞ്ഞാലിയുടെ മാതാവ് ആയിഷുമ്മ വളരെ തന്റേടിയായിരുന്നു. അടുക്കളയ്ക്കപ്പുറം ലോകമുണ്ടെന്നറിയാത്ത സ്ത്രീകളായിരുന്നു അക്കാലത്ത് ഉണ്ടായിരുന്നത്. പുറത്തിറങ്ങാനും ആളുകളുമായി ബന്ധപ്പെടാനും സ്ത്രീകൾ മടികാണിച്ചു. എന്നാൽ ഇതിൽനിന്നു വ്യത്യസ്തമായിരുന്നു ആയിഷുമ്മയുടെ പ്രകൃതം. തനിക്കു ഹിതമല്ലാത്ത എന്തുതന്നെ കണ്ടാലും അതിനെ പരസ്യമായി ചോദ്യം ചെയ്യാൻ അവർ ധൈര്യം കാണിച്ചു. മകനെ ജീവനുതുല്യം സ്നേഹിച്ചിരുന്ന ആയിഷുമ്മ മകനിൽ കാണുന്ന ചെറിയ തെറ്റുകൾക്കുപോലും വലിയ ശിക്ഷ നൽകിയിരുന്നു. തനിക്ക് ഇഷ്ടമല്ലാത്ത പ്രവൃത്തി മകനിൽനിന്നും ഉണ്ടായാൽ പിന്നെ അവർക്ക് കോപവും പിണക്കവുമായി. ഉമ്മയുടെ ഈ പ്രകൃതം കുറച്ചൊക്കെ സഖാവിലും ഉണ്ടായിരുന്നോ എന്ന് പലപ്പോഴും എനിക്ക് തോന്നാനിടയായിട്ടുണ്ട്. (*സഖാവ് കുഞ്ഞാലി സ്മരണിക* – 1994 – പേജ് 21, 22)

ഒളിവ് ജീവിതകാലത്ത് കുഞ്ഞാലിക്ക് സഹായങ്ങൾ ചെയ്തുകൊടുത്തതിന്റെ പേരിൽ ആയിഷുമ്മ കേസിൽ പ്രതിയാക്കപ്പെടുകയും കോടതിയിൽ ഹാജരാക്കപ്പെടുകയും ചെയ്തു. അവിടെ അവർ നൽകിയ മൊഴി അവരുടെ തന്റേടത്തിന്റെ തെളിവായിരുന്നു. “പൊലീസിന് പിടികിട്ടാപ്പുള്ളിയായ കുഞ്ഞാലിയെ നിങ്ങൾ ഒളിവിൽ താമസിപ്പിക്കുകയും ചോറ് കൊടുക്കുകയും ചെയ്തിട്ടുണ്ടോ?” ഇതായിരുന്നു ന്യായാധിപൻ ആയിഷുമ്മയോട് ചോദിച്ചത്.

“ചോറ് കൊടുത്തിട്ടുണ്ട്. ന്റെ മോന് ഞാനല്ലാതാരാ പിന്നെ ചോറ കൊട്ക്കാ. പിന്നെ ഒളിവിൽ പാർപ്പിച്ചൂന്നാണ് കുറ്റമെങ്കിൽ ഞാനവനെ പത്ത് മാസം എന്റെ വയറ്റിൽ ഒളിവിൽ പാർപ്പിച്ചിട്ടുണ്ട്. അതിനുള്ള ശിക്ഷ കൂടി ഒന്നറിയണം.”

ആ വീരമാതാവിന്റെ മറുപടി കേട്ട് കോടതി ഞെട്ടിപ്പോയി.

ആ കേസിൽ ആ ഉമ്മ ശിക്ഷിക്കപ്പെടുകയും ചെയ്തു. മകനെ വലിയ സ്നേഹമായിരുന്നുവെങ്കിലും ചെറിയ കാര്യങ്ങൾക്കുപോലും കോപിക്കുകയും വഴക്കുണ്ടാക്കുകയും ചെയ്യുന്ന ശീലക്കാരിയായിരുന്നു ആയിഷുമ്മ. അങ്ങനെ ഉമ്മയും മകനും പിണങ്ങുന്ന സമയം കുഞ്ഞാലി പാർട്ടി ഓഫീസിലേക്ക് കിടത്തം മാറ്റും. കുറെദിവസം കഴിയുമ്പോൾ പിണക്കം രണ്ടുപേരുമങ്ങ് മറക്കും. വീണ്ടും സ്നേഹത്തിലാകും. സെയ്താലിക്കുട്ടി രണ്ടുവർഷം വീട്ടിൽനിന്ന് പുറത്താക്കപ്പെട്ട സമയത്ത് രാത്രി കിടത്തം പാർട്ടി ആപ്പീസിൽ തന്നെയായിരുന്നു. ഉമ്മ പിണങ്ങു

മ്പോൾ കുഞ്ഞാലിയും പാർട്ടി ഓഫീസിലെത്തും. അങ്ങനെ പല രാത്രികൾ ആ കൂട്ടുകാർ കൊണ്ടോട്ടി പാർട്ടി ഓഫീസിൽ അന്തിയുറങ്ങിയിരുന്നു.

സെയ്താലിക്കുട്ടിയുടെയും കുഞ്ഞാലിയുടെയും വിദ്യാർഥി ജീവിതകാലത്തായിരുന്നു രണ്ടാം ലോകമഹായുദ്ധം. മലപ്പുറം ഗവ: ഹൈസ്കൂളിലെ വിദ്യാഭ്യാസം ഇടയ്ക്കുവെച്ച് നിർത്തി കുഞ്ഞാലി പട്ടാളത്തിൽ ചേർന്നു. ചെറുപ്പത്തിലെ കമ്യൂണിസ്റ്റുപാർട്ടിയോട് ഒരു ആഭിമുഖ്യം കുഞ്ഞാലിക്കും സെയ്താലിക്കുട്ടിക്കും തോന്നിയിരുന്നു. കുഞ്ഞാലി പട്ടാളത്തിൽ ചേരുമ്പോൾ രണ്ടാംലോകമഹായുദ്ധത്തിൽ സോവിയറ്റ് യൂണിയൻകൂടി പങ്കാളിയാവുകയും സഖ്യകക്ഷികളുടെ വിജയത്തിനുവേണ്ടി രംഗത്തിറങ്ങാൻ ലോകകമ്യൂണിസ്റ്റുപ്രസ്ഥാനത്തിന്റെ ആഹ്വാനം വരികയും ചെയ്ത സമയം ആയിരുന്നു. വ്യോമസേനയിലായിരുന്നു കുഞ്ഞാലി ചേർന്നത്. അതോടെ ആ ബാല്യകാലസുഹൃത്തുക്കൾക്ക് കുറച്ചുകാലം പരസ്പരം കാണുന്നത് അസാധ്യമായി.

എന്നാൽ രണ്ടാംലോകമഹായുദ്ധം അവസാനിച്ച 1945 ൽ തന്നെ പട്ടാളജീവിതം അവസാനിപ്പിച്ച് കുഞ്ഞാലി കൊണ്ടോട്ടിയിൽ തിരിച്ചെത്തി. 1943 ൽ കുഞ്ഞാലി പട്ടാളത്തിൽ ചേരുമ്പോൾ സെയ്താലിക്കുട്ടി പാർട്ടി പ്രവർത്തനത്തിന്റെ പേരിൽ വീട്ടിൽനിന്നും പുറത്താക്കപ്പെട്ട അവസ്ഥയിലായിരുന്നു. തിരിച്ചെത്തുമ്പോഴേക്കും സെയ്താലിക്കുട്ടി വീട്ടിലേക്ക് തിരിച്ചുവിളിക്കപ്പെടുകയും മുഴുവൻ സമയപാർട്ടി പ്രവർത്തകനാവുകയും ചെയ്തിരുന്നു.

പട്ടാളത്തിൽനിന്നും തിരിച്ചെത്തിയ കുഞ്ഞാലി ആദ്യം ഏറ്റെടുത്ത പൊതുപ്രവർത്തനം വിമുക്തഭടന്മാരെ സംഘടിപ്പിക്കലായിരുന്നു. അവർക്കൊരു സംഘടനയുണ്ടാക്കാൻ കുഞ്ഞാലി മുൻകൈയെടുത്തു. അവരുടെ ആവശ്യങ്ങൾ ഉന്നയിച്ചുകൊണ്ട് പട്ടാളച്ചിട്ടയിൽ ഒരു മാർച്ച് സംഘടിപ്പിച്ചത് വളരെയേറെ ജനശ്രദ്ധ പിടിച്ചുപറ്റിയ ഒരു പ്രവർത്തനമായിരുന്നു. പട്ടാള യൂണിഫോം അണിഞ്ഞാണ് കുഞ്ഞാലി മാർച്ച് നയിച്ചിരുന്നത്.

അന്നത്തെ വലിയൊരു തൊഴിൽ മേഖലയായിരുന്നു ബീഡി വ്യവസായം. 62 ബീഡിക്കമ്പനികൾ പ്രവർത്തിച്ചിരുന്ന മൈസൂരിൽ ആയിരക്കണക്കിന് തൊഴിലാളികളാണ് ബീഡി മേഖലയിൽ ജോലിചെയ്തിരുന്നത്. അവരുടെ സംഘടനാപ്രവർത്തനത്തിന് നേതൃത്വംകൊടുക്കാൻ കുഞ്ഞാലിയുടെ സേവനം മൈസൂരിൽ വേണമെന്ന പാർട്ടി നിർദേശം വന്നു. കുഞ്ഞാലി മൈസൂരിലേക്ക് പോയി. അതോടെ സെയ്താലിക്കുട്ടിയും കുഞ്ഞാലിയും ഒന്നിച്ചുള്ള പൊതുപ്രവർത്തനം അൽപ്പകാലത്തേക്ക് ഇല്ലാതായി.

1948 ൽ പാർട്ടി നിരോധനം വന്നപ്പോൾ അറസ്റ്റുവാറണ്ട് വന്ന കുഞ്ഞാലി ഒളിവിൽപ്പോയി. അൽപ്പകാലത്തെ ഒളിവുജീവിതത്തിനു

ശേഷം അറസ്റ്റുചെയ്യപ്പെട്ടു ജയിലിലായി. ഈ ഒളിവു ജീവിതകാലത്ത് എഴുതിയിരുന്ന ഡയറി കുഞ്ഞാലിക്കും പാർട്ടിക്കും ബുദ്ധിമുട്ടുണ്ടാക്കി. ഒളിവു ജീവിതകാലത്ത് തങ്ങിയ സ്ഥലങ്ങളുടെ സൂചന ഡയറിയിൽനിന്നും കിട്ടിയ പൊലീസ് അറസ്റ്റ് വാറണ്ടുള്ളയാൾക്ക് അഭയം നൽകിയതിന്റെ പേരിൽ 83 പേരെ പ്രതിയാക്കി ഒരു കേസുണ്ടാക്കി. ഇത് 'കുഞ്ഞാലി ഡയറിക്കേസ്' എന്നറിയപ്പെട്ടു. ഈ കേസിന്റെ വിചാരണ വേളയിലായിരുന്നു കുഞ്ഞാലിയുടെ ഉമ്മയുടെ പ്രസിദ്ധമായ മൊഴിയുണ്ടായതും അതിൽ അവർക്ക് ശിക്ഷ കിട്ടിയതും.

നിരോധനത്തിന്റെ ഭാഗമായി ആദ്യഘട്ടത്തിൽ തന്നെ അറസ്റ്റുവാറണ്ട് വന്നവരുടെ കൂട്ടത്തിൽ കൊണ്ടോട്ടിയിൽനിന്നും എടക്കോട് മുഹമ്മദും കുഞ്ഞാലിയും ഉണ്ടായിരുന്നു. ആദ്യഘട്ടം അറസ്റ്റും ജയിൽവാസത്തിനുംശേഷം രണ്ടുപേരും പരോൾ കിട്ടി പുറത്തിറങ്ങി. പരോളിൽ ഇറങ്ങിയവരോട് ഒളിവിൽ പോകാൻ പാർട്ടി നിർദേശം വന്നു. എടക്കോട് മുഹമ്മദ് ഒളിവിൽ പോയി. കുഞ്ഞാലിക്ക് ഒളിവിൽ പോകാൻ കഴിയുന്നതിന് മുമ്പ് വീണ്ടും അറസ്റ്റുചെയ്യപ്പെട്ടു ജയിലിലായി. പാർട്ടി നിരോധനകാലത്ത് കുഞ്ഞാലി മിക്കവാറും ജയിലിൽ തന്നെ ആയിരുന്നു.

കിഴക്കനേറനാട്ടിൽ നിലമ്പൂരും പരിസരപ്രദേശങ്ങളിലുമായി വ്യാപിച്ചുകിടന്നിരുന്ന വൻകിടയും ഇടത്തരവുമായ തോട്ടങ്ങളിൽ ആയിരക്കണക്കിന് തൊഴിലാളികൾ പണിയെടുത്തിരുന്നു. അവരുടെ സംഘടനാപ്രവർത്തനങ്ങൾക്ക് നേതൃത്വം കൊടുത്തിരുന്ന ഈശ്വരൻ നമ്പൂതിരിയെന്ന പാർട്ടി സഖാവിന് സ്വന്തം നാടായ പയ്യന്നൂരിലേക്ക് തിരിച്ചുപോകേണ്ട ആവശ്യം വന്നപ്പോൾ കുഞ്ഞാലിയുടെ പ്രവർത്തനമേഖല പാർട്ടി നിർദേശപ്രകാരം നിലമ്പൂരിലേക്ക് മാറി. അതോടെ സെയ്താലിക്കുട്ടിയും കുഞ്ഞാലിയും ഒന്നിച്ചു ചേർന്നുള്ള പ്രവർത്തനങ്ങൾക്ക് വീണ്ടും അവസരമൊരുങ്ങി. സെയ്താലിക്കുട്ടി അപ്പോഴേക്കും ഏറനാട് താലൂക്ക് കമ്മിറ്റിയുമായൊക്കെ ബന്ധപ്പെട്ട് പ്രവർത്തിക്കാൻ തുടങ്ങുകയും ചെയ്തിരുന്നു.

പരുക്കൻ പ്രകൃതിയോടും മലമ്പനിയടക്കമുള്ള മഹാരോഗങ്ങളോടും മല്ലിട്ടുകൊണ്ട് തോട്ടം മുതലാളിമാരുടെ ചാട്ടവാർ ഭരണത്തിൻകീഴിൽ നരകതുല്യ ജീവിതം നയിച്ചിരുന്ന തൊഴിലാളികളിൽ സംഘബോധത്തിന്റെ വിത്ത് പാകാൻ പാർട്ടി നിർദേശപ്രകാരം നിലമ്പൂരിൽ വന്നു പ്രവർത്തിച്ചിരുന്ന ഈശ്വരൻ നമ്പൂതിരിയുടെ നേതൃത്വത്തിൽ പച്ചപിടിച്ചു തുടങ്ങിയിരുന്ന തോട്ടം തൊഴിലാളി പ്രസ്ഥാനത്തിന് കുഞ്ഞാലിയുടെ വരവോടെ ഒരു നവോന്മേഷം കൈവന്നു.

തൊഴിലാളികളെ അടിമകളെപ്പോലെ കണക്കാക്കുകയും അവരുടെ മേൽ എന്തതിക്രമത്തിനും തങ്ങൾക്ക് അധികാരമുണ്ടെന്ന് ഭാവിക്കുകയും ഗുണ്ടകളെ ഉപയോഗിച്ച് എതിർസ്വരങ്ങളെ അടിച്ചമർത്തുകയും ചെയ്തിരുന്ന തോട്ടം മുതലാളിമാർക്കെതിരെ ചെങ്കൊടിപിടിച്ചു ചെറുത്തു

നിൽകാനുള്ള കരുത്ത് പകരാൻ കുഞ്ഞാലി നടത്തിയ പ്രവർത്തനങ്ങൾ ചരിത്രത്തിന്റെ ഭാഗമാണ്. ഗുണ്ടായിസംകൊണ്ട് തൊഴിൽ സമരങ്ങളെ നേരിട്ട തോട്ടമുടമകളോട് അതേ നാണയത്തിൽത്തന്നെ തിരിച്ചടി നൽകിക്കൊണ്ടുള്ള അദ്ദേഹത്തിന്റെ പ്രവർത്തനശൈലി കക്ഷിരാഷ്ട്രീയത്തിനതീതമായി കുഞ്ഞാലിയെ തൊഴിലാളികളുടെ ആരാധ്യനായ നേതാവാക്കി മാറ്റി.

സ്വാതന്ത്ര്യസമരത്തിന്റെ ഭാഗമായിക്കൊണ്ട് തൊള്ളായിരത്തിനാൽപ്പതുകളിൽ എ കെ ജിയുടെയും മറ്റും നേതൃത്വത്തിൽ തുടങ്ങിയിരുന്ന കർഷകസമരം സ്വാതന്ത്ര്യത്തിനുശേഷം തരിശ് പ്രക്ഷോഭത്തിലൂടെ മുന്നോട്ടുപോയി. അമ്പതുകളിൽ സംസ്ഥാനമാകെ അലയടിച്ച തരിശ് പ്രക്ഷോഭവും അറുപതുകളിലെ ഭൂസമരങ്ങളും അതിശക്തമായി നടന്ന ഒരു പ്രദേശമാണ് ഏറനാട്. ഏറനാട്ടിൽ ഈ സമരങ്ങൾ ശക്തിയാർജിക്കുന്നതിൽ കുഞ്ഞാലിയുടെ സംഘടനാപാടവവും ധീരമായ നേതൃത്വവും പ്രധാനപ്പെട്ട പങ്കുവഹിച്ചു. വൻകിട ഭൂവുടമകളുടെ കൈവശം ഉണ്ടായിരുന്ന തരിശ് ഭൂമികൾ ഭൂരഹിതരായ കൃഷിക്കാർക്ക് വിട്ടുകൊടുക്കണമെന്നാവശ്യപ്പെട്ടുകൊണ്ട് കയ്യേറി കുടിൽകെട്ടി അവകാശം സ്ഥാപിച്ചുകൊണ്ടായിരുന്നു സമരം.

തരിശ് പ്രക്ഷോഭകാലത്തും കുഞ്ഞാലിയെ അറസ്റ്റുചെയ്ത് ജയിലിൽ അടച്ചിരുന്നു. വടക്കേ മലബാറിൽ ഇ കെ നായനാർ, കെ പി ആർ ഗോപാലൻ, എ വി കുഞ്ഞമ്പു തുടങ്ങിയവരുടെ നേതൃത്വത്തിൽ ഭൂമിക്കുവേണ്ടിയുള്ള ശക്തമായ സമരങ്ങൾ നടന്നിരുന്നതും ഈ കാലത്തായിരുന്നു. മഞ്ചേരി, കൊണ്ടോട്ടി ഭാഗങ്ങളിൽ ഈ കാലത്ത് നടന്ന സമരങ്ങളുടെ മുൻനിരക്കാരനായി സെയ്താലിക്കുട്ടിയും ഉണ്ടായിരുന്നു.

കിഴക്കനേറനാട്ടിലെ മൊത്തം ഭൂമിയുടെ അവകാശികൾ നിലമ്പൂർ കോവിലകമായിരുന്നു. കോവിലകത്തെ തമ്പുരാക്കന്മാരും തമ്പുരാട്ടിമാരും എഴുതിക്കൊടുത്തിരുന്ന തുണ്ടുകടലാസുകളായിരുന്നു ഭൂമി കൈമാറ്റത്തിന്റെ രേഖകൾ. എഴുതിക്കൊടുക്കുന്നവർക്കും വാങ്ങുന്നവർക്കും ഭൂമിയുടെ മേലുള്ള അവകാശം സംബന്ധിച്ചോ അതിരുകൾ സംബന്ധിച്ചോ ഒരു തിട്ടവുമുണ്ടായിരുന്നില്ല. കോവിലകത്തുകാരുടെ അറിവോ സമ്മതമോ കൂടാതെ കയ്യൂക്കുള്ളവർ ഭൂമി കൈവശപ്പെടുത്തുന്ന സംഭവങ്ങളും ഉണ്ടായിരുന്നു. അതിനാൽ ചിലർക്ക് കോവിലകത്തുനിന്നും രേഖ കിട്ടിയാലും ഭൂമിയിൽ കയറാൻ പറ്റാത്ത അവസ്ഥയും നിലനിന്നിരുന്നു. ഈ അവ്യക്തതയും അനിശ്ചിതത്വവും സമർഥമായി ഉപയോഗപ്പെടുത്തിക്കൊണ്ട് ഒട്ടേറെ ഭൂരഹിതരായിരുന്ന ആളുകളെ മണ്ണിന്റെ അവകാശികളാക്കാൻ കുഞ്ഞാലിയുടെ സമരതന്ത്രജ്ഞതയ്ക്ക് കഴിഞ്ഞിരുന്നു.

തരിശ് പ്രക്ഷോഭത്തിന്റെ കാലത്തുതന്നെ സമാന്തരമായി നടന്നുകൊണ്ടിരുന്ന ഒന്നായിരുന്നു കുടിയൊഴിപ്പിക്കലിനെതിരായ സമരങ്ങൾ. വർഷങ്ങളായി കൃഷിചെയ്തു ജീവിച്ചുപോരുന്ന ഭൂമിയിൽനിന്നും ഒരു

സുപ്രഭാതത്തിൽ ഗുണ്ടകളുമായെത്തി ഇറങ്ങാൻ പറയുന്ന ജന്മിമാരുടെ ക്രൂരതകൾക്കെതിരെ നടന്ന ചെറുത്തുനിൽപ്പുസമരങ്ങൾക്ക് പാർട്ടി നേതൃത്വം നൽകി. നിലമ്പൂരിലും പരിസരപ്രദേശങ്ങളിലും ഇത്തരം സംഭവങ്ങൾ ഉണ്ടായതായി അറിഞ്ഞിടത്തൊക്കെ കുഞ്ഞാലി നേരിട്ട് തന്നെ ഓടിയെത്തുകയും സമരങ്ങൾക്ക് നേതൃത്വം കൊടുക്കുകയും ചെയ്തു.

ജയിലിൽനിന്നും പുറത്തുവന്ന് മൈസൂരിലേക്ക് പോകുന്നതിന് മുമ്പ് കൊണ്ടോട്ടിയിൽ ഒരു ഒഴിപ്പിക്കലിനെതിരെ നടന്ന സമരത്തിൽ സെയ്താലിക്കുട്ടിയും കുഞ്ഞാലിയും ഒന്നിച്ചു പങ്കെടുത്തിരുന്നു. പാമ്പോടൻ വീരാൻകുട്ടി എന്ന മുസ്ലീംലീഗനുഭാവിയുടെ വീട് ജപ്തിചെയ്യുന്നതിനെതിരെ പാർട്ടി നേതൃത്വം കൊടുത്ത സമരമായിരുന്നു അത്. മുസ്ലീംകളിൽ മഹാഭൂരിപക്ഷവും കുടിയാന്മാരായിരുന്നുവെങ്കിലും ഒഴിപ്പിക്കൽപോലുള്ള അതിക്രമങ്ങൾക്കെതിരെ നടന്നിരുന്ന ജന്മിത്വ വിരുദ്ധസമരങ്ങളിൽ ലീഗ് താൽപ്പര്യം കാണിക്കാറുണ്ടായിരുന്നില്ല. കാരണം ലീഗിന്റെ നേതൃത്വം വൻകിടക്കാർക്കും പ്രമാണിമാർക്കും മേൽക്കൈ ഉള്ളതായിരുന്നു. സ്വാതന്ത്ര്യത്തിന് മുമ്പും പിമ്പും ലീഗിന് ഇത്തരം സമീപനമായിരുന്നു ഉണ്ടായിരുന്നത്. ഇന്നും ആ സ്ഥിതിയിൽ മാറ്റം വന്നിട്ടില്ല.

ചക്കരക്കച്ചവടക്കാരനായിരുന്നു പാമ്പോടൻ വീരാൻകുട്ടി. വീടുകളിൽനിന്നും പന ചെത്തിയുണ്ടാക്കുന്ന പനഞ്ചക്കര ശേഖരിച്ച് അത് കോഴിക്കോട് കൊണ്ടുപോയി വിൽക്കുകയായിരുന്നു അയാളുടെ വ്യാപാരം. കോഴിക്കോട്ടെ മൊത്തക്കച്ചവടക്കാരിൽനിന്നും അയാൾ അഡ്വാൻസായി പണം വാങ്ങാറുണ്ടായിരുന്നു. ഇങ്ങനെ പലപ്പോഴായി വാങ്ങിയ തുക വലുതായി. അതിനനുസരിച്ച് ചക്കര എത്തിച്ചുകൊടുക്കാൻ കഴിയാതെ അയാൾ വലിയ കടക്കാരനായി. കോഴിക്കോട്ടെ മൊത്തക്കച്ചവടക്കാരൻ പാമ്പോടൻ വീരാൻകുട്ടിയിൽ നിന്നും തുക ഈടാക്കാനുള്ള ഉറപ്പിനായി ഒരു പ്രോനോട്ട് എഴുതി വാങ്ങിച്ചു. സമയപരിധി കഴിഞ്ഞപ്പോൾ മൊത്തക്കച്ചവടക്കാരൻ കേസുകൊടുത്തു. അയാൾക്ക് അനുകൂലമായി വിധി കിട്ടുകയും ചെയ്തു.

പാമ്പോടൻ വീരാൻകുട്ടി കൊണ്ടോട്ടി തങ്ങളുടെ അടുത്തുചെന്ന് സഹായം അഭ്യർഥിച്ചു. തങ്ങൾ കാര്യസ്ഥനായിരുന്ന എറത്താലി വീരാൻകുട്ടിയോട് കോഴക്കോട്ടെ കച്ചവടക്കാരുമായി ചർച്ചചെയ്ത് പരിഹാരമുണ്ടാക്കിക്കൊടുക്കാൻ നിർദേശം കൊടുത്തു. കാര്യസ്ഥൻ കോഴിക്കോട്ടുകാരുമായി ചർച്ച ചെയ്തപ്പോൾ അവർ അവധി നീട്ടിക്കൊടുക്കാൻ തയാറായി. പകരം കടം എറത്താലി വീരാൻകുട്ടി ഏറ്റെടുക്കണമെന്നവർ നിർദേശംവെച്ചു. എറത്താലി വീരാൻകുട്ടി കടം ഏറ്റെടുക്കുകയും പാമ്പോടൻ വീരാൻകുട്ടിയോട് പുതിയ പ്രോനോട്ട് എഴുതി വാങ്ങിക്കുകയും ചെയ്തു. നീട്ടിക്കിട്ടിയ അവധികൊണ്ടും പാമ്പോടൻ വീരാൻകുട്ടിക്ക് കടംവീട്ടാൻ കഴിഞ്ഞില്ല. എറത്താലി വീരാൻകുട്ടി നിയമനടപടി സ്വീകരിക്കുകയും പാമ്പോടൻ വീരാൻകുട്ടിയുടെ വീട് ജപ്തിചെയ്ത്

കടം ഈടാക്കാൻ ഉദ്യോഗസ്ഥർ വരികയും ചെയ്തപ്പോൾ പാർട്ടി പ്രവർത്തകർ തടഞ്ഞു. ആദ്യതവണ അവർ മടങ്ങിപ്പോയി.

ജപ്തിചെയ്ത് ഉദ്യോഗസ്ഥർ തോന്നുന്ന വില നിശ്ചയിച്ച് കടം ഈടാക്കുമ്പോൾ പാമ്പോടൻ വീരാൻകുട്ടിക്ക് വലിയ നഷ്ടംവരും. അതിനാൽ നാട്ടുമധ്യസ്ഥപ്രകാരം വില നിശ്ചയിച്ച് കടം ഈടാക്കുകയാണെങ്കിൽ അയാൾക്ക് എന്തെങ്കിലും മിച്ചംകിട്ടും. അതിനൊരു സമ്മർദംചെലുത്തിനോക്കുക. താമസിക്കുന്ന വീട്ടിൽനിന്നും സ്ത്രീകളും കുട്ടികളുമൊക്കെ ഇറക്കി വിടപ്പെടുന്നത് ഒഴിവാക്കുക. മറ്റെന്തെങ്കിലും രീതിയിൽ അയാളിൽനിന്നും കടം ഇടാക്കുവാനുള്ള വഴിനോക്കുക തുടങ്ങിയ ഉദ്ദേശ്യങ്ങളോടെയായിരുന്നു പാർട്ടി പ്രവർത്തകർ, ആ ജപ്തി നടപടി തടഞ്ഞത്. എന്നാൽ എറത്താലി വീരാൻകുട്ടി അതിനൊന്നും താൽപ്പര്യം കാണിക്കാതെ കൂടുതൽ സന്നാഹങ്ങളോടെ വന്ന് ഒഴിപ്പിക്കാൻ അധികൃതരിൽ സ്വാധീനം ചെലുത്തി. ജപ്തി നടപടിയിലൂടെ ആ സ്വത്ത് ചുരുങ്ങിയ വിലയ്ക്ക് സ്വന്തമാക്കാമെന്ന ഉദ്ദേശ്യവും അയാൾക്കുണ്ടായിരിക്കണം.

പാമ്പോടൻ വീരാൻകുട്ടി ലീഗ് അനുഭാവിയും അയാളുടെ മകൻ മുഹമ്മദ് ലീഗിന്റെ ഒരു വളണ്ടിയർ ഗ്രൂപ്പിന്റെ ക്യാപ്റ്റനുമായിരുന്നു. ഒരു മുസ്ലിംലീഗുകാരന്റെ പ്രശ്നമായതുകൊണ്ട് അവരെക്കൂടി സമരത്തിൽ പങ്കെടുപ്പിക്കാൻ പാർട്ടി പ്രവർത്തകർ ശ്രമിച്ചിരുന്നു. കൊണ്ടോട്ടി തങ്ങളുടെ കാര്യസ്ഥനെതിരായ ഒരു സമരമായതുകൊണ്ട് അവർ താൽപ്പര്യം കാണിച്ചില്ല. ലീഗിന്റെകൂടി പിന്തുണ സമരത്തിനുണ്ട് എന്നതിന്റെ സൂചകമായി ഒരാളെങ്കിലും ഒരു കൊടിയുമായി എത്തണം എന്ന നിർദേശംപോലും അവർ സ്വീകരിക്കാൻ തയാറായില്ല. കൊടി ഉപയോഗിക്കാൻ പറ്റില്ലെന്നുതന്നെ അവർ തീർത്തുപറഞ്ഞു. നേതാക്കൾ മുഖംതിരിച്ചു നിന്നെങ്കിലും ലീഗിലെ കുറെ പ്രവർത്തകർ സമരത്തിൽ പങ്കെടുക്കാനെത്തി.

രണ്ടാംതവണ കനത്ത പൊലീസ് സന്നാഹത്തോടൊപ്പമാണ് അധികൃതർ ജപ്തിക്ക് വന്നത്. വലിയ പൊലീസ് സംഘത്തെ കണ്ടപ്പോൾ ഒന്നാംതവണ തടയാൻ കൂട്ടിനു വന്നിരുന്ന ലീഗ് പ്രവർത്തകരും പിന്മാറി. പാർട്ടി പ്രവർത്തകർ മാത്രം ഉറച്ചുനിന്നു. മൊയ്തീൻ എന്നൊരാളായിരുന്നു സർക്കിൾ ഇൻസ്പെക്ടർ. അയാൾ മുന്നോട്ടുവന്ന് ഉറക്കെ ഭീഷണിമുഴക്കി:

“വെടികൊണ്ട് മരിക്കാൻ തയാറുള്ളവർ മാത്രം തടയാൻ വന്നാൽ മതി.”

സർക്കിൾ ഇൻസ്പെക്ടറുടെ ഈ ധാർഷ്ട്യം കേട്ടപ്പോൾ സമരത്തിൽ പങ്കെടുക്കാനല്ലാതെ കാണികളായി നിന്നിരുന്നവരിൽ ഏതാനും പേർ ഞങ്ങളും മരിക്കാൻ തയാറാണെന്ന് പറഞ്ഞ് മുന്നോട്ടുവരാൻ ധൈര്യംകാണിച്ചു. ആയുധസജ്ജരായി നിൽക്കുന്ന വലിയ പൊലീസ്

സംഘം ഒരു ഭാഗത്ത്, എന്തുംനേരിടാൻ തയാറായി നിൽക്കുന്ന സമരഭടന്മാർ മറുഭാഗത്ത്. ഏതുനിമിഷവും എന്തും സംഭവിക്കാവുന്ന അവസ്ഥ. പൊലീസിന്റെ മാറിപ്പോകാനുള്ള ആജ്ഞ അനുസരിക്കാതെ സമരക്കാർ ഉറച്ചുതന്നെ നിന്നു. സംഘർഷാവസ്ഥ അതിന്റെ മൂർധന്യാവസ്ഥയിലേക്ക് നീങ്ങിക്കൊണ്ടിരിക്കുമ്പോൾ പാമ്പോടൻ വീരാൻകുട്ടി മുന്നോട്ടുവന്നു പറഞ്ഞു.

"പുന്നാരമക്കളേ എന്റെ ഭൂമിക്കുവേണ്ടി നിങ്ങള് മരിക്കണ്ട ഞാൻ ഒഴിവായിക്കൊടുക്കുകയാണ്."

അയാൾ പിന്മാറിയെങ്കിലും തനിക്ക് നീതികിട്ടാനായി മരണത്തിന് മുന്നിലും കൂസാതെനിന്ന കമ്യൂണിസ്റ്റുപാർട്ടിയുടെ പ്രവർത്തകരോട് തനിക്കുള്ള സ്നേഹവും നന്ദിയും അയാളുടെ വാക്കുകളിൽ ഉണ്ടായിരുന്നു. അതോടെ ആ സമരം അവസാനിച്ചു. എന്നാൽ ഉദ്യോഗസ്ഥരുടെ കൃത്യനിർവഹണം തടസപ്പെടുത്തിയതിന് കേസുണ്ടായി. കുഞ്ഞാലിയും സെയ്താലിക്കുട്ടിയും ഈ സമരത്തിന് നേതൃത്വം കൊടുക്കാനുണ്ടായിരുന്നു.

മൈസൂരിൽനിന്നും പ്രവർത്തനകേന്ദ്രം പാർട്ടി നിർദേശപ്രകാരം നിലമ്പൂരിലേക്ക് മാറ്റിയ കുഞ്ഞാലി താമസം കാളികാവിലേക്ക് മാറ്റി. എല്ലാത്തരം അനീതികളോടും അതിക്രമങ്ങളോടും ഇഞ്ചോടിഞ്ച് പൊരുതിക്കൊണ്ട് 1969 ജൂലൈ 28 ന് രക്തസാക്ഷിത്വം വരിക്കുന്നതുവരെ കുഞ്ഞാലി നടത്തിയിട്ടുള്ള പ്രവർത്തനങ്ങൾ ഐതിഹാസികവും സമാനതകളില്ലാത്തതുമാണ്. സംഭവബഹുലമായിരുന്ന ആ മഹൽജീവിതത്തിന്റെ ഹൃദയസ്പർശിയായ ഒരു ചിത്രം 1994 ൽ കുഞ്ഞാലിയുടെ രക്തസാക്ഷിത്വത്തിന്റെ 25-ാം വാർഷികത്തോടനുബന്ധിച്ച് ഇറക്കിയ സ്മരണികയിൽ പ്രതിപാദിച്ചിട്ടുണ്ട്. ധീരതയുടെ പര്യായപദവും ആത്മാർഥതയുടെ നിറകുടവുമായിരുന്ന ആ കമ്യൂണിസ്റ്റുനേതാവിന്റെ പ്രവർത്തനശൈലിയുടെ ഒരു ഏകദേശചിത്രം ലഭിക്കുന്നതിനുവേണ്ടി ആ സ്മരണികയിലെ ഏതാനും സംഭവങ്ങൾ മാത്രം ഇവിടെ ഉദ്ധരിക്കുന്നു:

> കുഞ്ഞാലി ഒരു ദിവസം കാളികാവ് പാർട്ടി ഓഫീസിൽ കിടന്നുറങ്ങുകയായിരുന്നു. കാളികാവുകാരനായ വള്ളിപ്പാടൻ മുഹമ്മദ് എന്ന സഖാവും കൂട്ടിനുണ്ടായിരുന്നു. രാത്രി ഏകദേശം പതിനൊന്ന് മണിയായിക്കാണും. നിലമ്പൂരിൽനിന്നും ഒരു സഖാവ് എത്തി. ഇപ്പോഴത്തെ ചാലിയാർ പഞ്ചായത്തിൽ ഉൾപ്പെടുന്ന ഇടിവണ്ണ എസ്റ്റേറ്റിൽ നമ്മുടെ തൊഴിലാളികളെ ഐ എൻ ടി യു സിക്കാർ സംഘടിതമായി ആക്രമിച്ചു എന്നും കുറെ സഖാക്കൾക്ക് കത്തിക്കുത്ത് ഏറ്റിട്ടുണ്ട് എന്നുമുള്ള ഒരു വാർത്തയുംകൊണ്ടായിരുന്നു ആ സഖാവ് വന്നത്. കുഞ്ഞാലിയെ വിവരം അറിയിക്കുന്നതിനുവേണ്ടി മാത്രമായിട്ടായിരുന്നു ആ അർധരാത്രിയോടടുത്ത സമയത്ത് അയാൾ സാഹസപ്പെട്ട് കാളികാവിൽ എത്തിയത്.

കുഞ്ഞാലി മറ്റൊന്നും ആലോചിച്ചില്ല. ഉടൻതന്നെ വള്ളിപ്പാടൻ മുഹമ്മദിനെയുംകൂട്ടി പുറപ്പെട്ടു. വാഹനമൊന്നും കിട്ടുന്ന സമയ മായിരുന്നില്ല. സൈക്കിളിലായിരുന്നു യാത്ര. കുഞ്ഞാലി തന്നെ യായിരുന്നു സൈക്കിൾ ചവിട്ടിയിരുന്നത്. വള്ളിപ്പാടൻ മുഹമ്മദിനെ പിറകിൽ ഇരുത്തിയിരിക്കയായിരുന്നു. രാത്രി ഒരു മണിക്കുമുമ്പാ യി രണ്ടുപേരും നിലമ്പൂരിൽ എത്തിച്ചേർന്നു. നിലമ്പൂരിലെ ഏതാനും സഖാക്കളെ കണ്ട് വിവരങ്ങൾ തിരക്കി. ഇടിവണ്ണയിൽ കാര്യമായി എന്തൊക്കെയോ നടന്നിട്ടുണ്ട് എന്ന വിവരം തന്നെ യാണ് അവിടെനിന്ന് കിട്ടിയതും. ഈ സമയത്ത് അങ്ങോട്ട് പോവേ ണ്ടെന്ന് പലരും ഉപദേശിച്ചു. കുഞ്ഞാലി അനുസരിച്ചില്ല. കുഞ്ഞു ട്ടിയെന്നൊരു സഖാവ് അൽപ്പം ശാസനാരൂപത്തിൽ പറഞ്ഞുനോ ക്കിയിട്ടും കൂട്ടാക്കാതെ അദ്ദേഹം സൈക്കിളിൽ യാത്രതിരിച്ചു. വള്ളിപ്പാടൻ മുഹമ്മദും കൂടെത്തന്നെ ഉണ്ടായിരുന്നു.

പുലർച്ചെ രണ്ടുമണിയോടടുപ്പിച്ച് പുഴക്കടവിൽ എത്തി. ചാലിയാർ പുഴ അപ്പോൾ ഏതാണ്ട് നിറഞ്ഞൊഴുകുന്ന സമയമായിരുന്നു. കടവ് പൂട്ടിപ്പോയി വീട്ടിൽ കിടന്നുറങ്ങുകയായിരുന്നു തോണി ക്കാരൻ. കുഞ്ഞാലിയുമായുള്ള വ്യക്തിബന്ധത്തിന്റെ പേരിൽ മാത്രമാണ് ആ അസമയത്ത് തോണിയിറക്കാൻ തയാറായത്. രണ്ടുമണിയോടെ രണ്ടുപേരും ഇടിവണ്ണയിലെ സംഭവസ്ഥല ത്തെത്തി. നിലമ്പൂരിൽനിന്നും കിട്ടിയ വിവരം അത്ര ശരിയായിരു ന്നില്ല. സംഭവത്തിന്റെ നിജസ്ഥിതി വ്യത്യസ്തമായിരുന്നു. അന്ന് അവിടെ ഐ എൻ ടി യു സിയുടെ ഒരു യോഗം വെച്ചിരുന്നു. മറ്റു പ്രദേശങ്ങളിൽനിന്നും അറിയപ്പെടുന്ന കുറെ ഗുണ്ടകൾ ഈ യോഗ ത്തിന്റെ പേരിൽ അങ്ങോട്ട് കേന്ദ്രീകരിച്ചിരുന്നു. എന്തോ ഒരു ദുരു ദ്ദേശ്യം അവർക്കുണ്ടെന്ന് വ്യക്തമായി. അതോടെ ഇടിവണ്ണയിലെ സഖാക്കളും വെറുതെ ഇരുന്നില്ല. അവരും വേണ്ടത്ര മുൻകരുതൽ എടുത്തു. എന്തെങ്കിലും തരത്തിലുള്ള ആക്രമണം മറുപ ക്ഷത്തുനിന്നും ഉണ്ടായാൽ ശക്തമായ തിരിച്ചടികൊടുക്കാൻ വേണ്ടതെല്ലാം അവർ ചെയ്തിരുന്നു. പ്രതീക്ഷിച്ചപോലെതന്നെ മറുഭാഗത്തുനിന്നും പ്രകോപനം ഉണ്ടാവുകയും സഖാക്കൾ സംഘ ടിതമായി നേരിട്ട് അക്രമികളെ തിരിച്ചോടിക്കുകയായിരുന്നു. ഇത്ര യുമായിരുന്നു യഥാർഥത്തിൽ ഉണ്ടായത്. അവർക്ക് ചില്ലറ പരി ക്കുകളേ പറ്റിയിരുന്നുള്ളു. എന്നാൽ നിലമ്പൂരിൽ കിട്ടിയ വിവരം നേരെ മറിച്ചായിരുന്നു.

നാൽപ്പത് കിലോമീറ്ററോളം അകലെയാണെങ്കിലും തന്റെ സഖാ ക്കൾക്ക് ആപത്ത് പിണഞ്ഞിരിക്കുന്നുവെന്ന് കേട്ടാൽ കിടന്നുറ ങ്ങാൻ അദ്ദേഹത്തിനാവുമായിരുന്നില്ല. പുലരുന്നതുവരെ ഒന്ന്

കാത്തുനിൽക്കാൻപോലും ആ സഖാവിന് കഴിഞ്ഞിരുന്നില്ല. അതായിരുന്നു കുഞ്ഞാലി. (*സ. കുഞ്ഞാലി സ്മരണിക* – 1994– പേജ് 64)

പണിയെടുക്കുന്നവന്റെ സംഘശക്തിക്ക് നേരെ ജന്മിമാരും തോട്ടം മുതലാളിമാരും ഗുണ്ടായിസം വ്യാപകമായി അഴിച്ചുവിട്ടുകൊണ്ടിരുന്ന ഒരു കാലത്തായിരുന്നു കുഞ്ഞാലിക്ക് ട്രേഡ് യൂണിയൻ പ്രവർത്തനം നടത്തേണ്ടിയിരുന്നത്. അക്രമംകൊണ്ട് തൊഴിലാളികളുടെ ആത്മവീര്യം കെടുത്താൻ ശ്രമിച്ച മുതലാളിമാർക്ക് അതേ നാണയത്തിൽ തിരിച്ചടി കൊടുക്കാൻ തൊഴിലാളികളെ അദ്ദേഹം പ്രാപ്തരാക്കി.

സൈനികജീവിതത്തിലൂടെയും മറ്റും ആർജിച്ച അഭ്യാസപാടവങ്ങൾ അദ്ദേഹം ഫലപ്രദമായി ഉപയോഗപ്പെടുത്തി. ഒരു ഇതിഹാസകഥയിലെ അമാനുഷിക കഴിവുകളുള്ള വീരനായകനെപ്പോലെ എതിരാളികളെ ഒറ്റയ്ക്ക് നേരിട്ട് തോൽപ്പിക്കാൻവരെ അദ്ദേഹം ചങ്കൂറ്റം കാണിച്ചു. അവിശ്വസനീയമായി തോന്നാവുന്ന നിരവധി സംഭവങ്ങൾക്ക് അന്നത്തെ സഹപ്രവർത്തകർ ദൃക്സാക്ഷികളായിരുന്നു.

തൊഴിലാളിദ്രോഹത്തിന് കുപ്രസിദ്ധി നേടിയ ഒരാളായിരുന്നു ചെറുണ്ണി എന്ന മില്ലുടമ. മില്ലിലെ ഒരു തൊഴിൽ പ്രശ്നവുമായി ബന്ധപ്പെട്ട് അയാൾക്ക് കുഞ്ഞാലിയുമായി ശത്രുതയുണ്ടായിരുന്നു. ഒരിക്കൽ ബാലൻ എന്ന പേരുള്ള ഒരു വാടകറൗഡിയുടെ നേതൃത്വത്തിൽ പതിനഞ്ചോളം പേരുള്ള ഒരു സംഘത്തെ കുഞ്ഞാലിയുടെ കാളികാവിലേക്കുള്ള യാത്രയിൽ വഴിക്ക് തടഞ്ഞുനിർത്തി ആക്രമിക്കുവാൻ ചെറുണ്ണി ഒരുക്കിനിർത്തി. മുക്കട്ട എന്ന സ്ഥലത്തുവെച്ചായിരുന്നു ആക്രമണത്തിന് പരിപാടി ഇട്ടിരുന്നത്. വിവരം മനസിലാക്കിയ മുക്കട്ടയിലെ പാർട്ടി പ്രവർത്തകർ നിലമ്പൂരിൽ പാർട്ടി ആഫീസിലേക്ക് ആളെ പറഞ്ഞയച്ചു. വേണ്ടത് ചെയ്തോളാമെന്ന് പറഞ്ഞ് വിവരംതന്ന സഖാവിനെ കുഞ്ഞാലി മടക്കി അയച്ചു.

നിലമ്പൂർ പാർട്ടി ഓഫീസിൽ ആ സമയം കൂടെയുണ്ടായിരുന്ന സെക്രട്ടറി മാധവൻ നായരോട് കുഞ്ഞാലി ചോദിച്ചു:

"നമുക്ക് മുക്കട്ടവരെ ഒന്ന് പോയി നോക്കുകയല്ലേ...?"

ഇപ്പോൾ വേണ്ട എന്ന് പറയാൻ മാധവൻനായർക്ക് തോന്നിയെങ്കിലും പറഞ്ഞില്ല. കാരണം ഇത്തരം സന്ദർഭങ്ങളിൽ പോർവീര്യം ഉണരുന്ന ഒരു പടയാളിയുടെ ഭാവമായിരുന്നു കുഞ്ഞാലിക്ക്. അളവിൽ കവിഞ്ഞുള്ള ഒരു ധൈര്യം അദ്ദേഹത്തിന്റെ ഒരു സവിശേഷതയായിരുന്നു.

ഞാൻ വരുന്നില്ല എന്ന് പറഞ്ഞാൽ കുഞ്ഞാലി തനിച്ചുപോകും എന്നറിയാവുന്നതുകൊണ്ട് മാധവൻനായർ കൂട്ടിന് പോയി. ജീപ്പിലായിരുന്നു യാത്ര. മുക്കട്ടക്കടുത്തുള്ള നിലമ്പൂർ റയിൽവെസ്റ്റേഷന് സമീപത്താണ് അക്രമികൾ കേന്ദ്രീകരിച്ചിട്ടുള്ളത് എന്ന വിവരം മുക്കട്ടയിൽനിന്നും വന്നി

രുന്ന സഖാവിൽനിന്നും അറിവ് കിട്ടിയിരുന്നു. റയിൽവേ സ്റ്റേഷന് അൽപ്പം ഇപ്പുറത്തുവെച്ച് ഡ്രൈവറോട് ജീപ്പ് നിർത്താൻ പറഞ്ഞു. ഡ്രൈവറേയും മാധവൻനായരെയുമല്ലാതെ മറ്റാരെയും കൂട്ടിന് കൂട്ടിയിട്ടുപോലും ഉണ്ടായിരുന്നില്ല. ഡ്രൈവറോട് ജീപ്പിൽത്തന്നെ ഇരിക്കാൻ പറഞ്ഞ് കുഞ്ഞാലിയും മാധവൻനായരും ഇറങ്ങി നടന്നു.

രണ്ടുപേരും നടന്ന് വരുന്നതുകണ്ട് അകലെനിന്ന് തന്നെ അക്രമിസംഘത്തിന്റെ തലവൻ ബാലൻ റോഡിലേക്ക് ഇറങ്ങിനിന്നു. കുഞ്ഞാലിയും മാധവൻനായരും നടന്ന് വരുന്നതിന് നേരെ അയാൾ സാവകാശം നടന്നടുത്തു. കുഞ്ഞാലി റോഡിന്റെ ഒരു സൈഡിലൂടെയാക്കി നടത്തം. മാധവൻനായരോട് റോഡിന്റെ മറുവശം ചേർന്ന് നടക്കാൻ കുഞ്ഞാലി നിർദേശംകൊടുത്തു. സംഘത്തിലെ ബാക്കിയുള്ളവരെല്ലാം മരങ്ങളുടെയും മറ്റും മറപറ്റി റോഡിലേക്കിറങ്ങാതെ നിൽക്കുകയായിരുന്നു.

കുഞ്ഞാലിയും മാധവൻനായരും നടന്ന് ബാലൻ നിന്നിരുന്നിടത്ത് എത്തിയത് മാത്രമേ മാധവൻനായർ ഓർക്കുന്നുള്ളു. എന്താണ് സംഭവിച്ചത് എന്ന് മനസിലാക്കുന്നതിനു മുമ്പ് പെട്ടെന്ന് കുഞ്ഞാലി നടത്തിയ കടന്നാക്രമണവും കെട്ടിമറിച്ചിലിനും ഒരു നിമിഷമേ വേണ്ടിവന്നുള്ളു. കുഞ്ഞാലിയുടെ ബലിഷ്ഠമായ വലതുകരത്തിന്റെ കുരുക്കിൽ മുറുകി ഒന്നും ചെയ്യാനാവാതെ തട്ടിപ്പിടയുകയായിരുന്നു ആ തെരുവ് റൗഡി. മറിച്ചൊന്നും ചെയ്യാൻ കഴിയാത്ത പരുവത്തിൽ കിടന്നിരുന്ന ബാലന്റെ ശരീരത്തിൽ പരമാവധി പ്രഹരമേൽപ്പിച്ചു കൊടുക്കുന്ന പണി മാത്രമേ മാധവൻനായർക്ക് ചെയ്യാനുണ്ടായിരുന്നുള്ളു. രംഗത്തിന്റെ കിടപ്പ് മനസിലാക്കിയ മറ്റു സംഘാംഗങ്ങൾ ഓടിരക്ഷപ്പെടുകയായിരുന്നു. കുഞ്ഞാലിയുടെ പിടുത്തത്തിൽനിന്നും രക്ഷനേടിയ നിമിഷം സംഘത്തലവനും ജീവനുംകൊണ്ടോടി. കുഞ്ഞാലി ഒന്നും സംഭവിക്കാത്തമട്ടിൽ ജീപ്പിൽ വന്ന വഴിക്കുതന്നെ കാളികാവിലേക്ക് യാത്രതുടരുകയും ചെയ്തു.

> കരുവാരക്കുണ്ടിലെ തരിശ് എന്ന സ്ഥലത്തുവെച്ച് ഇരുപതിൽപ്പരം പേരടങ്ങുന്ന ഒരു സംഘം കോൺഗ്രസുകാർ കുഞ്ഞാലിയെ അപ്രതീക്ഷിതമായി കടന്നാക്രമിച്ചു. ആദ്യപ്രഹരം ഏറ്റുവെങ്കിലും അതിശക്തമായി തിരിച്ചടിച്ചുകൊണ്ട് എല്ലാവരെയും അദ്ദേഹം തിരിച്ചോടിച്ചു. ആയുധമൊന്നും കരുതിയിട്ടുള്ള ഒരു ആക്രമണമായിരുന്നില്ല അത്.
>
> ഈ സംഭവത്തിന് പകരം ചോദിക്കാൻ ആർത്തല എസ്റ്റേറ്റിലെ തൊഴിലാളികൾ സംഘടിച്ചുവന്നു. എന്നാൽ കുഞ്ഞാലി അവരെ പറഞ്ഞു പിന്തിരിപ്പിച്ച് അയയ്ക്കുകയാണുണ്ടായത്. അതും അദ്ദേഹത്തിന്റെ ഒരു പ്രത്യേകതയായിരുന്നു. ഒരു സാധാരണ സഖാവിനെ ആരെങ്കിലും ഒരു പോറൽ ഏൽപ്പിച്ചാൽ തന്നെ പകരം ചോദിക്കാൻ ഓടിയെത്തിയിരുന്ന കുഞ്ഞാലി തനിക്കുനേരെ

എന്തെങ്കിലും അതിക്രമം കാണിച്ചവരോട് പകരംചോദിക്കാൻ മറ്റുള്ളവരെ അനുവദിക്കാറില്ലായിരുന്നു.

മറ്റൊരിക്കൽ ചേറുമ്പുതരിയെന്ന സ്ഥലത്തുവെച്ച് ഒറ്റയ്ക്ക് സൈക്കിളിൽ വരികയായിരുന്ന കുഞ്ഞാലിയെ പതിനൊന്നുപേരുള്ള ഒരു സംഘം ആക്രമിച്ചു. അവരെയും ഒറ്റയ്ക്കുതന്നെ നേരിട്ട് മടക്കിയോടിച്ചു. കാളികാവിലെ ഈനാദിയിൽ വെച്ചും ഒറ്റയ്ക്ക് സൈക്കിളിൽ വരികയായിരുന്ന കുഞ്ഞാലിയെ ഒരു ചെറുസംഘം ആക്രമിച്ചു. അവിടെ അദ്ദേഹം തന്റെ സൈക്കിൾ തന്നെ ഒരു ആയുധമാക്കി. ഉയർത്തി വീശിയ സൈക്കിൾ പ്രഹരമേറ്റ് അക്രമിസംഘം തിരിഞ്ഞോടി.

ഇങ്ങനെ അനേകതവണ ആക്രമിക്കപ്പെട്ടിട്ടും ഒറ്റയ്ക്ക് സഞ്ചരിക്കുന്നതിനോ എതിരാളികൾ സംഘടിച്ചു നിൽക്കുന്നിടത്തേക്ക് പോകുന്നതിനോ അദ്ദേഹത്തിന് ഒരു മടിയും ഉണ്ടായിരുന്നില്ല. 'ഭയം' എന്ന പദം ആ കലാപകാരിയുടെ നിഘണ്ടുവിൽ ഉണ്ടായിരുന്നില്ല. (*സ. കുഞ്ഞാലി സ്മരണിക* – 199 – പേജ് 117, 118)

ജന്മിയുടെ കുടിയിറക്ക് ഭീഷണികേട്ട് കൂട്ടനിലവിളികൾ ഉയർന്നിരുന്ന കുടിയാന്റെ കുടിലിലും മുതലാളിയുടെ ഗുണ്ടകളിൽനിന്നും ആക്രമണം നേരിടേണ്ടി വന്നിരുന്ന തൊഴിലാളിയുടെ വീട്ടിലും ഏത് പാതിരാത്രിയിലും ദൂരങ്ങൾ താണ്ടി കുതിച്ചെത്തിയിരുന്ന രക്ഷകനായിരുന്നു കുഞ്ഞാലി. നീതി നിഷേധിക്കപ്പെട്ടവർക്കും ആക്രമിക്കപ്പെടുന്നവർക്കും വേണ്ടി ആ സഖാവ് അക്ഷരാർഥത്തിൽത്തന്നെ പൊരുതിക്കൊണ്ടേയിരുന്നു.

കിഴക്കനേറനാട്ടിൽ നടന്നിരുന്ന സമരങ്ങളുടെ നായകനായിരുന്ന കുഞ്ഞാലിയും മഞ്ചേരി, കൊണ്ടോട്ടി, ഭാഗങ്ങളിലെ സമരങ്ങൾക്ക് നേതൃത്വം കൊടുത്തിരുന്ന സെയ്താലിക്കുട്ടിയും കമ്യൂണിസ്റ്റുപാർട്ടിയുടെ ഏറനാട്ടിലെ മുൻനിര നേതാക്കളായി. പാർട്ടിക്കമ്മിറ്റികളിലും മറ്റു ആലോചനായോഗങ്ങളിലുമായി കൊണ്ടോട്ടിക്കാരായ ആ ബാല്യകാല സുഹൃത്തുക്കൾ ഇടയ്ക്കിടെ കണ്ടുമുട്ടി. പരസ്പരം ഓർമകളും അനുഭവങ്ങളും പങ്കുവെച്ചു. 1951 ൽ പാർട്ടി നിരോധനം പിൻവലിക്കപ്പെടുകയും ജയിലിൽനിന്നും പുറത്തുവരികയും ചെയ്ത കുഞ്ഞാലി അധികം താമസിയാതെ 1952 ലും 1954 ലും നടന്ന രണ്ട് പ്രധാന തിരഞ്ഞെടുപ്പുകളിൽ കമ്യൂണിസ്റ്റുപാർട്ടിയുടെ സ്ഥാനാർഥിയായി മത്സരിച്ചു.

ആദ്യപാർലമെന്റ് തിരഞ്ഞെടുപ്പിൽ മലപ്പുറം മണ്ഡലത്തിൽനിന്നും കമ്യൂണിസ്റ്റുപാർട്ടി സ്ഥാനാർഥിയായി മത്സരിച്ച് കുഞ്ഞാലി പരാജയപ്പെട്ടു. അധികം താമസിയാതെ മലബാർ ഡിസ്ട്രിക്റ്റ് ബോർഡിലേക്ക്

നടന്ന തിരഞ്ഞെടുപ്പിലും കുഞ്ഞാലി മത്സരിച്ചിരുന്നുവെങ്കിലും വിജയിക്കുകയുണ്ടായില്ല.

1954 ൽ തരിശ് പ്രക്ഷോഭത്തിന്റെ കാലത്തും കുഞ്ഞാലി ജയിലിൽ അടയ്ക്കപ്പെട്ടിരുന്നു. ഒരുമാസത്തെ തടവിനുശേഷമായിരുന്നു വിട്ടയച്ചത്. സെയ്താലിക്കുട്ടി ഇടക്കിടെ കരുതൽ തടങ്കലിന് വിധേയമായിരുന്ന കാലമായിരുന്നു അത്.

സെയ്താലിക്കുട്ടിയേക്കാൾ രണ്ട് വയസ് മൂത്തയാളായിരുന്നുവെങ്കിലും സെയ്താലിക്കുട്ടിയുടെ വിവാഹവും കഴിഞ്ഞ് നാലുവർഷം കഴിഞ്ഞാണ് കുഞ്ഞാലി വിവാഹിതനായത്. നാടകാചാര്യൻ കെ ടി മുഹമ്മദിന്റെ സഹോദരി കെ ടി സെയ്നബയെ 1961 മെയ് 1 ന് കുഞ്ഞാലി വിവാഹംകഴിച്ചു.

1963 ൽ കേരളത്തിൽ നടന്ന ആദ്യത്തെ പഞ്ചായത്ത് തിരഞ്ഞെടുപ്പിൽ കുഞ്ഞാലി കാളികാവ് പഞ്ചായത്തിന്റെ പ്രഥമ പ്രസിഡന്റായി തിരഞ്ഞെടുക്കപ്പെട്ടു. പിൽക്കാലത്തെ കോൺഗ്രസ് നേതാവായും അതിനുശേഷം സി പി ഐ (എം) നേതാവായും മാറിയ ടി കെ ഹംസയായിരുന്നു അന്ന് കാളികാവ് പഞ്ചായത്തിന്റെ സെക്രട്ടറി. 1964 ൽ തന്നെയായിരുന്നു കമ്യൂണിസ്റ്റുപാർട്ടിയിൽ പിളർപ്പുണ്ടായത്. ആ വർഷം ഏപ്രിലിൽ ചേർന്ന കമ്യൂണിസ്റ്റുപാർട്ടിയുടെ നാഷണൽ കൗൺസിലിൽനിന്നും 32 സഖാക്കൾ ഇറങ്ങിപ്പോരുകയും അവർ വിളിച്ചുചേർത്ത തെനാലി കൺവെൻഷനെത്തുതുടർന്നു ഒക്ടോബർ 31 മുതൽ നവംബർ 7 വരെ കൽക്കത്തെയിൽ ചേർന്ന ഏഴാം പാർട്ടി കോൺഗ്രസോടെ പൂർത്തിയായ പാർട്ടിയിലെ പിളർപ്പിന്റെ ഭാഗമായി സി പി ഐ (എം) രൂപംകൊണ്ടു. സെയ്താലിക്കുട്ടിയും കുഞ്ഞാലിയും സി പി ഐ (എം) ൽ തന്നെ നിലയുറപ്പിച്ചു.

1962 സെപ്തംബർ 19 ന് പൊട്ടിപ്പുറപ്പെട്ട ഇന്ത്യ–ചൈനായുദ്ധത്തിൽ ഇന്ത്യയും ചൈനയും തമ്മിലുള്ള തർക്കങ്ങൾ ചർച്ചചെയ്ത് പരിഹരിക്കണം എന്നാവശ്യപ്പെട്ടതിന്റെ പേരിൽ ചൈനീസ് ചാരന്മാർ എന്നു മുദ്രകുത്തി കമ്യൂണിസ്റ്റുപാർട്ടി നേതാക്കളെ വ്യാപകമായി അറസ്റ്റുചെയ്തു ജയിലിൽ അടച്ചിരുന്നു. പാർട്ടിയിലെ പിളർപ്പിനെ തുടർന്ന് സി പി ഐയുടെ പക്ഷത്തുനിന്നവരെ പിന്നീട് വിട്ടയച്ചു. സി പി ഐ(എം) പക്ഷക്കാരെ ജയിലിൽതന്നെ നിർത്തി. കുഞ്ഞാലിയും ഇക്കാലത്ത് ജയിലിൽ എത്തി.

സി പി ഐ (എം) നേതാക്കൾ മിക്കവരും ജയിലിൽ കിടക്കുമ്പോൾ നിയമസഭയിലേക്ക് തിരഞ്ഞെടുപ്പ് പ്രഖ്യാപിക്കപ്പെട്ടു. കുഞ്ഞാലിയടക്കമുള്ള പല നേതാക്കളും അന്ന് ജയിലിൽക്കിടന്നുകൊണ്ടാണ് തിരഞ്ഞെടുപ്പിൽ മത്സരിച്ചത്. അങ്ങനെ 1965 ൽ നിലമ്പൂർ മണ്ഡലത്തിന്റെ എം എൽ എ ആയി കുഞ്ഞാലി തിരഞ്ഞെടുക്കപ്പെട്ടു. തുടരെത്തുടരെയുള്ള

രാഷ്ട്രീയ അനിശ്ചിതത്വങ്ങൾ നിലനിന്നിരുന്ന ആ വർഷം തിരഞ്ഞെടുക്കപ്പെട്ട നിയമസഭ ചേരുന്നതിന് മുമ്പുതന്നെ പിരിച്ചുവിടപ്പെടുകയായിരുന്നു. തിരഞ്ഞെടുപ്പ് ഫലം പുറത്ത് വരുമ്പോഴും കുഞ്ഞാലി ജയിലിൽ തന്നെ ആയിരുന്നു. പിന്നീടാണ് വിട്ടയച്ചത്.

1965 ന് ശേഷം വീണ്ടും തിരഞ്ഞെടുപ്പ് നടന്നത് 1967 ൽ ആയിരുന്നു. സി പി ഐ (എം) നേതൃത്വം കൊടുത്തിരുന്ന ഐക്യമുന്നണി സ്ഥാനാർഥിയായി കുഞ്ഞാലി നിലമ്പൂർ മണ്ഡലത്തിൽനിന്നും മത്സരിച്ചു ജയിച്ചു വീണ്ടും എം എൽ എ ആയി. ഈ തെരഞ്ഞെടുപ്പിലാണ് ഇ എം എസിന്റെ നേതൃത്വത്തിലുള്ള രണ്ടാമത്തെ ഇടതുപക്ഷ മന്ത്രിസഭ അധികാരമേറ്റത്.

1965 ൽ ജയിലിൽ കിടന്നുകൊണ്ട് മത്സരിച്ചപ്പോഴും 1967 ൽ അല്ലാതെ മത്സരിച്ചപ്പോഴും കുഞ്ഞാലിയുടെ തിരഞ്ഞെടുപ്പ് പ്രചരണത്തിന്റെ പ്രധാന ചുമതല സെയ്താലിക്കുട്ടിക്കായിരുന്നു. ബാല്യകാല സതീർഥ്യനും ബാലസംഘം സഹപ്രവർത്തകനുമായിരുന്ന കൂട്ടുകാരന്റെ വിജയത്തിനുവേണ്ടി സെയ്താലിക്കുട്ടി കഠിനമായി യത്നിച്ചു.

ജന്മിമാരുടെയും തോട്ടം മുതലാളിമാരുടെയും ചൂഷണങ്ങൾക്കും ക്രൂരതകൾക്കുമെതിരെ കമ്യൂണിസ്റ്റുപാർട്ടിയുടെ നേതൃത്വത്തിൽ നടന്ന സമരങ്ങളുടെ അമരക്കാരനായിരുന്ന കുഞ്ഞാലി അക്കാരണത്താൽ തന്നെ അവരുടെ കണ്ണിലെ കരടായി. ഭയം എന്ന പദത്തിന്റെ അർഥം അറിഞ്ഞുകൂടാതിരുന്ന ആ ധീരനായ പോരാളിയുടെ ജീവൻ തട്ടിയെടുക്കാൻ അവർ തന്ത്രങ്ങൾ മെനഞ്ഞു. ഇരുട്ടിന്റെ മറവിൽ പലതവണ അതിനുള്ള ശ്രമങ്ങൾ നടന്നു. ഒടുവിൽ 1969 ജൂലൈ 26 ന് അതിൽ അവർ വിജയം കണ്ടു. ചുള്ളിയോട് കോൺഗ്രസ് ഓഫീസിന്റെ മുന്നിൽവെച്ച് അന്ന് കുഞ്ഞാലിക്ക് വെടിയേറ്റു.

വെടിയേറ്റ് രണ്ടാംദിവസം 1969 ജൂലൈ 28 ന് കോഴിക്കോട് മെഡിക്കൽ കോളേജ് ആശുപത്രിയിൽവെച്ച് ആ വിപ്ലവകാരി രക്തസാക്ഷിയായി. വളരെ ആസൂത്രിതമായി നടന്ന ഒരു കൊലപാതകമായിരുന്നു അത്. ഏറനാട്ടിലെ വൻകിട തോട്ടമുടമകളുടെയും ജന്മികളുടെയും കോടാലിക്കയ്യായി അധഃപതിച്ച കോൺഗ്രസ് കാപാലികരാൽ ആ വിലപ്പെട്ട ജീവൻ തട്ടിയെടുക്കപ്പെട്ടു. മരിക്കുമ്പോൾ കുഞ്ഞാലി പാർട്ടിയുടെ ജില്ലാ സെക്രട്ടേറിയറ്റ് അംഗമായിരുന്നു.

കുഞ്ഞാലി മരിച്ചുകഴിഞ്ഞ് 41 വർഷത്തോളം സെയ്താലിക്കുട്ടി ജീവിച്ചു. 2010 ജനുവരി 24 ന് മരിക്കുന്നതിന് ഏതാനും ആഴ്ചകൾക്ക് മുമ്പ് കണ്ടപ്പോഴും തന്റെ ആദ്യകാല സഖാവിന്റെ സ്നേഹത്തെയും ആത്മാർഥതയെയും സെയ്താലിക്കുട്ടി അനുസ്മരിക്കുകയുണ്ടായി.

രാത്രി വൈകി ഏതെങ്കിലും പാർട്ടി കമ്മിറ്റിയോ പരിപാടിയോ കഴിഞ്ഞ് ഒരുമിച്ച് മടങ്ങി വരുമ്പോൾ വീടിന്റെ ഗെയ്റ്റുവരെ കൂട്ടിന് വന്ന് ടോർച്ചടിച്ചുതന്ന് വാതിൽ തുറന്ന് അകത്തുകയറുന്നതുവരെ കാത്തുനിൽക്കാറുള്ളവൻ, അല്ലെങ്കിൽ ജീപ്പിന്റെ ലൈറ്റ് ഓഫ് ചെയ്യാതെ വെളിച്ചം

കാണിച്ചുതരാൻ ശ്രദ്ധിച്ചിരുന്നവൻ–അങ്ങനെ പലതും തന്റെ കൂട്ടുകാരന്റെ മറ്റുള്ളവരുടെ കാര്യത്തിലുള്ള ശ്രദ്ധയുടെയും സ്നേഹത്തിന്റെയും പ്രതീകമായി അദ്ദേഹം വിവരിച്ചിരുന്നു.

കുട്ടിക്കാലംതൊട്ട് മരണംവരെ കമ്യൂണിസ്റ്റ് പ്രസ്ഥാനത്തിനുവേണ്ടി നീക്കിവെച്ചതായിരുന്നു ഇരുവരുടെയും ജീവിതം. മരിച്ച് പിരിയുന്നതുവരെ ആ സമരസൗഹൃദം നിലനിന്നു.

# 15

# കേരളത്തിന്റെ മനസ്സ് കീഴടക്കിയ പൊന്നാനി സുൽത്താൻ

"**പാ**ത്തുമ്മോ..."

ഒരു ആങ്ങളയുടെ സ്നേഹവാൽസല്യങ്ങൾ നിറഞ്ഞുനിന്നിരുന്ന ആ വിളിയാണ് ഫാത്തിമ്മാ ഇമ്പിച്ചിബാവക്ക് സെയ്താലിക്കുട്ടിയെക്കുറിച്ചുള്ള ഓർമയായി കാതുകളിൽ മുഴങ്ങുന്നത്. കുട്ടിയായിരുന്ന കാലംതൊട്ട് ഫാത്തിമ്മയ്ക്ക് പരിചയമുള്ള ആ വിളി മരണംവരെ അതേ ഊഷ്മളതയോടെ തന്നെ നിലനിന്നു.

ഫാത്തിമ്മയുടെ ജീവിതസഖാവും കമ്യൂണിസ്റ്റുപ്രസ്ഥാനത്തിന്റെ വളർച്ചയിൽ വലിയ സംഭാവനകൾ നൽകിയിട്ടുള്ള നേതാവുമായ ഇ കെ ഇമ്പിച്ചിബാവയും സെയ്താലിക്കുട്ടിയും തമ്മിലുണ്ടായിരുന്ന ബന്ധം ജ്യേഷ്ഠാനുജന്മാർ തമ്മിലുള്ളതുപോലെയായിരുന്നു. സെയ്താലിക്കുട്ടിയേക്കാൾ ഏഴുവയസ്സ് മൂത്തയാളായിരുന്നു ഇമ്പിച്ചിബാവ.

1956 ജൂലൈ 17 നായിരുന്നു ഇമ്പിച്ചിബാവയും ഫാത്തിമ്മയും തമ്മിലുള്ള വിവാഹം നടന്നത്. വിവാഹത്തിനുപിന്നിൽ പ്രവർത്തിച്ചതും സെയ്താലിക്കുട്ടിയായിരുന്നു. കുട്ടിക്കാലം മുതൽ ഫാത്തിമ്മക്ക് സെയ്താലിക്കുട്ടിയെ അറിയാം. ഫാത്തിമ്മയുടെ പിതാവ് തൊട്ടിയൻ മമ്മത് മാസ്റ്റർ കൊണ്ടോട്ടിയിലെ ഒരു പാർട്ടി അനുഭാവിയും അധ്യാപകനുമായിരുന്നു. പാർട്ടിയോടുള്ള അനുഭാവത്തിന്റെ പേരിൽ 1948–59 കാലത്ത് സസ്പെൻഷൻ കിട്ടിയ അധ്യാപകനായിരുന്നു മമ്മദ് മാസ്റ്റർ.

മമ്മദ് മാസ്റ്റർക്ക് സെയ്താലിക്കുട്ടിയെ വലിയ സ്നേഹമായിരുന്നു. ചെറുപ്പകാലത്ത് സെയ്താലിക്കുട്ടി വീട്ടിൽനിന്നു പുറത്താക്കപ്പെട്ട അവസ്ഥയിൽ നിൽക്കുമ്പോൾ ഇടയ്ക്കിടെ ഭക്ഷണം കഴിക്കാൻ വീട്ടിലേക്ക് കൂട്ടിക്കൊണ്ട് വരാറുണ്ടായിരുന്നു മമ്മദ് മാസ്റ്റർ. ഒരു പതിനാല് വയസുള്ളപ്പോൾ മുതൽ *ദേശാഭിമാനി* പത്രം വിതരണംചെയ്തു നടന്നിരുന്ന കുട്ടിയായിരുന്ന സെയ്താലിക്കുട്ടിയെ ഫാത്തിമ്മക്ക് പരിചയമുണ്ട്.

ഫാത്തിമ ഫിഫ്ത്ത് ഫോറം കഴിഞ്ഞ് ടീച്ചേഴ്സ് ട്രെയിനിങ്ങിന് പഠിക്കുന്നകാലം ഒരുദിവസം കേട്ട് പരിചയമുള്ള ആ വിളി "പാത്തുമ്മോ..." ഫാത്തിമ്മ പുറത്തേക്കിറങ്ങി അടുത്തേക്ക് ചെന്നു. സെയ്താലിക്കുട്ടിയോടൊപ്പം ഒരാൾ കൂടിയുണ്ടായിരുന്നു. ആളെ സെയ്താലിക്കുട്ടി പരിചയപ്പെടുത്തി. ഇമ്പിച്ചിബാവയെന്നാണ് പേര്. എം പിയായിരുന്നയാളാണ് എന്നൊക്കെ പറഞ്ഞു. തന്റെ പെണ്ണ് കാണലാണ് നടക്കുന്നതെന്ന് ഫാത്തിമ്മ അറിഞ്ഞില്ല.

ഫാത്തിമ്മയുടെ വല്യുപ്പ വളരെ അത്യാസന്നനിലയിൽ കിടക്കുന്ന അവസരത്തിലായിരുന്നു ആ വിവാഹം. അതിനാൽ നിക്കാഹ് പൊന്നാനിയിൽ വെച്ചായിരുന്നു. നിക്കാഹ് കഴിഞ്ഞ് ഒമ്പതാം ദിവസം വല്യുപ്പ മരിച്ചു. നിക്കാഹിന് വധൂപിതാവും വരനും മതിയായതിനാൽ അന്നേദിവസം ഫാത്തിമ്മ പൊന്നാനിയിൽ പോയിരുന്നില്ല.

കേരളത്തിലെ കമ്യൂണിസ്റ്റുപ്രസ്ഥാനത്തിന്റെ വളർച്ചയിൽ വലിയ പങ്കുവഹിച്ചിട്ടുള്ളതും സംഭവബഹുലവുമായിരുന്നു ഇമ്പിച്ചിബാവയുടെ ജീവിതം. ജനനംകൊണ്ട് മലപ്പുറം ജില്ലക്കാരായ കമ്യൂണിസ്റ്റുനേതാക്കളിൽ അവിഭക്ത കമ്യൂണിസ്റ്റുപാർട്ടിയുടെയും പിൽക്കാലത്ത് സി പി ഐ (എം) ന്റെയും വളർച്ചയിൽ ഏറ്റവും വലിയ സംഭാവന ചെയ്തവരിൽ ഇ എം എസ് കഴിഞ്ഞാൽ തൊട്ടടുത്താണ് ഇമ്പിച്ചിബാവയുടെ സ്ഥാനം. സാമ്രാജ്യത്വ വിരുദ്ധ സമരങ്ങളുടെ മഹത്തായ പൈതൃകമുള്ള പൊന്നാനിയിലായിരുന്നു ഇമ്പിച്ചിബാവയുടെ ജനനവും ജീവിതവും.

1498 മെയ് 20 ന് കാപ്പാട് വന്ന് കപ്പലിറങ്ങുമ്പോൾ ഒരു വിദേശ അതിഥിയെന്ന നിലയിലായിരുന്നു അന്നത്തെ ഭരണാധികാരിയായിരുന്ന സാമൂതിരിയും പൊതുവിൽ ജനങ്ങളും വാസ്കോഡ്ഗാമയെ കണ്ടത്. എന്നാൽ ഗാമയുടെ തനിനിറം തിരിച്ചറിയുകയും അയാൾ സൂക്ഷിക്കേണ്ട ഒരു വിദേശ ആക്രമിയാണെന്ന മുന്നറിയിപ്പ് ആദ്യം ഉയരുകയും ചെയ്തത് പൊന്നാനിയിലെ സെയ്നുദ്ദീൻ മഖ്ദൂം ഒന്നാമനിൽ നിന്നായിരുന്നു. ഗാമയുടെ വരവോടെ തുടക്കമിട്ട ഇന്ത്യയിലെ പാശ്ചാത്യ അധിനിവേശത്തിനെതിരെ ഇന്ത്യയിൽത്തന്നെ ഉയർന്ന ആദ്യത്തെ സാമ്രാജ്യത്വ വിരുദ്ധസ്വരം അതായിരിക്കും. കേരളത്തെക്കുറിച്ചുള്ള ആദ്യത്തെ ചരിത്രഗ്രന്ഥമായി പരിഗണിക്കപ്പെടുന്ന *"തുഹ്ഫത്തുൽ മുജാഹിദീൻ"* എഴുതിയ സെയ്നുദ്ദീൻ മഖ്ദൂം രണ്ടാമൻ, അധിനിവേശ ശക്തികളെ ചോദ്യംചെയ്തതിന്റെ പേരിൽ നാടുകടത്തപ്പെട്ട ഫസൽ പൂക്കോയ തങ്ങൾ, മുസ്ലിം സമുദായത്തിലെ ജീർണതകൾക്കെതിരെ ശബ്ദിച്ച സാമൂഹ്യപരിഷ്ക്കർത്താക്കളായിരുന്ന വെളിയംകോട് ഉമർഖാസി, മക്തി തങ്ങൾ തുടങ്ങിയ ഒട്ടേറെ പേരുടെ തട്ടകം എന്ന നിലയിൽ മഹത്തായ ഒരു പൈതൃകമാണ് പൊന്നാനിക്കുള്ളത്.

ദേശീയപ്രസ്ഥാനത്തോട് അനുഭാവം പുലർത്തിയിരുന്നയാളും അബ്ദു റഹ്മാൻ സാഹിബിന്റെ അനുയായിയും പിയേഴ്സ് ലെസ്ലി കമ്പനിയുടെ കീഴിൽ പത്തേമാരികളിൽ സ്രാങ്കുമായിരുന്നു ഏഴുകുടിക്കൽ

അബ്ദുള്ളയായിരുന്നു ഇമ്പിച്ചിബാവയുടെ പിതാവ്. അബ്ദുള്ളയുടെയും പൊന്നാനിക്കാരിയായ ചൊക്കിന്റകത്ത് ആയിശക്കുട്ടിയുടെയും മകനായി 1919 ലായിരുന്നു ഇമ്പിച്ചിബാവയുടെ ജനനം.

അബ്ദുള്ള - ആയിശക്കുട്ടി ദമ്പതിമാർക്ക് നാലുമക്കളായിരുന്നു. ഇമ്പിച്ചിബാവ, അബൂബക്കർ, ഇബ്രാഹിംകുട്ടി എന്നീ മൂന്നു ആൺമക്കളും കുഞ്ഞാമിനക്കുട്ടി എന്ന മകളും. സഹോദരനായ ഇ കെ അബൂബക്കർ പിതാവിന്റെ പാത പിന്തുടർന്നു സ്രാങ്കിന്റെ ജോലിയും മത്സ്യബന്ധനവും നടത്തിയിരുന്നു. അക്കാലത്ത് മത്സ്യത്തൊഴിലാളി സംഘടനയുടെ പ്രവർത്തകനായി രാഷ്ട്രീയത്തിലും പ്രവർത്തിച്ചു. രാഷ്ട്രീയത്തോടൊപ്പം കലയെയും അബൂബക്കർ സ്നേഹിച്ചു. നല്ലൊരു കവാലി ഗായകനായിരുന്നു അബൂബക്കർ. എന്നാൽ രാഷ്ട്രീയത്തിലും കലയിലുമെല്ലാം സ്വയം ലയിച്ചു ജീവിച്ചുപോന്ന അബൂബക്കർക്ക് ഒരു ഇടത്തരം സാമ്പത്തികസ്ഥിതിയിലേക്കുപോലും ഉയരാനായില്ല. ജ്യേഷ്ഠൻ ഇമ്പിച്ചിബാവയെപ്പോലെ തന്നെ ആദർശരാഷ്ട്രീയത്തിന്റെ ആൾരൂപമായിരുന്നു അബൂബക്കർ. മൂന്നുതവണ മുനിസിപ്പൽ കൗൺസിലറും ഒരു തവണ മുനിസിപ്പൽ ചെയർമാനുമായിരുന്നിട്ടും സ്വന്തമായി നല്ലൊരു വീടുപോലും അദ്ദേഹത്തിന് ഉണ്ടായിരുന്നില്ല.

പൊന്നാനി ടി ഐ മദ്രസ സ്കൂൾ, എ വി ഹൈസ്കൂൾ, കോഴിക്കോട് സെന്റ് ജോസഫ്സ് ഹൈസ്കൂൾ, കോഴിക്കോട്ടെ തന്നെ ഗണപതി സ്കൂൾ എന്നിവിടങ്ങളിലായിരുന്നു ഇമ്പിച്ചിബാവയുടെ വിദ്യാഭ്യാസം. ഇങ്ങനെ വിദ്യാലയങ്ങൾ പലതിൽ മാറി മാറി പഠിച്ചിരുന്നുവെങ്കിലും ഉയർന്ന വിദ്യാഭ്യാസമൊന്നും നേടാൻ അദ്ദേഹത്തിനായില്ല. പത്താംതരം, അന്നത്തെ സിക്സ്ത്ഫോറം പരീക്ഷ എഴുതുന്നതിനുമുമ്പ് തന്നെ പഠിത്തംനിർത്തി മുഴുവൻ സമയ രാഷ്ട്രീയപ്രവർത്തകനായി മാറുകയായിരുന്നു ഇമ്പിച്ചിബാവ.

കോഴിക്കോട് സെന്റ് ജോസഫ്സ് ഇംഗ്ലീഷ് സ്കൂളിൽ പഠിക്കുന്ന കാലത്ത് 1936 മുതൽ തന്നെ അദ്ദേഹം സ്റ്റുഡന്റ്സ് ഫെഡറേഷന്റെ പ്രവർത്തനങ്ങളിൽ വ്യാപൃതനായി. പി കൃഷ്ണപിള്ള, മഞ്ജുനാഥറാവു തുടങ്ങിയ ദേശീയപ്രസ്ഥാനത്തിന്റെ നേതാക്കളുമായി വിദ്യാർഥി ജീവിതകാലത്തുതന്നെ ബന്ധപ്പെട്ട് പ്രവർത്തിച്ചു. ആ ചെറുപ്രായത്തിൽത്തന്നെ അന്ന് മലബാറിൽ മാത്രമല്ല തെക്ക് ആലുവ കോളേജ് വരെപോയി വിദ്യാർഥികളെ സംഘടിപ്പിക്കുന്ന പ്രവർത്തനങ്ങളിൽ ഏർപ്പെട്ടു. ബ്രിട്ടീഷ് ഭരണം ഇന്ത്യക്കാർക്ക് നൽകിയിരുന്ന പരിമിതമായ അധികാരങ്ങളിൽ ഒന്നായിരുന്നു മലബാർ ഡിസ്ട്രിക്റ്റ് ബോർഡുപോലുള്ള സ്ഥാപനങ്ങൾ. ഈ ഡിസ്ട്രിക്റ്റ് ബോർഡിന്റെ കീഴിലായിരുന്നു വിദ്യാലയങ്ങൾ. പൊന്നാനിക്കാരനായ ഒരു നൂറുദ്ദീൻ ആയിരുന്നു മലബാർ ഡിസ്ട്രിക്റ്റ് ബോർഡിന്റെ പ്രസിഡന്റ്. നൂറുദ്ദീനും ഇമ്പിച്ചിബാവയും തമ്മിൽ നല്ല ബന്ധമായിരുന്നു. ഡിസ്ട്രിക്റ്റ് ബോർഡ് പ്രസിഡന്റ് സ്കൂൾ സന്ദർശനത്തിന് പോകുമ്പോൾ ഇമ്പിച്ചിബാവയും കൂടെക്കൂടും. ആ

സന്ദർശനങ്ങളൊക്കെ ആ യുവാവ് സ്റ്റുഡന്റ്സ് ഫെഡറേഷൻ പ്രവർത്തനങ്ങൾക്കായി പ്രയോജനപ്പെടുത്തി. അന്ന് ദേശീയപ്രസ്ഥാനവുമായി ചേർന്നാണ് സ്റ്റുഡന്റ്സ് ഫെഡറേഷൻ പ്രവർത്തിച്ചിരുന്നത്. ദേശീയപ്രസ്ഥാനത്തോടും സ്റ്റുഡന്റ്സ് ഫെഡറേഷൻ പ്രവർത്തനങ്ങളോടും നൂറുദ്ദീനുണ്ടായിരുന്ന അനുഭാവപൂർവ സമീപനം കൊണ്ടുകൂടിയായിരുന്നു ഇമ്പിച്ചിബാവയ്ക്ക് അത് സാധ്യമായത്. പല സ്ഥലങ്ങളിലും ഡിസ്ട്രിക്റ്റ് ബോർഡ് പ്രസിഡന്റിന്റെ സ്വീകരണം കഴിഞ്ഞാൽ അതേ വേദിയിൽ സ്റ്റുഡന്റ്സ് ഫെഡറേഷൻ നേതാവെന്ന നിലയിൽ ഇമ്പിച്ചിബാവയ്ക്കും സ്വീകരണം കിട്ടിയിരുന്നു.

സമൂഹത്തെ മുന്നോട്ട് നയിക്കുന്നതിന് നേതൃത്വംകൊടുത്തിട്ടുള്ള പ്രതിഭാശാലികളായ ജനനേതാക്കളിൽ പലരും കുട്ടിക്കാലത്തുതന്നെ അനീതികൾക്കെതിരെ ധീരമായ നിലപാടുകൾ എടുത്തിട്ടുള്ളതിന്റെ ഉദാഹരണങ്ങൾ അവരുടെ ജീവചരിത്രങ്ങളിൽ കാണാൻ കഴിയും. നാലാം ക്ലാസിൽ പഠിക്കുന്ന അവസരത്തിൽ തന്റെ സഹപാഠിയെ അനാവശ്യമായി ശിക്ഷിച്ച അധ്യാപകനെ ചോദ്യംചെയ്ത ഇമ്പിച്ചിബാവയുടെ പ്രവൃത്തി അത്തരത്തിൽപ്പെട്ട ഒന്നായിരുന്നു.

സംഭവം ഇങ്ങനെയായിരുന്നു. അധ്യാപകൻ ക്ലാസിലില്ലാത്ത സമയത്ത് മേശപ്പുറത്ത് കിടന്നിരുന്ന വടിയെടുത്ത് ഒരു കുട്ടി വേറൊരു കുട്ടിയെ എറിഞ്ഞു. ഏറുകൊണ്ട കുട്ടി ആ വടിയെടുത്ത് ഒടിച്ചിട്ടു. ക്ലാസിലേക്ക് വന്നപ്പോൾ ഒടിച്ചിട്ട വടി കണ്ട അധ്യാപകൻ ക്ഷുഭിതനായി. അയാൾ ചോദിച്ചു "ആരാണ് വടി ഒടിച്ചിട്ടത്."

യഥാർഥത്തിൽ സംഭവത്തിലെ കുറ്റക്കാരനായ കുട്ടി വടി ഒടിച്ചിട്ട കുട്ടിയുടെ പേര് പറഞ്ഞുകൊടുത്തു. അത് കേൾക്കേണ്ട താമസം അധ്യാപകൻ ആ കുട്ടിയെ തല്ലി. ഇതുകണ്ടാണ് അതേ ക്ലാസിൽ പഠിക്കുന്ന കുട്ടിയായിരുന്ന ഇമ്പിച്ചിബാവ പ്രതികരിച്ചത്. അവൻ അധ്യാപകനോട് പറഞ്ഞു.

"നിങ്ങൾ വെള്ളക്കാരന്റെ പൊലീസിനെപ്പോലെയാണ് പെരുമാറുന്നത്. തെറ്റുചെയ്തവനെ ശിക്ഷിക്കാതെ തെറ്റ് ചെയ്യാത്തവനെ ശിക്ഷിക്കുന്നു."

സ്വാഭാവികമായും അധ്യാപകന്റെ കോപം ഇമ്പിച്ചിബാവക്കും നേരിടേണ്ടിവന്നു. ആ സംഭവത്തിന്റെ പേരിൽ അവൻ ഒരാഴ്ച ക്ലാസിൽനിന്നും പുറത്തു നിർത്തപ്പെട്ടു. പിതാവിൽനിന്നും മറ്റും പകർന്നുകിട്ടിയ സ്വാതന്ത്ര്യബോധമാണ് ക്ലാസിലെ അധ്യാപകന്റെ നീതികേടിനെപ്പോലും ബ്രിട്ടീഷ് ഭരണത്തിന്റെ അനീതിയുമായി താരതമ്യംചെയ്ത് പ്രതികരിക്കാൻ ആ കുട്ടിയെ പ്രാപ്തനാക്കിയത്. ആ പ്രതികരണം അന്നുതന്നെ ശ്രദ്ധിക്കപ്പെട്ടിരുന്നു. അബ്ദുൾ റഹ്മാൻ സാഹിബ് തന്റെ *അൽ അമീൻ* പത്രത്തിൽ ഒരു മുഖപ്രസംഗത്തിൽ ഈ സംഭവത്തെ പരാമർശിച്ചിരുന്നു.

പിതാവിന്റെ പാത പിന്തുടർന്ന് അബ്ദുറഹ്മാൻ സാഹിബിന്റെ അനുയായിയും ദേശീയപ്രസ്ഥാനത്തിന്റെ പ്രവർത്തകനുമായി ചെറുപ്രായ

ത്തിൽത്തന്നെ പൊതുരംഗത്തേക്ക് വന്ന ഇമ്പിച്ചിബാവ കോൺഗ്രസിനകത്തെ ഇടതുപക്ഷമായി പ്രവർത്തിച്ചിരുന്ന കോൺഗ്രസ് സോഷ്യലിസ്റ്റു പാർട്ടിയുടെ പ്രവർത്തകനായി. പിന്നീട് കമ്യൂണിസ്റ്റുപാർട്ടിയംഗമായി.

1940 ൽ 21–ാം വയസിലായിരുന്നു ഇമ്പിച്ചിബാവയുടെ ആദ്യത്തെ ജയിൽവാസം. ആ സമയത്ത് അദ്ദേഹം അത്ര ഉയർന്ന നേതാവൊന്നും ആയിക്കഴിഞ്ഞിരുന്നില്ല. എന്നാൽ തന്റെ മൂർച്ചയുള്ള പ്രസംഗങ്ങൾവഴി ജനങ്ങൾക്കിടയിൽ ശ്രദ്ധിക്കപ്പെടുകയും അതുവഴി ബ്രിട്ടീഷ് ഭരണാധികാരികളുടെയും ശ്രദ്ധയിൽപ്പെട്ടവനായി. കോൺഗ്രസ് സോഷ്യലിസ്റ്റ് പാർട്ടിയുടെ മുതിർന്ന നേതാക്കളായിരുന്ന കെ ദാമോദരൻ, ഇ പി ഗോപാലൻ, പി വി കുഞ്ഞുണ്ണിനായർ, മുഹമ്മദ് അബ്ദുറഹ്മാൻ സാഹിബ് എന്നിവരോടൊപ്പമാണ് അദ്ദേഹം ജയിലിൽ അടയ്ക്കപ്പെട്ടത്. 1934 ജൂലൈ 23 മുതൽ നിരോധിക്കപ്പെട്ട നിലയിൽ പ്രവർത്തിച്ചിരുന്ന കമ്യൂണിസ്റ്റു പാർട്ടിയുമായി ബന്ധമുള്ള ആളെന്ന നിലയിൽ പാർട്ടി നിരോധനം പിൻവലിക്കപ്പെടുന്നതുവരെ അദ്ദേഹത്തിന് ജയിലിൽത്തന്നെ കഴിയേണ്ടിവന്നു. 1942 ജൂലൈ 23 ന് നിരോധനം പിൻവലിക്കപ്പെട്ടതിനുശേഷം മാത്രം പുറത്തുവരാൻ കഴിഞ്ഞ ആ യുവാവിന്റെ ആദ്യത്തെ ജയിൽശിക്ഷ തന്നെ രണ്ടര വർഷത്തിലേറെ നീണ്ടു.

ജയിൽ വിമുക്തനായതോടെ മറ്റു പാർട്ടിനേതാക്കളെപ്പോലെതന്നെ ഇമ്പിച്ചിബാവയും പരസ്യമായി കമ്യൂണിസ്റ്റുപാർട്ടിയുടെ പ്രവർത്തനങ്ങൾ ഊർജിതമാക്കി. പാർട്ടിയുടെ പൊന്നാനി താലൂക്ക് ഓഫീസ് സെക്രട്ടറിയുടെ ചുമതല അദ്ദേഹം ഏറ്റെടുത്തു. പൊന്നാനി താലൂക്കിന്റെ 125 കിലോമീറ്ററോളം നീണ്ടുകിടക്കുന്ന കടലോരമേഖലയിൽ അദ്ദേഹം ഓടിനടന്നു പ്രവർത്തിച്ചു. മൂർച്ചയുള്ള വാക്ശരങ്ങളുമായി ആ യുവനേതാവ് നടത്തിയിരുന്ന പ്രസംഗങ്ങൾ അധികാരികളുടെ ഉറക്കംകെടുത്തി. കരിഞ്ചന്തയ്ക്ക് കൂട്ടുനിന്നിരുന്ന പൊന്നാനി തഹസീൽദാർക്കെതിരെ പ്രസംഗിച്ചതിന്റെ പേരിൽ ഇമ്പിച്ചിബാവയെ അധികാരികൾ കേസിൽ കുടുക്കി. അങ്ങനെ വീണ്ടും ജയിൽവാസം വേണ്ടിവന്നു. ഇത്തവണ ഒമ്പതുമാസമാണ് തടവുകാരനായത്.

1934 മുതൽ 8 വർഷക്കാലം നിരോധിക്കപ്പെട്ടിരുന്ന കമ്യൂണിസ്റ്റു പാർട്ടിയുടെ നേതാക്കളും പ്രവർത്തകരും 1942 ൽ നിരോധനം പിൻവലിക്കപ്പെട്ട് ജയിലുകളിൽനിന്നും ഒളിവുകേന്ദ്രങ്ങളിൽനിന്നും പുറത്തുവരുമ്പോൾ ഇന്ത്യയുടെ സ്ഥിതി വളരെ ദയനീയമായിരുന്നു. വടക്കേ ഇന്ത്യയെ മൊത്തത്തിൽ ബാധിച്ചിരുന്ന ക്ഷാമം ബംഗാളിലും പരിസരങ്ങളിലുമായി ലക്ഷങ്ങളെയാണ് മരണത്തിലേക്ക് നയിച്ചത്. തിരുവിതാംകൂറിലും മലബാറിലും പടർന്നു പിടിച്ചിരുന്ന പകർച്ചവ്യാധികളിലും ആയിരങ്ങൾ മരിച്ചുവീണുകൊണ്ടിരുന്നു. ലോകം തന്നെ ഒരു സർവനാശത്തിലേക്ക് നീങ്ങുകയാണോ എന്ന് സംശയിക്കത്തക്ക നിലയിൽ രണ്ടാം ലോകമഹായുദ്ധം കൊടുമ്പിരികൊള്ളുകയായിരുന്നു. യുദ്ധത്തിലെ ഒരു പ്രധാന കക്ഷിയായിരുന്നതിനാൽ ബ്രിട്ടീഷ് ഭരണാധികാരികൾക്ക് ഇന്ത്യ

യിലെ ഇത്തരം പ്രശ്നങ്ങളൊന്നും ശ്രദ്ധിക്കാൻ നേരവും ഉണ്ടായിരുന്നില്ല.

ദുരിതങ്ങൾ പെരുമഴയായി പെയ്തിറങ്ങിയ ആ നാശകാലത്ത് ജനങ്ങളുടെ അറിവില്ലായ്മയും അന്ധവിശ്വാസങ്ങളും മരണസംഖ്യ വർധിപ്പിക്കുന്നതിൽ വലിയ പങ്കുവഹിച്ചു. കമ്യൂണിസ്റ്റുപാർട്ടിയുടെ വളണ്ടിയർമാർ ദുരന്തബാധിതപ്രദേശങ്ങളിൽ ദുരിതാശ്വാസപ്രവർത്തനങ്ങളിൽ ആണ്ടിറങ്ങി. നേതാക്കളും പ്രവർത്തകരും ഒരുപോലെ ഇത്തരം പ്രവർത്തനങ്ങളിൽ സജീവമായി.

1943 കാലത്ത് മലബാറിൽ പടർന്നുപിടിച്ച കോളറ അനേകംപേരുടെ മരണത്തിനിടയാക്കി. ഇമ്പിച്ചിബാവയും സഹപ്രവർത്തകരും ദുരിതാശ്വാസ പ്രവർത്തനങ്ങൾക്കായി ചെന്നിരുന്ന മംഗലം എന്ന കൊച്ചുഗ്രാമത്തിൽ മാത്രം ഇരുന്നൂറോളംപേർ കോളറ ബാധിച്ചുമരിച്ചിരുന്നു. തൊണ്ണൂറോളം കുട്ടികൾ അനാഥരായി കഴിഞ്ഞിരുന്ന ആ ഗ്രാമത്തിന്റെ സ്ഥിതി പരമദയനീയമായിരുന്നു. കോഴിക്കോട്ടും പൊന്നാനിയിലുമൊക്കെ പ്രവർത്തിച്ചിരുന്ന അനാഥശാലകളുമായി ബന്ധപ്പെടുകയും അനാഥരായ ആ കുട്ടികളുടെ സംരക്ഷണം അത്തരം സ്ഥാപനങ്ങളെക്കൊണ്ട് ഏറ്റെടുപ്പിക്കുകയും ചെയ്യുക എന്നതുതന്നെ ഒരു വലിയ ശ്രമകരമായ ജോലിയായിരുന്നു. അനാഥക്കുട്ടികളുടെ കാര്യത്തിൽ അന്ന് തോന്നിയ അലിവും സ്നേഹവും ഇമ്പിച്ചിബാവയ്ക്ക് ജീവിതകാലം മുഴുവൻ ഉണ്ടായിരുന്നു. പിൽക്കാലത്ത് അതിലൊരു പെൺകുട്ടിയുടെ നിക്കാഹ് നടത്താൻ രക്ഷിതാവായി ഇമ്പിച്ചിബാവ വിളിക്കപ്പെട്ടത് അദ്ദേഹത്തെ കരയിപ്പിച്ച ഒരു സംഭവമായിരുന്നു. 1967 ൽ മന്ത്രിയായപ്പോൾ അനാഥാലയങ്ങളുടെ ചുമതല അദ്ദേഹം താൽപ്പര്യപൂർവം ഏറ്റെടുക്കുകയുണ്ടായി. യൗവനകാലത്ത് നടത്തിയ അനാഥസംരക്ഷണപ്രവർത്തനങ്ങളുടെ ഓർമകളാണ് അതിനദ്ദേഹത്തിന് പ്രേരണയായത്.

സ്വാതന്ത്ര്യം ലഭിച്ച് ഏതാനും മാസങ്ങൾക്കുള്ളിൽ കൽക്കത്താതിസീസിന്റെ പേരിൽ 1948 മാർച്ചിൽ കമ്യൂണിസ്റ്റുപാർട്ടി നിരോധിക്കപ്പെട്ടപ്പോൾ അറസ്റ്റുവാറണ്ട് വന്ന ഇമ്പിച്ചിബാവ ഒളിവിൽപ്പോയി. അഞ്ചുവർഷത്തിലേറെ കാലത്തെ ഒളിവു ജീവിതാനുഭവമുള്ള ഇമ്പിച്ചിബാവ ഈ നിരോധനകാലം മുഴുവൻ പിടികൊടുക്കാതെ ഒളിവിൽത്തന്നെ പ്രവർത്തിച്ചു. 1951 ൽ നിരോധനം പിൻവലിക്കപ്പെട്ടതിനുശേഷമാണ് അദ്ദേഹം പുറത്തുവന്നത്.

1952 ൽ നടന്ന പ്രഥമ ലോകസഭാ തിരഞ്ഞെടുപ്പിൽ കോൺഗ്രസ് കഴിഞ്ഞാൽ ഏറ്റവും കൂടുതൽ സീറ്റുകൾ ലഭിച്ചിരുന്നത് കമ്യൂണിസ്റ്റുപാർട്ടിക്കായിരുന്നു. അനുബന്ധമായിത്തന്നെ രൂപീകരിക്കപ്പെട്ട രാജ്യസഭയിലേക്ക് തിരഞ്ഞെടുക്കപ്പെട്ട കമ്യൂണിസ്റ്റുപാർട്ടി നേതാക്കളിൽ ഇമ്പിച്ചിബാവയും ഉണ്ടായിരുന്നു. അങ്ങനെ രാജ്യസഭാ മെമ്പറായിട്ടായിരുന്നു അദ്ദേഹത്തിന്റെ പാർലമെന്ററി ജീവിതത്തിന്റെ തുടക്കം.

സെയ്താലിക്കുട്ടിയും ഇമ്പിച്ചിബാവയും ആദ്യമായി തമ്മിൽ കണ്ടു

മുട്ടിയത് 1952 ലായിരുന്നു. സേലം ജയിലിലെ തിക്തമായ അനുഭവങ്ങൾക്കുശേഷം സെയ്താലിക്കുട്ടി പുറത്തുവന്ന് ഏതാനും ദിവസങ്ങൾ കഴിഞ്ഞ അവസരത്തിലായിരുന്നു അത്. അന്ന് ഇമ്പിച്ചിബാവ കമ്യൂണിസ്റ്റുപാർട്ടിയുടെ മലബാർ ഡിസ്ട്രിക്റ്റ്കമ്മിറ്റി അംഗമായിരുന്നു. സെയ്താലിക്കുട്ടി കൊണ്ടോട്ടി ലോക്കൽ കമ്മിറ്റി സെക്രട്ടറിയും. കോഴിക്കോട് പ്രവർത്തിച്ചിരുന്ന കമ്യൂണിസ്റ്റുപാർട്ടിയുടെ മലബാർ ഡിസ്ട്രിക്റ്റ് കമ്മിറ്റി ഓഫീസിൽവെച്ചായിരുന്നു ആ പോരാളികളുടെ ആദ്യസമാഗമം. ആ കണ്ടുമുട്ടലിൽ തന്നെ സെയ്താലിക്കുട്ടി ഇമ്പിച്ചിബാവയിൽ തന്റെ രാഷ്ട്രീയഗുരുനാഥനെ കണ്ടു. 1995 ൽ മരണമടയുന്നതുവരെ 43 വർഷം നീണ്ടുനിന്ന ആ ബന്ധം രാഷ്ട്രീയത്തിൽ മാത്രമല്ല ജീവിതത്തിലും നിലനിന്നു. ഒരു ജ്യേഷ്ഠസഹോദരനെപ്പോലെയാണ് ഇമ്പിച്ചിബാവയെ സെയ്താലിക്കുട്ടി കണ്ടിരുന്നത്.

1952 ൽ രാജ്യസഭാംഗമായ ഇമ്പിച്ചിബാവ അവിടെ തന്റെ കന്നിപ്രകടനത്തിൽ തന്നെ ചരിത്രം സൃഷ്ടിച്ചു. എല്ലാ സംസ്ഥാനങ്ങളിൽനിന്നും വന്നിരുന്ന അംഗങ്ങൾ ഒന്നുകിൽ ഹിന്ദിയിൽ അല്ലെങ്കിൽ ഇംഗ്ലീഷിൽ മാത്രമേ ലോകസഭയിലും രാജ്യസഭയിലും പ്രസംഗിച്ചിരുന്നുള്ളു. ഇമ്പിച്ചിബാവ രാജ്യസഭയിൽ തനിമലയാളത്തിൽ പ്രസംഗിക്കാൻ തുടങ്ങി. ഉടനെ തന്നെ പല അംഗങ്ങളും എതിർപ്പുമായി രംഗത്തുവന്നു. ഇമ്പിച്ചിബാവ വിട്ടുകൊടുത്തില്ല. ഒടുവിൽ ചെയറിൽ ഇരുന്നിരുന്ന അന്നത്തെ ഉപരാഷ്ട്രപതി ഡോ. എസ് രാധാകൃഷ്ണൻ ഏതൊരംഗത്തിനും അയാളുടെ മാതൃഭാഷയിൽ സംസാരിക്കാൻ അവകാശമുണ്ടെന്ന് റൂളിങ് നൽകി. ഇപ്പോൾ ലോകസഭയിലും രാജ്യസഭയിലും എല്ലാ അംഗങ്ങൾക്കും ഇന്ത്യയിലെ ഏതുഭാഷയിലും സംസാരിക്കാനും അത് അപ്പപ്പോൾത്തന്നെ പരിഭാഷപ്പെടുത്തി മറ്റംഗങ്ങൾക്ക് കേൾപ്പിക്കാനുമുള്ള സൗകര്യം ഉണ്ട്. ഇതിന് കാരണക്കാരനായത് മലയാളിയായ ഈ കമ്യൂണിസ്റ്റ് നേതാവാണെന്നത് പലർക്കും അറിയില്ല.

1957 ൽ കേരള നിയമസഭയിലേക്ക് നടന്ന ആദ്യ തിരഞ്ഞെടുപ്പിനെ തുടർന്ന് ഏപ്രിൽ അഞ്ചിന് ഇ എം എസിന്റെ നേതൃത്വത്തിലുള്ള കമ്യൂണിസ്റ്റുപാർട്ടിയുടെ സർക്കാർ അധികാരത്തിൽ വന്നു. അതോടെ ഭരണം ഉപയോഗപ്പെടുത്തി ജനങ്ങളുടെ വിവിധങ്ങളായ ആവശ്യങ്ങൾ നേടിയെടുക്കുന്നതിനുള്ള പ്രായോഗിക പ്രവർത്തനങ്ങൾക്ക് ഇമ്പിച്ചിബാവ നേതൃത്വം നൽകി. 1959 ജൂലൈ 31 ന് ആ മന്ത്രിസഭയെ ഭരണഘടനയിലെ 356-ാം വകുപ്പ് ദുരുപയോഗപ്പെടുത്തി ജനാധിപത്യ വിരുദ്ധമായി പിരിച്ചുവിടുന്നതുവരെ ഇത്തരം പ്രവർത്തനങ്ങളിൽ അദ്ദേഹം വ്യാപൃതനായി.

പൊന്നാനിയിൽ റവന്യൂ വകുപ്പിന്റെ അധീനതയിൽ ഉണ്ടായിരുന്ന ഭൂമിയിൽ ഇരുപത്തഞ്ച് ഏക്രയോളം സ്ഥലം എം ഇ എസിന് കോളേജ് സ്ഥാപിക്കുന്നതിനുവേണ്ടി കുറഞ്ഞ നിരക്കിൽ പാട്ടത്തിന് കൊടുക്കാനും, കെ എസ് ആർ ടി സിക്കും മത്സ്യത്തൊഴിലാളികളുടെ ആവശ്യങ്ങൾക്കു

മായി 5 ഏക്ര വീതം നീക്കിവെപ്പിക്കുന്നതിനും റവന്യൂമന്ത്രി ഗൗരിയമ്മ യെക്കണ്ട് ഉത്തരവിറക്കുന്നതിൽ പ്രധാനപങ്ക് വഹിച്ചത് ഇമ്പിച്ചിബാവയാ യിരുന്നു.

നമ്മുടെ പല എയ്ഡഡ് വിദ്യാലയങ്ങൾക്കും പൊന്നാനി എം ഇ എസ് കോളേജിന് ലഭിച്ചതുപോലെയുള്ള അകമഴിഞ്ഞ സഹായങ്ങൾ പൊതുഖജനാവിൽനിന്നും ലഭിച്ചിട്ടുണ്ട്. പൊതുധനംകൂടി ഉപയോഗപ്പെ ടുത്തി കെട്ടിപ്പടുത്ത ഒട്ടേറെ സ്വകാര്യവിദ്യാലയങ്ങളുടെ മാനേജുമെന്റു കൾ നടത്തിക്കൊണ്ടിരുന്ന ചൂഷണങ്ങൾക്ക് കടിഞ്ഞാണിടാനുള്ള ഒന്നാം കമ്യൂണിസ്റ്റ് മന്ത്രിസഭയുടെ നടപടികൾ അവരെ അസ്വസ്ഥരാക്കി. വ്യക്ത മായ ഭൂരിപക്ഷം അവസാനംവരെയും ഉണ്ടായിരുന്നിട്ടും ആ മന്ത്രിസ ഭയെ നിയമവിരുദ്ധമായി പിരിച്ചുവിടുന്നതിൽ എത്തിച്ചതും വിദേശശക്തി കളുടെ സഹായത്തോടെ നടത്തപ്പെട്ടതുമായ 'വിമോചനസമരാഭാസ' ത്തിൽ കേരളത്തിലെ വിദ്യാഭ്യാസക്കച്ചവടക്കാർ വലിയ പങ്കുവഹിച്ചു. ജനാധിപത്യ ഇന്ത്യയുടെ ചരിത്രത്തിലെ ഒരു തീരാക്കളങ്കമായി ഒന്നാം ഇ എം എസ് മന്ത്രിസഭ പിരിച്ചുവിടപ്പെട്ടു. കേരളം പ്രസിഡന്റുഭരണ ത്തിലായി.

കമ്യൂണിസ്റ്റുപാർട്ടിയുടെ നേതാക്കളും പ്രവർത്തകരും ജനങ്ങ ളുടെ വിവിധങ്ങളായ പ്രശ്നങ്ങൾക്ക് പരിഹാരം കാണുന്നതിനായി ഉജ്ജ്വ ലമായ സമരങ്ങൾക്ക് നേതൃത്വം നൽകി. ഇത്തരം സമരങ്ങൾക്ക് നേതൃ ത്വംകൊടുത്തതിന്റെ പേരിൽ മറ്റു കമ്യൂണിസ്റ്റുപാർട്ടി നേതാക്കളെപ്പോലെ ഇമ്പിച്ചിബാവക്കും അറസ്റ്റുവരിക്കലും കേസുകളിൽ പ്രതിയാക്കപ്പെടലും പതിവ് അനുഭവങ്ങളായി. ഒരു തവണ അറസ്റ്റുണ്ടായത് ഭാര്യാവീട്ടിൽ വെച്ചായിരുന്നു. വിവാഹത്തിനുശേഷമുള്ള ആ ആദ്യത്തെ അറസ്റ്റ് ഫാത്തിമാ ഇമ്പിച്ചിബാവയുടെ ഓർമയിൽ ഇങ്ങനെ:

ഇമ്പിച്ചിബാവ അന്ന് കുടുംബസമേതം ഒരു കാറിൽ പൊന്നാനിയി ൽനിന്നും കൊണ്ടോട്ടിയിലുള്ള ഭാര്യാവീട്ടിലേക്ക് പുറപ്പെട്ടു. കൊണ്ടോ ട്ടിയിൽ എത്തിയശേഷം ഭാര്യാപിതാവ്, ഭാര്യമാതാവ്, മറ്റു ബന്ധുക്കൾ എന്നിവരോടൊക്കെ കുടുംബവിശേഷങ്ങളും നാട്ടുവിശേഷങ്ങളും പറ ഞ്ഞുകൊണ്ടിരിക്കയായിരുന്നു. അപ്രതീക്ഷിതമായി രണ്ടുപൊലീസുകാർ വീട്ടിലേക്ക് കയറിവന്നു. അവർ ഇമ്പിച്ചിബാവയുടെ അടുത്തേക്ക് ചെന്നു പറഞ്ഞു:

"അങ്ങേക്ക് അറസ്റ്റുവാറന്റുണ്ട്... ഞങ്ങൾ പൊന്നാനിയിൽ നിന്നു തന്നെ നിങ്ങളെ അനുഗമിക്കുന്നുണ്ടായിരുന്നു...." കുടുംബത്തോടൊപ്പ മുള്ള യാത്രയിലായിരുന്നതുകൊണ്ടാണ് അവർ വഴിക്കുവെച്ച് അറസ്റ്റ് ചെയ്യാതിരുന്നത്. ഇമ്പിച്ചിബാവയ്ക്ക് ഭാവമാറ്റമൊന്നും ഉണ്ടായില്ല.

മുമ്പ് ദീർഘിച്ച ജയിൽവാസമൊക്കെ അനുഭവിച്ചിട്ടുള്ള ആളാണ് ഇമ്പിച്ചിബാവ എന്ന് അറിയാമായിരുന്നുവെങ്കിലും വിവാഹത്തിനുശേഷ മുള്ള ആദ്യത്തെ ആ അറസ്റ്റിൽ ഫാത്തിമ്മക്കും വീട്ടുകാർക്കും വല്ലാത്ത വിഷമംതോന്നി. ഇമ്പിച്ചിബാവ അവരെയൊക്കെ സമാധാനിപ്പിച്ചു.

"ഇതൊക്കെ രാഷ്ട്രീയത്തിൽ പതിവാണ്. ആരും വിഷമിക്കേണ്ട."

അറസ്റ്റിന് വിധേയനായി ആ പൊലീസുകാർക്കൊപ്പം അദ്ദേഹം ഭാര്യാവീട്ടിൽനിന്നും ഇറങ്ങിപ്പോയി.

1962 ൽ നടന്ന പൊതുതിരഞ്ഞെടുപ്പിൽ കമ്യൂണിസ്റ്റുപാർട്ടിയുടെ സ്ഥാനാർഥിയായി അന്ന് പാലക്കാട് ജില്ലയുടെ ഭാഗമായിരുന്ന പൊന്നാനിയിൽനിന്നും മത്സരിച്ച ഇമ്പിച്ചിബാവ ജയിച്ച് ലോകസഭാംഗമായി. രാജ്യസഭയിൽ മലയാളത്തിൽ പ്രസംഗിച്ചു ചരിത്രം സൃഷ്ടിച്ചതുപോലെ ലോകസഭയിലും അദ്ദേഹം ചരിത്രം സൃഷ്ടിച്ചു.

1964 ൽ കമ്യൂണിസ്റ്റുപാർട്ടിയിൽ പിളർപ്പിനെ തുടർന്ന് സി പി ഐ (എം) രൂപീകരണത്തിന് നേതൃത്വംകൊടുത്തവരിൽ ഒരാൾ കൂടിയായിരുന്നു അന്ന് അവിഭക്ത കമ്യൂണിസ്റ്റുപാർട്ടിയുടെ കേന്ദ്രക്കമ്മിറ്റി അംഗമായിരുന്ന ഇമ്പിച്ചിബാവ. യുദ്ധം ഒഴിവാക്കി പരസ്പരം അയൽക്കാരായ ഇന്ത്യയും ചൈനയും തമ്മിലുള്ള തർക്കം ചർച്ചചെയ്തു പരിഹാരം കാണണമെന്നാവശ്യപ്പെട്ടതിന്റെ പേരിൽ സി പി ഐ(എം) നേതാക്കളെ ചൈനാചാരന്മാരായി മുദ്രയടിച്ച് കേന്ദ്രസർക്കാർ തുറുങ്കിലടയ്ക്കാൻ തുടങ്ങി. 1500 ൽപ്പരം നേതാക്കളെയും കേഡർമാരെയും രാജ്യവ്യാപകമായി തടവിലാക്കി. 1966 മധ്യംവരെ ഏതാണ്ട് ഒന്നരവർഷം അവർ മിക്കവരും തടവിൽ കിടന്നു. കൂട്ടത്തോടെയുള്ള ഈ അറസ്റ്റുണ്ടായത് 1964 ഡിസംബർ 31 ന് ആയിരുന്നു. എന്നാൽ പല നേതാക്കളെയും അതിനും വളരെ മുമ്പുതന്നെ അറസ്റ്റുചെയ്ത് തടവിലിട്ടിരുന്നു. പലരും അറസ്റ്റ് വാറണ്ട് വന്നതോടെ ഒളിവിൽ പോയി.

ലോകസഭാംഗമായിരുന്ന ഇമ്പിച്ചിബാവയുടെ പേരിലും അറസ്റ്റു വാറണ്ട് വന്നു. പിടികൊടുക്കാതെ ഒളിവിൽ പോയ ഇമ്പിച്ചിബാവയെ പതിനാറുമാസം കഴിഞ്ഞ് വാറണ്ട് പിൻവലിക്കപ്പെടുന്നതുവരെയും പൊലീസിന് പിടികൂടാൻ കഴിഞ്ഞില്ല. ഇതിനിടയിൽ പൊലീസിനെ കബളിപ്പിച്ച് പാർലമെന്റിൽ പങ്കെടുത്തും അദ്ദേഹം ചരിത്രം സൃഷ്ടിച്ചു.

പാർലമെന്റിനകത്തുവെച്ച് ഒരാളെ അറസ്റ്റ് ചെയ്യാൻ നിയമം അനുവദിക്കുന്നില്ല. അത് പ്രയോജനപ്പെടുത്തിയാണ് ഇമ്പിച്ചിബാവ ഈ സാഹസകൃത്യം ചെയ്തത്. ഒരു ടാക്സിക്കാറിൽ അപ്രതീക്ഷിതമായി വന്നിറങ്ങി പെട്ടെന്ന് ലോകസഭയിലേക്ക് അദ്ദേഹം കയറിപ്പോകുന്നത് പൊലീസ് ശ്രദ്ധിച്ചു. കാർ അവിടെത്തന്നെ കാത്തുകിടന്നു. തിരിച്ചുവരുമ്പോൾ അറസ്റ്റുചെയ്യാനായി പൊലീസ് സന്നാഹങ്ങളൊരുക്കി കാത്തുനിന്നു. നിശ്ചിതസമയംവരെ തന്നെ കാത്തുനിൽക്കണമെന്നും എന്നിട്ടും വരുന്നില്ലെങ്കിൽ തിരിച്ചുപോയ്ക്കൊള്ളാനുമാണ് ടാക്സിക്കാരനോട് പറഞ്ഞിരുന്നത്. നിശ്ചിതസമയം വരെ കാത്തുനിന്നതിനുശേഷം ടാക്സിക്കാരൻ തിരിച്ചുപോയി. ഇത് പൊലീസിന്റെ ശ്രദ്ധതിരിക്കാൻ എടുത്ത അടവായിരുന്നു. ഇമ്പിച്ചിബാവയെക്കൂടാതെ കാർ തിരിച്ചുപോയപ്പോഴാണ് പൊലീസിന് തങ്ങൾക്ക് പറ്റിയ അമളി മനസിലായത്. ആ സമയംകൊണ്ട് ഇമ്പിച്ചിബാവ പാർലമെന്റിൽ ഹാജരായി ഒപ്പുവെക്കുകയും തനിക്ക് കിട്ടാ

നുണ്ടായിരുന്ന ശമ്പളവും മറ്റ് ആനുകൂല്യങ്ങളും വാങ്ങിക്കുകയും ചെയ്ത് പാർലമെന്റ് മന്ദിരത്തിന്റെ മറ്റൊരു ഗെയ്റ്റിലൂടെ പുറത്ത് കടന്ന് ദൽഹി നഗരംതന്നെ വിട്ടുപോവുകയും ചെയ്തിരുന്നു. പൊന്നാനിക്കാരനായ ഒരു പൊലീസുകാരനെ ഇമ്പിച്ചിബാവയെ തിരിച്ചറിയാനായി പ്രത്യേകം ഡ്യൂട്ടിക്കിട്ടിരുന്നു. അങ്ങനെയാണ് അദ്ദേഹം ലോകസഭയിലേക്ക് കയറിപ്പോകുന്നത് അവർക്ക് കണ്ടുപിടിക്കാനായത്. പക്ഷേ പ്രയോജനമൊന്നും ഉണ്ടായില്ലെന്നു മാത്രം. അറസ്റ്റുവാറന്റ് വന്ന് ഒളിവിൽ കഴിയുന്ന ഒരു എം പി പാർലമെന്റിൽ പങ്കെടുത്ത ചരിത്രം മറ്റേതെങ്കിലും ഒരു എം പിക്ക് ഉണ്ടാകാൻ സാദ്ധ്യത കുറവാണ്.

ഒളിവുജീവിതകാലത്ത് ഇടയ്ക്കൊക്കെ വീട്ടിലും വന്നുപോകുമായിരുന്നു ഇമ്പിച്ചിബാവ. എല്ലാവർക്കും പ്രിയപ്പെട്ടവനായിരുന്നതിനാൽ നാട്ടിലെ ലീഗുകാരോ കോൺഗ്രസുകാരോ ഒന്നും ഒറ്റുകൊടുക്കാൻ താൽപ്പര്യം കാണിക്കാതിരുന്നതുകൊണ്ടു കൂടിയായിരുന്നു അതൊക്കെ സാധിച്ചത്. ചില കോൺഗ്രസ് അനുഭാവികളുടെ വീട്ടിൽപ്പോലും ഒളിവ് ജീവിതകാലത്ത് അദ്ദേഹം താമസിച്ചിരുന്നു. അത്രക്ക് സർവസമ്മതനായിരുന്നു ആ ജനകീയ നേതാവ്.

ഒരു പാർലമെന്റ് മെമ്പറായിരിക്കുന്ന ആളായിരുന്നിട്ടും പിടിക്കാൻ കഴിയാതെ ഗതികെട്ട പൊലീസ് അറസ്റ്റ് വാറണ്ട് വീട്ടിൽ പതിച്ചുനൽകി. ഒരാഴ്ചയ്ക്കകം മജിസ്ട്രേട്ടിന്റെ മുമ്പാകെ ഹാജരാകണമെന്നും ഇല്ലെങ്കിൽ വസ്തുവകകൾ കണ്ടുകെട്ടുമെന്നും വാറണ്ടിനോടനുബന്ധിച്ച് നോട്ടീസിൽ എഴുതിയിരുന്നു. ഇതിനെതിരെ ഇമ്പിച്ചിബാവ ഹൈക്കോടതിയിൽ ഹർജി ഫയൽചെയ്തു. താൻ ഒളിച്ചു നടക്കുന്നില്ലെന്നും നാട്ടിൽ സ്വതന്ത്രമായി സഞ്ചരിക്കുന്നുണ്ടെന്നും പാർലമെന്റ് നടപടികളിൽപ്പോലും പങ്കെടുക്കുന്നുണ്ടെന്നും ഹർജിയിൽ രേഖാമൂലം ബോധിപ്പിച്ചിരുന്നു. മജിസ്ട്രേട്ട് കോടതിയുടെ ഉത്തരവിൽ വാദംകേട്ടശേഷം ഹൈക്കോടതി വസ്തുവകകൾ കണ്ടുകെട്ടാനുള്ള ഉത്തരവ് സ്റ്റേചെയ്തു.

സി പി ഐ (എം) ന്റെ പ്രമുഖ നേതാക്കളെല്ലാം ജയിലിലും ഒളിവിലും ആയിരിക്കുമ്പോഴായിരുന്നു 1965 ൽ കേരള നിയമസഭയിലേക്ക് തിരഞ്ഞെടുപ്പ് പ്രഖ്യാപിക്കപ്പെട്ടത്. ഒട്ടേറെപ്പേർ ജയിലിൽ കിടന്നുകൊണ്ടാണ് മത്സരിച്ചത്. കമ്യൂണിസ്റ്റുപാർട്ടി രണ്ടായി പിളർന്നതിനുശേഷം ആദ്യം നടക്കുന്ന തിരഞ്ഞെടുപ്പ്, നേതാക്കൾ മിക്കവരും ജയിലിൽ എന്നീ പരിമിതികളൊക്കെ ഉണ്ടായിരുന്നിട്ടും 44 സീറ്റോടെ സി പി ഐ (എം) ഏറ്റവും വലിയ ഒറ്റക്കക്ഷിയായി. സി പി ഐക്കു വെറും മൂന്ന് സീറ്റുകളേ നേടാനായുള്ളു. ആർക്കും ഭൂരിപക്ഷം ഇല്ലാതിരുന്നത് കാരണം ആ നിയമസഭ ചേരാതെതന്നെ പിരിച്ചുവിടുകയായിരുന്നു.

1964 സപ്തംബർ പത്ത് മുതൽ തന്നെ കേരളം പ്രസിഡന്റ് ഭരണത്തിലായിരുന്നു. 1965 ൽ തെരഞ്ഞെടുപ്പ് നടത്തിയിട്ടും ഈ സ്ഥിതിയിൽ മാറ്റം ഉണ്ടായില്ല. പിന്നീട് 1967 ൽ ലോക്സഭാ തെരഞ്ഞെടുപ്പിനോടൊപ്പം നടന്ന നിയമസഭാ തിരഞ്ഞെടുപ്പിനെ തുടർന്ന് രണ്ടാം ഇ എം എസ്

മന്ത്രിസഭ അധികാരമേൽക്കുന്നതുവരെ കേരളത്തിൽ പ്രസിഡന്റ് ഭരണം തുടർന്നു. 1967 ലെ തിരഞ്ഞെടുപ്പിൽ മണ്ണാർകാട് നിയോജകമണ്ഡലത്തിൽ നിന്നും ഇമ്പിച്ചിബാവ നിയമസഭയിലേക്ക് തിരഞ്ഞെടുക്കപ്പെട്ടു. അതോടെ ഇന്ത്യൻ ജനാധിപത്യ വ്യവസ്ഥയുടെ നിയമനിർമാണ സഭകളായ ലോക സഭ, രാജ്യസഭ, നിയമസഭ എന്നിവ മൂന്നിലും അംഗമായി പ്രവർത്തിച്ച അപൂർവം ജനനേതാക്കളിൽ ഒരാളായി അദ്ദേഹം.

1967 മാർച്ച് 6 ന് ഇ എം എസിന്റെ നേതൃത്വത്തിൽ അധികാരമേറ്റ ഐക്യമുന്നണി മന്ത്രിസഭയിൽ ഗതാഗതവകുപ്പിന്റെ ചുമതലയുള്ള മന്ത്രി യായി തീർന്ന ഇമ്പിച്ചിബാവ കേരളം നിലനിൽക്കുന്നിടത്തോളം കാലം ഓർമിക്കപ്പെടുന്ന ഭരണാധികാരിയായി.

ആവശ്യത്തിനും അനാവശ്യത്തിനുമൊക്കെ കമ്യൂണിസത്തെയും കമ്യൂണിസ്റ്റുപാർട്ടിയെയും വിമർശിക്കുന്നത് ഒരു ശൈലിയായി കൊണ്ടു നടന്നിരുന്ന എഴുത്തുകാരനായിരുന്നു എം പി നാരായണപിള്ള. ഇമ്പിച്ചി ബാവ മന്ത്രിസ്ഥാനമൊക്കെ ഒഴിഞ്ഞ് കുറെവർഷങ്ങൾക്കുശേഷം എഴു തിയ ഒരു ലേഖനത്തിൽ കേരളം കണ്ട ഏറ്റവും മികച്ച മന്ത്രിയായിരുന്നു ഇമ്പിച്ചിബാവ എന്ന് അദ്ദേഹം പരാമർശിച്ചിരുന്നു.

ജനങ്ങളോട് ആത്മാർഥത നിറഞ്ഞ മനസുണ്ടെങ്കിലും ബ്യൂറോക്ര സിയുടെ നീരാളിപ്പിടുത്തത്തിൽപ്പെട്ട് കാര്യമായ ഒരു ഇടപെടലും നട ത്താനാവാതെ പ്രഗത്ഭമതികൾവരെ പ്രയാസപ്പെടുന്ന ഒന്നാണ് നമ്മുടെ വ്യവസ്ഥിതിയിലെ മന്ത്രിസ്ഥാനം ഉൾപ്പെടെയുള്ള അധികാരപദവികൾ. എന്നാൽ ഭരണകൂടത്തെ മെരുക്കിയെടുക്കുന്നതിൽ വിജയിച്ച കമ്യൂണിസ്റ്റ് മന്ത്രിയായിരുന്നു ഇമ്പിച്ചിബാവ. തടസമായി വരുന്ന നിയമങ്ങളെ മറിക ടക്കുന്നതിനും വഴിമുടക്കുന്ന ഉദ്യോഗസ്ഥ പ്രമാണിമാരെ നിലയ്ക്ക് നിർത്തുന്നതിനും തന്റേത് മാത്രമായ അടവുകൾ അദ്ദേഹം പ്രയോഗിച്ചു. നിയമങ്ങളുടെയും ചട്ടങ്ങളുടെയും കുരുക്കുകൾ ഇമ്പിച്ചിബാവയുടെ നാടൻയുക്തികൾക്കും സാമാന്യബോധത്തിനും മുന്നിൽ അഴിഞ്ഞു പോയി. വർഷങ്ങളായി പരിഹാരം കാണാതെ കിടന്നിരുന്ന ജനകീയ പ്രശ്നങ്ങൾക്ക് ഒരു സംഭാഷണം കൊണ്ടോ ഒരു പ്രവൃത്തികൊണ്ടോ അദ്ദേഹം പരിഹാരം കണ്ടു. ഇമ്പിച്ചിബാവയെന്ന ജനകീയ മന്ത്രിയുടെ ധീരമായ നടപടികൾ കക്ഷിരാഷ്ട്രീയത്തിനതീതമായി ആയിരക്കണക്കിന് ആളുകളുടെ ജീവിതത്തിന് താങ്ങായി.

കരിപ്പൂർ വിമാനത്താവളത്തിന് സ്ഥലം അക്വയർ ചെയ്തെടുക്കു ന്നതിനുണ്ടായിരുന്ന തടസങ്ങളും എതിർപ്പുകളും ഒഴിവാക്കിയെടുത്തത്, റവന്യൂവകുപ്പിന്റെ ചുമതല താൽക്കാലികമായി കൈവശം വന്നപ്പോൾ വർഷങ്ങളായി തീർപ്പാകാതെ കിടന്നിരുന്ന പീരുമേട്ടിലെ പട്ടയപ്രശ്ന ങ്ങൾ തീർത്തത്, ഏലംകുളത്തേക്കുള്ള റോഡുപണി പ്രശ്നത്തിൽ പൊതുമരാമത്ത് വകുപ്പുന്ത്രിയെക്കൊണ്ട് യുദ്ധകാലാടിസ്ഥാനത്തിൽ പരി ഹാരം ഉണ്ടാക്കിച്ചത്, മാനസികരോഗംവന്ന് ജോലിയിൽനിന്നും പുറത്തു പോകേണ്ടി വന്ന ജീവനക്കാരന് അസുഖംമാറി അധികാരപ്പെട്ട ഡോക്ട

റിൽനിന്നും സർട്ടിഫിക്കറ്റുകളും ഹാജരാക്കിയിട്ടും പുനർനിയമം കൊടുക്കാതെ ചുറ്റിച്ചുകൊണ്ടിരുന്ന വകുപ്പ് സെക്രട്ടറിയെക്കൊണ്ട് ഇരുന്ന ഇരിപ്പിൽ ഉത്തരവിറക്കിച്ചത്, അക്കൗണ്ടന്റ് ജനറലെന്ന ഉദ്യോഗസ്ഥപ്രമാണിയുടെ വാശിയുടെ പേരിൽ നിർത്തലാക്കപ്പെട്ട ബസ്സ്റ്റോപ്പ് മണിക്കൂറുകൾക്കുള്ളിൽ പുനസ്ഥാപിച്ചത്, ഒരു സ്ഥലമുടമ തടസം നിന്നിരുന്നത് കാരണം ബസ്റൂട്ട് അനുവദിച്ചിട്ടും ബസോടിക്കാൻ കഴിയാതിരുന്നത് പരിഹരിക്കാൻ മന്ത്രി നേരിട്ടുചെന്ന് തർക്കസ്ഥലത്ത് കാവൽനിന്ന് ബസോടിച്ചത് തുടങ്ങി നൂറുകണക്കിന് പ്രവർത്തനങ്ങളിലൂടെ ഇമ്പിച്ചിബാവ വേറിട്ടുനിൽക്കുന്ന ഒരു ശൈലി കാഴ്ചവെച്ചുകൊണ്ട് കേരളത്തിന്റെ മനസ്സ് കീഴടക്കിയ ഭരണാധികാരിയായി.

എത്ര നിസ്സാരമായ കാര്യത്തിനായാലും നാലുനടത്തം നടത്തിക്കുക എന്ന സെക്രട്ടറിയേറ്റിലെ ചില ഉദ്യോഗസ്ഥപ്രമാണിമാരുടെ ശൈലിയിൽ ഇക്കാലത്തും വലിയ മാറ്റമൊന്നും വന്നിട്ടില്ല. ചെറിയ ചെറിയ ആവശ്യങ്ങളുമുന്നയിച്ചുകൊണ്ട് നിവേദനങ്ങളുമായി ചെന്നിരുന്ന സാധാരണക്കാർക്ക് അതേ ഉദ്യോഗസ്ഥരിൽ നിന്നും കയ്യോടെ ഉത്തരവും വാങ്ങി തിരിച്ചുപോരാൻ കഴിയുന്നവിധത്തിൽ ശക്തവും സൂക്ഷ്മവുമായി അദ്ദേഹം ഇടപെടലുകൾ നടത്തി. ട്രാൻസ്പോർട്ട് കോർപ്പറേഷനിൽ അയ്യായിരത്തോളംപേർക്ക് നിയമനം കൊടുക്കാൻ കഴിഞ്ഞത് മന്ത്രിയെന്ന നിലയിൽ നടപടിക്രമങ്ങളുടെ നൂലാമാലകളെ മറികടക്കുന്നതിൽ ഇമ്പിച്ചിവാബ കാണിച്ച ആർജവംകൊണ്ടായിരുന്നു.

ഏറനാട്ടിലെ പല വികസനപ്രശ്നങ്ങൾക്കും പരിഹാരംതേടി തിരുവനന്തപുരത്ത് ചെന്ന് മന്ത്രിയെ നേരിട്ട് കാണുകയും സെക്രട്ടേറിയറ്റിൽനിന്നും കയ്യോടെ ഉത്തരവും വാങ്ങി മടങ്ങാൻ കഴിഞ്ഞിരുന്നതുമായ അനുഭവങ്ങൾ സെയ്താലിക്കുട്ടിയും അനുസ്മരിക്കാറുണ്ടായിരുന്നു. സ്വന്തം മണ്ഡലത്തിലെ കാര്യങ്ങൾക്കായി മന്ത്രിയെ നേരിട്ടുചെന്ന് കണ്ട് കാര്യസാധ്യം നേടിയിരുന്ന പ്രതിപക്ഷ എം എൽ എമാർ തന്നെ സങ്കുചിതമായ രാഷ്ട്രീയലാഭത്തിന്റെ പേരിൽ അദ്ദേഹത്തെ സിഗരറ്റ്കൂടിന്റെ പുറത്ത് ഉത്തരവ് എഴുതിക്കൊടുക്കുന്ന മന്ത്രിയെന്ന് അധിക്ഷേപിച്ചു. മാധ്യമങ്ങളും അതേറ്റുപിടിച്ചിരുന്നു. ഒന്നിലും ഇമ്പിച്ചിബാവ കുലുങ്ങിയില്ല.

മന്ത്രിയായിരുന്നപ്പോൾ കുടുംബസമേതം തിരുവനന്തപുരത്ത് ക്ലിഫ് ഹൗസിലായിരുന്നു ഇമ്പിച്ചിബാവ താമസിച്ചിരുന്നത്. ഭാര്യ ഫാത്തിമ്മ ടീച്ചർ അന്ന് നന്തൻകോട് എൽ പി സ്കൂളിലേക്ക് സ്ഥലംമാറ്റം വാങ്ങിയിരിക്കയായിരുന്നു.

1967 മാർച്ച് 6 ന് അധികാരമേറ്റ രണ്ടാം ഇ എം എസ് മന്ത്രിസഭ 1969 നവംബർ 1 ന് അധികാരം ഒഴിഞ്ഞു. ഭരണത്തിന് നേതൃത്വംകൊടുത്തിരുന്ന ഐക്യമുണിയിൽ ഘടകകക്ഷികളായിരുന്ന സി പി ഐയും മുസ്ലിം ലീഗും ഉൾപ്പെടെയുള്ള കക്ഷികൾ കൂറുമാറി കോൺഗ്രസിനൊപ്പം കൂട്ടുകൂടിയതിനാൽ ഭൂരിപക്ഷം നഷ്ടപ്പെട്ട മന്ത്രിസഭ 1969 ഒക്ടോബർ 24ന്

രാജിവെക്കുകയായിരുന്നു. ഒരാഴ്ച കഴിഞ്ഞ് 1969 നവംബർ 1 ന് കോൺഗ്രസിന്റെയും കേരള കോൺഗ്രസിന്റെയും പിന്തുണയോടെ സി പി ഐ നേതാവ് അച്യുതമേനോൻ മുഖ്യമന്ത്രിയായി അധികാരമേൽക്കുകയും ചെയ്തു.

1969 ജൂൺ 16 ന് മലപ്പുറം ജില്ലയുടെ രൂപീകരണം നടന്നത് ഇ എം എസിന്റെ നേതൃത്വത്തിലുള്ള രണ്ടാം മന്ത്രിസഭയുടെ കാലത്തായിരുന്നു. മുസ്ലിം ഭൂരിപക്ഷമുള്ള ഈ പ്രദേശം പ്രത്യേകം ഒരു ജില്ലയാക്കിയാൽ അതൊരു കുട്ടിപാകിസ്ഥാനാകും എന്ന പ്രചരണം അഴിച്ചുവിട്ട് ജില്ലാ രൂപീകരണത്തെ എതിർത്ത ആർ എസ് എസ് അടക്കമുള്ള ഹിന്ദു വർഗീയ സംഘടനകളുടെ വാദം കോൺഗ്രസും ഏറ്റുപിടിക്കുകയായിരുന്നു. ജില്ലാ രൂപീകരണത്തെ കോൺഗ്രസും പരസ്യമായി എതിർത്തു. കോഴിക്കോട് പാലക്കാട് ജില്ലകളുടെ ഭാഗമായി കിടന്നിരുന്ന പിന്നോക്കം നിൽക്കുന്ന പ്രദേശങ്ങൾ ചേർത്ത് രൂപീകരിക്കുന്ന മലപ്പുറം ജില്ല അവിടെ മുസ്ലിം ഭൂരിപക്ഷമുണ്ട് എന്നതിന്റെ പേരിൽ പാടില്ലെന്ന് പറയുന്നത് വിവേചനമാണെന്ന നിലപാടാണ് സി പി ഐ (എം) എടുത്തത്. മന്ത്രിസഭയിലുണ്ടായിരുന്ന മുസ്ലീംലീഗും ജില്ലാ രൂപീകരണം ആവശ്യപ്പെട്ടിരുന്നു. എന്നാൽ ജില്ലാ രൂപീകരണം നടന്ന് നാലുമാസം പിന്നിട്ടപ്പോൾ ജില്ലാ രൂപീകരണത്തിന് എതിരുനിന്ന കോൺഗ്രസിനൊപ്പം ചേർന്ന് ഇ എം എസ് മന്ത്രിസഭയെ താഴത്തിറക്കാൻ കൂട്ടുനിൽക്കുകയാണ് മുസ്ലീം ലീഗ് ചെയ്തത്.

മലപ്പുറം ജില്ലാ രൂപീകരണത്തോടെ നിലവിൽവന്ന സി പി ഐ (എം) മലപ്പുറം ജില്ലാ കമ്മിറ്റിയുടെ ആദ്യസെക്രട്ടറി പാലൊളി മുഹമ്മദുകുട്ടിയായിരുന്നു. താമസിയാതെ ജില്ലാ സെക്രട്ടറിയായി ചുമതലയേറ്റ ഇമ്പിച്ചിബാവ മൂന്നുവർഷക്കാലം ആ സ്ഥാനത്ത് അദ്ദേഹം തുടർന്നു. ഈ കാലത്താണ് സി പി ഐ (എം) മലപ്പുറം ജില്ലാ കമ്മിറ്റിയുടെ ഓഫീസിന് കെട്ടിടം പണിതത്.

ഇ എം എസ് മന്ത്രിസഭയെ വീഴ്ത്തി 1969 നവംബർ 1 ന് അധികാരമേറ്റ അച്യുതമേനോൻ 1970 ആഗസ്ത് 4 ന് സ്ഥാനമൊഴിഞ്ഞു. തുടർന്ന് 1970 ഒക്ടോബർ 4 വരെ കേരളത്തിൽ പ്രസിഡന്റ് ഭരണമായിരുന്നു. 1970 സെപ്തംബറിൽ പ്രസിഡന്റ് ഭരണത്തിൻകീഴിൽ നടന്ന നിയമസഭാ ഇടക്കാല തിരഞ്ഞെടുപ്പിൽ ഇമ്പച്ചിബാവ പെരിന്തൽമണ്ണ നിയോജകമണ്ഡലത്തിൽ നിന്നും സി പി ഐ(എം) സ്ഥാനാർഥിയായി മത്സരിച്ചു പരാജയപ്പെട്ടു.

സ്വതന്ത്ര ഇന്ത്യയുടെ ജനാധിപത്യവ്യവസ്ഥ നേരിട്ട ഏറ്റവും വലിയ വെല്ലുവിളിയായിരുന്ന അടിയന്തരാവസ്ഥക്കാലത്ത് ഇമ്പിച്ചിബാവ വീണ്ടും ജയിലിൽ അടക്കപ്പെട്ടു. 1975 ജൂൺ 12 ന് വന്ന അലാഹാബാദ് ഹൈക്കോടതിയുടെ വിധി തന്റെ അധികാരത്തെയും രാഷ്ട്രീയഭാവിയെയും ബാധിക്കും എന്ന ഭീതി അന്നത്തെ പ്രധാനമന്ത്രിയായിരുന്ന ഇന്ദിരയിലുണ്ടാക്കി. അതിന്റെ അനന്തരഫലം മാത്രമായിരുന്നു അടിയന്തരാവസ്ഥ

എന്നുപറയാം. ഇന്ദിര ലോകസഭയിലേക്ക് തിരഞ്ഞെടുക്കപ്പെട്ടത് റദ്ദാക്കുകയും അടുത്ത ആറുവർഷത്തേക്ക് തിരഞ്ഞെടുപ്പിൽ മത്സരിക്കുന്നതിന് അവരെ അയോഗ്യരാക്കുകയും ചെയ്തുകൊണ്ടുള്ളതായിരുന്നു കോടതി വിധി. എതിർസ്ഥാനാർഥിയായിരുന്ന രാജ്നാരായണൻ കൊടുത്ത തിരഞ്ഞെടുപ്പ് ഹർജിയിലായിരുന്നു വിധി. തിരഞ്ഞെടുപ്പ് പ്രചരണത്തിന് സർക്കാർ സംവിധാനം ദുരുപയോഗം ചെയ്തു എന്നതായിരുന്നു കുറ്റം. ബദൽ സംവിധാനം ഉണ്ടാവുന്നതുവരെ കർശനമായ നിബന്ധനകളോടെ പ്രധാനമന്ത്രിസ്ഥാനത്ത് തുടരാൻ കോടതി ഇന്ദിരയെ അനുവദിച്ചു. അലാഹബാദ് ഹൈക്കോടതിയുടെ വിധി സുപ്രീംകോടതിയും ശരിവെച്ചു. ഇന്ദിര രാജിവെക്കണമെന്നാവശ്യപ്പെട്ടുകൊണ്ടുള്ള പ്രക്ഷോഭങ്ങൾ രാജ്യവ്യാപകമായി ഉയർന്നുവരാൻ തുടങ്ങി. അത് തടയാനാണ് ഈ ജനാധിപത്യ വിരുദ്ധ നടപടിക്ക് ഇന്ദിര തുനിഞ്ഞത്.

1975 ജൂൺ 25 ന് ഇന്ദിരാഗാന്ധിയുടെ സർക്കാർ നിർദേശിച്ചതനുസരിച്ച് അന്നത്തെ പ്രസിഡന്റ് ഫക്രുദ്ദീൻ അലി അഹമ്മദ് അടിയന്തരാവസ്ഥ പ്രഖ്യാപിച്ചു. 1977 ജനുവരിയിൽ ലോകസഭയിലേക്ക് തിരഞ്ഞെടുപ്പ് പ്രഖ്യാപിച്ച വേളയിലാണ് അനൗപചാരികമായെങ്കിലും അത് പിൻവലിക്കപ്പെട്ട ഒരു സ്ഥിതിയുണ്ടായത്. അതുവരെ ഫലത്തിൽ ഇന്ത്യയിൽ പത്തൊമ്പത് മാസത്തോളം ഒരുതരം പട്ടാളവാഴ്ച തന്നെയായിരുന്നു.

അടിയന്തരാവസ്ഥയിൽ എല്ലാ പ്രതിപക്ഷ കക്ഷികൾക്കുമെതിരെ സർക്കാർ കടന്നാക്രമണം നടത്തി. പ്രതിപക്ഷനേതാക്കളെ മാത്രമല്ല ഭരണകക്ഷിയിലെ അനഭിമതരെപോലും ജയിലിൽ അടച്ചു. സെൻസർഷിപ്പ് ഏർപ്പെടുത്തി പത്രങ്ങളുടെ വായ മൂടിക്കെട്ടി. ഇ എം എസ് അടക്കമുള്ള ചില മുതിർന്ന നേതാക്കളെ അറസ്റ്റുചെയ്യാതെ വിടുകയും രണ്ടാംനിരയിലും താഴെ തട്ടിലുമുള്ള നേതാക്കളെ വ്യാപകമായി അറസ്റ്റുചെയ്ത് ജയിലിലിലടക്കുകയുമായിരുന്നു സർക്കാർ ചെയ്തത്. ഇമ്പിച്ചിബാവയുടെ ജീവിതത്തിലെ ഒടുവിലത്തെ ജയിൽവാസം അടിയന്തരാവസ്ഥയിൽ അനുഭവിച്ച പത്തുമാസത്തെ തടവായിരുന്നു. ഈ ജയിൽവാസം കണ്ണൂർ സെൻട്രൽ ജയിലിൽ ആയിരുന്നു.

അടിയന്തരാവസ്ഥയിൽ ഇമ്പിച്ചിബാവയുടെ അറസ്റ്റ് നടന്നത് 1975 ലെ ഒരു നോമ്പ്കാലത്തായിരുന്നു. മുസ്ലിങ്ങൾ ഒരു പുണ്യദിനമായി കണക്കാക്കുന്ന റംസാൻ മാസത്തിലെ ഇരുപത്തേഴാം രാവിലായിരുന്നു അത്. അത്താഴം കഴിച്ച് എല്ലാവരും നല്ല ഉറക്കത്തിലായിരുന്നു. പുലർച്ചെ മൂന്നരമണി സമയത്ത് വാതിലിൽ മുട്ടുകേട്ടു. തുറന്നുനോക്കിയപ്പോൾ പുറത്ത് രണ്ടുമൂന്ന് പൊലീസുകാർ നിൽക്കുന്നുണ്ടായിരുന്നു. പൊലീസുകാരിൽ ഒരാൾ മുന്നോട്ടുവന്നു പറഞ്ഞു.

“അങ്ങേയ്ക്ക് അറസ്റ്റുവാറന്റുണ്ട്.”

“അതിനെന്താ നമുക്കുപോകാം” എന്നായിരുന്നു അദ്ദേഹത്തിന്റെ കൂസലില്ലാത്ത മറുപടി.

വിഷമത്തിലായ ഭാര്യ ഫാത്തിമയോടും മക്കളോടും സമാധാനവാ

ക്കുകൾ പറഞ്ഞുകൊണ്ട് ഒരു ബാഗിൽ അത്യാവശ്യംവേണ്ട സാധനങ്ങളൊക്കെ എടുത്ത് അദ്ദേഹം പോകാൻ ഒരുങ്ങി.

പുറത്തിരുന്നിരുന്ന പൊലീസുകാരിൽ ഒരാൾ അപ്പോൾ വളരെ മനപ്രയാസത്തോടെ പറയുന്നുണ്ടായിരുന്നു

"സ്വാമീ... ഗുരുവായൂരപ്പാ..."

ആ പുണ്യദിവസത്തിൽ കാര്യമായ ഒരു കാരണവുമില്ലാതെ ഒരു നല്ല മനുഷ്യനെ അറസ്റ്റുചെയ്ത് കൊണ്ടുപോകേണ്ടിവന്നതിലുള്ള കുറ്റബോധമായിരുന്നു അയാൾക്ക്. പൊലീസുകാർക്കും അദ്ദേഹം പ്രിയപ്പെട്ടവനായിരുന്നു.

അടിയന്തരാവസ്ഥയിൽ സി പി ഐ (എം) ന്റെ മലപ്പുറം ജില്ലയിലെ മുതിർന്ന നേതാവായിരുന്ന ഇമ്പിച്ചിബാവയ്ക്കും ജില്ലാ സെക്രട്ടറിയായിരുന്ന പാലൊളിക്കും അറസ്റ്റുവാറണ്ടുണ്ടായിരുന്നു. ഇമ്പിച്ചിബാവയെപ്പോലെ തന്നെ പാലൊളിയെയും പൊലീസ് തെരഞ്ഞുചെന്നത് രാത്രിയിലായിരുന്നു. പുലർച്ചെ നാലരമണിക്ക് വീട്ടിലെത്തിയ പാലൊളി വിവരമറിഞ്ഞപ്പോൾ ഉടൻ തിരിച്ചുപോന്നു ഒളിവിൽ പോയി. ഇമ്പിച്ചിബാവ ജയിലിലും പാലൊളി ഒളിവിലുമായിരുന്ന അടിയന്തരാവസ്ഥയിൽ ജില്ലാ സെക്രട്ടറിയുടെ ചുമതലകൾ നിർവഹിച്ചിരുന്നത് സെയ്താലിക്കുട്ടിയായിരുന്നു.

മൂന്നുവർഷത്തിലേറെ നീണ്ടുനിന്ന ഒളിവ് ജീവിതവും നാലുവർഷത്തിലേറെ കാലത്തെ ജയിൽവാസവും അനുഭവിച്ചവനായിരുന്നുവെങ്കിലും ഗുരുതരമായ മർദനമൊന്നും ഇമ്പിച്ചിബാവയ്ക്ക് ഏൽക്കേണ്ടിവന്നിരുന്നില്ല. എല്ലാത്തിനെയും പുഞ്ചിരിയോടെയും തന്റെ സ്വതസിദ്ധമായ ശൈലിയിൽ ഉള്ള ഒരു നർമത്തോടെയും നേരിട്ടിരുന്ന അദ്ദേഹത്തിന്റെ പെരുമാറ്റം എല്ലാവർക്കും അദ്ദേഹത്തെ പ്രിയപ്പെട്ടവനാക്കിയതും ഇതിനൊരു കാരണമായിരിക്കാം. എന്നാൽ ഒളിവ് ജീവിതകാലത്ത് ഒരിക്കൽ ഇമ്പിച്ചിബാവയെ അന്വേഷിച്ചെത്തിയ പൊലീസ് അദ്ദേഹത്തിന്റെ പിതാവിന്റെ കൈ അടിച്ചൊടിക്കുകയുണ്ടായി.

അടിയന്തരാവസ്ഥ പിൻവലിക്കുന്നതിനോടനുബന്ധിച്ച് നടന്ന 1977 ലെ തിരഞ്ഞെടുപ്പിൽ പൊന്നാനി മണ്ഡലത്തിൽനിന്നും നിയമസഭയിലേക്ക് മത്സരിച്ച ഇമ്പിച്ചിബാവ വീണ്ടും പരാജയപ്പെട്ടു. ഇന്ദിര പരാജയപ്പെടുകയും രാജ്യത്താകെ കോൺഗ്രസിനെതിരായ ജനവിധിയുണ്ടാവുകയും മുപ്പതുവർഷത്തെ കോൺഗ്രസിന്റെ ഭരണകുത്തക തകരുകയും ജനതാ പാർട്ടിയുടെ നേതൃത്വത്തിലുള്ള മൊറാർജി ദേശായി സർക്കാർ അധികാരത്തിൽ വരികയും ചെയ്ത ആ തിരഞ്ഞെടുപ്പിൽ കേരളത്തിൽ കോൺഗ്രസിന് വിജയമാണുണ്ടായത്. സാമൂഹ്യജീർണതകളെ ഇല്ലാതാക്കുന്നതിലും രാഷ്ട്രീയ പ്രബുദ്ധതയിലും ഇന്ത്യയിലെ മറ്റു സംസ്ഥാനങ്ങളെക്കാൾ മുന്നോട്ടുപോകാൻ കഴിഞ്ഞിട്ടുള്ള കേരളത്തിന്റെ പ്രബുദ്ധപാരമ്പര്യത്തിനൊരു കളങ്കമായിരുന്നു ആ ജനവിധി. അടിയന്തരാവസ്ഥയെന്ന ജനാധിപത്യവിരുദ്ധ നടപടി നടപ്പിലാക്കിയ കോൺഗ്രസിനെ

തിരെ ഇന്ത്യൻ ജനത ഏതാണ്ട് മൊത്തത്തിൽത്തന്നെ വിധിയെഴുതിയപ്പോൾ കേരളത്തിന് അതിനൊപ്പം നിൽക്കാനായില്ല.

1977 മാർച്ച് 24 ന് അധികാരമേറ്റ ആദ്യത്തെ കോൺഗ്രസിതര സർക്കാരായിരുന്ന ജനതാസർക്കാർ 28 മാസത്തിനകം സ്വന്തം പാർട്ടിക്കകത്തെ ഭിന്നതകൾ കാരണം 1979 ജൂലൈ 28 ന് അധികാരമൊഴിഞ്ഞു. തുടർന്നുണ്ടായ രാഷ്ട്രീയ അനിശ്ചിതത്വങ്ങളുടെ ഫലമായി ഏതാനും നാളത്തെ ചരൺസിങ്ങിന്റെ അധികാരാരോഹണവും കഴിഞ്ഞ് 1980 ൽ വീണ്ടും ലോകസഭാ തിരഞ്ഞെടുപ്പ് നടന്നു.

1980 ലെ ലോകസഭാ തിരഞ്ഞെടുപ്പിൽ കോഴിക്കോട്ടുനിന്നും ഇടതുപക്ഷ മുന്നണി സ്ഥാനാർഥിയായി മത്സരിച്ച ഇമ്പിച്ചിബാവ വീണ്ടും ജയിച്ചു പാർലമെന്റിലെത്തി. ലോകസഭയോടൊപ്പം നിയമസഭയിലേക്കും നടന്ന തിരഞ്ഞെടുപ്പിൽ അന്ന് ഇ കെ നായനാരുടെ നേതൃത്വത്തിൽ എൽ ഡി എഫ് സർക്കാർ കേരളത്തിൽ അധികാരത്തിലെത്തി. കേന്ദ്രത്തിൽ കോൺഗ്രസ് തിരിച്ചുവന്നു. 1984 ലെ ലോക്സഭാ തെരെഞ്ഞെടുപ്പിൽ മഞ്ചേരിയിൽ നിന്നും മത്സരിച്ച ഇമ്പിച്ചിബാബ മുസ്ലീംലീഗിലെ ഇബ്രാഹീം സുലൈമാൻ സേട്ടിനോട് പരാജയപ്പെട്ടു.

1987 ലെ നിയമസഭാ തിരഞ്ഞെടുപ്പിൽ പൊന്നാനിയിൽനിന്നും മത്സരിച്ച ഇമ്പിച്ചിബാവ തോറ്റു. എന്നാൽ 1991 ൽ പൊന്നാനിയിൽനിന്നും വീണ്ടും മത്സരിക്കുകയും ജയിക്കുകയും ചെയ്തു. 1995 ഏപ്രിൽ 11 ന് മരണമടയുമ്പോൾ അദ്ദേഹം പൊന്നാനി മണ്ഡലത്തിന്റെ എം എൽ എ ആയിരുന്നു.

പ്രവർത്തനശൈലിയിലും ജീവിതത്തിലും ഇമ്പിച്ചിബാവയോട് ഏറ്റവും അടുപ്പമുള്ള കമ്യൂണിസ്റ്റ് നേതാവായിരുന്നു എ കെ ജി. ഇമ്പിച്ചിബാവയെ എ കെ ജിയുടെ ലെഫ്റ്റനന്റായിട്ടാണ് തനിക്ക് തോന്നിയിരുന്നത് എന്നാണ് എ കെ ജിയുടെ ജീവിതസഖാവായിരുന്ന സുശീലാ ഗോപാലൻ അനുസ്മരിച്ചിരുന്നത്. എ കെ ജിക്കുശേഷം കേരളം കണ്ട ഒരു മഹാനായ കമ്യൂണിസ്റ്റ് പ്രചാരകനും പ്രക്ഷോഭകാരിയുമായിരുന്നു അദ്ദേഹം. അതുല്യനായ സംഘാടകൻ, ജനപ്രിയനായ പ്രാസംഗികൻ, ധീരതയിലും പോർവീര്യത്തിലും മുന്നിൽനിന്ന വിപ്ലവകാരി, മികച്ച പാർലമെന്റേറിയൻ, സാധാരണക്കാരന് എങ്ങനെ മന്ത്രിയാകാമെന്നും ഒരു മന്ത്രിക്കെങ്ങനെ സാധാരണക്കാരനാകാമെന്നും കാണിച്ചുതന്ന ഭരണാധികാരി, എത്ര പ്രക്ഷുബ്ധമായ സന്ദർഭങ്ങളിലും സമചിത്തതയോടെയും നർമബോധത്തോടെയും പെരുമാറിയിരുന്ന പക്വമതി, എതിരാളികൾക്കുപോലും പ്രിയങ്കരൻ–ഇങ്ങനെ എണ്ണിയാലൊടുങ്ങാത്തത്രയും വിശേഷണങ്ങൾക്ക് അർഹനായ ഒരു ജനകീയ നേതാവായിരുന്നു ഈ ചെറിയ മനുഷ്യൻ.

ഇമ്പിച്ചിബാവ – ഫാത്തിമ ദമ്പതികൾക്ക് അഞ്ച് മക്കളാണ്. റസൂൽ സലാം, സീനത്ത്, ഖലീൽ, ജലീൽ, മുഷ്താഖ് എന്നിവർ. എല്ലാവരുംതന്നെ ഇടതുപക്ഷ പുരോഗമന പ്രസ്ഥാനങ്ങളുടെ അനുഭാവികളോ

പ്രവർത്തകരോ ആണ്. ഫാത്തിമ ഇമ്പിച്ചിബാവ പിൽക്കാലത്ത് പൊന്നാനി നഗരസഭയുടെ ചെയർപേഴ്സൺ പദവിയിലേക്ക് തിരഞ്ഞെടുക്കപ്പെട്ടിരുന്നു.

കൃത്യമായ നിലപാടുകൾ യഥാസമയംതന്നെ എടുക്കുന്നതിൽ ഏവരുടെയും മുന്നിലായിരുന്നു ഇമ്പിച്ചിബാവ. കമ്യൂണിസ്റ്റുപാർട്ടിയിൽ റിവിഷനിസ്റ്റ് സമീപനങ്ങൾ ഉടലെടുക്കുകയും നേതൃത്വം തെറ്റായ നിലപാടുകൾ സ്വീകരിക്കുകയും ചെയ്തപ്പോൾ അതിനെതിരെ പാർട്ടിക്കകത്ത് നടന്ന ആശയസമരത്തിൽ അദ്ദേഹം മുന്നിൽത്തന്നെ ഉണ്ടായിരുന്നു. അവിഭക്ത കമ്യൂണിസ്റ്റുപാർട്ടിയുടെ ദേശീയ കൗൺസിൽ അംഗമായിരുന്ന ഇമ്പിച്ചിബാവ സി പി ഐ (എം) രൂപീകരണത്തിന് തുടക്കംകുറിച്ച് ദേശീയ കൗൺസിൽ യോഗത്തിൽനിന്നും ഇറങ്ങിപ്പോന്ന 32 പേരിൽ ഒരാളായിരുന്നു. ഈ ഇറങ്ങിപ്പോക്കിനും മുന്നോടിയായി ബസവപ്പുന്നയ്യ നേതൃത്വത്തിന്റെ തിരുത്തൽവാദ നയങ്ങളെ വിമർശിക്കുന്ന ഒരു രേഖ തയാറാക്കിയിരുന്നു. അതിൽ കേരളത്തിൽനിന്നും ഒപ്പുവെച്ചിരുന്ന ഒരേ ഒരാൾ ഇമ്പിച്ചിബാവയായിരുന്നുവെന്ന് ബസവപുന്നയ്യ തന്നോട് പറയുകയുണ്ടായെന്ന് സുശീലാഗോപാലൻ അനുസ്മരിച്ചിരുന്നു.

പാർലമെന്റ് മെമ്പർ, സംസ്ഥാന മന്ത്രി, പാർട്ടിയുടെ കേന്ദ്രക്കമ്മറ്റി അംഗം എന്നീ നിലകളിൽ പ്രവർത്തനമേഖല സംസ്ഥാനതലത്തിലേക്കും ദേശീയതലത്തിലേക്കും വ്യാപിച്ചപ്പോഴും തന്റെ തട്ടകമായ പൊന്നാനിയുടെ വികസനപ്രശ്നങ്ങൾ എപ്പോഴും അദ്ദേഹം മനസിൽ കൊണ്ടുനടന്നിരുന്നു. അവയ്ക്ക് പരിഹാരം കാണുന്നതിന് കിട്ടുന്ന ഒരവസരവും അദ്ദേഹം പാഴാക്കിയില്ല. ഇമ്പിച്ചിബാവ ജീവിച്ചിരുന്ന കാലത്ത് പൊന്നാനിയുടെ വികസനചരിത്രത്തിലുണ്ടായ ഓരോ ചുവടുവെപ്പുകൾക്ക് പിന്നിലും അദ്ദേഹത്തിന്റെ ഒരു പങ്കുണ്ടായിരുന്നു. പൊന്നാനിയിൽ ഇന്നു കാണുന്ന ഒട്ടേറെ റോഡുകൾ, പാലങ്ങൾ, ആശുപത്രികൾ, കോളേജുകൾ, ട്രാൻസ്പോർട്ട് ബസ്സ്റ്റേഷൻ തുടങ്ങിയവ അദ്ദേഹത്തിന്റെ സ്മാരകങ്ങൾ കൂടിയാണ്. ഇവയെല്ലാം നേടുന്നതിന് അദ്ദേഹം നടത്തിയ പരിശ്രമങ്ങൾ കക്ഷിരാഷ്ട്രീയത്തിനതീതമായി ഇമ്പിച്ചിബാവയെ പൊന്നാനിയുടെ പ്രിയപ്പെട്ട സുൽത്താനാക്കി.

1995 ഏപ്രിൽ 2 മുതൽ 8 വരെ ചണ്ഡിഗഢിൽ നടന്ന 15–ാം പാർട്ടി കോൺഗ്രസിൽ പങ്കെടുക്കാൻ പോകുമ്പോൾത്തന്നെ ആരോഗ്യപ്രശ്നങ്ങൾ വലിയ തോതിൽ അദ്ദേഹത്തെ അലട്ടിയിരുന്നു. കുടുംബാംഗങ്ങളുടെയും പാർട്ടി സഖാക്കളുടെയും ഭാഗത്തുനിന്നുംവന്ന, ഇത്തവണ പോവേണ്ട എന്ന സ്നേഹപൂർവമായ നിർബന്ധത്തിനൊന്നും അദ്ദേഹം വഴങ്ങിയില്ല. സമ്മേളനങ്ങളിൽ പങ്കെടുക്കുന്നതടക്കമുള്ള പാർട്ടി പ്രവർത്തനങ്ങളെ ജീവനേക്കാൾ പ്രധാനമായിട്ടാണ് അദ്ദേഹം കണ്ടിരുന്നത്.

പാർട്ടി കോൺഗ്രസിൽ പങ്കെടുത്ത് മടങ്ങുമ്പോൾ രോഗം മൂർച്ഛിച്ച് ദൽഹിയിൽ വെച്ചായിരുന്നു ആ വിപ്ലവകാരി വിടവാങ്ങിയത്. ചണ്ഡിഗ

ഢിലേക്കുള്ള അവസാനത്തെ യാത്രയിലും ഇമ്പിച്ചിബാവയുടെ മനസിൽ പൊന്നാനി തുറമുഖത്തിന്റെ വികസനവുമായി ബന്ധപ്പെട്ട സ്വപ്നങ്ങളുണ്ടായിരുന്നു. ആദ്യകാലത്ത് കമ്യൂണിസ്റ്റ് സഹയാത്രികനായിരുന്ന കോൺഗ്രസ് നേതാവ് ഭൂട്ടാസിങ്ങിനെ ഇമ്പിച്ചിബാവക്ക് വ്യക്തിപരമായിത്തന്നെ അറിയാമായിരുന്നു. ഭൂട്ടാസിങ് അപ്പോൾ കേന്ദ്രമന്ത്രിസഭയിൽ ഉപരിതല ഗതാഗതവകുപ്പിന്റെ ചുമതലയുള്ള മന്ത്രിയായിരുന്നു. ചണ്ഢിഗഢിൽ നിന്നുള്ള മടക്കയാത്രയിൽ ദൽഹിയിൽ അൽപ്പം തങ്ങാൻ ഉദ്ദേശിച്ചതിന്റെ പ്രധാനകാരണം ഭൂട്ടാസിങ്ങനെ നേരിട്ട് കണ്ട് പൊന്നാനി തുറമുഖത്തിന്റെ വികസനത്തിന് എന്തെങ്കിലും കേന്ദ്രസഹായത്തിനുള്ള സാധ്യത ആരായുകയായിരുന്നു. ഒന്നിനും അനുവദിക്കാതെ മരണം ആ ജനനേതാവിനെ കൊണ്ടുപോയി. മരണത്തിന്റെ തൊട്ട് മുമ്പുള്ള നിമിഷങ്ങളിലും പൊന്നാനിയുടെ പ്രിയപ്പെട്ട സുൽത്താന്റെ മനസിൽ നിറഞ്ഞുനിന്നിരുന്നത് പൊന്നാനിയുടെ വികസന താൽപര്യങ്ങളായിരുന്നു.

ലാളിത്യത്തിലും ഇമ്പിച്ചിബാവ ഒരു മാതൃകയായിരുന്നു. ട്രാൻസ്പോർട്ട് വകുപ്പിന്റെ മന്ത്രിസ്ഥാനം ഒഴിഞ്ഞ് അധികദിവസം കഴിയുന്നതിന് മുമ്പ് തിരുവനന്തപുരത്തെ കെ എസ് ആർ ടി സി സ്റ്റാന്റിൽ സാധാരണയാത്രക്കാരനായെത്തിയ ഇമ്പിച്ചിബാവയെ കണ്ട് ഒരു സുഹൃത്ത് ചോദിച്ചു:

“ട്രാൻസ്പോർട്ട് മന്ത്രിയൊക്കെയായിരുന്ന താങ്കൾ ഇങ്ങനെ ഒരു സാധാരണയാത്രക്കാരനായി ബസിൽ തള്ളിക്കയറാൻ നിൽക്കുന്നതിൽ ഒരു ലജ്ജ തോന്നുന്നില്ലേ....?”

“അങ്ങനെയാണെങ്കിൽ ചന്ദ്രനിൽ പോയി വന്ന നീൽ ആംസ്ട്രോങ്ങിന് പിന്നെ ഭൂമിയിൽക്കൂടി നടക്കാൻ പറ്റില്ലല്ലോ” അതായിരുന്നു അദ്ദേഹത്തിന്റെ മറുപടി.

എത്ര ഗൗരവമുള്ള വിഷയം കേട്ടാലും ഇത്തരത്തിൽ ഫലിതം കലർത്തിയ ഒരു മറുപടി ഇമ്പിച്ചിബാവയ്ക്ക് എപ്പോഴും ഉണ്ടായിരുന്നു. എന്നാൽ കാര്യങ്ങളൊക്കെ കൃത്യമായും കണിശമായും നടത്തുക തന്നെ ചെയ്യും. ഇതായിരുന്നു ഇമ്പിച്ചിബാവ സ്റ്റൈൽ.

# 16

# പാലൊളി

പാലൊളി മുഹമ്മദ് കുട്ടി

മലപ്പുറം ജില്ലയിലെ കമ്യൂണിസ്റ്റ് പ്രസ്ഥാനത്തിന്റെ വളർച്ചയിൽ ഇമ്പിച്ചിബാവ, കുഞ്ഞാലി, സെയ്താലിക്കുട്ടി എന്നിവർക്കൊപ്പം വിലപ്പെട്ട സംഭാവനകൾ നൽകിയിട്ടുള്ള നേതാവാണ് പാലോളി മുഹമ്മദുകുട്ടി. വിദ്യാർഥിജീവിത കാലംതൊട്ട് കമ്യൂണിസ്റ്റ് പ്രസ്ഥാനത്തോട് ആഭിമുഖ്യം പുലർത്തുകയും സ്റ്റുഡന്റ്സ് ഫെഡറേഷനിൽ പ്രവർത്തിക്കുകയും ചെയ്തുതുടങ്ങിയ പാലോളി സി പി ഐ (എം) ന്റെ സംസ്ഥാന സെക്രട്ടേറിയേറ്റംഗവും കേന്ദ്രക്കമ്മിറ്റി അംഗവും ആയി ഉയർന്നു.

മലപ്പുറം ജില്ലയിൽ കോഡൂരിലെ ചെമ്മങ്കടവിൽ പാലോളി ഹൈദ്രുവിന്റെയും നെടുത്തൊടി കൂരിമണ്ണിൽ ആച്ചുമ്മയുടെയും മകനായി 1932 ലായിരുന്നു മുഹമ്മദുകുട്ടിയുടെ ജനനം. ഹൈദ്രു–ആച്ചുമ്മ ദമ്പതികൾക്ക് ഏഴുമക്കളായിരുന്നു. നാല് ആണും മൂന്നുപെണ്ണും. മുഹമ്മദുകുട്ടിയായിരുന്നു മൂത്തയാൾ. അലവിക്കുട്ടി, പാത്തുമ്മ, കുഞ്ഞീമ, അസ്സൻകുട്ടി, കദീജ, അബ്ദുട്ടി എന്നിവരായിരുന്നു സഹോദരങ്ങൾ.

ചുറ്റുപാടുകളെ നിരീക്ഷിക്കുകയും ചിന്തിക്കുകയും ചെയ്തിരുന്ന മുഹമ്മദുകുട്ടിക്ക് ബാല്യകാലത്തുതന്നെ കമ്യൂണിസ്റ്റുപാർട്ടിയോട് അനു

ഭാവം തോന്നിയത് അന്നത്തെ സാമൂഹ്യസാഹചര്യങ്ങളോടുള്ള ഒരു പ്രതികരണം എന്ന നിലയിൽ ആയിരുന്നു.

മനസ്സാക്ഷി പണയംവെച്ചുകൊണ്ടല്ലാതെ ഒരാൾക്കും ഒരു സാധാരണ ജീവിതം അന്ന് സാധ്യമായിരുന്നില്ല. ദാരിദ്ര്യവും പട്ടിണിയും വ്യാപകവും സർവസാധാരണവുമായിരുന്നു. ഒരു പഞ്ചായത്തിന്റെ പരിധിയിൽ വരുന്ന അത്രയും സ്ഥലത്ത് നാലോ അഞ്ചോ വീടുകൾ മാത്രമേ ദാരിദ്ര്യമില്ലാത്തവരായി കഴിയുന്നുണ്ടായിരുന്നുള്ളു. ഓടുമേഞ്ഞ വീടുകൾ പത്തോ പതിനഞ്ചോ ശതമാനം മാത്രമായിരുന്നു. ബാക്കിയെല്ലാം ഓലയോ പുല്ലോ വൈക്കോലോ കൊണ്ടുമേഞ്ഞ ചോർന്നൊലിക്കുന്ന കൂരകളായിരുന്നു.

രാജ്യം ഭരിച്ചിരുന്നത് ബ്രിട്ടീഷുകാരായിരുന്നുവെങ്കിലും നാട്ടിലെ യഥാർഥ ഭരണം നടത്തിയിരുന്നത് സമ്പന്നന്മാരായ പ്രമാണിമാരായിരുന്നു. അവരുടെ ഇഷ്ടാനിഷ്ടങ്ങളൊക്കെ നിയമംപോലെ നടപ്പാക്കപ്പെടുമായിരുന്നു. ഒരു പ്രമാണിയുടെ ഇഷ്ടത്തിന് വിരുദ്ധമായ ഒരു സ്വരമോ പ്രവൃത്തിയോ ഒരാളിൽനിന്നുണ്ടായാൽ പ്രമാണി തന്നെ ചിലപ്പോൾ നേരിട്ട് വന്ന് തല്ലും. ഇല്ലെങ്കിൽ ശിങ്കിടികളെ വിട്ട് തല്ലിക്കും. ചോദ്യംചെയ്യാൻ ആർക്കും ധൈര്യം ഉണ്ടായിരുന്നില്ല.

ഇതോടൊപ്പം ജാതിമത ചിന്തകളുടെ അനുബന്ധമായി ആളുകൾ കൊണ്ടുനടന്നിരുന്ന അനാചാരങ്ങളും അന്ധവിശ്വാസങ്ങളും അബദ്ധധാരണകളും ജീവിതം കൂടുതൽ ദുസ്സഹമാക്കിയിരുന്നു. പ്രമാണിമാരുടെ എല്ലാവിധ വൃത്തികേടുകൾക്കും മുമ്പിൽ ഓച്ഛാനിച്ചുനിന്നിരുന്നവർ തന്നെ തങ്ങളെക്കാൾ ജാതിയിലോ സാമൂഹികപദവിയിലോ താഴ്ന്നനിലയിൽ കഴിഞ്ഞിരുന്നവരോട് അവജ്ഞയോടും ധാർഷ്ഠ്യത്തോടുംകൂടിയാണ് പെരുമാറിയിരുന്നത്.

ജാതിമത വിവേചനം കൂടുതൽ ഉണ്ടായിരുന്നത് ഹിന്ദുക്കൾക്കിടയിലായിരുന്നുവെങ്കിലും മുസ്ലിങ്ങളും അതിൽനിന്ന് വിമുക്തരല്ലായിരുന്നു. ഹരിജൻ സമുദായത്തിൽപ്പെട്ടവരോട് മുസ്ലീം കുടുംബങ്ങളിലുള്ളവരും വളരെ നിന്ദ്യമായാണ് പെരുമാറിയിരുന്നത്. ഏഴും എട്ടും വയസുപ്രായമുള്ള കുട്ടികൾ എഴുപതും എൺപതും വയസ്സ് പ്രായമുണ്ടായിരുന്ന വൃദ്ധരായ ഹരിജൻ സമുദായാംഗങ്ങളെ 'ഇജ്ജ്' (നീ) എന്നാണ് സംബോധനചെയ്തിരുന്നത്. ഇതെല്ലാം ബാലനായ മുഹമ്മദുകുട്ടിയിൽ വലിയ അസ്വാസ്ഥ്യം ഉണ്ടാക്കിയിരുന്നു.

വാസ്തവത്തിൽ ഈ 'ഇജ്ജ്' എന്നൊക്കെ വലിയ ഗമയിൽ ഹരിജനങ്ങളെ വിളിച്ചിരുന്ന ഈ മുസ്ലീംകുട്ടികളുടെ വീടുകളിലും മിക്കവാറും പട്ടിണിതന്നെയായിരുന്നു. എന്നാലും അവരെക്കാളും എന്തോ ഒരുതരം മുന്തിയ സൃഷ്ടികളാണ് തങ്ങൾ എന്ന ഒരു ധാരണയുണ്ടായിരുന്നതുകൊണ്ടാണ് അവർ അത്തരത്തിൽ പെരുമാറിയിരുന്നത്. ഇത്തരം കാര്യങ്ങളോട് അമർഷം തോന്നിയിരുന്ന ചെറുപ്പക്കാർക്ക് പ്രതികരിക്കാൻ ഒരു

വേദി ഉണ്ടായിരുന്നില്ല. ഒറ്റപ്പെട്ട പ്രതികരണങ്ങൾ നടത്താൻ തുനിയുന്ന വരെ സ്വന്തക്കാരും ബന്ധുക്കളും തന്നെ ഭയംകാരണം പറഞ്ഞു പിന്തിരിപ്പിക്കുമായിരുന്നു.

ഇത്തരം ഒരു സാഹചര്യത്തിലാണ് അവർ കമ്യൂണിസ്റ്റുപാർട്ടിയെക്കുറിച്ച് കേൾക്കുന്നത്. ജന്മി കുടിയാനെ ഇറക്കിവിടാൻ ശ്രമിച്ചപ്പോൾ കമ്യൂണിസ്റ്റുകാർ എതിർത്തു, പ്രമാണി തല്ലിയപ്പോൾ തിരിച്ചു തല്ലി എന്നൊക്കെയുള്ള വാർത്തകൾ ചെവിക്ക് ചെവി കൈമാറി എല്ലാവരും അറിയാൻ തുടങ്ങി. ആ ഉശിരന്മാരുടെ കൂട്ടായ്മയോടൊപ്പം ചേരാൻ അന്നത്തെ കുറെ ചെറുപ്പക്കാർക്ക് താൽപ്പര്യം തോന്നിയത് ഒരുതരം വീരാരാധനകൊണ്ടായിരുന്നുവെന്ന് പറയാം. തങ്ങൾ ചെയ്യാൻ ആഗ്രഹിക്കുന്ന കാര്യങ്ങൾ ചെയ്യാൻ തന്റേടം കാണിക്കുന്ന കൂട്ടരോട് അവർക്ക് ആഭിമുഖ്യംതോന്നി. അതായിരുന്നു പാലോളി മുഹമ്മദുകുട്ടിയടക്കമുള്ള അന്നത്തെ ഒട്ടേറെ ചെറുപ്പക്കാർക്ക് കമ്യൂണിസ്റ്റുപാർട്ടിയുടെ പ്രവർത്തകരാകാൻ പ്രചോദനമായത്. കമ്യൂണിസത്തിന്റെ പ്രത്യയശാസ്ത്രവും ദർശനങ്ങളും മനസിലാവുന്നതിനും മുമ്പുതന്നെ ഇതാണ് തങ്ങളുടെ പ്രസ്ഥാനമെന്ന ഒരു തോന്നൽ അവരിലുണ്ടായി.

ചെമ്മങ്കടവ് ജി എൽ പി സ്കൂളിലായിരുന്നു മുഹമ്മദുകുട്ടിയുടെ പ്രാഥമിക വിദ്യാഭ്യാസം. അഞ്ചാംതരംവരെ അവിടെ പഠിച്ചശേഷം വെസ്റ്റ കോഡൂരിലെ മാനേജുമെന്റ് സ്കൂളിലേക്ക് മാറി. അവിടെ എട്ടാംതരം വരെ ഉള്ള സ്കൂളായിരുന്നുവെങ്കിലും ആറാംതരം കഴിഞ്ഞപ്പോൾ മലപ്പുറം കോട്ടപ്പടിയിലെ ഗവൺമെന്റ് ഹൈസ്കൂളിലേക്ക് മാറി. കമ്യൂണിസ്റ്റുപാർട്ടിയെക്കുറിച്ച് കേട്ടിരുന്ന അറിവുകളും അതിനോട് തോന്നിയ ആഭിമുഖ്യവും മലപ്പുറം ഹൈസ്കൂളിൽ പഠിക്കുമ്പോൾ മുഹമ്മദുകുട്ടിയെ സ്റ്റുഡന്റ്സ് ഫെഡറേഷന്റെ പ്രവർത്തകനാക്കി. സ്വാതന്ത്ര്യസമരം സജീവമായി നിന്നിരുന്ന കാലമായിരുന്നു അത്. സ്റ്റുഡന്റ്സ് ഫെഡറേഷൻ പ്രധാനമായും വിദ്യാർഥികളുടെ വിവിധ പ്രശ്നങ്ങളാണ് പൊതുവിൽ കൈകാര്യം ചെയ്തിരുന്നത്. കുഞ്ഞിമൊയ്തീൻകുട്ടി, ടുക്കിൻ എന്ന ഇരട്ടപ്പേരിൽ വിളിക്കപ്പെട്ടിരുന്ന ടി മുഹമ്മദ് എന്നിവരായിരുന്നു സ്റ്റുഡന്റ്സ് ഫെഡറേഷന്റെ സ്കൂളിലെ പ്രവർത്തനങ്ങൾക്ക് നേതൃത്വംകൊടുത്തിരുന്നത്.

സ്റ്റുഡന്റ്സ് ഫെഡറേഷനിൽ പ്രവർത്തിക്കുന്ന കാലത്ത് ഒട്ടേറെ നേതാക്കളുടെ പ്രസംഗങ്ങൾ കേൾക്കാൻ മുഹമ്മദുകുട്ടി പോകാറുണ്ടായിരുന്നു. സ്വാതന്ത്ര്യസമരം അതിന്റെ അവസാനഘട്ടത്തിലേക്ക് കടക്കുകയായിരുന്നു. 1921 ലെ മലബാർ കലാപത്തിനുശേഷം മലപ്പുറം ജില്ല ഉൾപ്പെടുന്ന പ്രദേശങ്ങളിൽനിന്നും കോൺഗ്രസ് പിന്മാറി നിന്നതുകാരണം കേരളത്തിന്റെ ഇതരഭാഗങ്ങളിൽ ഉണ്ടായിരുന്നതുപോലെ സ്വാതന്ത്ര്യസമരവുമായി ബന്ധപ്പെട്ട പരസ്യമായ പ്രവർത്തനങ്ങൾ കാര്യമായി ഈ പ്രദേശങ്ങളിൽ നടന്നിരുന്നില്ല. സജീവമായി നിന്നിരുന്ന ഒരു

രാഷ്ട്രീയ പ്രസ്ഥാനം മുസ്ലിംലീഗായിരുന്നു. അവർ സ്വാതന്ത്ര്യസമരത്തിന് പൊതുവിൽ എതിരായ ഒരു നിലപാടാണ് സ്വീകരിച്ചിരുന്നത്. 'പാകിസ്ഥാൻ ഇല്ലെങ്കിൽ ഖബറിസ്ഥാൻ' എന്നായിരുന്നു ലീഗിന്റെ അന്നത്തെ മുദ്രാവാക്യം.

സീതിസാഹിബും, പോക്കർ സാഹിബും ആയിരുന്നു അന്ന് ലീഗിന്റെ പ്രധാന നേതാക്കൾ. മലബാർ കലാപത്തിന് ശേഷം മാത്രം രംഗത്തു വന്ന ലീഗ് വെള്ളക്കാരന് സ്തുതിപാടുന്ന സമീപനമാണ് സ്വീകരിച്ചിരുന്നത്. ബ്രിട്ടീഷുകാർ പോകാതിരിക്കുന്നതാണ് ഉചിതം, അഥവാ പോവുകയാണെങ്കിൽ മുസ്ലിങ്ങളുടെ അവകാശമായി പാകിസ്ഥാൻ തന്നേച്ചു പോകണം. ഇതായിരുന്നു ലീഗ് നിലപാടിന്റെ ചുരുക്കം. മുസ്ലീംലീഗിന്റെ അനുഭാവിയായിരുന്ന മാപ്പിളപ്പാട്ട് കവി പുലിക്കോട്ടിൽ ഹൈദർ അക്കാലത്ത് എഴുതിയ പ്രസിദ്ധമായ ഒരു പാട്ട് മുസ്ലിംലീഗിന്റെ അന്നത്തെ നയം വ്യക്തമാക്കുന്നതാണ്.

ഇന്തിയ എന്ന പതിക്ക് സ്വയഭരണം കിട്ടാൻ
ആശിച്ചെന്തിനെടോ തകരാറിന് പോണിക്കാലത്ത്
യെത്രയും മര്യാദയിൽയെന്നെന്നും ഇന്നാട് ഭരിക്കാൻ
ഇത്ര നല്ലൊരു മന്നവനുണ്ടോ ലോകത്ത്?

തന്ത്രമാണിത് ഗാന്ധിപറഞ്ഞൊരു മന്തിരം കേട്ട് നടക്കല്ലാ
തപ്പില് കടലത് കോരിയും ഉപ്പ് കുറുക്കിയെടുക്കല്ലാ
അന്തവിധം ഖദർവസ്ത്രവും ബഹുതൊന്തരവാണതുടുക്കല്ലാ
അങ്ങിനെ മദ്യഷാപ്പുകൾ പിക്കറ്റിങ്ങത് ചെയ്ത് മുടക്കല്ലാ
കോൺഗ്രസ്സെന്നൊരുതരം ഒച്ചാ–താൻ കേട്ടങ്ങിനെ ശ്രമിച്ചാൽ
പിടിക്കും തത്തീ പോലീസ്സടിക്കും ലാത്തി
കൊണ്ട് കിട്ടും അടി ഉടലും പുറംചെണ്ടാ–കൊട്ടുംകളി
തുടങ്ങും ഇറങ്ങണ്ടാ (ഇന്തിയ....)

പട്ടരും ചെട്ടിയും നായര് നമ്പരൂരിക്കിയ്യൂര് ഭരിക്കാൻ
കിട്ടിയാൽ കഷ്ടപ്പാടൊരുകാലം തീരുമോ...?
പക്ഷവും ഭാഗമറിഞ്ഞു തിരിഞ്ഞും ലോകം അടവയും
വെച്ചരശാക്കിടും കൂട്ടർ തമ്മിൽ ചേരുമോ...?
കെട്ടിമറിഞ്ഞു വിദേശിയസാമാനങ്ങളുപേക്ഷിച്ചാൽ
കിട്ടണ കോപ്പെന്താണത് കൊണ്ടിട്ടാകുമോ...?
കേമമതുറ്റവനാം ബ്രിട്ടീഷരശനോട് യെതിർത്ത്
നേമമതൊക്കെയും നിഷേധിച്ചാൽ പോകുമോ...?
തട്ടവും കോണവും ഖദർമുണ്ടുടുത്തിടലിഞ്ഞു മൊഴിത്തൂടെ
തല്ലിത് മാതിരി കൊള്ളണതിൽ ഗുണം നല്ലത് വാങ്ങി ഉടുത്തൂടെ

മുട്ടുവരാ ഗവർമ്മേണ്ടിൻ കീഴ്യെതുങ്ങീട്ട് വിതന്നിൽ
പൊറുത്തൂടെ
മുന്തിയ വേദവും ശാസ്ത്രമിൽ വിധി ചിന്തിയതൊന്നു
നളർത്തൂടെ
വേണ്ടാ വെറുതെ വികടത്തിന് പോണ്ടാ ഈ സ്വയഭരണത്തിന്
മലബാർ യെണ്ടെദിക്കിൽ-കലഹം കൊണ്ടേ നാശം
പണ്ടൊന്നണഞ്ഞ സുവാദ്മറന്നോ
മുണ്ടണ്ടായെനി വെറുതാവിലിരുന്നോ... (ഇന്തിയ...)

ശത്രുത്വം ഇത് ഗാന്ധിമെനഞ്ഞുണ്ടാക്കി നൂല് പിരിച്ച്
കുത്തിരിക്കാൻ ആ മൂപ്പർ ജയിലിൽ പോയില്ലെ
സത്യാഗ്രഹമതെന്നൊരു പേരും മൂളിനടക്കുന്നത്യാഗ്രഹമ
തും മതിയാക്കാനായില്ലേ...?
മന്തിരം ഇന്ത്യാചക്രവർത്തിയോട് പിടിത്തവർ പത്നിയും
ബനികൾ പെരുവെയിലത്തായില്ലേ...?
മണ്ടിയടുത്തിത് വാരിമുണ്ണുങ്ങാൻ സാധിക്കുമോ...?
ഗവർമ്മേണ്ട് കൊടുത്തോളും എന്നണുപോലും തോണല്ലേ
സത്യമാണവർ ആരുടെ കച്ചോടത്തെയും ജോലി മുടക്കണ്ട
ചക്രവർത്തിയോടേതൊരുനാളിലും അക്രമത്തിനടുക്കണ്ട
മന്തിരരെ സഭയും പ്രസംഗമത് ഉത്തമംയെന്ന് നിനക്കണ്ടാ
മാപ്പിളമാർയെനിയാതൊരു തിയ്യരെ ഷാപ്പതും പോയി മുടക്കണ്ടാ
കോമൻ നായർ പറഞ്ഞോട്ടെ-രാമൻമേനോനിറങ്ങട്ടെ
തരത്തിൽ അലി-മൊയ്തീൻ ഒരുത്തർമേലിൽ
അന്ത തെറ്റിൽ അണയരുതേ കെണിയുണ്ട്
പറ്റും പലേ തകരാറത്കൊണ്ട് (ഇന്തിയ...)

പുലിക്കോട്ടിൽ ഹൈദറിന്റെ മറ്റൊരു സ്വാതന്ത്ര്യസമരവിരുദ്ധ പാട്ട് താഴെ കൊടുക്കുന്നു.

രീതി: ബൈത്ത്
പൊട്ടിപുറം പുണ്ണാക്കുവാൻ ഉളരണ്ടാ
പൊല്ലീസുകാരുടെ തല്ല് കൊണ്ടിളിയണ്ടാ
ഒട്ടും സ്വയംഭരണത്തിന് ഞെളിയണ്ടാ
ഒരു കാലവും അത് തരുമോ മഹാരാജൻ
അതുകൊണ്ട് വേണ്ട ജനങ്ങളെ സ്വയരാജ്യം
വിഡ്ഢിത്തരത്തിന് പോണനേരം വാഴ
വെച്ചൂടെ പുളക്കൊമ്പ് മമ്പിതമായാൽ
കിട്ടും സ്വയംഭരണം കൊതിച്ചുപോയാൽ

കിണ്ടത്തിലാക്കിടും ലോകരെ മഹരാജൻ
അതുകൊണ്ട് വേണ്ട ജനങ്ങളെ സ്വയരാജ്യം
(കടപ്പാട് - മഹത്തായ മാപ്പിളസാഹിത്യപാരമ്പര്യം, പേജ് - 532, 533, 534)

വളരെ തരംതാണ ശൈലിയിലുള്ള പ്രവർത്തനങ്ങളാണ് അക്കാലത്ത് ലീഗ് നടത്തിക്കൊണ്ടിരുന്നത്. ദേശീയപ്രസ്ഥാനത്തിന്റെ നേതാക്കൾ നടത്തുന്ന പരിപാടികൾ കൂവി അലങ്കോലമാക്കൽ ഇവയിൽ ഒന്നായിരുന്നു. വിദ്യാർഥിയായിരുന്ന മുഹമ്മദുകുട്ടി മലപ്പുറം ടി ബി പരിസരത്ത് വെച്ച് സംഘടിപ്പിച്ചിരുന്ന അബ്ദുറഹ്മാൻ സാഹിബിന്റെ പൊതുയോഗം കേൾക്കാൻ ഒരുദിവസം പോയിരുന്നു. മുഹമ്മദ് അബ്ദുറഹ്മാൻ സാഹിബ് പ്രസംഗം തുടങ്ങിയാൽ ഉടനെ സംഘടിച്ചെത്തിയ ലീഗുകാർ കൂവാൻ തുടങ്ങും. അപ്പോൾ സാഹിബ് പ്രസംഗം നിർത്തും. അവർ കുറെ നേരം കൂവും. കൂവൽ നിർത്തുമ്പോൾ സാഹിബ് പ്രസംഗം തുടരും. വീണ്ടും കൂവും സാഹിബ് നിർത്തും. ഇങ്ങനെ തീർത്തും സംസ്കാരശൂന്യമായ നിലയിലായിരുന്നു ലീഗ് ദേശീയപ്രസ്ഥാനത്തിന്റെ പ്രവർത്തനങ്ങളെ എതിരിട്ടത്. അന്നത്തെ മറ്റൊരു നേതാവായിരുന്ന പാലാട്ട് കുഞ്ഞിക്കോയയുടെ പ്രസംഗവും ഇതുപോലെ കൂവി അലങ്കോലമാക്കിയതിനും മുഹമ്മദുകുട്ടി സാക്ഷിയായിരുന്നു.

സ്റ്റുഡന്റ്സ് ഫെഡറേഷന്റെ പ്രവർത്തനങ്ങളിലും പാർട്ടിയുടെ പരിപാടികളിലും മുഹമ്മദുകുട്ടി പങ്കെടുക്കുന്നത് വീട്ടിൽ ബാപ്പക്ക് ഇഷ്ടമുള്ള കാര്യമായിരുന്നില്ല. ഏതെങ്കിലും ഒരു ജാഥയിൽ മുഹമ്മദുകുട്ടിയെ കണ്ടുവെന്ന വിവരം കിട്ടിയാൽ വീട്ടിൽ ചെല്ലുമ്പോൾ ബാപ്പ വഴക്കുണ്ടാക്കുമായിരുന്നു.

ഒരുദിവസം ഏതോ പരിപാടിയും കഴിഞ്ഞ് രാത്രി വൈകി വീട്ടിൽ ചെല്ലുമ്പോൾ ബാപ്പ പുറത്ത് കാത്തുനിൽക്കുന്നുണ്ടായിരുന്നു. ഉമ്മറത്തെത്തിയപ്പോൾ ബാപ്പ ഉച്ചത്തിൽ പറഞ്ഞു:

"അവിടെ നിൽക്ക്."

മുഹമ്മദുകുട്ടി അവിടെത്തന്നെ നിന്നു. അൽപ്പനേരത്തേക്ക് ബാപ്പ ഒന്നുംപറഞ്ഞില്ല. വീണ്ടും ഉച്ചത്തിൽ പറഞ്ഞു:

"ന്റെ വീട്ടിൽ കയറണ്ട... എവിടെ പോയാലും വേണ്ടില്ല."

ബാപ്പ വലിയ ദേഷ്യത്തിലായിരുന്നു.

മുഹമ്മദുകുട്ടി തിരിഞ്ഞുനടന്നു. നേരെപോയത് മൂത്താപ്പാന്റെ മകൾ ആയമ്മയുടെ വീട്ടിലേക്ക്. മൈലപ്പുറത്തെ അവരുടെ വീട്ടിൽ ഇടയ്ക്ക് പോയി തങ്ങാറുണ്ടായിരുന്നു. ഒന്നുരണ്ടു ദിവസം അവിടെ തങ്ങി. പിന്നെ മറ്റു പല ബന്ധുവീടുകളിലുമായി മാറി മാറി താമസിച്ചു. കുറച്ചുദിവസം കടന്നുപോയി. വീട്ടിലേക്ക് കയറേണ്ടെന്ന് പറഞ്ഞ് ശകാരിച്ചുവിട്ട ബാപ്പ മകൻ തിരിഞ്ഞു നടന്നു കണ്ണിൽനിന്നും മറഞ്ഞപ്പോൾ പൊട്ടിക്കരഞ്ഞു പോയതായി മുഹമ്മദുകുട്ടി പിന്നീട് അറിഞ്ഞു. മുസ്ലിംവീടുകളിൽ നിന്നും

കമ്യൂണിസ്റ്റുപാർട്ടിയോടൊപ്പം വന്നിരുന്ന മിക്കവർക്കും ഇത്തരം അനുഭവങ്ങൾ അക്കാലത്തുണ്ടായിരുന്നു. അവരുടെയൊന്നും ബാപ്പമാർക്ക് മക്കളോട് സ്നേഹക്കുറവ് ഉണ്ടായിരുന്നതുകൊണ്ടല്ല ആ പിതാക്കന്മാർ അങ്ങനെ പെരുമാറിയിരുന്നത്. കമ്യൂണിസ്റ്റുപാർട്ടിയോട് സഹകരിച്ചു പ്രവർത്തിക്കുക എന്നുവെച്ചാൽ അതെന്തോ ഒരു മഹാപാതകമാണ് എന്നൊരു ധാരണ അവരുടെയൊക്കെ മനസിൽ പുരോഹിതന്മാരും പ്രമാണിമാരും ചേർന്ന് ഉണ്ടാക്കിയെടുത്തിരുന്നു. അതുകൊണ്ടാണ് ഇത്തരം രംഗങ്ങൾ അന്ന് ഒട്ടേറെ മുസ്ലിം വീടുകളിൽ അരങ്ങേറിയിരുന്നത്.

കുറെദിവസം കഴിഞ്ഞപ്പോൾ ബാപ്പ തന്നെ മുഹമ്മദുകുട്ടിയോട് വീട്ടിലേക്ക് ചെല്ലാൻ പറഞ്ഞു ആളെ അയച്ചു. എന്നാൽ ആദ്യത്തെ വിളിക്ക് മുഹമ്മദുകുട്ടി വീട്ടിലേക്ക് തിരിച്ചുചെന്നില്ല. അത്രക്ക് വേണ്ടിയിരുന്നില്ല എന്ന് ബാപ്പായ്ക്ക് തന്നെ സ്വയം തോന്നിയതും വല്യമ്മയും അമ്മായിയുമെല്ലാം ബാപ്പയെ വിമർശിച്ചതും കാരണം വീണ്ടും നിർബന്ധിച്ചു വിളിച്ചപ്പോൾ മുഹമ്മദുകുട്ടി വീട്ടിൽ തിരിച്ചെത്തി. കമ്യൂണിസ്റ്റുപാർട്ടിക്കുവേണ്ടി പ്രവർത്തിച്ചതിന്റെ പേരിൽ വീട്ടിൽനിന്നും പുറത്താക്കപ്പെട്ട് മുഹമ്മദുകുട്ടിക്ക് ഇങ്ങനെ രണ്ടാഴ്ചയോളം നിൽക്കേണ്ടി വന്നു. എന്നാൽ സെയ്താലിക്കുട്ടിക്ക് രണ്ടുവർഷത്തോളമാണ് സ്വന്തം വീട്ടിൽനിന്നും പുറത്ത് നിൽക്കേണ്ടി വന്നത്.

സ്വാതന്ത്ര്യസമരത്തിന്റെ അവസാനഘട്ടം 1946 ൽ ഇ എം എസ് അടക്കമുള്ള കമ്യൂണിസ്റ്റുനേതാക്കൾ മിക്കവരും ജയിലിൽ ആയിരുന്നു. 1947 ൽ സ്വാതന്ത്ര്യസമരനേതാക്കൾ പലരെയും വിട്ടയച്ച കൂട്ടത്തിൽ ഇ എം എസിനെയും വിട്ടയച്ചു. 1946 ൽ നടന്ന വളരെ പ്രമാദമായ ഒരു കൊലപാതകം നാട്ടിലെ രാഷ്ട്രീയചർച്ചയായി കഴിഞ്ഞിരുന്ന സമയമായിരുന്നു അത്.

നാട്ടിൽ ആരുംതന്നെ എതിരുപറയാൻ ധൈര്യപ്പെടാത്ത ഒരു പ്രമുഖ കുടുംബമായിരുന്നു കിളിയമണ്ണിൽ കുടുംബം. അവരിലെ ഒരു പ്രമുഖനായിരുന്ന കിളിയമണ്ണിൽ ഉണ്ണീൻസാഹിബ് ബുദ്ധിക്ക് ചില ചെറിയ പ്രശ്നങ്ങൾ ഉള്ള ആളായിരുന്നു. ആൾ ഒരു സുപ്രഭാതത്തിൽ ഇസ്ലാം മതം ഉപേക്ഷിച്ച് ഹിന്ദുവായി മാറി. രാമസിംഹൻ എന്ന പേരും സ്വീകരിച്ചു. ചില മുസ്ലീം മതഭ്രാന്തന്മാരെ ഇത് ക്ഷുഭിതരാക്കി. അവർ ഹാലിളകിച്ചെന്ന് രാമസിംഹനെ വെട്ടിക്കൊന്നു. ഈ സംഭവം വലിയ കോളിളക്കം ഉണ്ടാക്കിയിരുന്നു.

ജയിലിൽനിന്നും പുറത്ത് വന്ന ഇ എം എസ് പെരിന്തൽമണ്ണ കോടതിപ്പടിയിൽ പ്രസംഗിക്കുന്നുണ്ടെന്ന് കേട്ടറിഞ്ഞ മുഹമ്മദുകുട്ടി പ്രസംഗം കേൾക്കാൻ പോയി. ഇ എം എസ് അന്ന് പ്രധാനമായും സംസാരിച്ചത് രാമസിംഹൻ കൊലപാതകത്തിന്റെ രാഷ്ട്രീയവും സാമൂഹ്യവുമായ പ്രത്യാഘാതങ്ങളും ജനങ്ങൾ എടുക്കേണ്ട മുൻകരുതലും സംബന്ധിച്ചായിരുന്നു. കമ്യൂണിസ്റ്റുപാർട്ടി വിഷയങ്ങളോട് എടുക്കുന്ന പക്വതയുള്ള

നിലപാടുകൾ ബോധ്യപ്പെടാൻ ബാലനായിരുന്ന മുഹമ്മദുകുട്ടിക്ക് ഈ പ്രസംഗം സഹായകമായി.

വിദ്യാർഥിയായിരിക്കുമ്പോൾത്തന്നെ കമ്യൂണിസ്റ്റുപാർട്ടിയുടെ പരിപാടികളിലും ആശയങ്ങളിലും ആകൃഷ്ടനായ മുഹമ്മദുകുട്ടി തരംകിട്ടുമ്പോഴെല്ലാം പാർട്ടിയുടെ പരിപാടികളിലുമൊക്കെ പങ്കെടുത്തു. ഒരുദിവസം സ്കൂൾവിട്ട് പോരുമ്പോൾ പട്ടാളച്ചിട്ടയോടെ ഒരു പ്രകടനം വരുന്നത് കണ്ടു. വിമുക്തഭടന്മാരുടെ ഒരു പ്രകടനമായിരുന്നു അത്. ജാഥ കോട്ടപ്പടി ഗോൾപോസ്റ്റിന് സമീപം എത്തി നിന്നു. പട്ടാളയൂണിഫോമിനോട് സാദൃശ്യമുള്ള വേഷമിട്ട ഒരു ചെറുപ്പക്കാരൻ ആവേശത്തോടെ പ്രസംഗിക്കുന്നുണ്ടായിരുന്നു. സഖാവ് കുഞ്ഞാലിയായിരുന്നു അത്. അന്നത്തെ മുതിർന്ന നേതാക്കളിൽ ഒരാളായിരുന്ന സാധു പി അഹമ്മദുകുട്ടിയും പ്രാസംഗികനായി ഉണ്ടായിരുന്നു. അന്നാണ് പിൽക്കാല സഹപ്രവർത്തകനായിത്തീർന്ന കുഞ്ഞാലിയെ പാലോളി മുഹമ്മദുകുട്ടി ആദ്യമായി നേരിൽ കണ്ടത്.

കമ്യൂണിസ്റ്റുപാർട്ടി അക്കാലത്ത് നടത്തിയിരുന്ന സമരങ്ങൾ മുഹമ്മദുകുട്ടിയിൽ വലിയ താൽപ്പര്യം ഉണർത്തിയിരുന്നു. ഏതെങ്കിലും ചായക്കടയിൽ ഹരിജനങ്ങളെ കയറ്റിയില്ല, അല്ലെങ്കിൽ ഹോട്ടലിൽ ബെഞ്ചിൽ ഇരുന്ന് ചായകുടിച്ചതിന് ഹരിജൻ യുവാവിനെ തല്ലി തുടങ്ങിയ സംഭവങ്ങൾ ഉണ്ടാവുമ്പോൾ പ്രതിഷേധം സംഘടിപ്പിച്ചിരുന്നത് കമ്യൂണിസ്റ്റുകാർ മാത്രമായിരുന്നു. വളരെ അപൂർവമായിരുന്നുവെങ്കിലും ഹരിജനങ്ങളെ മർദിച്ചവരെ തിരിച്ചടിച്ച സംഭവങ്ങളും ഉണ്ടായിരുന്നു. പലപ്പോഴും അത് അഞ്ചോ ആറോ മാസം കഴിഞ്ഞ് എപ്പോഴെങ്കിലും സൗകര്യംകിട്ടിയാൽ മാത്രമായിരുന്നു നടന്നിരുന്നത്. അഞ്ചോ പത്തോ തവണ ഇങ്ങോട്ട് അടി കിട്ടുമ്പോൾ ഒരു തവണയൊക്കെയേ ഇങ്ങനെ തിരിച്ചടിക്കാൻ കഴിഞ്ഞിരുന്നുള്ളൂ. അതിന് ബലമായി നിന്നിരുന്നത് കമ്യൂണിസ്റ്റുപാർട്ടിയായിരുന്നു.

മുസ്ലീം പള്ളികളിൽ പുരോഹിതന്മാർ പരസ്യമായി തന്നെ മുസ്ലീം ലീഗിനുവേണ്ടി പ്രചാരണം നടത്തിയിരുന്നു. ചില ദിവസങ്ങളിൽ വെള്ളിയാഴ്ച ജുമുഅ നമസ്കാരം കഴിഞ്ഞ് പിരിയുമ്പോൾ മുസ്ലിയാർ പറയും. ഇന്ന് വൈകുന്നേരം ഇന്നയിടത്ത് സീതിസാഹിബ് വരുന്നുണ്ട്, എല്ലാവരും പങ്കെടുക്കണം. തിരഞ്ഞെടുപ്പുകാലത്ത് പള്ളിയിലെ പ്രസംഗം (ഖുതുബ) അവസാനിപ്പിക്കുമ്പോൾ എല്ലാവരോടും മുസ്ലീംലീഗിന് വോട്ടു ചെയ്യണം എന്നഭ്യർഥിക്കുന്ന മൗലവിമാരും കുറവല്ലായിരുന്നു.

പള്ളിയിൽ ഇങ്ങനെ പരസ്യമായി പാർട്ടിപ്പണി എടുക്കുന്ന മുസ്ലിയാക്കന്മാരോട് പ്രതിഷേധം തോന്നിയിരുന്നവർപോലും എതിർക്കാൻ ഭയപ്പെട്ടിരുന്നു. കാരണം മുസ്ലിംലീഗിന്റെ നേതാക്കൾ മിക്കവാറും എല്ലാവരുംതന്നെ വൻകിട പ്രമാണിമാരായിരുന്നു. അവരുടെ കോപത്തിന്നിരയായാൽ ഗുണ്ടകളെവിട്ട് മർദിക്കൽ സാധാരണമായിരുന്നു.

കമ്യൂണിസ്റ്റുപാർട്ടിയുടെ ശക്തി കുറെ വർധിച്ചതോടെ ഇത്തരം കാര്യങ്ങൾ ചോദ്യംചെയ്യപ്പെടുന്ന അവസ്ഥയുണ്ടായി. ഇത് പലപ്പോഴും പള്ളികളിൽ പ്രശ്നങ്ങളും സംഘർഷങ്ങളും ഉണ്ടാക്കുന്ന സ്ഥിതിവന്നു. ഒടുവിൽ അവർക്കുതന്നെ പള്ളികളിൽ ഇനി ഇങ്ങനെ പരസ്യമായ രാഷ്ട്രീയപ്രവർത്തനം വേണ്ട എന്ന നിലപാടിലേക്ക് വരേണ്ടിവന്നു.

ഇന്ത്യക്ക് സ്വാതന്ത്ര്യം ലഭിക്കുമ്പോൾ മുഹമ്മദുകുട്ടി മലപ്പുറം ഹൈസ്കൂളിൽ പഠിക്കുകയായിരുന്നു. സ്വാതന്ത്ര്യത്തിനുശേഷവും സ്റ്റുഡന്റ്സ് ഫെഡറേഷൻ പ്രവർത്തനങ്ങളിലും പാർട്ടി പരിപാടികളിലും സജീവമായി പങ്കെടുത്തിരുന്നു. രാഷ്ട്രീയത്തിൽ കമ്പം കയറിയതോടെ പഠനത്തിന്റെ കാര്യം തീരെ അവതാളത്തിലായി. ഫോർത്ത് ഫോറം (എട്ടാംതരം) പരീക്ഷ തോൽക്കും എന്ന കാര്യം ഉറപ്പായി. അതോടെ വേവലാതിയായി. നാടുവിടുക എന്ന ആലോചന ശക്തമായി. കുരുവമ്പൊടി മുഹമ്മദ് എന്ന ഒരു കൂട്ടുകാരനുംകൂടി വരാമെന്ന് പറഞ്ഞപ്പോൾ രണ്ടുപേരുംകൂടി നാടുവിടാൻ പരിപാടി തയാറാക്കി.

മുഹമ്മദ് അവന്റെ ബാപ്പയുടെ പെട്ടിയിൽനിന്നും 125 രൂപയും മുഹമ്മദുകുട്ടി ഉമ്മയുടെ പെട്ടിയിൽ നിന്നും 129 രൂപയും കവർന്നെടുത്തു. അവരവരുടെ വീടുകളിൽനിന്നും ഇറങ്ങി. അന്നത്തെ കാലത്തെ ഒരു വലിയ തുകയായിരുന്നു അത്.

കുരുവമ്പൊടി മുഹമ്മദ് കോടൂരിലെ സ്വന്തംവീട്ടിൽനിന്നും മുഹമ്മദുകുട്ടി ചെമ്മങ്കടവിലെ വീട്ടിൽനിന്നും പുറപ്പെട്ട് നേരത്തെ പറഞ്ഞുറപ്പിച്ച സമയത്ത് മലപ്പുറത്തെത്തിച്ചേർന്നു. മുഹമ്മദുകുട്ടിക്ക് അപ്പോൾ പ്രായം പതിനാറ്. രണ്ടുപേരുംകൂടി നേരെ മഞ്ചേരിയിലേക്ക് ബസ് കയറി. അവിടെനിന്നും നിലമ്പൂർ, ഗൂഡല്ലൂർ വഴി മൈസൂരിൽ എത്തിച്ചേർന്നു. അവിടെ ഒരാഴ്ചയോളം തങ്ങി. ആകെ ഒരു ഭയം രണ്ടുപേരെയും അലട്ടിയിരുന്നുവെങ്കിലും മടങ്ങിയില്ല. മൈസൂരിൽനിന്നും ബാംഗ്ലൂരിലേക്ക് തിരിക്കാൻ രണ്ടുപേരും ധാരണയായി. ടിക്കറ്റിന്റെ കാര്യം അന്വേഷിക്കാനായി ചെന്നപ്പോൾ കണ്ടുമുട്ടിയ ചില മലയാളികൾ ബാംഗ്ലൂരിൽ അപ്പോൾ ഒരു ഹിന്ദു മുസ്ലിം കലാപം നടന്നുകൊണ്ടിരിക്കയാണെന്നും അങ്ങോട്ട് പോകുന്നത് അപകടകരമാണെന്നും മുന്നറിയിപ്പ് തന്നു. അതിനാൽ ബാംഗ്ലൂർ യാത്ര ഉപേക്ഷിച്ചു.

മൈസൂരിൽനിന്നും പോകണമെന്ന് അവർ തീരമാനമെടുത്തിരുന്നു. ബാംഗ്ലൂരിലേക്ക് പോകാൻ പറ്റില്ലെങ്കിൽ ഹൈദ്രാബാദിലേക്ക് വിടാം എന്ന ധാരണയിലവരെത്തി. അങ്ങനെ ഹൈദ്രാബാദിലേക്ക് വണ്ടികയറി. ഇന്ത്യക്ക് സ്വാതന്ത്ര്യംകിട്ടി ഒരു വർഷം കഴിഞ്ഞിട്ടേ ഉണ്ടായിരുന്നുള്ളു. ഹൈദ്രാബാദ് അന്ന് ഇന്ത്യയുടെ ഭാഗമായി ചേർന്നിട്ടുണ്ടായിരുന്നില്ല.

ഹൈദ്രാബാദ് നഗരത്തിലൂടെ ആ യുവാക്കൾ തൊഴിൽ സാധ്യതകൾ അന്വേഷിച്ചു നടന്നു. പൊലീസിൽ ആളെ എടുക്കുന്നുണ്ടെന്ന് കേട്ട് ചെന്ന് അന്വേഷിച്ചു. പൊലീസിൽ ചേരുന്നവർക്ക് പതിനാറ് വയസ്സ് പ്രായം

പോരായിരുന്നു. അപ്പോൾ പട്ടാളത്തിലെ കാര്യം അന്വേഷിച്ചു. പട്ടാളത്തിലേക്ക് പതിനാറ് വയസുള്ളവരെയും എടുക്കും എന്ന് അറിഞ്ഞു. ഉടനെ രണ്ടുപേരും റിക്രൂട്ടുമെന്റ് കേന്ദ്രത്തിലെത്തി. രണ്ടുപേർക്കും ഹൈദ്രബാദ് പട്ടാളത്തിൽ നിയമനംകിട്ടി.

1948 ഡിസംബർ 31 നായിരുന്നു മുഹമ്മദുകുട്ടിയും കൂട്ടുകാരനും ഹൈദ്രബാദിൽ എത്തിയത്. ഒരുവർഷം ഹൈദ്രബാദ് നൈസാമിന്റെ പട്ടാളത്തിൽ സേവനം അനുഷ്ഠിച്ചു. അതിനിടയിലാണ് രാഷ്ട്രീയമാറ്റങ്ങൾ അരങ്ങേറിയത്. ഇന്ത്യൻ യൂണിയനിൽ ചേരാതെ മാറിനിന്ന ഹൈദ്രബാദിനെ ഇന്ത്യയോട് ബലമായി ചേർക്കാൻ ഇന്ത്യൻ സൈന്യം എത്തി. രണ്ടുമൂന്ന് ദിവസത്തെ ചെറുത്തുനിൽപ്പിനുശേഷം ഹൈദ്രബാദ് നിലപാട് മാറ്റി. അവർ ഇന്ത്യൻ യൂണിയനിൽ ചേരാൻ തയാറായി. പട്ടാളത്തിൽ തുടരാൻ ഉദ്ദേശിക്കുന്നവർക്ക് ഇന്ത്യൻ പട്ടാളത്തിന്റെ ഭാഗമായി ചേർന്ന് സർവീസിൽ തുടരാമെന്നും അല്ലാത്തവർക്ക് പിരിഞ്ഞുപോകാമെന്നുമായിരുന്നു അറിയിപ്പ് വന്നത്.

ഹൈദ്രബാദ് പട്ടാളത്തിൽ മുഹമ്മദുകുട്ടിയെയും കൂട്ടുകാരൻ മുഹമ്മദിനെയും കൂടാതെ വേറെയും മലയാളികൾ ഉണ്ടായിരുന്നു. അതിലൊരാൾ മങ്ങാട്ട് പുലത്ത് അബു എന്ന മുഹമ്മദുകുട്ടിയുടെ പരിചയക്കാരനായിരുന്നു. അയാൾ മുഹമ്മദുകുട്ടിയെ കണ്ടപ്പോൾ ഓടിവന്ന് പറഞ്ഞു ''നിന്റെ ഉപ്പാക്ക് തീരെ സുഖമില്ല. നീ നാട്ടിലേക്ക് പോകണം'' അബുവിൽനിന്നും താൻ ഹൈദ്രബാദിൽ ഉണ്ടെന്ന വിവരം കിട്ടിയപ്പോൾ നാട്ടിലേക്ക് ചെല്ലുന്നതിനുവേണ്ടി വീട്ടുകാർ പറ്റിക്കാൻ പറഞ്ഞയച്ചതാവുമോ എന്ന സംശയം മുഹമ്മദുകുട്ടിക്ക് തോന്നി. പട്ടാളത്തിൽ ഒരുവർഷം കഴിയുമ്പോൾ നാടുമായി ബന്ധപ്പെട്ടിരുന്നില്ല.

അബു എന്ന ആ സുഹൃത്ത് വീണ്ടും വീണ്ടും നിർബന്ധിച്ച് പറഞ്ഞപ്പോൾ മുഹമ്മദുകുട്ടി വീട്ടിലേക്ക് പോകാൻ തീരുമാനിച്ചു. അതോടെ ഒരുവർഷം നീണ്ടുനിന്ന പട്ടാളജീവിതം അവസാനിച്ചു. ഒരുപക്ഷേ അത് ആ സ്നേഹിതന്റെ നിർബന്ധത്തിന് വഴങ്ങി തിരിച്ചുപോന്നില്ലായിരുന്നുവെങ്കിൽ ഒരു പട്ടാളക്കാരനായി തന്നെ മുഹദമ്മദുകുട്ടിയുടെ ജീവിതം തുടരുമായിരുന്നു. 1949 ജനുവരിയിലായിരുന്ന ഹൈദ്രബാദിൽ നിന്നുള്ള മടക്കം.

നാട്ടിലെത്തിയപ്പോൾ സ്നേഹിതൻ പറഞ്ഞത് സത്യമായിരുന്നുവെന്ന് മനസിലായി. ബാപ്പ ക്ഷയരോഗബാധിതനായി വളരെ അവശനിലയിൽ എത്തിയിരുന്നു. മുഹമ്മദുകുട്ടി തിരിച്ചെത്തി മൂന്നുമാസത്തിനുള്ളിൽത്തന്നെ ബാപ്പ മരിക്കുകയും ചെയ്തു. അതോടെ മൂത്തമകൻ എന്ന നിലയിലുള്ള ഉത്തരവാദിത്വവുംകൂടി മുഹമ്മദുകുട്ടിക്ക് ഏറ്റെടുക്കേണ്ടി വന്നു.

വീട്ടിലെ സാമ്പത്തികസ്ഥിതി അത്ര മോശമൊന്നുമായിരുന്നില്ല. വല്യുപ്പയുടെ വകയായി ഉണ്ടായിരുന്ന 18 ഏക്രയിൽ ബാപ്പക്ക് കിട്ടിയ

ഷെയർകൊണ്ട് അത്യാവശ്യം ജീവിക്കാൻ കഴിയുന്ന വരുമാനം കിട്ടിയിരുന്നു. തെങ്ങും കവുങ്ങും നിറഞ്ഞ വളപ്പിൽനിന്നും കാര്യമായ പരിചരണമൊന്നും കൂടാതെ തന്നെ അത്യാവശ്യം വിളവ് കിട്ടിയിരുന്നു.

ഹൈദ്രബാദിൽനിന്നും പട്ടാളസേവനം അവസാനിപ്പിച്ച് 1949 ൽ നാട്ടിൽ തിരിച്ചെത്തുമ്പോൾ കമ്യൂണിസ്റ്റുപാർട്ടി നിരോധിക്കപ്പെട്ട അവസ്ഥയിലായിരുന്നു. എങ്കിലും നാട്ടിലെ മുൻസഹപ്രവർത്തകരുമായി മുഹമ്മദുകുട്ടി ബന്ധപ്പെടുകയും ഒളിവിൽ പ്രവർത്തിച്ചുകൊണ്ടിരുന്ന പാർട്ടിയുടെ പ്രവർത്തനങ്ങളിൽ ഭാഗഭാക്കാവുകയും ചെയ്തു. ഇടയ്ക്ക് വിളിച്ചുചേർക്കപ്പെട്ടിരുന്ന രഹസ്യയോഗങ്ങളിൽ പങ്കെടുക്കൽ, സർക്കുലർകൾ ബന്ധപ്പെട്ടവർക്ക് എത്തിച്ചുകൊടുക്കൽ, ഒളിവിൽ കഴിഞ്ഞിരുന്ന നേതാക്കളെ ഷെൽറ്ററുകളിൽ എത്തിച്ചുകൊടുക്കൽ, അർധരാത്രിയിൽ ആരും കാണാതെ പോസ്റ്ററുകൾ പതിക്കൽ തുടങ്ങിയവയായിരുന്നു നിരോധന കാലത്തെ പാർട്ടി പ്രവർത്തനങ്ങൾ.

കമ്യൂണിസ്റ്റുപാർട്ടിയോടൊപ്പം വരുന്ന മുസ്ലീം ചെറുപ്പക്കാരെ പിന്തിരിപ്പിക്കാനായി അവരുടെയും അവരുടെ കുടുംബാംഗങ്ങളുടെയും വിവാഹം മുടക്കൽ എന്ന വൃത്തികെട്ട അടവ് മുസ്ലിംലീഗുകാരും അവരുടെ ശിങ്കിടികളായ മൗലവിമാരും ചേർന്ന് നടത്തിയിരുന്നത് മുമ്പ് സൂചിപ്പിച്ചിട്ടുണ്ട്. അത്തരം അനുഭവങ്ങൾ പാലോളി മുഹമ്മദുകുട്ടിക്കും ഉണ്ടായിരുന്നു.

ബാപ്പ മരിച്ചു കുറച്ചുകഴിഞ്ഞ സമയത്ത് പെങ്ങൾ പാത്തുമ്മക്ക് ഒരു കല്യാണാലോചന വന്നു. രണ്ടുകൂട്ടരും പരസ്പരം കാണലും ഇഷ്ടപ്പെടലും കഴിഞ്ഞിരുന്നു. രണ്ടുകുടുംബങ്ങളും കൂടിയാലോചിച്ച് വിവാഹത്തിന് ധാരണയായി. വിവാഹനിശ്ചയത്തിന്റെ ചടങ്ങുകൾ നടത്താൻ ദിവസവും തീരുമാനിച്ചു. 1950 ലായിരുന്നു അത്. മുഹമ്മദുകുട്ടിക്ക് അപ്പോൾ പ്രായം പതിനെട്ട്. എങ്കിലും വീട്ടിലെ മൂത്തമകൻ എന്ന നിലയ്ക്ക് പെങ്ങളുടെ വിവാഹത്തിന്റെ കാര്യത്തിൽ പ്രത്യേക ഉത്തരവാദിത്വം ഉണ്ടായിരുന്നു.

വിവാഹനിശ്ചയത്തിന് തീരുമാനിച്ചിരുന്ന ദിവസത്തിന്റെ തലേന്ന് വൈകുന്നേരം ഏഴുമണിക്ക് ഒരാൾ മുഹമ്മദുകുട്ടിയുടെ വീട്ടിലെത്തി. അയാൾ പറഞ്ഞു.

"നാളെ അവര് വരൂല"

"എന്താ കാര്യം...." വീട്ടുകാർ ചോദിച്ചുനോക്കി.

"നാളെ അവർക്ക് വരാൻ പറ്റില്ല."

"പിന്നെ എന്നത്തേക്കാണ്..." വീട്ടുകാർ അയാളോട് കാര്യം പറയാൻ നിർബന്ധിച്ചുനോക്കി.

"അത് ശരിയാവൂല" അയാൾ തുറന്നു പറഞ്ഞു.

"അതെന്താ...?"

“അന്വേഷിച്ചപ്പോൾ പെണ്ണിന്റെ ആങ്ങള കമ്യൂണിസ്റ്റാണെന്ന് അറിഞ്ഞു. അതിനാൽ അവർക്ക് ഈ ബന്ധം വേണ്ട...”

മുഹമ്മദുകുട്ടി അന്ന് വീട്ടിലെത്തിയത് രാത്രി ഒമ്പതുമണി കഴിഞ്ഞിട്ടായിരുന്നു. വീട്ടിൽ എല്ലാവരും ഭയങ്കരദേഷ്യത്തിലും വലിയ സങ്കടത്തിലുമായിരുന്നു. മുഹമ്മദുകുട്ടി കാര്യം അന്വേഷിച്ചു. മനസ്സ് തളർന്നുപോയ ഉമ്മയും അമ്മായിയും കരഞ്ഞുകൊണ്ട് ശപിച്ചു പറഞ്ഞു:

“നീയുള്ളിടത്തോളം കാലം ഒന്നും നടക്കില്ല.”

പാർട്ടി ജീവിതത്തിൽ പാലോളി മുഹമ്മദുകുട്ടിക്ക് ഏറ്റവും കൂടുതൽ മാനസിക പ്രയാസം അനുഭവപ്പെട്ട സന്ദർഭമായിരുന്നു അത്. പതിനെട്ടുകാരനായ ആ യുവാവിന് അതൊരു വലിയ ഷോക്കായിരുന്നു. എല്ലാവരും തുടർച്ചയായി കുറ്റപ്പെടുത്തിയപ്പോൾ നിശ്ശബ്ദനായി എല്ലാം കേട്ടിരുന്ന മുഹമ്മദുകുട്ടിയോട് പെങ്ങൾ പാത്തുമ്മ മാത്രം അടുത്തുവന്ന് സമാധാനവാക്കുകൾ പറഞ്ഞു.

രണ്ടുവർഷത്തിനുള്ളിൽ ആ പെങ്ങളുടെ വിവാഹം നല്ല നിലയിൽ തന്നെ പിന്നീട് നടന്നു. കമ്യൂണിസ്റ്റുപാർട്ടിക്ക് അനുദിനം ജനങ്ങൾക്കിടയിൽ കിട്ടിക്കൊണ്ടിരുന്ന സ്വീകാര്യത കാരണം അത്തരം തരംതാണ അടവുകൾ പിന്നീട് ഫലിക്കാതാവുകയായിരുന്നു.

സ്വന്തം വിവാഹത്തിന്റെ കാര്യത്തിലും ഒരു തിക്താനുഭവം മുഹമ്മദ്ക്കുട്ടിക്ക് നേരിടേണ്ടിവന്നു. 1950ൽ ആയിരുന്നു പാലോളിയുടെ ആദ്യ വിവാഹം. പാർട്ടി നിരോധിക്കപ്പെട്ടിരുന്ന ആ കാലത്ത് പ്രവർത്തനങ്ങൾ അത്ര ശക്തമായി പുറമേക്ക് അറിഞ്ഞിരുന്നില്ല. കമ്യൂണിസം മതവിരുദ്ധവും ദൈവവിരുദ്ധവുമാണെന്ന പ്രചരണത്തിൽ വീണുപോയിരുന്നവരായിരുന്നവെങ്കിലും തങ്ങളുടെ മരുമകൻ ഒരു കമ്യൂണിസ്റ്റ്കാരനാണെന്ന് ഭാര്യവീട്ടുകാർക്ക് മനസിലായിരുന്നില്ല.

1951ൽ നിരോധനം പിൻവലിക്കപ്പെട്ടതിന് ശേഷം കമ്യൂണിസ്റ്റ് പാർട്ടിയുടെ നേതൃത്വത്തിൽ നടന്ന പ്രക്ഷോഭസമരങ്ങളുടെ മുൻപന്തിയിൽ കണ്ട തങ്ങളുടെ മരുമകനെ അവർക്കു ഉൾക്കൊള്ളാനായില്ല. അതോടെ ആ ദാമ്പത്യം പ്രതിസന്ധിയിലായി. പാലോളിയെ പാർട്ടിരംഗത്ത് നിന്നും പിൻവലിക്കാനുള്ള അവരുടെ ശ്രമങ്ങൾ വിജയിച്ചില്ല. ഒടുവിൽ ഭാര്യാവീട്ടുകാർ രണ്ടിലൊന്ന് തീരുമാനമെടുക്കണമെന്ന നിർബന്ധവുമായി പാലൊളിയെ സമീപിച്ചു. ഒന്നുകിൽ പാർട്ടി പ്രവർത്തനമൊക്കെ ഉപേക്ഷിച്ച് സ്വസ്ഥമായ കുടുംബജീവിതത്തിന് തയ്യാറാകുക അല്ലെങ്കിൽ വിവാഹബന്ധം വേർപ്പെടുത്തുക. മുഹമ്മദ്കുട്ടിക്ക് അതിൽ രണ്ടാമതൊന്ന് ആലോചിക്കാനുണ്ടായിരുന്നില്ല. അങ്ങിനെ 1954ൽ ആ വിവാഹബന്ധം പിരിഞ്ഞു. പിന്നീട് ആറ് വർഷം കണിഞ്ഞ് 1960ലായിരുന്നു ചേങ്ങോട്ടൂരിലെ കമ്യൂണിസ്റ്റ് അനുഭാവി കുടുംബത്തിൽ നിന്നുള്ള ഖദീജയുമായുള്ള വിവിഹം നടന്നത്.

1951 ലാണ് സെയ്താലിക്കുട്ടിയുമായി പാലോളി പരിചയപ്പെടുന്നത്. പാർട്ടി നിരോധിക്കപ്പെട്ട അവസ്ഥയിൽ തന്നെയായിരുന്നു. പ്രമുഖ നേതാക്കളെല്ലാം അന്ന് ഒളിവിലോ ജയിലിലോ ആയിരുന്നു. 1948 മുതൽ തന്നെ അനുഭാവിഗ്രൂപ്പിൽ ഉണ്ടായിരുന്നുവെങ്കിലും മുഹമ്മദുകുട്ടിക്ക് പാർട്ടി അംഗത്വം ഉണ്ടായിരുന്നില്ല. പട്ടാളജീവിതവും കഴിഞ്ഞ് തിരിച്ചെത്തിയശേഷം 1951 ലാണ് പാർട്ടി അംഗമായത്.

നിരോധനം പിൻവലിക്കപ്പെടുകയും പാർട്ടി പരസ്യമായി പ്രവർത്തിക്കാൻ തുടങ്ങുകയും ചെയ്തതോടെ മുഹമ്മദുകുട്ടിയും സജീവമായി രംഗത്തിറങ്ങി. മുതിർന്ന നേതാവായിരുന്ന കോയക്കുഞ്ഞി നഹയുടെ നേതൃത്വത്തിൽ മഞ്ചേരിയിലെ താലൂക്ക് ഓഫീസിന് മുന്നിൽ വിവിധ ആവശ്യങ്ങൾ ഉന്നയിച്ചുകൊണ്ട് ഒരു സമരം നടത്താൻ നിശ്ചയിച്ചിരുന്നു. ഏറനാട് താലൂക്കിന്റെ വിവിധ ഭാഗങ്ങളിൽനിന്നും സമര വളണ്ടിയർമാർ മഞ്ചേരിയിലേക്ക് മാർച്ച് നടത്തി. കൊണ്ടോട്ടിയിൽനിന്നുള്ള മാർച്ച് നയിച്ചിരുന്നത് എടക്കോട് മുഹമ്മദായിരുന്നു. ആ ജാഥയിൽ മെഗഫോണിലൂടെ ഉച്ചത്തിൽ മുദ്രാവാക്യം വിളിച്ചുകൊടുത്തുകൊണ്ട് നടന്നിരുന്ന ഊർജസ്വലനായ ഒരു യുവാവിനെ മുഹമ്മദുകുട്ടി പ്രത്യേകം ശ്രദ്ധിച്ചു. അതായിരുന്നു സെയ്താലിക്കുട്ടി. പാലോളി അന്ന് വള്ളുവനാട് താലൂക്കിൽപ്പെട്ട കോഡൂരിലെ പാർട്ടി സെൽ സെക്രട്ടറിയായിരുന്നു. സെയ്താലിക്കുട്ടി അന്ന് കൊണ്ടോട്ടിയിലെ പാർട്ടി ഘടകത്തിലെ അംഗവുമായിരുന്നു. ആ സമരമുഖത്ത് വെച്ചായിരുന്നു അവർ ആദ്യമായി പരസ്പരം കാണുകയും പരിചയപ്പെടുകയും ചെയ്തത്. അത് പിൽക്കാലത്ത് സെയ്താലിക്കുട്ടിയുടെ മരണംവരെ നീണ്ടുനിന്ന സൗഹൃദവും ഒരുമിച്ചുള്ള പ്രവർത്തനങ്ങളുമായി.

അന്ന് വള്ളുവനാട് താലൂക്ക് പാലക്കാട് ജില്ലയുടെ ഭാഗവും ഏറനാട് താലൂക്ക് കോഴിക്കോട് ജില്ലയുടെ ഭാഗവും ആയിരുന്നു. എങ്കിലും മഞ്ചേരി, മലപ്പുറം ഭാഗങ്ങളിൽ നടന്നിരുന്ന പാർട്ടിയുടെ പരിപാടികളിൽ കോഡൂരിൽ നിന്നുള്ള സഖാക്കളും പങ്കെടുക്കാറുണ്ടായിരുന്നു. അങ്ങനെ ആ യുവകമ്യൂണിസ്റ്റുപാർട്ടി പ്രവർത്തകർ വീണ്ടും വീണ്ടും കണ്ടുമുട്ടി. പിൽക്കാലത്ത് സെയ്താലിക്കുട്ടി പാർട്ടിയുടെ കോഴിക്കോട് ജില്ലാ കമ്മിറ്റി അംഗവും പാലോളി പാലക്കാട് ജില്ലാ കമ്മിറ്റി അംഗവുമായി ഉയർന്നു. 1969 ൽ മലപ്പുറം ജില്ല നിലവിൽ വന്നതോടെ രൂപീകരിക്കപ്പെട്ട സി പി ഐ (എം) ന്റെ പ്രഥമ മലപ്പുറം ജില്ലാ കമ്മിറ്റിയിൽ പാലോളിയും സെയ്താലിക്കുട്ടിയും ഉൾപ്പെട്ടിരുന്നു. അതോടെ രണ്ടുപേരും ഒരേ ഘടകത്തിലെ സഖാക്കളായി.

1947 ആഗസ്തിൽ സ്വാതന്ത്ര്യം ലഭിച്ചുവെങ്കിലും ജനങ്ങളുടെ ദൈനംദിന ജീവിതത്തിലോ സമൂഹത്തിന്റെ പൊതു അവസ്ഥയിലോ ഒരു മാറ്റവും അനുഭവപ്പെട്ടിരുന്നില്ല. ജന്മിത്വ ചൂഷണവും പ്രമാണിമാരുടെ മേധാവിത്വവും അതുപോലെ തന്നെ തുടർന്നു. 1951 ൽ നിരോധനം

കഴിഞ്ഞ് പരസ്യമായി പ്രവർത്തിക്കാൻ തുടങ്ങിയ കമ്യൂണിസ്റ്റു പാർട്ടിയുടെ പ്രവർത്തകർ ഓരോ അനീതിക്ക് നേരെയും പുതിയ പുതിയ സമരമുഖങ്ങൾ തുറന്നു.

കലാ-സാംസ്കാരിക രംഗത്തും കമ്യൂണിസ്റ്റുപാർട്ടിയുടെ ആശയങ്ങൾക്ക് ബലംനൽകുന്ന സൃഷ്ടികൾ ജനങ്ങളിൽ അവബോധം വളർത്തി. ചെറുകാടിന്റെ "നമ്മളൊന്ന്" എന്ന നാടകം ജന്മിത്വ ചൂഷണത്തിനെതിരെ ഒന്നിക്കാനുള്ള ആഹ്വാനമായിരുന്നു. നിലമ്പൂരിലെ ഇ കെ അയമുവിന്റെ "ജ്ജ് നല്ലൊരു മന്സനാകാൻ നോക്ക്" മുസ്ലിം സമുദായത്തിനകത്തെ ജീർണതകളെ നിശിതമായി വിമർശിക്കുന്ന ഒരു പുരോഗമന നാടകമായിരുന്നു. ഒട്ടേറെ വേദികളിൽ യാഥാസ്ഥിതികരുടെ എതിർപ്പുകളെ വകവെക്കാതെ അവതരിപ്പിച്ച ഈ നാടകം നല്ല ചലനമുണ്ടാക്കി. ഇ കെ അയമുവിന്റെ നാടകസംഘത്തിലെയും ചെറുകാടിന്റെ നാടകസംഘത്തിലെയും പ്രവർത്തകരെല്ലാവരുംതന്നെ കമ്യൂണിസ്റ്റു പാർട്ടി അനുഭാവികളായിരുന്നു. നിലമ്പൂർ ആയിഷയെന്ന മുസ്ലീം യുവതി നാടകത്തിൽ അഭിനയിക്കാൻ മുന്നോട്ടുവന്നത് ഒരു വിപ്ലവം തന്നെ സൃഷ്ടിച്ചു.

പുരോഗമന സ്വഭാവമുള്ള നാടകങ്ങൾ വ്യാപകമായി നിരന്തരം അരങ്ങേറിയിരുന്നു. കേരളമാകെ തന്നെ നാടകപ്രസ്ഥാനം കമ്യൂണിസ്റ്റുപാർട്ടി മുന്നോട്ട് വെച്ചിരുന്ന ആശയങ്ങൾക്ക് സ്വീകാര്യത വളർത്തുന്നതിൽ വലിയ പങ്കുവഹിച്ചു. തെക്കൻ കേരളത്തിൽ നിന്നുള്ള തോപ്പിൽ ഭാസിയുടെ *നിങ്ങളെന്നെ കമ്യൂണിസ്റ്റാക്കി*, കോഴിക്കോട് നിന്നുള്ള കെ ടിയുടെ *ഇത് ഭൂമിയാണ്*, കെ ദാമോദരന്റെ *പാട്ടബാക്കി*, ഇ കെ അയമുവിന്റെ *ജ്ജ് നല്ലൊരു മന്സനാകാൻ നോക്ക്* തുടങ്ങിയ നാടകങ്ങൾ ആയിരക്കണക്കിന് വേദികളിലാണ് അരങ്ങേറിയത്. ഗ്രാമങ്ങൾതോറും പ്രവർത്തിച്ചിരുന്ന ഗ്രാമീണ കലാസമിതികളും അവയെ ഏകോപിച്ചുകൊണ്ട് പ്രവർത്തിച്ചിരുന്ന താലൂക്ക്, ജില്ല, കേന്ദ്രകലാസമിതികളും ചേർന്നുകൊണ്ട് തൊള്ളായിരത്തി അമ്പതുകളിൽ നടത്തിയ പ്രവർത്തനങ്ങൾ നാടകപ്രസ്ഥാനത്തിന്റെ സുവർണകാലമായിരുന്നു. നിരന്തരമായി നടന്ന സമരങ്ങളും കലാരംഗത്ത് നടന്ന ഈ പ്രവർത്തനങ്ങളും ഉണ്ടാക്കിയ ഉണർവ് സമൂഹത്തിന്റെ അവസ്ഥയിൽ മാറ്റം വരണമെന്നാഗ്രഹിച്ച എല്ലാ പുരോഗമനവാദികളുടെയും മനസിൽ കമ്യൂണിസ്റ്റുപാർട്ടിയോട് അനുഭാവം തോന്നിക്കുന്ന ഒരന്തരീക്ഷം സൃഷ്ടിച്ചു. അക്കാലത്ത് കമ്യൂണിസ്റ്റുപാർട്ടിയുടെ പ്രവർത്തകരും നേതാക്കളുമെല്ലാം നാടകപ്രസ്ഥാനവുമായും ബന്ധപ്പെട്ടിരുന്നു.

പാലോളിയും അക്കാലത്ത് നാടകപ്രവർത്തനങ്ങളിൽ ഭാഗഭാക്കായി. മലപ്പുറം കോട്ടപ്പടി കേന്ദ്രീകരിച്ച് പ്രവർത്തിച്ചിരുന്ന കലാസമിതി അവതരിപ്പിച്ച എസ് എൽ പുരത്തിന്റെ *ഒരാൾകൂടി കള്ളനായി*, കെ ടി യുടെ *മനുഷ്യൻ കാരാഗൃഹത്തിലാണ്* എന്നീ നാടകങ്ങളിൽ മുഹമ്മദുകുട്ടി

നടനായി. തിരഞ്ഞെടുപ്പിനോട് അനുബന്ധിച്ച് തയാറാക്കിയ *വോട്ട്വേട്ട* എന്നൊരു നാടകത്തിലും അഭിനേതാവായിരുന്ന പാലോളിയുടെ നാടക രംഗത്തെ സഹപ്രവർത്തകരിൽ കുറ്റിപ്പള്ളി സെയ്ത്, ഗോപിനാഥൻ നായർ, മലപ്പുറം പി മൂസ്സ തുടങ്ങിയവരുണ്ടായിരുന്നു.

കൃഷിക്കാരെയും തൊഴിലാളികളെയും സംഘടിപ്പിച്ചുകൊണ്ട് പാർട്ടി നടത്തിക്കൊണ്ടിരുന്ന പ്രവർത്തനങ്ങളുടെ ആപത്ത് മനസിലാക്കിയ പ്രമാണിമാർ എതിർപ്പിന് പല തരത്തിലുള്ള തന്ത്രങ്ങൾ മെനഞ്ഞു. കമ്യൂണിസ്റ്റുപാർട്ടി ഉയർത്തുന്ന ആശയങ്ങൾ മതത്തിനും ദൈവത്തിനും എതിരാണെന്ന് പ്രചരിപ്പിക്കലായിരുന്നു അതിൽ പ്രധാനം. കമ്യൂണിസ്റ്റുകാർക്ക് മേൽക്കൈ കിട്ടിയാൽ സദാചാരം തകരും, അവർ ഉമ്മയെന്നോ പെങ്ങളെന്നോ വ്യത്യാസമില്ലാതെ സ്ത്രീപുരുഷബന്ധത്തെ കാണുന്നവരാണ്, അറുപത് വയസു കഴിഞ്ഞവരെ കൂട്ടക്കൊല ചെയ്യുന്നവരാണ് തുടങ്ങിയ പെരുംനുണകൾ അവർ വ്യാപകമായി പ്രചരിപ്പിച്ചിരുന്നു.

പള്ളികളിൽ മതപുരോഹിതന്മാർ സമ്പന്നർക്കുവേണ്ടി മതത്തിന്റെ ആശയങ്ങളെ ദുർവ്യാഖ്യാനം ചെയ്ത് തെറ്റിദ്ധാരണകൾ പരത്തി. സ്വത്തുക്കൾ മുഴുവൻ എല്ലാവർക്കുമായി ഓഹരിവെക്കണമെന്ന് പറയുന്ന കൂട്ടരായ കമ്യൂണിസ്റ്റുകാർ പറയുന്നത് ദൈവഹിതത്തിനെതിരാണ് അവരെ ബഹിഷ്ക്കരിക്കുക തുടങ്ങിയ ആഹ്വാനങ്ങൾ അവർ മുഴക്കിയിരുന്നു. ഇത്തരം കള്ളപ്രചരണങ്ങളോടുള്ള പ്രതിഷേധം പാലോളിയെപ്പോലുള്ളവരെ കമ്യൂണിസ്റ്റുപാർട്ടിയോട് ആഭിമുഖ്യമുള്ളവരാക്കി മാറ്റിയെങ്കിലും അൽപ്പജ്ഞാനികളായ ഒട്ടേറെ സാധാരണക്കാരെ ആശയക്കുഴപ്പത്തിലാക്കാൻ അവർക്ക് കഴിഞ്ഞിരുന്നു.

കള്ളപ്രചരണങ്ങൾ ഒരുവശത്ത് നടക്കുമ്പോൾത്തന്നെ കമ്യൂണിസ്റ്റുപാർട്ടിയുടെ പരിപാടികളിൽ ധാരാളംപേർ പങ്കെടുത്തിരുന്നു. പാർട്ടി നേതാക്കളുടെ പ്രസംഗങ്ങൾ കേൾക്കാൻ ആളുകൾ പാതിരാത്രിവരെ കാത്തിരിക്കുമായിരുന്നു. ഇത്തരം ഒരു യോഗത്തിൽ വെച്ചാണ് യുവാവായിരുന്ന പാലോളി മുഹമ്മദുകുട്ടി ആദ്യമായി ഇമ്പിച്ചിബാവയെ കണ്ടത്.

1952 ലെ പൊതു തിരഞ്ഞെടുപ്പിന്റെ മുന്നോടിയായി എ കെ ജിയുടെ നേതൃത്വത്തിൽ നടന്ന പ്രചരണജാഥ കോട്ടക്കൽ എത്തുമെന്ന് പറഞ്ഞിരുന്ന സമയം വൈകുന്നേരം 4 മണിയായിരുന്നു. എന്നാൽ ജാഥ എത്തിച്ചേർന്ന സമയം രാത്രി പന്ത്രണ്ട് മണിക്കായിരുന്നു. എട്ടുമണിക്കൂർ സമയം വൈകിയിട്ടും ആളുകൾ പിരിഞ്ഞുപോയിരുന്നില്ല. എ കെ ജിയോടൊപ്പം ഒരു ഉയരംകുറഞ്ഞ ആൾകൂടി വന്നിരുന്നത് പാലോളി ശ്രദ്ധിച്ചു. അതായിരുന്നു ഇമ്പിച്ചിബാവ. വളരെ കുറച്ചുമാത്രം സംസാരിച്ച എ കെ ജി ഇനി ഇമ്പിച്ചിബാവ പ്രസംഗിക്കും എന്നുപറഞ്ഞു. അന്നാണാദ്യമായി ഇമ്പിച്ചിബാവയുടെ പ്രസംഗം കേട്ടതും.

പിൽക്കാലത്ത് പാലോളിയും ഇമ്പിച്ചിബാവയും പാലക്കാട് ജില്ലാ കമ്മിറ്റിയിലും മലപ്പുറം ജില്ലാ കമ്മിറ്റിയിലും ഒരുമിച്ച് പ്രവർത്തിച്ചു.

പാലോളിയുടെ നാടായ കോഡൂർ ഉൾപ്പെടുന്ന വള്ളുവനാട് താലൂക്കും ആദ്യം പാലക്കാട് ജില്ലയുടെ ഭാഗമായിരുന്നു. ഏറനാട് താലൂക്ക് കോഴിക്കോട് ജില്ലയിൽ ഉൾപ്പെട്ടിരുന്നതിനാൽ സെയ്താലിക്കുട്ടിയും കുഞ്ഞാലിയുമൊക്കെ ആദ്യം പ്രവർത്തിച്ചിരുന്നത് കോഴിക്കോട് ജില്ലാ കമ്മിറ്റിയിൽ ആയിരുന്നു. മലപ്പുറം ജില്ലാ കമ്മിറ്റി രൂപീകരണത്തോടെ നാലു പേരും ഒരേ കമ്മിറ്റിയിലെ അംഗങ്ങളായി.

കമ്യൂണിസ്റ്റുപാർട്ടിയുടെ ജനപിന്തുണ വർധിച്ചുകൊണ്ടിരുന്നുവെങ്കിലും സർക്കാരിന്റെ ഭാഗത്ത് നിന്നുമുള്ള അടിച്ചമർത്തൽ നടപടികൾക്ക് കുറവൊന്നും വന്നിരുന്നില്ല. കോടതികളും മിക്കപ്പോഴും സർക്കാരിന്റെ നിലപാടുകൾക്കൊപ്പം നിന്നിരുന്നു. ഒരു പ്രകടനത്തിന്റെ പേരിൽപ്പോലും എട്ടുദിവസം തടവുശിക്ഷയും അയ്യായിരംരൂപ വരെ പിഴയുമൊക്കെ വിധിക്കുമായിരുന്നു. വളരെ പ്രയാസപ്പെട്ട് പിരിവെടുത്താണ് അത്തരം പിഴസംഖ്യകൾ പാർട്ടി അന്നടച്ചിരുന്നത്.

മൂന്നുകൊല്ലം നിരോധിക്കപ്പെട്ടിട്ടും 1952 ലെ തെരഞ്ഞെടുപ്പിൽ കോൺഗ്രസിനെ ഞെട്ടിച്ച പ്രകടനം കമ്യൂണിസ്റ്റുപാർട്ടി കാഴ്ചവെച്ചത് മുൻഅധ്യായത്തിൽ സൂചിപ്പിച്ചു. ആ തിരഞ്ഞെടുപ്പിൽ മദ്രാസ് സംസ്ഥാന നിയമസഭയിൽ കോൺഗ്രസിന് 152 സീറ്റ് കിട്ടിയപ്പോൾ കമ്യൂണിസ്റ്റു പാർട്ടിക്ക് 62 സീറ്റുകൾ നേടാൻ കഴിഞ്ഞു. അന്ന് മദ്രാസ് സംസ്ഥാനത്തിന്റെ ഭാഗമായിരുന്ന മലബാറിൽ കോൺഗ്രസ് ദയനീയമായി തോറ്റു. മലബാറിൽ ആകെ ഉണ്ടായിരുന്ന 32 സീറ്റിൽ 23 ഉം നേടിയത് കമ്യൂണിസ്റ്റുപാർട്ടി. മുസ്ലിംലീഗിന് 5 സീറ്റും കോൺഗ്രസിന് വെറും നാല് സീറ്റും മാത്രമാണ് കിട്ടിയത്.

കമ്യൂണിസ്റ്റുപാർട്ടിയുടെ സ്ഥാനാർഥികളായി അന്ന് മദ്രാസ് നിയമസഭയിലേക്ക് തിരഞ്ഞെടുക്കപ്പെട്ടവരിൽ കെ പി ഗോപാലൻ, കല്യാറത്ത് മാധവൻ, ടി സി നാരായണൻ നമ്പ്യാർ, സി എച്ച് കണാരൻ, കെ സി ഗോപാലനുണ്ണി മണ്ണാർക്കാട് തുടങ്ങിയവരുണ്ടായിരുന്നു.

കോൺഗ്രസിന്റെ പ്രമുഖനേതാവും ഭക്ഷ്യമന്ത്രിയുമായിരുന്ന കെ എം മുൻഷിയുടെ പരാജയം വളരെ ശ്രദ്ധേയമായ ഒരു സംഭവമായിരുന്നു. കെ എം മുൻഷി രണ്ട് നിയോജകമണ്ഡലങ്ങളിൽ നോമിനേഷൻ കൊടുക്കാൻ ശ്രമിച്ചെങ്കിലും കമ്യൂണിസ്റ്റുപാർട്ടി നേതാവ് അനന്തൻ നമ്പ്യാർ എതിരാളിയായി മത്സരിക്കും എന്നറിഞ്ഞപ്പോൾ പിൻവാങ്ങി കൂടുതൽ സുരക്ഷിതമെന്ന് തോന്നിയ തഞ്ചാവൂരിലെ മയൂരം മണ്ഡലത്തിലായിരുന്നു മത്സരിച്ചത്. എന്നാൽ അവിടെത്തന്നെ മത്സരിക്കാൻ തയാറായ അനന്തൻ നമ്പ്യാർ മുൻഷിയെ തോൽപ്പിച്ചു. ദക്ഷിണേന്ത്യയിലെ റയിൽവേ തൊഴിലാളികളുടെ അനിഷേധ്യ നേതാവ് കൂടിയായിരുന്നു അനന്തൻ നമ്പ്യാർ.

1952 ലെ തിരഞ്ഞെടുപ്പിൽ നാട്ടിലെ സമ്പന്നകുടുംബങ്ങളിൽ നിന്നുള്ള ഒട്ടേറെ പ്രമാണിമാർ കോൺഗ്രസിന്റെയും ലീഗിന്റെയും

സ്ഥാനാർഥികളായി രംഗത്തെത്തിയിരുന്നു. കല്ലട ഉണ്ണിക്കമ്മുഹാജിയുടെ മകൻ കെ പി മുഹമ്മദ് കോൺഗ്രസിന്റെയും കല്ലുങ്ങൽ മുഹമ്മദ് ഷാഫി ലീഗിന്റെയും സ്ഥാനാർഥികളായി പെരിന്തൽമണ്ണയിൽ മത്സരിച്ചു. സാധു പി അഹമ്മദുകുട്ടിയായിരുന്നു കമ്യൂണിസ്റ്റുപാർട്ടിയുടെ സ്ഥാനാർഥി. കല്ലുങ്ങൽ മുഹമ്മദ് ഷാഫി ജയിച്ചു. സാധു പി അഹമ്മദുകുട്ടിയായിരുന്നു രണ്ടാംസ്ഥാനത്ത്. കോൺഗ്രസ് മൂന്നാംസ്ഥാനത്തേ എത്തിയുള്ളൂ.

കോൺഗ്രസ് സ്ഥാനാർഥിയായിരുന്ന കെ പി മുഹമ്മദിന്റെ പിതാവ് കല്ലടി ഉണ്ണിക്കമ്മുഹാജി കിളിയമണ്ണിൽ കുടുംബത്തിലെ കൊല്ലപ്പെട്ട ഉണ്ണീൻ സാഹിബ് എന്ന രാമസിംഹന്റെ അളിയനായിരുന്നു. കോൺഗ്രസിനുവേണ്ടി കിളിയമണ്ണിൽ കുടുംബത്തിലെ ഒരു പ്രധാനിയായിരുന്ന മൊയ്തുഹാജിയും മറ്റും സജീവമായി പ്രവർത്തിച്ചിരുന്നു. വൻകിടക്കാരനായ മൊയ്തുഹാജിക്കെതിരെ തന്റെ ഇരുപതു വയസുമാത്രം പ്രായമുള്ള മകൻ മുഹമ്മദുകുട്ടി പ്രവർത്തിക്കുന്നതുവഴി അവനും തങ്ങളുടെ കുടുംബത്തിനും കിളിയമണ്ണിൽക്കാരുടെ കോപത്തിന് ഇരയാവേണ്ടി വരും എന്ന ഭയം പാലോളിയുടെ ഉമ്മയെ അലട്ടി. ചെമ്മങ്കടവ് ഭാഗത്തൊക്കെ തിരുവായ്ക്ക് എതിർവായില്ലാത്തത്രവിധം ആധിപത്യമുള്ളവരായിരുന്നു കിളിയമണ്ണിൽ കുടുംബം. മുഹമ്മദുകുട്ടി ഒരുദിവസം വീട്ടിലെത്തിയപ്പോൾ ഉമ്മ പറഞ്ഞു.

“ഞങ്ങളെ ഇവിടെ ജീവിക്കാൻ സമ്മതിക്കണം. കിളിയമണ്ണിൽകാരോടൊക്കെ എതിർക്കാൻ പോയാൽ നമ്മൾക്കിവിടെ താമസിക്കാൻ പറ്റാതാവും.”

മുഹമ്മദുകുട്ടി ഒന്നുംപറയാതെ നിന്നു. ഉമ്മയുടെ ഈ അതിരുകവിഞ്ഞ ഭയം അനിയൻ അലവിക്കുട്ടിക്കും അനുകൂലിക്കാനായില്ല. അലവിക്കുട്ടി പരിഹാസത്തോടെ പറഞ്ഞു.

“കിളിയമണ്ണിൽക്കാരല്ലേ നമുക്കു ചിലവിന് തരുന്നത്.”

ഇത്തരം ചർച്ചകൾ അന്ന് പല കുടുംബങ്ങളിലും നടന്നിരുന്നു. ഇങ്ങനെയുള്ള കടുത്ത സമ്മർദത്തിൻ കീഴിലായിരുന്നു ഓരോ പാർട്ടിപ്രവർത്തകനും അന്ന് പ്രവർത്തിച്ചുകൊണ്ടിരുന്നത്.

ഇങ്ങനെ പണക്കാരന്റെ മേധാവിത്വത്തിൽ അമർഷമുണ്ടായിരുന്ന പലരും പരസ്യമായി രംഗത്ത് വന്നിരുന്നില്ലെങ്കിലും ഉള്ളുകൊണ്ട് കമ്യൂണിസ്റ്റുപാർട്ടിയെ ബഹുമാനിച്ചിരുന്നു. അതിനാൽ പല സ്ഥലത്തും പാർട്ടി കണക്കുകൂട്ടിയതിലേറെ വോട്ടുകൾ ലഭിച്ചിരുന്നു. ഭയംകൊണ്ട് അമർഷം ഉള്ളിലൊതുക്കിയിരുന്ന സാധാരണക്കാർ അവരുടെ രോഷം ബാലറ്റ് പെട്ടിയിൽ കമ്യൂണിസ്റ്റുപാർട്ടിക്കുള്ള വോട്ടുകളായി രേഖപ്പെടുത്തുകയായിരുന്നു.

ഇരുപതുകാരനായിരുന്ന പാലോളിയും ഇരുപത്താറുകാരനായിരുന്ന സെയ്താലിക്കുട്ടിയും അടക്കമുള്ള പാർട്ടി പ്രവർത്തകർ 1952 ലെ ഇലക്ഷനിൽ സജീവമായി രംഗത്തിറങ്ങി. യുവനേതാവായിരുന്ന കുഞ്ഞാലി

മലപ്പുറം മണ്ഡലത്തിൽനിന്നും പാർലമെന്റിലേക്കുള്ള പാർട്ടിയുടെ സ്ഥാനാർഥിയായിരുന്നു. പൊന്നാനി ഉൾപ്പെട്ട പാലക്കാട് മണ്ഡലത്തിൽ ഇമ്പിച്ചിബാവയായിരുന്നു കമ്യൂണിസ്റ്റുപാർട്ടിയുടെ സ്ഥാനാർഥി. രണ്ടു പേരും പരാജയപ്പെടുകയായിരുന്നു.

ഇമ്പിച്ചിബാവ, എടക്കോട് മുഹമ്മദ്, കോയക്കുഞ്ഞിനഹ, സാധു പി അഹമ്മദുകുട്ടി, കുഞ്ഞാലി തുടങ്ങിയവരായിരുന്നു അക്കാലത്ത് മലപ്പുറം ജില്ല ഉൾപ്പെട്ടിരുന്ന പ്രദേശങ്ങളിൽ നിന്നുള്ള മുൻനിര കമ്യൂണിസ്റ്റുപാർട്ടി നേതാക്കൾ. വളരെ ശ്രദ്ധേയനായ ഒരു കമ്യൂണിസ്റ്റ് നേതാവായി ഉയർന്നുവന്നിരുന്ന മുഹമ്മദ് ഇസ്ഹാഖ് അമ്പതുകളുടെ തുടക്കത്തിൽത്തന്നെ രാഷ്ട്രീയരംഗം വിട്ടുപോയി.

എടക്കോട് മുഹമ്മദ് കൊണ്ടോട്ടിക്കാരനും സാമാന്യം ഭേദപ്പെട്ട സാമ്പത്തികസ്ഥിതിയുള്ള ഒരു കുടുംബത്തിലെ അംഗവുമായിരുന്നു. സാമൂഹ്യപ്രശ്നങ്ങൾ സംബന്ധിച്ച കൃത്യമായ ധാരണകൾ ഉള്ള ഒരു പക്വമതിയായിരുന്നു. ഏറനാട്ടിലെ മുതിർന്ന നേതാവായിരുന്ന എടക്കോട് പാർട്ടിയുടെ കോഴിക്കോട് ജില്ലാ കമ്മിറ്റി അംഗമായിരുന്നു.

കോൺഗ്രസിലൂടെ രാഷ്ട്രീയത്തിൽ വന്ന് കമ്യൂണിസ്റ്റുപാർട്ടിയിൽ എത്തിയ തലയെടുപ്പുള്ള നേതാവായിരുന്നു സാധു പി അഹമ്മദുകുട്ടി. മുഹമ്മദ് അബ്ദുറഹ്മാൻ സാഹിബുമൊത്ത് പലതവണ ജയിൽവാസം അനുഭവിച്ചിരുന്നു. 1946–47 കാലത്ത് കമ്യൂണിസ്റ്റു പാർട്ടിയുടെ ഏറ്റവും ശ്രദ്ധേയനായ ഒരു നേതാവായിരുന്നു. മലപ്പുറം കോട്ടപ്പടി സ്വദേശിയായിരുന്ന സാധു പി അഹമ്മദുകുട്ടി പാർട്ടിയുടെ കോഴിക്കോട് ജില്ലാ കമ്മിറ്റി അംഗമായിരുന്നു. അവസാനകാലത്ത് രാഷ്ട്രീയത്തിൽനിന്നും വിട്ടുനിന്നിരുന്നു.

മുഹമ്മദ് ഇസ്ഹാഖിന്റെ കമ്യൂണിസ്റ്റുപാർട്ടിയിലേക്കുള്ള വരവ് ഒരു വിപ്ലവം തന്നെയായിരുന്നു. അലിഗർ യൂണിവേഴ്സിറ്റിയിലെ വൈസ്ചാൻസലറുടെ പേഴ്സണൽ സെക്രട്ടറിയെന്ന ഉയർന്ന ഉദ്യോഗം വഹിച്ചിരുന്നവനും പ്രബലരായ കൂരിമണ്ണിൽ തറവാട്ടിലെ അംഗവുമായിരുന്ന ഇസ്ഹാഖിന്റെ കമ്യൂണിസ്റ്റുപാർട്ടിയിലേക്കുള്ള വരവ് പാർട്ടിയുടെ വളർച്ചയുടെ ഒരു സൂചനകൂടിയായിരുന്നു. അന്ന് പാവപ്പെട്ടവരുടെ പാർട്ടിയെന്ന നിലയിൽ അലവലാതികളുടെ പാർട്ടിയെന്ന് അധിക്ഷേപിക്കപ്പെട്ടിരുന്നു കമ്യൂണിസ്റ്റുപാർട്ടി. സരസനും നല്ല പ്രാസംഗികനുമായിരുന്ന ഇസ്ഹാഖ് പാർട്ടിയിൽ മലബാർ ജില്ലാ കമ്മിറ്റി അംഗംവരെയായി. 1948 ലെ പാർട്ടി നിരോധനകാലത്ത് ജയിൽവാസം അനുഭവിച്ചിരുന്നു. ഒളിവ് ജീവിതകാലത്ത് പരിചയപ്പെട്ട പത്മാവതിയെന്ന ഹിന്ദുയുവതിയെ പ്രണയിച്ച് വിവാഹം കഴിച്ചത് വിമർശനം ഉയർത്തിയിരുന്നു. ഒളിവിൽ പോകുന്ന സഖാക്കൾക്ക് സ്വന്തം ജീവിതം അപകടത്തിലാക്കി അഭയംതരുന്ന കുടുംബങ്ങളിൽ ഒരു പ്രശ്നമുണ്ടാക്കുന്നത് ശരിയല്ല എന്ന നിലപാടിന്റെ ഭാഗമായിട്ടായിരുന്നു അദ്ദേഹം വിമർശനം നേരിടേണ്ടി വന്നത്. പിൽക്കാലത്ത്

പ്രവർത്തനരംഗത്ത് നിർജീവമായിത്തീർന്ന ഇസ്ഹാഖ് അമ്പതുകളുടെ തുടക്കത്തിൽത്തന്നെ രംഗംവിട്ടു.

അമ്പതുകളിൽ ജന്മിത്വവിരുദ്ധ സമരങ്ങൾക്ക് ഗ്രാമങ്ങൾതോറും കമ്യൂണിസ്റ്റുപാർട്ടി നേതൃത്വം നൽകി. യുവപാർട്ടി പ്രവർത്തകനായിരുന്ന പാലോളിയും സമരങ്ങളിൽ സജീവമായി പങ്കെടുത്തു. ജന്മിമാരുടെ ഗുണ്ട കളുടെയും ചിലപ്പോൾ പൊലീസിന്റെയും മർദനങ്ങൾ ഇടയ്ക്ക് ഏൽക്കേണ്ടിവന്നുവെങ്കിലും ഒരു നിസ്സഹായരായ കുടുംബത്തെ കുടിയൊ ഴിപ്പിക്കുന്നത് തടയാൻ കഴിയുമ്പോൾ കിട്ടുന്ന സംതൃപ്തി ആ യുവാ വിനും മറ്റു പാർട്ടി പ്രവർത്തകരെപ്പോലെ വളരെ വിലപ്പെട്ടതായി അനു ഭവപ്പെട്ടു.

കേരളസംസ്ഥാന രൂപീകരണത്തിനുശേഷം 1957 ൽ നടന്ന പ്രഥമ തെരഞ്ഞെടുപ്പിൽ ഇ എം എസിന്റെ നേതൃത്വത്തിൽ കമ്യൂണിസ്റ്റു പാർട്ടിയുടെ ഒരു മന്ത്രിസഭ അധികാരമേറ്റത് കോൺഗ്രസിനെ അസ്വ സ്ഥമാക്കി. ഇന്ത്യയിലെ മറ്റ് എല്ലാ സ്റ്റേറ്റിലും അന്ന് കോൺഗ്രസ് സർക്കാ രായിരുന്നു ഭരിച്ചിരുന്നത്. കോൺഗ്രസിനേക്കാൾ അത് ഞെട്ടിച്ചത് സാമ്രാ ജ്യത്വത്തെ ആയിരുന്നു. സാമ്രാജ്യത്വ നായകസ്ഥാനം ബ്രിട്ടനിൽനിന്നും അമേരിക്കയുടെ കൈകളിലേക്ക് ഇതിനകം മാറിക്കഴിഞ്ഞിരുന്നു.

അന്ന് ലോകത്തെ മൂന്നിലൊന്ന് രാജ്യങ്ങളിൽ കമ്യൂണിസ്റ്റു പാർട്ടികളുടെ നേതൃത്വത്തിലുള്ള സോഷ്യലിസ്റ്റ് ഭരണമായിരുന്നു. ആ രാജ്യങ്ങളിലെ മൊത്തം ജനസംഖ്യ ലോകജനസംഖ്യയുടെ നാൽപ്പത് ശതമാനത്തോളം വരുമായിരുന്നു. ഇന്ത്യയെന്ന വൻജനസംഖ്യയുള്ള ഒരു രാജ്യം കമ്യൂണിസ്റ്റ് ചേരിയിലേക്ക് വന്നാൽ ലോകജനസംഖ്യയുടെ 50% ൽ അധികംപേർ സോഷ്യലിസ്റ്റ് വ്യവസ്ഥക്ക് കീഴിലാകുന്ന അവസ്ഥ വരും. ഇത് മുതലാളിത്ത വ്യവസ്ഥിതിയുടെ മരണമണി മുഴക്കിക്കുമോ എന്ന ഭയം അവരെ അലട്ടി.

അതിനാൽത്തന്നെ ഇന്ത്യയിലെ ഒരു ചെറിയ സംസ്ഥാനമായ കേര ളത്തിൽ ബാലറ്റ് പെട്ടിയിലൂടെ ഒരു കമ്യൂണിസ്റ്റ് സർക്കാർ അധികാര ത്തിൽ വന്നതിനെ വളരെ ഗൗരവത്തോടെ അമേരിക്ക കണ്ടു. അമേരിക്ക യുടെ ചാരസംഘടനയായ സി ഐ എ യുടെ സാമ്പത്തികമടക്കമുള്ള എല്ലാവിധ സഹായസഹകരണങ്ങളോടുകൂടിയും കേരളത്തിലെ എല്ലാ വിധ സമുദായ ശക്തികളെയും കൂട്ടുപിടിച്ചുകൊണ്ടും കോൺഗ്രസ് നട ത്തിയ സമരാഭാസമായിരുന്ന വിമോചന സമരം ഇതിന്റെ ഫലമായി സൃഷ്ടിക്കപ്പെട്ടതായിരുന്നു. ഈ സമരത്തിലെ വിദേശ ശക്തികളുടെ വ്യക്തമായ പങ്കിന്റെ തെളിവുകൾ പിൽക്കാലത്ത് പുറത്തുവന്നു. ഡോ. തോമസ് ഐസക് എഴുതിയ *വിമോചന സമരത്തിന്റെ കാണാപ്പുറങ്ങൾ* എന്ന ഗ്രന്ഥത്തിൽ ഇതിന്റെ വിശദാംശങ്ങൾ ഉണ്ട്. ഇന്ത്യയിലെ അമേരി ക്കൻ അമ്പാസഡറായി പ്രവർത്തിച്ചിരുന്ന ഡാനിയൽ പാട്രിക് മൊയ്നി ഹാൻ പിൽക്കാലത്ത് എഴുതിയ കൃതിയിലും ഈ സി എ എ ബന്ധം

തുറന്നെഴുതിയിരുന്നു. ലോകത്തിലെ തന്നെ ജനാധിപത്യവാദികളിൽ പ്രമുഖനായി അറിയപ്പെട്ടിരുന്ന ജവഹർലാൽ നെഹ്രു പ്രധാനമന്ത്രിപദത്തിൽ ഇരുന്നിരുന്ന അവസരത്തിലാണ് 1959 ൽ 356–ാം വകുപ്പ് ഉപയോഗിച്ച് തിരഞ്ഞെടുക്കപ്പെട്ട ഒരു സർക്കാരിനെ ഭൂരിപക്ഷം നിലവിലുണ്ടായിട്ടും ഇന്ത്യയിലാദ്യമായി പിരിച്ചുവിട്ടത്.

മലപ്പുറം ജില്ല ഉൾപ്പെടുന്ന പ്രദേശങ്ങളിൽ വിമോചന സമരത്തിന്റെ നേതൃത്വം മുസ്ലീംലീഗിനായിരുന്നു. കേരളചരിത്രത്തിലെ ആദ്യത്തെ ഹർത്താൽ വിമോചനസമരക്കാരുടെ വകയായിരുന്നു. മുസ്ലീംലീഗ് നേതാവ് പൂക്കോയ തങ്ങൾ നേരിട്ട് രംഗത്തിറങ്ങി അന്ന് കടയടപ്പിക്കൽ സമരത്തിന് നേതൃത്വം നൽകി. മലപ്പുറം കോട്ടപ്പടിയിലെ പെട്രോൾ പമ്പി നടുത്തുനിന്നും ഹൈസ്കൂൾപടി വരെ പൂക്കോയ തങ്ങൾ നടന്നു കടയടപ്പിക്കൽ സമരത്തിന് നേതൃത്വം നൽകി.

ഇതിനകം കമ്യൂണിസ്റ്റുപാർട്ടിയുടെ ഒരു യുവനേതാവായി കഴിഞ്ഞിരുന്ന പാലോളി പൊൻമളയിൽ ഒരു പൊതുയോഗത്തിൽ പൂക്കോയ തങ്ങളുടെ ഈ നടപടിയെ പരിഹസിച്ചു പ്രസംഗിച്ചു. പാലോളിയുടെ വല്യുപ്പ (ഉമ്മയുടെ ബാപ്പ) ജീവിച്ചിരിക്കുന്ന കാലമായിരുന്നു. പാലോളി വീട്ടിലുള്ള സമയത്താണ് വല്യുപ്പ ക്ഷോഭത്തോടെ വീട്ടിലേക്ക് കയറിവന്നത്. വരുന്ന വരവിൽ തന്നെ ദേഷ്യത്തോടെ ഒരു വിളി

"ആച്ചുമ്മാ... എവിടെ നിന്റെ മോൻ..."

മുഹമ്മ്ദുകുട്ടി മാറിനിന്ന് ശ്രദ്ധിച്ചു. ഉമ്മ വല്യുപ്പയുടെ അടുത്തേക്ക് ചെന്നു. വല്യുപ്പ ദേഷ്യത്തോടെ പറഞ്ഞു. "ഓന്റെ കമ്യൂണിസം ഇപ്പോ തങ്ങളെ മേത്ത്ക്കാണല്ലോ..."

ഉമ്മ മറുപടിയൊന്നും പറഞ്ഞില്ല. വല്യുപ്പ കുറെനേരം ശകാരിച്ചു തിരിച്ചുപോയി.

തങ്ങൾമാരും മുസ്ലിയാക്കന്മാരും ലീഗിനുവേണ്ടി പ്രവർത്തിച്ചാൽ കുഴപ്പമില്ല. അവരെ വിമർശിച്ചാൽ അത് മതത്തിന് എതിര്. ഇങ്ങനെയൊരു വികലബോധത്തിൽ ആളുകളെ തളച്ചിട്ടായിരുന്നു ലീഗ് രാഷ്ട്രീയം കളിച്ചിരുന്നത്. പാലോളിയുടെ വല്യുപ്പയും ഇത്തരം ധാരണകളിൽ അകപ്പെട്ടിരുന്നു.

1960 ലാണ് പാലോളി മുഹമ്മദുകുട്ടി വിവാഹിതനായത്. ചങ്ങോട്ടൂരിലെ കാട്ടക്കുളങ്ങര ഹസന്റെയും കിളിയനി ആമിനക്കുട്ടിയുടെയും മകളായ ഖദീജയാണ് പാലോളിയുടെ ഭാര്യ. സാധാരണ വിവാഹമായിരുന്നു. മുഹമ്മദുകുട്ടി–ഖദീജ ദമ്പതിമാർക്ക് മക്കൾ നാലുപേരാണ്. ഹൈദരലി, നഫീസ, ജമീല, അഷ്റഫ് എന്നിവരാണ് മക്കൾ. എല്ലാവരും പാർട്ടി അനുഭാവികളും പ്രവർത്തകരുമാണ്. 1963 ൽ പാലൊളിയും കുടുംബവും പുഴകാട്ടിരിയിലേക്ക് താമസം മാറ്റി. രണ്ട് മാസത്തിനകം നടന്ന പഞ്ചായത്ത് തെരെഞ്ഞെടുപ്പിൽ കടുങ്ങപുറം വാർഡിൽ നിന്നും മത്സരിച്ച പാലൊളിയടക്കമുള്ള കമ്യൂണിസ്റ്റ് പാർടി സ്ഥാനാർത്ഥികൾ വിജയിച്ചു

ഭൂരിപക്ഷം നേടി. ഇതേ തുടർന്ന് അഞ്ച് വർഷക്കാലം പുഴക്കാട്ടിരി പഞ്ചായത്ത് പ്രസിഡന്റായി. ഇതായിരുന്നു പാലൊളി ആദ്യം വഹിച്ച പാർലമെന്ററി പദവി.

1964 ൽ നടന്ന കമ്യൂണിസ്റ്റുപാർട്ടിയിലെ പിളർപ്പിൽ കേരളത്തിൽ മൊത്തത്തിൽ എന്നപോലെ മലപ്പുറം ജില്ലയുടെ ഭാഗമായിത്തീർന്ന പ്രദേശങ്ങളിലും ബഹുഭൂരിപക്ഷം പ്രവർത്തകരും സി പി ഐ (എം) നൊപ്പമാണ് അണിനിരന്നത്. സംസ്ഥാന ദേശീയ നേതൃത്വങ്ങളിൽ പ്രവർത്തിച്ചിരുന്ന ഇ എം എസും, ഇമ്പിച്ചിബാവയും സി പി ഐ (എം) രൂപീകരണത്തിന് കാരണമായി തീർന്ന കേന്ദ്രക്കമ്മിറ്റിയിൽ നിന്നുള്ള ഇറങ്ങിപ്പോക്കിൽ പങ്കെടുത്ത 32 പേരിൽത്തന്നെ ഉൾപ്പെട്ടിരുന്നു. എന്നാൽ കേരളത്തിലെ കമ്യൂണിസ്റ്റുപാർട്ടി സ്ഥാപകനേതാക്കളിൽ ഒരാളായിരുന്ന കെ ദാമോദരൻ സി പി ഐ ക്കൊപ്പമാണ് നിലയുറപ്പിച്ചത്. ജില്ലാ നേതൃത്വത്തിൽ ഉണ്ടായിരുന്ന പാലോളി, സെയ്താലിക്കുട്ടി, കുഞ്ഞാലി തുടങ്ങിയവരെല്ലാം സി പി ഐ (എം) ൽ വന്നപ്പോൾ എടക്കോട് മുഹമ്മദ്, ഗംഗാധരൻ (പരപ്പനങ്ങാടി), കൊളാടി ഗോവിന്ദൻകുട്ടി, കോയിക്കുഞ്ഞിനഹ തുടങ്ങിയവർ സി പി ഐയുടെ കൂടെയായിരുന്നു നിന്നത്.

പാർട്ടിയിലെ പിളർപ്പിനുശേഷം 1965ൽ നടന്ന നിയമസഭാ തിരഞ്ഞെടുപ്പിൽ മങ്കട നിയോജകമണ്ഡലത്തിൽനിന്നും അസംബ്ലിയിലേക്ക് മത്സരിച്ചു ജയിച്ച പാലോളി ആദ്യതവണ എം എൽ എ ആയി. കെ കെ എസ് തങ്ങളായിരുന്നു എതിരാളി. ആ തിരഞ്ഞെടുപ്പിൽ സി കോയ (പെരിന്തൽമണ്ണ) കുഞ്ഞാലി (നിലമ്പൂർ), യു ഉത്തമൻ (മഞ്ചേരി), ആയൻ കുറിശ്ശി ശങ്കരൻ (മണ്ണാർക്കാട്) എന്നിവർ സി പി ഐ (എം) സ്ഥാനാർഥികളായി മത്സരിച്ചു ജയിച്ചിരുന്നു. എന്നാൽ ആ നിയമസഭ ചേരാതെ തന്നെ പിരിച്ചുവിടുകയായിരുന്നു.

1967 ൽ വീണ്ടും തിരഞ്ഞെടുപ്പ് നടന്നു. പെരിന്തൽമണ്ണ മണ്ഡലത്തിൽനിന്നും സി പി ഐ (എം) സ്ഥാനാർഥിയായി മത്സരിച്ച പാലോളി രണ്ടാം തവണയും എം എൽ എ ആയി. 1970 സെപ്തംബറിൽ നടന്ന ഇടക്കാല തിരഞ്ഞെടുപ്പിൽ മങ്കട മണ്ഡലത്തിൽനിന്നും വീണ്ടും ജനവിധി നേടിയ പാലോളി കെ കെ എസ് തങ്ങളോട് തോറ്റു.

1969 ൽ മലപ്പുറം ജില്ലാ രൂപീകരണത്തെ തുടർന്ന് സി പി ഐ (എം) മലപ്പുറം ജില്ലാ കമ്മിറ്റി രൂപീകരിച്ചപ്പോൾ പ്രഥമ ജില്ലാ സെക്രട്ടറി പാലൊളി മുഹമ്മദുകുട്ടിയായിരുന്നു. പിന്നീട് മൂന്നുവർഷക്കാലം ജില്ലാ സെക്രട്ടറിയുടെ ചുമതല വഹിച്ച ഇമ്പിച്ചിബാവ സംസ്ഥാനതല ചുമതലകൾ ഏറ്റെടുത്ത് പ്രവർത്തനമേഖല മാറിയപ്പോൾ പാലോളി വീണ്ടും ജില്ലാ സെക്രട്ടറിയായി. 1986 ൽ പാലോളി സംസ്ഥാന സെക്രട്ടേറിയറ്റ് മെമ്പറായി തിരഞ്ഞെടുക്കപ്പെട്ടപ്പോൾ സെയ്താലിക്കുട്ടിയായി മലപ്പുറം ജില്ലാ സെക്രട്ടറി. 2007 ൽ കെ ഉമ്മർ മാസ്റ്റർ ചുമതലയേൽക്കുന്നതു

വരെ സി പി ഐ (എം) ന്റെ മലപ്പുറം ജില്ലയിലെ അമരക്കാരൻ കെ സെയ്താലിക്കുട്ടിയായിരുന്നു.

പാലൊളി പാർട്ടി ജില്ലാ സെക്രട്ടറിയായി ഇരിക്കുന്ന അവസരത്തിലായിരുന്നു 1975 ലെ അടിയന്തരാവസ്ഥ വന്നത്. പ്രഖ്യാപനം വന്ന് നാലാം ദിവസം കുന്നപ്പള്ളിയിലെ ഒരു പാർട്ടിക്കമ്മിറ്റിയും കഴിഞ്ഞ് പുലർച്ചെ നാലരമണിക്ക് വീട്ടിൽ ചെന്നുകയറുമ്പോൾ അനുജൻ അസ്സൻകുട്ടി കാത്തുനിൽക്കുന്നുണ്ടായിരുന്നു. ചെന്ന ഉടനെ പറഞ്ഞു "വീട്ടിൽ പൊലീസ് തെരഞ്ഞുവന്നിരുന്നു. പെരിന്തൽമണ്ണ പോയിട്ട് മടങ്ങി വന്നിട്ടില്ല എന്ന് പറഞ്ഞപ്പോൾ മടങ്ങിപ്പോയി."

പെട്ടെന്നുതന്നെ അത്യാവശ്യംവേണ്ട ഡ്രസും സാധനങ്ങളുമൊക്കെ എടുത്ത് സ്ഥലംവിട്ടു. പതിനാറുമാസം നീണ്ടുനിന്ന പാലൊളിയുടെ ഒളിവു ജീവിതം അന്നുതുടങ്ങി. വളരെ അപൂർവമായി വല്ലപ്പോഴുമൊക്കെ വീട്ടിൽവന്നു പോകാറുണ്ടായിരുന്നു. സ്ഥിരം വീട്ടിൽ കാവൽനിന്ന് പിടിക്കാനൊന്നും പൊലീസ് മെനക്കെട്ടിരുന്നില്ല. ഒളിവുജീവിതകാലത്ത് രഹസ്യമായി വിളിച്ചുകൂട്ടിയിരുന്ന കമ്മിറ്റികളിൽ പങ്കെടുക്കുമായിരുന്നു.

അടിയന്തരാവസ്ഥക്കാലത്ത് പ്രകടനം പൊതുയോഗം തുടങ്ങിയവയൊന്നും പൊലീസ് അനുവദിച്ചിരുന്നില്ല. പൊലീസിന്റെ കണ്ണുവെട്ടിച്ച് മുന്നറിയിപ്പൊന്നുമില്ലാതെ ചെറിയ പ്രകടനങ്ങൾ പാർട്ടി പ്രവർത്തകർ നടത്തിയിരുന്നു. പൊലീസ് അറിഞ്ഞു സ്ഥലത്തെത്തുംമുമ്പ് പ്രകടനക്കാർ പിരിഞ്ഞുപോകും. പൊലീസ് ആരുടെയെങ്കിലുമൊക്കെ പേരിൽ ഒരു കേസെടുക്കും. ഇതായിരുന്നു അടിയന്തരാവസ്ഥക്കാലത്ത് പരസ്യമായി നടത്തിയിരുന്ന പ്രവർത്തനങ്ങളുടെ രീതി. അതേസമയം പാർട്ടിയുടെ ദൈനംദിന കാര്യങ്ങൾ രഹസ്യമായിട്ടാണെങ്കിലും കൃത്യമായിത്തന്നെ നടന്നിരുന്നു. കമ്മിറ്റികൾ ചേരുന്നതിലും വിഷയങ്ങൾ ചർച്ചചെയ്തു തീരുമാനമെടുക്കുന്നതിലുമൊന്നും ഒരു മുടക്കവും വരുത്താതെ ശ്രദ്ധിക്കാൻ പാർട്ടിക്ക് കഴിഞ്ഞു.

ജില്ലാ സെക്രട്ടറിയായിരുന്ന പാലൊളിക്ക് അടിയന്തരാവസ്ഥയിൽ ഒളിവിൽ പോകേണ്ടി വന്നപ്പോൾ ജില്ലാ സെക്രട്ടറിയുടെ താൽക്കാലിക ചുമതല വഹിച്ചിരുന്നത് സെയ്താലിക്കുട്ടിയായിരുന്നു. അടിയന്തരാവസ്ഥയിൽ പത്തുമാസം ജയിൽവാസം വേണ്ടിവന്ന ഇമ്പിച്ചിബാവ ഇടയ്ക്കൊരിക്കൽ പരോളിൽ വീട്ടിലെത്തിയിരുന്നു. ഇമ്പിച്ചിബാവയും പാലൊളിയും സെയ്താലിക്കുട്ടിയും കൂടിയിരുന്നു ചില കാര്യങ്ങൾ ആലോചിക്കേണ്ടതുണ്ടായിരുന്നു. അതിനായി ഒളിവിലായിരുന്ന പാലൊളിയേയുംകൂട്ടി സെയ്താലിക്കുട്ടി കാറിൽ പൊന്നാനിക്ക് പുറപ്പെട്ടു. കാറിൽ നടുവിലത്തെ സീറ്റിൽ ഒരു തലേക്കെട്ടുമായി പാലൊളി ഇരുന്നു. കാർ കോട്ടക്കലിനടുത്ത് ഒരു സ്ഥലത്തുവെച്ച് പൊലീസ് ചെക്കിങ്ങിൽപ്പെട്ടു. എല്ലാ വാഹനങ്ങളും നിർത്തി പരിശോധിച്ചുകൊണ്ടിരിക്കയായിരുന്നു പൊലീസ്. ഒരു പരിചയക്കാരനായ പൊലീസ് ഇൻസ്പെക്ടറെ തിരിച്ചറിഞ്ഞ സെയ്താ

ലിക്കുട്ടി ഒരു ഭാവമാറ്റവും കൂടാതെ സൈഡ്സീറ്റിൽ നിന്നും തല പുറത്തേക്കിട്ട് പൊലീസ് ഇൻസ്പെക്ടറോട് വിളിച്ചുപറഞ്ഞു

"സെയ്താലിക്കുട്ടിയാണ്. ഇമ്പിച്ചിബാവ പരോളിൽ വീട്ടിൽ എത്തിയിട്ടുണ്ട്. ഒന്നു കാണാനായി പൊന്നാനിവരെ പോവുകയാണ്."

പൊലീസ് അവരുടെ വണ്ടി മുന്നോട്ടുപോകാൻ അനുവാദം കൊടുത്തു. അന്ന് കണ്ടുപിടിക്കപ്പെട്ടിരുന്നുവെങ്കിൽ അടിയന്തിരാവസ്ഥക്കാലം കഴിയുന്നതുവരെ പാലോളിക്കും ജയിലിൽത്തന്നെ കൂടേണ്ടി വരുമായിരുന്നു. സെയ്താലിക്കുട്ടി സമർഥമായി ആ രംഗം കൈകാര്യം ചെയ്തതുകൊണ്ടാണ് അതൊഴിവായിപ്പോയതെന്ന് അന്ന് കൂടെ യാത്രചെയ്തിരുന്ന മഞ്ചേരിയിലെ വേലുനായർ ഓർമിക്കുന്നു.

അടിയന്തരാവസ്ഥയിൽ മലപ്പുറം ജില്ലയിലെയും പാർട്ടിയുടെ പ്രധാനപ്പെട്ട ഒട്ടേറെ നേതാക്കളും പ്രവർത്തകരും ജയിലിൽ അടയ്ക്കപ്പെട്ടിരുന്നു. കെ എസ് വൈ എഫ് ജില്ലാ സെക്രട്ടറിയായിരുന്ന പി നന്ദകുമാർ, പ്രസിഡന്റ് വി വി ഗോപിനാഥ്, അരീക്കോട്ടെ കെ സെയ്തലവി, കെ എസ് കെ ടി യു നേതാവായിരുന്ന ഇ ആർ (ഇ രാമൻ നായർ), കെ എൻ മേനോൻ, സി ഐ ടി യു നേതാവായിരുന്ന ആർ രാജപ്പൻ, എൻ ജി ഒ യൂണിയൻ നേതാവായിരുന്ന ഇ പത്മനാഭൻ, കീഴ്പറമ്പിലെ സി വി നായർ, പട്ടനാട്ട് തൊടിക ബിച്ചഹമ്മദ്ക്കുട്ടി, തിരൂരിലെ പി അയ്യപ്പൻ തുടങ്ങിയവർ മലപ്പുറം ജില്ലയിൽ നിന്നുള്ള അടിയന്തിരാവസ്ഥ തടവുകാരായിരുന്നു. മഞ്ചേരിയിലെ പി ശിവശങ്കരൻ കക്കയം ക്യാമ്പിലെ തടവുകാരനായി കൊടിയ മർദനങ്ങൾക്കു വിധേയനായിരുന്നു. ഏതാനും ദിവസത്തെ തടവനുഭവിച്ച ഒട്ടേറെപേർ വേറെയുമുണ്ട്.

അടിയന്തരാവസ്ഥ പിൻവലിക്കപ്പെട്ടശേഷം 1977 ൽ നടന്ന തിരഞ്ഞെടുപ്പിൽ പെരിന്തൽമണ്ണയിൽനിന്നും നിയമസഭയിലേക്ക് മത്സരിച്ച പാലോളി നാലകത്ത് സൂപ്പിയോട് പരാജയപ്പെട്ടു. 1996 ലെ നിയമസഭാ തിരഞ്ഞെടുപ്പിൽ പൊന്നാനി നിയമസഭാ മണ്ഡലത്തിൽനിന്നും മത്സരിച്ചു ജയിച്ചു. തുടർന്ന് 1996 മെയ് 20 ന് അധികാരമേറ്റ ഇ കെ നായനാരുടെ നേതൃത്വത്തിൽ അധികാരമേറ്റ ഇടതുപക്ഷ ജനാധിപത്യ മുന്നണി മന്ത്രിസഭയിൽ തദ്ദേശസ്വയംഭരണ വകുപ്പിന്റെ മന്ത്രിയായി. ഇന്ത്യയുടെ ചരിത്രത്തിൽ തന്നെ അധികാരവികേന്ദ്രീകരണം ഏറ്റവും ഫലപ്രദമായി നടപ്പിലാക്കിയതിന്റെ മാതൃകയായ ജനകീയാസൂത്രണ പദ്ധതിക്ക് നേതൃത്വം കൊടുക്കാൻ പാലോളിക്ക് കഴിഞ്ഞത് ഈ കാലത്തായിരുന്നു. 2001 മെയ് മാസം പതിനേഴിനാണ് ഇ കെ നായനാരുടെ നേതൃത്വത്തിലുള്ള മന്ത്രിസഭ സ്ഥാനമൊഴിഞ്ഞത്. നാമമാത്ര അധികാരങ്ങൾ മാത്രമുണ്ടായിരുന്ന നമ്മുടെ തദ്ദേശസ്വയംഭരണ സ്ഥാപനങ്ങളുടെ ചരിത്രം തന്നെ ആ മന്ത്രിസഭ മാറ്റി എഴുതി. 2001 ലെ തിരഞ്ഞെടുപ്പിൽ മത്സരിക്കാതിരുന്ന പാലൊളി തിരഞ്ഞെടുപ്പിനു ശേഷം വി എസ് അച്യുതാനന്ദൻ പ്രതിപക്ഷ നേതാവായപ്പോൾ എൽ ഡി എഫ് കൺവീനർ സ്ഥാനത്തേക്ക് നിയോഗിക്കപ്പെട്ടു.

2006 ലെ തിരഞ്ഞെടുപ്പിൽ വീണ്ടും പൊന്നാനി മണ്ഡലത്തിൽനിന്നും മത്സരിച്ചു ജയിച്ചുവന്ന പാലൊളി വി എസ് അച്യുതാനന്ദൻ നേതൃത്വം കൊടുത്ത ഇടതുപക്ഷ ജനാധിപത്യ മുന്നണി മന്ത്രിസഭയിലും തദ്ദേശ സ്വയംഭരണ വകുപ്പ് മന്ത്രിയായി. തദ്ദേശസ്വയംഭരണ സ്ഥാപനങ്ങൾക്ക് ഏറ്റവും കൂടുതൽ അധികാരവും പണവും ലഭിച്ച കാലമാണ്, 2006 മെയ് 18 ന് ചുമതലയേറ്റ വി എസ് അച്യുതാനന്ദന്റെ നേതൃത്വത്തിലുള്ള എൽ ഡി എഫ് ഭരണകാലം. രാജ്യത്തിന് തന്നെ മാതൃകയായ ഇ എം എസ് ഭവന പദ്ധതിയടക്കമുള്ള ഒട്ടേറെ ജനക്ഷേമ പദ്ധതികൾക്ക് നേതൃത്വം കൊടുക്കാൻ കേരളത്തിലെ പ്രാദേശിക സർക്കാരുകൾ തന്നെയായി വികസിച്ചുകൊണ്ടിരിക്കുന്ന തദ്ദേശസ്വയംഭരണ സ്ഥാപനങ്ങൾക്ക് കഴിഞ്ഞത് പാലോളിയുടെ ഈ രണ്ടാമൂഴത്തിലാണ്.

# 17

# സഹനങ്ങൾ ജീവത്യാഗങ്ങൾ

സമ്പന്നമായ ഏലംകുളം മനയിലെ തമ്പുരാനെന്ന സൗഭാഗ്യങ്ങ ളൊക്കെ ഉപേക്ഷിച്ച് പൈതൃകമായി കിട്ടിയ ഭാരിച്ച സ്വത്തുക്കൾ മുഴു വൻ കമ്യൂണിസ്റ്റ് പാർട്ടിക്ക് പത്രം തുടങ്ങാനായി സംഭാവന നൽകി 'തൊഴിലാളി വർഗത്തിന്റെ ദത്തുപുത്ര'നായി ജീവിതം നയിച്ച ഇ എം എസ് തൊട്ട് ഇ കെ ഇമ്പിച്ചിബാവ, കുഞ്ഞാലി, കെ സെയ്താലിക്കുട്ടി തുടങ്ങിയവരൊക്കെ ജീവിതകാലം മുഴുവൻ കമ്യൂണിസ്റ്റ് പാർട്ടിക്ക് വേണ്ടി പ്രവർത്തിച്ചവരായിരുന്നു. പാലോളി മുഹമ്മദ്കുട്ടിയടക്കമുള്ള ഇപ്പോഴും രംഗത്തുള്ള പല മുതിർന്ന നേതാക്കളും അവരുടെ ജീവിതത്തിന്റെ സിംഹഭാഗവും ചെലവഴിച്ചത് കമ്യൂണിസ്റ്റ് പ്രസ്ഥാനത്തിന് വേണ്ടിയാ യിരുന്നു.

മുകളിൽ സൂചിപ്പിച്ച തരത്തിൽ പെട്ട മുതിർന്ന നേതാക്കൾ മാത്ര മല്ല ജില്ലാ തലത്തിലോ ഏരിയാ തലത്തിലോ ഒന്നും എത്താതെ തങ്ങ ളുടെ ഗ്രാമങ്ങളിൽ തന്നെ ജീവിതകാലം മുഴുവൻ തങ്ങളുടെ തുഛമായ വരുമാനത്തിന്റെ ഒരു പങ്കും, ഉപജീവനത്തിനുവേണ്ടിയുള്ള തൊഴിൽ സമയം കഴിച്ച് ബാക്കിവരുന്ന പരമാവധി സമയവും തന്റെ പ്രസ്ഥാന ത്തിനായി നീക്കിവെച്ച് ജീവിതം കഴിച്ചു കൂട്ടുന്നതിൽ സംതൃപ്തിയട യുന്ന ആയിരങ്ങളുടെ നിസ്വാർഥതയും ആത്മാർഥതയും കൂടിയാണ് മല പ്പുറത്തായാലും ലോകത്തെവിടെയായാലും കമ്യൂണിസ്റ്റ് പ്രസ്ഥാനത്തിന് ബലമായി നിൽക്കുന്നത്.

അടിച്ചമർത്തപ്പെട്ടവന്റെ പടയണിയിൽ അണിചേരുന്ന ഓരോ കമ്യൂ ണിസ്റ്റ് പാർട്ടി പ്രവർത്തകനും സ്വാഭാവികമായും തന്നെ അടിച്ചമർത്താൻ തുനിയുന്നവരുടെ ശത്രുതക്കിരയാവും. ഇത് ഓരോ പാർട്ടി പ്രവർത്ത കന്റെയും ജീവിതത്തെ സംഘർഷാത്മകതയിലേക്ക് നയിക്കുന്നു. ചൂഷി

തന് വേണ്ടി നിരന്തരം ഉയരുന്ന അവന്റെ സ്വരം ചൂഷകശക്തികളിൽ എന്നും വിദ്വേഷം വളർത്തുന്നുണ്ട്. അതിനാൽ തന്നെ വർഗശത്രുക്കളുടെയും അവരുടെ പിണിയാളുകളുടെയും കൊലക്കത്തിക്കിരയാകേണ്ടി വന്ന കമ്യൂണിസ്റ്റ് പോരാളികളുടെ സംഖ്യ എണ്ണമറ്റതാണ്. നമ്മുടെ ഈ കൊച്ചു കേരളത്തിൽ മാത്രം കമ്യൂണിസ്റ്റ് പ്രസ്ഥാനത്തിനുവേണ്ടി പ്രവർത്തിച്ചതിന്റെ പേരിൽ ജീവൻ ബലി നൽകേണ്ടിവന്നത് ആയിരങ്ങൾക്കാണ്.

പുന്നപ്ര, വയലാർ, കയ്യൂർ, കാവുമ്പായി, കരിവള്ളൂർ, പാലിയം, കോറോം, തില്ലങ്കേരി, ഒഞ്ചിയം, മുനയൻകുന്ന്, പഴശ്ശി, സേലം, പാടിക്കുന്ന്, ഇടപ്പള്ളി, ചെറുകല്ലായി, പൈവളിക്ക, ചീമേനി, കൂത്തുപറമ്പ് തുടങ്ങിയ സ്ഥലപ്പേരുകളൊക്കെ നമ്മുടെ മനസിൽ ഉണർത്തുന്നത് ഈ മഹത്തായ ജീവത്യാഗങ്ങളുടെ വീരഗാഥകളാണ്.

മലപ്പുറം ജില്ലയിലെ കമ്യൂണിസ്റ്റ് പ്രസ്ഥാനത്തിനും അതിന്റെ ഉശിരൻമാരായ ഒട്ടേറെ സഖാക്കളുടെ വിലപ്പെട്ട ജീവൻ ബലി കൊടുക്കേണ്ടി വന്നിട്ടുണ്ട്. 1969 ജൂലൈ 28 ന് നടന്ന സഖാവ് കുഞ്ഞാലിയുടെ രക്തസാക്ഷിത്വം അതിൽ ഏറ്റവും പ്രധാനപ്പെട്ട ഒരു സംഭവമായിരുന്നു.

നിലമ്പൂരിലെ തന്നെ പൗലോസ്, കട്ടുപ്പാറയിലെ സെയ്താലി പെരിന്തൽമണ്ണയിലെ മുഹമ്മദ് മുസ്തഫ, താനൂരിലെ ദാമു, വളാഞ്ചേരിയിലെ കോട്ടീരി നാരായണൻ, പെരിന്തൽമണ്ണ കുന്നപ്പള്ളിയിലെ സുബ്രഹ്മണ്യൻ, തിരൂരിലെ പ്രദീപ് പള്ളിയേരി, വൈദ്യുതി മേഖലയിലെ സി ഐ ടി യു തൊഴിലാളി സംഘടനാ പ്രവർത്തകനായിരുന്ന ഉണ്ണീൻകുട്ടി തുടങ്ങി പാർട്ടിയുടെയും വർഗബഹുജനസംഘടനകളുടെയും മുൻനിരപ്രവർത്തകരായിരുന്ന ഒട്ടേറെ പേരുടെ ജീവൻ രാഷ്ട്രീയ എതിരാളികളാൽ തട്ടിയെടുക്കപ്പെടുകയായിരുന്നു.

സഖാവ് കുഞ്ഞാലിയുടെ രക്തസാക്ഷിത്വം നടന്ന് കൃത്യം നാല് മാസം തികഞ്ഞ 1969 നവംബർ 28–നായിരുന്നു, നിലമ്പൂരിലെ പാർട്ടി അനുഭാവിയും യുവജനസംഘടനാ പ്രവർത്തകനുമായിരുന്ന പൗലോസിന്റെ ജീവൻ മുസ്ലിംലീഗിന്റെ പ്രകടനത്തിനോടനുബന്ധിച്ച് നടന്ന ഗുണ്ടാ ആക്രമണത്തിൽ കവർന്നെടുക്കപ്പെട്ടത്.

1967 ലെ ഇ എം എസ് മന്ത്രിസഭയെ കൂറുമാറ്റത്തിലൂടെ വീഴ്ത്തി അധികാരത്തിൽ എത്തിയിരുന്ന അച്യുതമേനോൻ മന്ത്രിസഭയിൽ ആഭ്യന്തരവകുപ്പിന്റെ ചുമതല ആദ്യഘട്ടത്തിൽ മുസ്ലീംലീഗിനായിരുന്നു. സി എച്ച് മുഹമ്മദ് കോയയായിരുന്നു മന്ത്രി. ആഭ്യന്തരമന്ത്രിക്ക് എടക്കരയിൽ ഒരു സ്വീകരണം ഭരണമുന്നണിയും ലീഗും ചേർന്ന് ഒരുക്കിയിരുന്നു.

മുസ്ലീംലീഗ് നടത്തിയ കൂറുമാറ്റത്തോടുള്ള പ്രതിഷേധം രേഖപ്പെടുത്താൻ ആഭ്യന്തരമന്ത്രി മുഹമ്മദ് കോയ വാഹനത്തിൽ നിലമ്പൂരിലൂടെ കടന്നു പോകുമ്പോൾ റോഡരികിൽ നിന്ന് കരിങ്കൊടി കാണിച്ച് പ്രതിഷേധം നടത്താൻ പാർട്ടി തീരുമാനിച്ചിരുന്നു. അത് പ്രകാരം നിലമ്പൂർ ടൗണിലെ കോവിലകം റോഡ് ജംഗ്ഷനിൽ പ്രവർത്തകർ കാത്തു നിന്നു.

*പിണറായി വിജയൻ ടി കെ ഹംസ എന്നിവർക്കൊപ്പം സെയ്താലി കുട്ടി*

ബോധപൂർവം തന്നെ ഒരു പ്രകോപനം ഉണ്ടാക്കുക എന്ന ഉദ്ദേശ്യത്തോടെ ആഭ്യന്തരമന്ത്രിയെ നിലമ്പൂർ ടൗണിലൂടെ കടന്ന് പോകുമ്പോൾ വാഹനത്തിൽ നിന്നും ഇറക്കി നടത്തി പ്രകടനമായി കൊണ്ടുപോകാൻ ലീഗിന്റെ പ്രാദേശിക നേതൃത്വം തീരുമാനിച്ചു. അത് പ്രകാരം മന്ത്രിയും പരിവാരങ്ങളും നിലമ്പൂർ ടൗണിന്റെ തൊട്ട് മുമ്പ് വാഹനത്തിൽ നിന്നും ഇറങ്ങി പ്രതിഷേധ പ്രകടനക്കാർക്കു മുമ്പിലൂടെ വൻ പൊലീസ് സംരക്ഷണത്തോടെ പ്രകടനമായി നടന്നു നീങ്ങി. നിലമ്പൂർ ടൗൺ കഴിഞ്ഞ ഉടനെ വീണ്ടും വാഹനത്തിൽ കയറി മന്ത്രിയും കൂട്ടരും എടക്കരയിലേക്ക് പോവുകയും ചെയ്തു. മന്ത്രി കടന്നുപോകുന്ന സമയത്ത് പാർട്ടി പ്രവർത്തകർ കരിങ്കൊടി വീശി ഉച്ചത്തിൽ മുദ്രാവാക്യം മുഴക്കി. പ്രതിഷേധ പ്രകടനക്കാർക്കും മന്ത്രിയുടെ നേതൃത്വത്തിലുള്ള സംഘത്തിനും ഇടയിൽ ഒരു മതിൽപോലെ പൊലീസ് നിരന്നുനിന്നിരുന്നു.

മന്ത്രിയും സംഘവും കടന്നുപോകുന്നത് വരെ ഒരു വിധത്തിലുള്ള അനിഷ്ടസംഭവങ്ങളും ഉണ്ടായില്ല. അവർ നിലമ്പൂർ ടൗൺ വാഹനത്തിൽ കയറി എടക്കരയിലേക്ക് പുറപ്പെട്ടു എന്നുറപ്പായപ്പോൾ മുൻകൂട്ടി തയാറായി നിന്നിരുന്ന ഗുണ്ടകൾ പ്രതിഷേധപ്രകടനം നടത്തിയിരുന്നവരെ

ആക്രമിച്ചു. ലോക്കൽ കമ്മറ്റി സെക്രട്ടറിയായിരുന്ന ആലിക്കുട്ടിക്കടക്കം പരിക്കേറ്റു.

ഉടൻ തന്നെ ഓടിക്കൂടിയ പാർട്ടി പ്രവർത്തകർ ആ ആക്രമണത്തിൽ പ്രതിഷേധിച്ച് ടൗണിൽ പ്രകടനം നടത്തി. തന്റെ ബാർബർഷാപ്പിൽ ഇരിക്കുകയായിരുന്ന പൗലോസും ഈ പ്രകടനത്തിൽ പങ്കെടുത്തു. എന്നാൽ ഈ പ്രതിഷേധ പ്രകടനത്തിന് നേരെയും മാരകായുധങ്ങളേന്തിയ ഗുണ്ടകളുടെ ആക്രമണമുണ്ടായി. പൗലോസ്, പെരിയത്തൊടി ഹമീദ്, ഇല്ലിക്കൽ ഹസ്സൻ തുടങ്ങിയവർക്ക് കത്തിക്കുത്തേറ്റു. എല്ലാവരെയും ഉടൻ തന്നെ ആശുപത്രിയിലേക്ക് മാറ്റിയെങ്കിലും ഗുരുതരമായി പരിക്കേറ്റിരുന്ന പൗലോസ് രക്തസാക്ഷിയായി മരിക്കുമ്പോൾ മുപ്പത്തിരണ്ട് വയസ്സ് പ്രായം മാത്രമേ ആ യുവപ്രവർത്തകന് ഉണ്ടായിരുന്നുള്ളൂ.

കേരളത്തിന്റെ ചരിത്രത്തിൽ ഒരു കോളേജ് ക്യാമ്പസിന്നകത്ത് നടന്ന ആദ്യത്തെ രക്തസാക്ഷിത്വമായിരുന്നു 1974 സെപ്തംബർ 29 ന് സംഭവിച്ച കട്ടപ്പാറയിലെ വിദ്യാർഥി സഖാവ് സെയ്താലിയുടെ കൊലപാതകം. പട്ടാമ്പി ഗവൺമെന്റ് സംസ്കൃത കോളേജിൽവെച്ചായിരുന്നു ആ നിഷ്ഠുര സംഭവം.

വള്ളുവനാട്ടിലെ പുലാമന്തോളിന്നടുത്ത കട്ടുപ്പാറ എന്ന നാട്ടിൻപുറത്ത് നിന്നും ദിവസവും പട്ടാമ്പിയിൽ വന്നുപോയിരുന്ന വിദ്യാർഥി സംഘത്തിൽ ഒരാളായിരുന്നു സെയ്താലി. ചെറുകാടിന്റെ മക്കളായ സി പി ചിത്രയും സി പി ചിത്രഭാനുവും അന്ന് സെയ്താലിയുടെ സഹയാത്രികരായിരുന്നു. ചിത്രഭാനുവും സെയ്താലിയും സഹപാഠികളും ആയിരുന്നു.

1970 ലായിരുന്നു എസ് എഫ് ഐ യുടെ രൂപീകരണം. പട്ടാമ്പി ഗവൺമെന്റ് സംസ്കൃതകോളേജിൽ സെയ്താലിയുടെ രക്തസാക്ഷിത്വം നടന്ന 1974 വരെയും കെ എസ് യുവിന്റെ ആധിപത്യമായിരുന്നു നിലനിന്നിരുന്നത്. എസ് എഫ് ഐ യുടെ ദൈനംദിന പ്രവർത്തനങ്ങളെപ്പോലും തടസ്സപ്പെടുത്തിക്കൊണ്ടായിരുന്നു അവർ ആ ആധിപത്യം നിലനിർത്തിയിരുന്നത്. ഇക്കാര്യത്തിൽ കെ എസ് യു വിനോട് സഹകരിക്കുന്ന സമീപനമായിരുന്നു എ ബി വി പി സ്വീകരിച്ചിരുന്നത്. ഇതിന്റെ ഫലമായി ഉയർന്നു വന്നിരുന്ന അസ്വാരസ്യങ്ങളാണ് സെയ്താലിയുടെ മരണത്തിലെത്തിച്ചത്.

സെയ്താലിയും ജ്യേഷ്ഠൻ അബ്ദുറഹ്മാനും കോളേജിൽ എസ് എഫ് ഐ യുടെ സജീവ പ്രവർത്തകരായിരുന്നു. മരിക്കുമ്പോൾ സെയ്താലി യൂണിറ്റ് എക്സിക്യൂട്ടീവ് കമ്മറ്റി മെമ്പറായിരുന്നു. തൊട്ടു മുമ്പുള്ള വർഷം എസ് എഫ് ഐ യൂണിറ്റ് സെക്രട്ടറി ജ്യേഷ്ഠൻ അബ്ദുറഹ്മാൻ ആയിരുന്നു.

സംഭവത്തിന്റെ തലേനാൾ എസ് എഫ് ഐ നടത്തിയ മെമ്പർഷിപ്പ് കാമ്പയിൻ എ ബി വി പിക്കാർ തടസ്സപ്പെടുത്തിയിരുന്നു. അതിനും രണ്ട് ദിവസം മുമ്പ് അവർ സെയ്താലിയെ പ്രത്യേകം സംസാരിക്കാനുണ്ടെന്ന് പറഞ്ഞ് മാറ്റി നിർത്തി തല്ലിയിരുന്നു. ഈ ആക്രമണങ്ങളിൽ പ്രതിഷേ

ധിച്ച് ക്യാമ്പസിനകത്ത് സെപ്തംബർ 20 ന് പ്രകടനം നടത്താൻ എസ് എഫ് ഐ തീരുമാനിച്ചു. പ്രകടനം കോളേജിന്റെ പ്രധാന കെട്ടിടത്തിനുള്ളിൽ കടന്നപ്പോൾ രണ്ടുഗേറ്റുകളും അടച്ചു എ ബി വി പി ക്കാർ പുറമെ നിന്നുള്ള ക്രിമിനലുകളെയും കൂട്ടി മാരകായുധങ്ങളുമേന്തി ആക്രമണം അഴിച്ചുവിട്ടു. കെ എസ് യു പ്രവർത്തകരും അവർക്കൊപ്പം കൂടിയിരുന്നു. ആക്രമണത്തിൽ പരിക്കേറ്റുവീണ സെയ്താലിയെ അപ്പോൾ തന്നെ ആശുപത്രിയിൽ എത്തിച്ചുവെങ്കിലും മരിച്ചിരുന്നു. സി പി ചിത്രയുടെയും ചിത്രഭാനുവിന്റെയും മനസിൽ ആ കറുത്ത ദിനത്തിന്റെ നടുക്കുന്ന ഓർമകൾ തെളിഞ്ഞു നിൽപ്പുണ്ട്.

1973 ൽ തലശ്ശേരി ബ്രണ്ണൻ കോളേജിൽ വെച്ച് കെ എസ് യു ആക്രമണത്തിൽ കാമ്പസിൽ വെച്ച് കുത്തേറ്റ അഷ്റഫ് എന്ന എസ് എഫ് ഐ പ്രവർത്തകൻ രണ്ട് മാസത്തെ ചികിത്സക്കുശേഷം മരണത്തിനു കീഴടങ്ങിയിരുന്നു. കാമ്പസിനുള്ളിൽവെച്ചു തന്നെ ഒരു വിദ്യാർഥി മരിച്ചുവീണ ആദ്യത്തെ സംഭവമായിരുന്നു സെയ്താലിയുടേത്.

സംഭവം നടന്ന് ഒരു വർഷത്തോളം കോളേജിന് മുന്നിൽ കനത്ത പൊലീസ് കാവലുണ്ടായിരുന്നു. വിദ്യാർഥി സംഘടനാ പ്രവർത്തനം തന്നെ പൂർണമായി തടയപ്പെട്ട അവസ്ഥയിലായിരുന്നു. അതിന്റെ തുടർച്ചയായി വന്ന അടിയന്തരാവസ്ഥയും എല്ലാ പ്രവർത്തനങ്ങളെയും തടഞ്ഞു. സെയ്താലിയുടെ വീരമരണം വിദ്യാർഥി മനസുകളിൽ ചലനമുണ്ടാക്കി. അടിയന്തരാവസ്ഥയുടെ അടിച്ചമർത്തലും കഴിഞ്ഞ് സാധാരണ പ്രവർത്തനങ്ങൾ പുനഃസ്ഥാപിക്കപ്പെട്ടപ്പോൾ പട്ടാമ്പി കോളേജിൽ കെ എസ് യു ആധിപത്യം തകർന്നു. എസ് എഫ് ഐ യുടെ ശക്തി കേന്ദ്രമായി അവിടം മാറി. കൗമാരപ്രായം കടക്കുന്നതിനുമുമ്പ് മരണം വരിക്കേണ്ടിവന്ന ആ യുവ പോരാളി മരിക്കുമ്പോൾ ഒന്നാം വർഷ പ്രിഡിഗ്രിക്ക് ഫോർത്ത് ഗ്രൂപ്പ് എടുത്തു പഠിക്കുകയായിരുന്നു. (അവലംബം *ദേശാഭിമാനി* – 1997 ഡിസംബർ – 10)

ഇന്ത്യൻ ജനാധിപത്യം തടവിലാക്കപ്പെട്ടിരുന്ന അടിയന്തരാവസ്ഥയുടെ ഇരുണ്ട നാളുകളിൽ രാജ്യത്തെ വിവിധ കലാലയങ്ങളിലായി ഒട്ടേറെ ക്ഷുഭിത യൗവനങ്ങൾ തല്ലിക്കെടുത്തപ്പെട്ടിരുന്നു. അവയിൽ കേരളത്തിൽ നടന്ന ഏറ്റവും പ്രമാദമായ സംഭവമായിരുന്നു എഞ്ചിനീയറിങ് വിദ്യാർഥിയായിരുന്ന രാജന്റെ തിരോധാനം. ജീവിതത്തിന്റെ ദൈനംസൗകുമാര്യതകളെയെല്ലാം ഭീതിയിൽ മുക്കിക്കൊന്നിരുന്ന ആ കാക്കി വാഴ്ച്ചക്കാലത്ത് മലപ്പുറം ജില്ലക്കു നഷ്ടപ്പെട്ട കൗമാര ചൈതന്യമായിരുന്നു മുഹമ്മദ് മുസ്തഫ.

പെരിന്തൽമണ്ണ വലിയങ്ങാടി സ്വദേശിയും എസ് എഫ് ഐ പ്രവർത്തകനുമായിരുന്ന മുഹമ്മദ് മുസ്തഫ മണ്ണാർക്കാട് എം ഇ എസ് കോളേജിലെ പ്രീഡിഗ്രി വിദ്യാർഥിയായിരുന്നു. അടിയന്തരാവസ്ഥയുടെ തണലിൽ പൊലീസുകാർ മാത്രമല്ല എല്ലാ അധികാര കേന്ദ്രങ്ങളും അമിതാധികാരങ്ങൾ പ്രയോഗിച്ചിരുന്നു. ഇതിന്റെ ഭാഗമായിരുന്നു മണ്ണാർക്കാട്ടെ

കോളേജ് അധികൃതർ നിസ്സാരമായ കാരണങ്ങൾ കണ്ടെത്തി ഏതാനും വിദ്യാർഥികളെ സസ്പെന്റ് ചെയ്തിരുന്നത്. വിദ്യാർഥി സംഘടനാ പ്രവർത്തനം തടയപ്പെട്ടിരുന്നതിനാൽ എസ് എഫ് ഐ യുടെ പേരിൽ ഒരു പ്രതിഷേധം സാധ്യമായിരുന്നില്ല. കോളേജ് ക്യാമ്പസ് തന്നെ ഒരു പൊലീസ് ക്യാമ്പാണോ എന്നു തോന്നുന്ന തരത്തിലായിരുന്നു പോലീസിന്റെ നിരന്തരമുള്ള സാന്നിധ്യം. കാര്യമായ ഒരു കാരണവുമില്ലെങ്കിലും കോളേജുകളിൽ പൊലീസ് കയറിയിരുന്നു.

പ്രതികരിക്കാനുള്ള വഴികളെല്ലാം അടയ്ക്കപ്പെട്ടിരുന്ന ആ നാളുകളിൽ മണ്ണാർക്കാട്ടെ വിദ്യാർഥികൾ കണ്ടെത്തിയ ഒരു മാർഗമായിരുന്നു കോളേജ് കേന്ദ്രീകരിച്ച് രൂപം കൊടുത്തിരുന്ന ക്യാമ്പസ് ആർട്ടിസ്റ്റ്സ് ആന്റ് റൈറ്റേഴ്സ് ഫോറം (CAWF). വിദ്യാർഥികളുടെ അന്യായമായ സസ്പെൻഷനിൽ പ്രതിഷേധിച്ച് CAWFന്റെ നേതൃത്വത്തിൽ ഒരു പ്രകടനം മണ്ണാർക്കാട് കോളേജിൽ നടന്നു. എല്ലാ പ്രതികരണങ്ങളുടെയും വായമൂടിക്കെട്ടിയിരുന്ന അധികാരികളെ അത് ഞെട്ടിച്ചു. കോളേജധികൃതർ ഉടൻ പൊലീസിനെ വരുത്തി. സന്നാഹങ്ങളുമായി കുതിച്ചെത്തിയ പൊലീസ് പ്രകടനക്കാർക്കെതിരെ തിരിഞ്ഞു. എസ് എഫ് ഐയുടെ അന്നത്തെ ജില്ലാ സെക്രട്ടറിയും സി പി ഐ (എം) ന്റെ ഇപ്പോഴത്തെ പാലക്കാട് ജില്ലാ സെക്രട്ടറിയേറ്റ് മെമ്പറുമായ പി കെ ശശി, സൗദി അറേബ്യയിലെ ജിദ്ദയിൽ പ്രവർത്തിക്കുന്ന പ്രവാസി മലയാളികളുടെ പുരോഗമന സാംസ്കാരിക സംഘടനയായ നവോദയയുടെ നേതൃത്വത്തിലുള്ള വ്യക്തിയും അന്നത്തെ എസ് എഫ് ഐ യൂണിറ്റ് സെക്രട്ടറിയുമായിരുന്ന റഊഫ് തുടങ്ങിവരൊക്കെ ആ പ്രകടനത്തിൽ പങ്കെടുത്തിരുന്നു. ഭൂരിപക്ഷം പ്രകടനക്കാരും പൊലീസിന് പിടികൊടുക്കാതെ രക്ഷപ്പെട്ടുവെങ്കിലും മുഹമ്മദ് മുസ്തഫയടക്കം ഏഴ് വിദ്യാർഥികളെ അവർ പിടികൂടി, മർദിക്കുകയും അറസ്റ്റ് ചെയ്തു പെരിന്തൽ മണ്ണ സബ് ജയിലിൽ അടയ്ക്കുകയും ചെയ്തു.

കരുതൽ തടങ്കൽ നിയമപ്രകാരം പൊലീസിന് തന്നെ ആരെയും അറസ്റ്റ് ചെയ്യാനും ജയിലിലാക്കാനുമൊക്കെ അധികാരമുണ്ടായിരുന്ന ആ നാളുകളിൽ ആ ഏഴ് വിദ്യാർഥികളും പെരിന്തൽമണ്ണ ജയിലിലെ തടവുകാരായി. ജയിലിലെ മോശപ്പെട്ട ഭക്ഷണവും ജീവിത സാഹചര്യങ്ങളും കാരണം മിക്കവരുടെയും ആരോഗ്യനില വഷളായി. ഏതാനും മാസത്തെ ജയിൽ വാസത്തോടെ മുസ്തഫയുടെ ആരോഗ്യനില മോശമായി. കടുത്ത പനിയും വിറയലും ബാധിച്ച ആ വിദ്യാർഥി തടവുകാരന് ആവശ്യമായ ചികിത്സ കൊടുക്കുന്നതിന് പോലും ജയിൽ അധികൃതർ താൽപ്പര്യം കാണിച്ചില്ല. സഹതടവുകാരായിരുന്നവർ നിർബന്ധപൂർവം പറഞ്ഞുനോക്കിയിട്ടും അധികൃതർ കനിഞ്ഞില്ല.

അടിയന്തരാവസ്ഥത്തടവുകാരായ പൊതുപ്രവർത്തകർക്കു മുമ്പിൽ അന്നൊരു വാതിൽ അധികാരികൾ തുറന്നിട്ടിരുന്നു. നിരുപാധികം ആരോപിക്കപ്പെട്ട തെറ്റൊക്കെ ഏറ്റുപറഞ്ഞ് മാപ്പ് എഴുതിക്കൊടുക്കുക. അത്ത

രമൊരു വാഗ്ദാനം മുഹമ്മദ് മുസ്തഫയുടെ മുമ്പിലും ജയിലധികൃതർ വെച്ചു കൊടുത്തിരുന്നു. ആരോഗ്യപ്രശ്നങ്ങൾ അലട്ടിയിട്ടും ആ പോരാളിക്ക് അത്തരം ഒരു ഓഫർ സ്വീകരിച്ച് ജയിൽ മോചിതനാകാൻ മനസ്സ് തോന്നിയില്ല.

അടിയന്തരാവസ്ഥയിലെ രാഷ്ട്രീയത്തടവുകാരിൽ പലരും ഈ മാർഗം ഉപയോഗിച്ച് ജയിൽ മോചിതരായിരുന്നു. അടിയന്തരാവസ്ഥ പ്രഖ്യാപിക്കപ്പെടുമ്പോൾ പ്രതിപക്ഷത്തായിരുന്ന കേരള കോൺഗ്രസ് നേതാവായിരുന്ന ആർ ബാലകൃഷ്ണപിള്ളയും ജയിലിൽ എത്തിയിരുന്നു. മുകളിൽ സൂചിപ്പിച്ച തരത്തിൽ മാപ്പെഴുതിക്കൊടുക്കുകയും ജയിൽ മോചിതനാവുകയും ചെയ്ത പിള്ള പുറത്തുവന്ന് രാഷ്ട്രീയ നിലപാട് മാറ്റി ഭരണമുന്നണിയുടെ ഭാഗമാവുകയും മന്ത്രിസ്ഥാനം സ്വീകരിക്കുകയുമാണ് ചെയ്തത്. എത്രമാത്രം പരിഹാസ്യമായിരുന്നു ജനാധിപത്യത്തിന്റെ അന്നത്തെ അവസ്ഥ എന്നതിന്റെ ഉത്തമ ഉദാഹരണമായിരുന്നു അത്.

മുഹമ്മദ് മുസ്തഫയുടെ ആരോഗ്യനില അങ്ങേയറ്റം മോശമായപ്പോൾ ജയിലധികൃതർ ഡോക്ടറെ വരുത്തി. എത്രയും വേഗം വിട്ടയക്കുകയും വിദഗ്ദ്ധ ചികിത്സ നൽകുകയും ചെയ്തില്ലെങ്കിൽ അപകടമാണെന്ന ഡോക്ടറുടെ നിർദേശപ്രകാരമായിരുന്നു അധികാരികൾ മുസ്തഫയെ വിട്ടയക്കാൻ തയാറായത്. വീട്ടിൽ എത്തിയ ഉടൻതന്നെ ആശുപത്രിയിലെത്തിച്ചു ചികിത്സ തുടങ്ങിയെങ്കിലും വൈകിപ്പോയിരുന്നു. ആ യുവ പോരാളി മരണത്തിനു കീഴടങ്ങി. രാജ്യം മുപ്പത്തൊമ്പതാം സ്വാതന്ത്ര്യ ദിനം ആഘോഷിച്ചതിന്റെ തൊട്ടടുത്ത ദിവസമായിരുന്ന 1976 ആഗസ്റ്റ് 16–ന് സ്വാതന്ത്ര്യത്തിനും ജനാധിപത്യത്തിനും വേണ്ടിയുള്ള പോരാട്ടത്തിന് സ്വന്തംജീവൻ ബലിനൽകി മുഹമ്മദ് മുസ്തഫ ചരിത്രത്തിലേക്കു മറഞ്ഞു.

1979 ഒക്ടോബർ 28ന് താനൂരിൽ രക്തസാക്ഷിത്വം പൂകിയ സഖാവ് ദാമു കോഴിക്കോട് ജില്ലയിലെ നാദാപുരം സ്വദേശിയായിരുന്നു. അദ്ദേഹം താനൂരിലെത്തിയത് സഹോദരി നാരായണിയെ താനൂർ പൊന്നക്കംമ്പാട്ടെ ഗോവിന്ദൻ വിവാഹം ചെയ്തു കൊണ്ടുവന്ന ബന്ധം വഴിയായിരുന്നു.

ബീഡിത്തൊഴിലാളിയായിരുന്ന ദാമു പിന്നീട് നിർമാണത്തൊഴിലാളിയായി. നാദാപുരത്ത് വെച്ചേ പാർട്ടി പ്രവർത്തകനായിരുന്നു. താനൂരിലേക്കു മാറിയപ്പോൾ അവിടുത്തെ പാർട്ടിപ്രവർത്തകരുമായി ബന്ധപ്പെടുകയും താമസിയാതെതന്നെ താനൂരിലെ ഒരു സജീവപ്രവർത്തകനാവുകയും ചെയ്തു. ദാമുവിന്റെ അടുത്ത കൂട്ടുകാരനായിരുന്നു പാർട്ടി പ്രവർത്തകനും തയ്യൽത്തൊഴിലാളിയുമായ കല്യാശ്ശേരി ഗോവിന്ദൻ.

സംഭവദിവസം വൈകുന്നേരം താനൂരിലെ മാഷെ ബിൽഡിംഗ് എന്നറിയപ്പെടുന്ന കെട്ടിടത്തിനടുത്ത് വെച്ച് രാഷ്ട്രീയ വൈരാഗ്യത്തിന്റെ പേരിൽ ഒരു സംഘം ആർ എസ് എസ് അനുഭാവികളായ അക്രമികൾ കല്യാശ്ശേരി ഗോവിന്ദനെ ആക്രമിച്ചു. സംഭവം കണ്ട ദാമു തന്റെ സഖാ

വിനെ രക്ഷിക്കാനായി ചാടി വീഴുകയും അക്രമികളോട് ധീരമായി ചെറുത്ത് നിൽക്കുകയും ചെയ്തു. ഇതിനിടയിലാണ് ദാമുവിനെ അവർ കുത്തി വീഴ്ത്തിയത്.

സഹപ്രവർത്തകനായ മറ്റൊരു സഖാവിന്റെ ജീവൻ രക്ഷിക്കാനായി സ്വന്തംജീവൻ ബലിനൽകി രക്തസാക്ഷിയായ ദാമുവിന്റെ മൃതദേഹം മറവുചെയ്തത് ജന്മനാടായ നാദാപുരത്തായിരുന്നു. അന്നത്തെ പാർട്ടി ജില്ലാ സെക്രട്ടറിയായിരുന്ന ഇമ്പിച്ചിബാവയുടെ നേതൃത്വത്തിൽ പാർട്ടി നേതാക്കളുടെയും പ്രവർത്തകരുടെയും അകമ്പടിയോടെ ഒരു അനൗൺസ്മെന്റ് വാഹനവുമായാണ് മൃതദേഹം താനൂരിൽനിന്നും നാദാപുരത്തേക്ക് കൊണ്ടുപോയത്. നാദാപുരത്തുവച്ച് അന്നത്തെ കോഴിക്കോട് പാർട്ടി ജില്ലാ സെക്രട്ടറിയായിരുന്ന എം കെ കേളുവേട്ടനാണ് മലപ്പുറം ജില്ലയിൽവന്നു രക്തസാക്ഷിത്വം വരിച്ച ആ കോഴിക്കോടിന്റെ പുത്രനെ ഇമ്പിച്ചിബാവയിൽനിന്നും ഏറ്റുവാങ്ങിയത്.

വൈദ്യുതി ബോർഡിലെ തൊഴിലാളി സമരത്തോടനുബന്ധിച്ച് രക്തസാക്ഷിയായ ഉണ്ണീൻകുട്ടി മലപ്പുറത്തിനടുത്ത കാച്ചിനിക്കാട് സ്വദേശിയും സി ഐ ടി യു പ്രവർത്തകനുമായിരുന്നു. വൈദ്യുതി പ്രൊജക്റ്റുകളിൽ അപകടകരമായ ജോലികൾക്ക് നിയോഗിക്കപ്പെട്ടിരുന്ന കരാർ തൊഴിലാളികളെ കോൺട്രാക്റ്റർമാർ പലവിധ ചൂഷണങ്ങൾക്കും വിധേയമാക്കിയിരുന്നു. ചെയ്ത ജോലിക്കു കൂലിപോലും നൽകാതെ സ്ഥലം വിട്ടിരുന്നവരും അവരിൽ ഉണ്ടായിരുന്നു. ഇതിനെതിരെ 92 ദിവസം നീണ്ടുനിന്ന ഒരു പണിമുടക്കു സമരം സി ഐ ടി യു നടത്തി. മുസ്ലീംലീഗ് രാഷ്ട്രീയത്തിന്റെ പശ്ചാത്തലമുള്ള ഒരു കുടുംബത്തിൽ നിന്നുള്ള ഉണ്ണീൻകുട്ടിയെ ചെങ്കൊടിയുടെ പക്ഷക്കാരനാക്കിയത് ആ സമരമായിരുന്നു. സമരത്തിന്റെ ഫലമായി കോൺട്രാക്റ്റർമാർ ഉപേക്ഷിച്ചുപോയ നിർമാണ പ്രവർത്തനങ്ങൾ ബോർഡ് നേരിട്ട് നടത്താനും പ്രൊജക്റ്റുകൾ പൂർത്തിയാക്കുന്ന മുറയ്ക്ക് അവിടത്തെ പരിചയസമ്പന്നരായ തൊഴിലാളികളെ ഇലക്ട്രിസിറ്റി ബോർഡിൽ വർക്കർമാരായി നിയമിക്കാനും കരാറായി. അതുപ്രകാരം 1973–ൽ മഞ്ചേരി ഇലക്ട്രിക്കൽ ഡിവിഷനിൽ ജോലിയിൽ കയറിയ ഉണ്ണീൻകുട്ടി അടിയന്തരാവസ്ഥക്കാലത്തെ പ്രവർത്തനങ്ങളിലും 1977–ലും 1978–ലും നടന്ന പണിമുടക്ക് സമരങ്ങളിലും മുൻനിരയിൽ ഉണ്ടായിരുന്നു.

വൈദ്യുതിവകുപ്പിൽ ഒരു സ്വേച്ഛാധിപതിയെപ്പോലെ ഭരണം നടത്തിയിരുന്ന മന്ത്രി ബാലകൃഷ്ണപിള്ളയും അന്നത്തെ സർക്കാരും തൊഴിലാളികളുമായി നിരന്തരം ഒരു ഏറ്റുമുട്ടലിന്റെ സമീപനമായിരുന്നു സ്വീകരിച്ചിരുന്നത്. 1982 ആഗസ്റ്റ് 5–ൽ നടത്തിയ ഒരു ദിവസത്തെ പണിമുടക്കിന്റെ പേരിൽപ്പോലും ബോർഡിൽ പിരിച്ചുവിടലും സസ്പെൻഷനും നടന്നു. ഈ സാഹചര്യത്തിലാണ് ബോർഡിലെ തൊഴിലാളി സംഘടനകൾ 16–09–1982 മുതൽ അനിശ്ചിതകാലപണിമുടക്ക് പ്രഖ്യാപിച്ചത്. ഉടൻ മന്ത്രി സംഘടനാ പ്രതിനിധികളെ വിളിച്ചുവരുത്തി ഒരു കരാറുണ്ടാക്കി,

സമരം ഒഴിവാക്കി. എന്നാൽ കരാർ പാലിക്കാൻ ഒരു ശ്രമവും നടത്തിയില്ല. മാത്രമല്ല, സംഘടനാ നേതാക്കൾക്കെതിരെ കള്ളക്കേസ്സസുകൾ ചമയ്ക്കുക, നിസ്സാരകാരണങ്ങൾ കണ്ടെത്തി സസ്പെൻഷനുകളും പിരിച്ചുവിടലും നടത്തുക തുടങ്ങിയ അടിച്ചമർത്തൽ നടപടികൾ തുടരുകയും ചെയ്തു. ഒരു ദിവസത്തെ പണിമുടക്കിൽ പങ്കെടുത്താൽ എട്ടുദിവസത്തെ വേതനം വെട്ടിക്കുറയ്ക്കും. എന്ന വിചിത്ര ഉത്തരവൊക്കെ ഇറങ്ങിയതും ഇക്കാലത്തായിരുന്നു.

ഗത്യന്തരമില്ലാതെ തൊഴിലാളി സംഘടനകൾ 1983 മെയ് 3 മുതൽ അനിശ്ചിതകാല പണിമുടക്ക് പ്രഖ്യാപിച്ചു. ഒരു തൊഴിലാളി സമരത്തെയും കേരളത്തിലെന്നല്ല ഒരുപക്ഷേ, ഇന്ത്യയിലെതന്നെ ഒരു സംസ്ഥാന സർക്കാരും നേരിട്ടിരിക്കാനിടയില്ലാത്ത അത്രയും കിരാതമായ രീതിയിലാണ് അന്നത്തെ സർക്കാരും ഭരണക്കാരും ആ സമരത്തെ നേരിട്ടത്. സംഘടനാ നേതാക്കളെയും പ്രവർത്തകരെയും വ്യാപകമായി അറസ്റ്റ് ചെയ്തു തടവിലാക്കി. സി പി ഐ (എം) ന്റെയും മറ്റു സർവീസ് സംഘടനകളുടെയും പിന്തുണയോടെ തൊഴിലാളികൾ സമരമുഖത്ത് ഉറച്ചുനിന്നു. പണിമുടക്കിയ തൊഴിലാളികളെത്തേടി പൊലീസ് വീടുകൾ തോറും രാത്രിയിലും പകലും റെയ്ഡുകൾ നടത്തി. വീട്ടുകാരെ ഭീഷണിപ്പെടുത്തി. ഈ പശ്ചാത്തലത്തിലാണ് 1983 മെയ് 12–ന് ഉണ്ണീൻകുട്ടിയുടെ കരുവാളിച്ച മൃതശരീരം 11 കെ വി ലൈനിന്റെ ചുവട്ടിൽ കാണപ്പെട്ടത്. അതൊരു ആസൂത്രിതമായ കൊലപാതകമായിരുന്നു. അവകാശ സമരത്തിൽ പങ്കെടുത്തതിന് സി ഐ ടി യു വിന്റെ ആ ഉശിരനായ ഭടൻ രക്തസാക്ഷിയായി. കേരളമാകെ ഉയർന്ന അതിശക്തമായ പ്രതിഷേധത്തിൽ സർക്കാരിന് താഴോട്ടുപോരേണ്ടി വന്നു. തൊട്ടടുത്ത ദിവസം 1983 മെയ് 13 ന് തന്നെ സർക്കാർ സമരനേതാക്കളുമായി ചർച്ച നടത്തി ഒത്തുതീർപ്പുണ്ടാക്കാൻ നിർബന്ധിതരായി.

കമ്യൂണിസ്റ്റുപാർട്ടിയുടെ പ്രവർത്തകരിൽ മറ്റുള്ളവരെ ആശയപരമായി സ്വാധീനിക്കുവാൻ കഴിവുള്ളവരെ ഇല്ലാതാക്കിയാൽ പ്രസ്ഥാനത്തെ ക്ഷീണിപ്പിക്കാൻ കഴിയും എന്ന ഫാസിസ്റ്റ് ചിന്തയാണ് വളാഞ്ചേരി ഏരിയയിലെ കാവുമ്പുറത്തെ കോട്ടീരി നാരായണന്റെ രക്തസാക്ഷിത്വത്തിന് കാരണമായി തീർന്നത്.

നല്ല വായനയും ആശയ വ്യക്തതയും ഉണ്ടായിരുന്ന നാരായണൻ വളരെ സൗമ്യനായ ഒരു പ്രകൃതക്കാരനായിരുന്നു. രാഷ്ട്രീയ എതിരാളികളിൽ ആർക്കെങ്കിലും നാരായണനോട് വ്യക്തിപരമായ വിരോധം തോന്നത്തക്ക ഒരു സംഭവവും കാവുമ്പുറത്തോ പരിസരപ്രദേശങ്ങളിലോ നടന്നിട്ടുമുണ്ടായിരുന്നില്ല.

സംഭവംനടന്ന 1988 മെയ് 6ന് വൈകുന്നേരം ഒരു നാല് മണിയോടടുത്ത സമയം കാവുംപുറം അങ്ങാടിയിൽ ഒരു കടയിൽനിന്നും സാധനങ്ങൾ വാങ്ങിച്ചുകൊണ്ടിരിക്കുകയായിരുന്നു നാരായണൻ. പെട്ടെന്നു എവിടെനിന്നോ പ്രത്യക്ഷപ്പെട്ട ആർ എസ് എസ് അനുഭാവികളായ അക്ര

മിസംഘം അദ്ദേഹത്തെ പിന്നിൽനിന്നും ആക്രമിച്ചു. പിറകിലൂടെ പിടി ച്ചുവലിച്ചു കടയിൽനിന്നും പുറത്തേക്കു കൊണ്ടുവന്നു കൊലക്കത്തി ക്കിരയാക്കുകയായിരുന്നു.

ഡി വൈ എഫ് ഐ യൂണിറ്റ് സെക്രട്ടറിയും സി പി ഐ (എം) ബ്രാഞ്ച് കമ്മിറ്റി അംഗവുമായിരുന്ന കോട്ടീരി നാരായണന് മരിക്കുമ്പോൾ മുപ്പത്തൊമ്പത് വയസ്സ് മാത്രമായിരുന്നു പ്രായം. ആർ എസ് സിന്റെ പ്രവർത്തകരായിരുന്ന പ്രതികൾക്കു കോടതി ജീവപര്യന്തം തടവു ശിക്ഷ യാണ് വിധിച്ചത്. നാരായണന്റെ കുടുംബം തുടർന്നും പാർട്ടി പ്രവർത്ത നങ്ങളിൽ സജീവമായിരുന്നു. ഭാര്യ നന്ദിനി രണ്ട് തവണ പഞ്ചായത്ത് മെമ്പറായി തിരഞ്ഞെടുക്കപ്പെട്ടിട്ടുണ്ട്.

നിലമ്പൂരിലെ പൗലോസിനെപ്പോലെ മുസ്ലീംലീഗിന്റെ ഭാഗത്തു നിന്നുണ്ടായ ആക്രമണത്തിന്റെ ഫലമായിരുന്നു പെരിന്തൽമണ്ണ കുന്ന പ്പള്ളിയിലെ സുബ്രഹ്മണ്യൻ 2006 ഏപ്രിൽ 11 ന് രക്തസാക്ഷിയായത്. കേരളം അന്ന് നിയമസഭാ തിരഞ്ഞെടുപ്പിന്റെ ചൂടിലായിരുന്നു. സംഭവം നടന്നതിന്റെ തലേദിവസം തിരഞ്ഞെടുപ്പിന്റെ പ്രചാരണ പ്രവർത്തനങ്ങ ളുടെ ഭാഗമായി ചുമരെഴുത്തിന് ഇറങ്ങിയിരുന്ന പാർട്ടി പ്രവർത്തകർ റോഡിലും ചിഹ്നം വരയ്ക്കൽ അഭ്യർഥനകൾ എഴുതൽ എന്നിവ ചെയ്തി രുന്നു. റോഡിൽ ചിഹ്നം വരയ്ക്കുന്ന പ്രവർത്തനങ്ങളിൽ ഏർപ്പെട്ടിരുന്ന ലീഗ് പ്രവർത്തകരും സി പി ഐ എം പ്രവർത്തകരും തമ്മിൽ എഴു തുന്ന സ്ഥലം സംബന്ധിച്ച് വാക്കുതർക്കം ഉണ്ടായി. ഇതൊരു വഴക്കായി തീരുകയും അടിപിടിയിൽ കലാശിക്കുകയും ചെയ്തു. ഒടുവിൽ പൊലീസ് സ്ഥലത്തെത്തിയാണ് ഇരു വിഭാഗത്തെയും പിരിച്ചയച്ചത്.

സംഭവദിവസം കുന്നപ്പള്ളിയിലെ മദ്രസയിൽ നബിദിനാചരണവു മായി ബന്ധപ്പെട്ട ഒരു ആഘോഷം നടക്കുന്നുണ്ടായിരുന്നു. മതപരമായ ഒരു ആഘോഷമായിരുന്നുവെങ്കിലും മതസൗഹാർദത്തിന്റെ ഭാഗമായി എല്ലാ വിഭാഗം ആളുകളും ആഘോഷത്തിൽ പങ്കെടുത്തിരുന്നു. കമ്യൂ ണിസ്റ്റുപാർട്ടി അനുഭാവിയായ സുബ്രഹ്മണ്യനും അതിൽ പങ്കെടുക്കു കയും ഭക്ഷണം വിതരണം ചെയ്യാനുമെല്ലാം സഹകരിക്കുകയും ചെയ്തി രുന്നു.

മദ്രസയിൽനിന്നും പുറത്തിറങ്ങി മറ്റു പാർട്ടി പ്രവർത്തകരുമൊത്ത് തിരഞ്ഞെടുപ്പ് പ്രവർത്തനങ്ങളുമായി ബന്ധപ്പെട്ട ആവശ്യങ്ങൾക്കായി പോവുകയായിരുന്നു സുബ്രഹ്മണ്യൻ. രാത്രി ഏഴ് മണിയോടടുത്ത് മദ്ര സയിൽനിന്നും അധികം ദൂരത്തല്ലാത്ത ഒരു സ്ഥലത്ത് അവരെത്തി. അവിടെ കൂടിനിന്നിരുന്ന ഒരു സംഘം മുസ്ലീംലീഗ് പ്രവർത്തകർ തലേ ദിവസം ഉണ്ടായ അടിപിടിയുടെ തുടർച്ചയെന്ന നിലയിൽ സുബ്രഹ്മണ്യ നോടും സഹപ്രവർത്തകരോടും വഴക്കുണ്ടാക്കി. ലീഗ് സംഘം മാരകാ യുധങ്ങൾ സഹിതം തയാറെടുപ്പോടെയായിരുന്നു നിന്നിരുന്നത്. സുബ്ര ഹ്മണ്യനും സഹപ്രവർത്തകരും നിരായുധരായിരുന്നു. ലീഗ് സംഘ ത്തിലെ ആക്രമികളിലൊരാൾ സംഘർഷത്തിനിടയ്ക്ക് സുബ്രഹ്മണ്യനെ

കുത്തി വീഴ്ത്തുകയായിരുന്നു. കർഷകത്തൊഴിലാളി പ്രസ്ഥാനത്തിന്റെയും ഡി വൈ എഫ് ഐ യുടെയും പ്രവർത്തകനായിരുന്ന സുബ്രഹ്മണ്യൻ പട്ടികജാതി വിഭാഗക്കാരനും കൂലിവേലയെടുത്ത് ജീവിക്കുന്നവനുമായിരുന്നു. മരിക്കുമ്പോൾ നാൽപ്പത് വയസായിരുന്നു പ്രായം.

ടാക്സിത്തൊഴിലാളിയായി ഉപജീവനം കഴിച്ചിരുന്ന പാർട്ടി പ്രവർത്തകനായിരുന്ന പ്രദീപ് പള്ളിയേരിക്ക് സ്വന്തംജീവൻ ബലി നൽകേണ്ടി വന്നത് പൊതുജന താൽപ്പര്യാർഥം ഒരു വഴി പ്രശ്നത്തിൽ ഇടപെടാൻ മുൻകയ്യെടുത്തിരുന്നതുകൊണ്ടാണ്. അനേകം വീട്ടുകാർക്ക് ഉപകാരപ്രദമാകുന്ന ഒരു റോഡിന്റെ വികസനം ഒരു വീട്ടുകാരുടെ തടസ്സം കാരണം മുടങ്ങിക്കിടക്കുകയായിരുന്നു. ഒട്ടേറെ വ്യക്തികളും വിവിധ രാഷ്ട്രീയ കക്ഷികളുടെ പ്രതിനിധികളുമൊക്കെ അവരുമായി സംസാരിച്ചു നോക്കിയിരുന്നുവെങ്കിലും ആ വീട്ടുകാർ വഴങ്ങിയിരുന്നില്ല.

വിവിധ മേഖലയിലുള്ളവരെ പ്രശ്നത്തിൽ ഇടപെടുത്തിക്കൊണ്ട് പരിഹാരമുണ്ടാക്കാൻ പ്രദീപ് മുൻകൈ എടുത്തിരുന്നു. ഒരു ടാക്സി തൊഴിലാളിയെന്ന നിലയിൽ പ്രദീപിന്റെ സ്വന്തം തൊഴിൽപ്രശ്നംകൂടിയായിരുന്നു പ്രസ്തുത റോഡിന്റെ വികസനം. പ്രദീപ് ഓടിച്ചിരുന്ന കാർ അദ്ദേഹം താമസിച്ചിരുന്ന വീട്ടിനടുത്തേക്ക് കൊണ്ടുപോകാൻ സാധിച്ചിരുന്നില്ല. റോഡിന് തടസം നിന്നിരുന്ന വളപ്പിനും കുറച്ച് ഇപ്പുറത്ത് ഒരു വീട്ടിൽ കാർ നിർത്തിയിട്ട് നടന്നുപോവുകയായിരുന്നു പ്രദീപ് ചെയ്തിരുന്നത്.

സംഭവം നടന്ന 2009 ഒക്ടോബർ 13-ന് രാത്രി സുഹൃത്തിന്റെ വീട്ടിൽ കാർ നിർത്തിയിട്ട് ഒറ്റയ്ക്ക് വീട്ടിലേക്ക് നടന്നുപോകാനൊരുങ്ങുമ്പോൾ പെട്ടെന്ന് ആയുധധാരികളായി എത്തിയ ഒരു സംഘം ആക്രമികൾ പ്രദീപിനെ വളഞ്ഞിട്ട് വെട്ടിക്കൊല്ലുകയായിരുന്നു. റോഡിനു തടസം നിന്നിരുന്നവർ തന്നെയായിരുന്നു കൊലയ്ക്കുപിന്നിൽ. ആർ എസ് എസിനോട് അനുഭാവമുള്ളവരായിരുന്നു റോഡിനു തടസം നിന്നിരുന്ന കുടുംബം.

പിറ്റേദിവസം ക്ഷുഭിതരായ ജനങ്ങൾ സംഘമായി രംഗത്തിറങ്ങി റോഡിന്റെ വികസനത്തിന് തടസം നിന്നിരുന്ന വീട്ടുകാരുടെ വളപ്പിലൂടെ ബലമായി റോഡ് വെട്ടി റോഡിന്റെ വികസനപ്രശ്നം പരിഹരിച്ചു - തിരൂരിൽ വടക്കൻ അന്നാരയിൽ നിന്നും പ്രദീപ് പള്ളിയേരി താമസിച്ചിരുന്ന ഭാഗത്തേക്ക് ഇന്നും പൊതുജനങ്ങൾ ഉപയോഗിച്ചുകൊണ്ടിരിക്കുന്ന ആ റോഡ് ഇന്ന് രക്തസാക്ഷി പ്രദീപ് പള്ളിയേരിയുടെ സ്മാരകമാണ്. അക്രമി സംഘത്തിന്റെ കൊലക്കത്തിയിൽ ജീവിതം അവസാനിക്കുമ്പോൾ മുപ്പത്തെട്ട് വയസ്സ് മാത്രമായിരുന്നു പ്രദീപിന്റെ പ്രായം.

കേരളത്തിൽ ജന്മിത്വം ശക്തമായി നിലനിന്നിരുന്ന കാലത്ത് കമ്യൂണിസ്റ്റ് പാർട്ടിയുടെ നേതൃത്വത്തിൽനടന്ന സമരങ്ങളുടെ വേലിയേറ്റത്തിൽ ജന്മിമാരുടെ ഹുങ്കിനെ ചോദ്യം ചെയ്യുന്നതിൽ ഒരു ധൈര്യവും ഉണർവും കൃഷിക്കാരിലും കർഷകത്തൊഴിലാളികളിലും ഉണ്ടായി. ഇത് അവർ സ്വയംതന്നെ അനീതികൾക്കെതിരെ രംഗത്തുവരുന്ന അവസ്ഥയുണ്ടാ

ക്കിയിരുന്നു. ഇത്തരം സന്ദർഭങ്ങൾ ചിലപ്പോഴൊക്കെ സംഘർഷങ്ങളിലേക്ക് നീങ്ങുകയും സംഘട്ടനങ്ങളിൽ കലാശിക്കുകയും ചെയ്തിരുന്നു. ഇങ്ങനെയുള്ള സംഭവങ്ങളിലും കൃഷിക്കാർക്കും തൊഴിലാളികൾക്കും ജീവൻവരെ നഷ്ടമാവുകയും ചെയ്ത സന്ദർഭങ്ങൾ ഉണ്ടായിരുന്നു. ഇത്തരത്തിൽപ്പെട്ട ഒന്നായിരുന്നു മാറാക്കരയിലെ ബാലൻ എന്ന കൃഷിക്കാരന്റെ രക്തസാക്ഷിത്വം.

1969 ജൂൺ 30ന് വയമ്പറ്റ വാര്യത്തെ കുടിയാൻമാരായിരുന്ന അലിയും രായീനും കൊല്ലപ്പെട്ട സംഭവം മറ്റൊരു ഉദാഹരണമാണ്. വിളയൂരിലെ പുത്തൻവീട്ടിൽ ചെള്ളിയെന്ന കീഴ്ജാതിക്കാരനായ കർഷകനെ ഒഴിപ്പിക്കുന്നതിനെതിരെ നടത്തിയ ചെറുത്തുനിൽപ്പിലാണ് പൂഴിക്കുന്നത്ത് സെയ്താലിക്കുട്ടി രക്തസാക്ഷിയായത് (1970 മെയ് 4). വെങ്ങാട്ട് തൊഴിൽ തർക്കത്തിൽ ഉണ്ണീൻ, അബ്ദു എന്നീ രണ്ടു സഖാക്കൾ കൊല്ലപ്പെട്ടതും 1970 ലായിരുന്നു. 1972-ൽ ഊർങ്ങാട്ടിരിക്കടുത്ത വെണ്ടേക്കും പൊയിലിൽ കൂലിക്കൂടുതൽ വേണമെന്നാവശ്യപ്പെട്ടതിന്റെ പേരിൽ രാമൻകുട്ടിയെന്ന കർഷകത്തൊഴിലാളിയെ ഭൂവുടമയുടെ ആൾക്കാർ കുത്തിക്കൊന്നു. ഇതിനോടനുബന്ധിച്ച് വി എസ് അച്യുതാനന്ദൻ, കെ സി നായർ തുടങ്ങിയവർ വെണ്ടേക്കും പൊയിലിൽ വന്നിരുന്നു.

ആദ്യകാല കമ്യൂണിസ്റ്റ് പാർട്ടി പ്രവർത്തകരുടെ ജീവിതത്തിൽ ജയിൽവാസമെന്നത് ഒഴിവാക്കാനാവാത്ത ഒന്നായിരുന്നല്ലോ. വിവിധ സമരങ്ങളിൽ പങ്കെടുക്കുന്നതിന്റെ ഭാഗമായി കേസുകളിൽ അകപ്പെട്ട് കിട്ടുന്ന തടവുശിക്ഷകൾക്കുപുറമെയായിരുന്നു 1948-ലെ നിരോധനം, 1964-ലെ ഇന്ത്യാ-ചൈനായുദ്ധം, 1975 ലെ അടിയന്തരാവസ്ഥ എന്നിവയിൽ നടന്ന കൂട്ട അറസ്റ്റുകളും തടവുശിക്ഷകളും. ഒട്ടേറെ പേർക്കു വർഷങ്ങൾ നീണ്ട തടവ് വേണ്ടിവന്നു.

1942 മുതൽ പാർട്ടിയിൽ പ്രവർത്തിച്ചിരുന്ന ഇ ആർ എന്ന ചുരുക്കപ്പേരിൽ അറിയപ്പെടുന്ന വളാഞ്ചേരിയിലെ ഇ രാമൻനായർ കർഷകപ്രസ്ഥാനത്തിന്റെ മുതിർന്ന നേതാവായിരുന്നു - നിരോധനം, ഇന്ത്യാ-ചൈനായുദ്ധം, അടിയന്തരാവസ്ഥ എന്നിവയിലെല്ലാം ജയിലിൽ അടയ്ക്കപ്പെട്ട ഇ ആർ ന് ഏഴു വർഷമാണ് തടവു ജീവിതം അനുഭവിക്കേണ്ടി വന്നത്.

1948-51 കാലത്തെ പാർട്ടി നിരോധന കാലത്ത് ജയിലിൽ അടക്കപ്പെട്ടവരിൽ പരപ്പനങ്ങാടിയിലെ ചിറമംഗലത്ത് മനക്കൽ യജ്ഞമൂർത്തി, പൊന്നാനിയിലെ കെ ആർ മുഹമ്മദ്, അരിയല്ലൂരിലെ പരമേശ്വരൻ എമ്പ്രാന്തിരി, ഈഴവത്തുരുത്തിയിലെ സി വി ഏനുദ്ദീൻകുട്ടി, പെരിന്തൽമണ്ണയിലെ ആദ്യ പാർട്ടി സെൽ അംഗമായിരുന്ന എൻ ബാലൻ, ചുങ്കത്തറയിലെ കെ കുഞ്ഞികൃഷ്ണൻ, സി ജി മാസ്റ്റർ (മക്കരപ്പറമ്പ്), പൊന്നാനിയിലെ ടി കെ രാമൻ തുടങ്ങിയവർ ഉണ്ടായിരുന്നു.

പൊലീസിന്റെയും ജന്മിമാരുടെ ഗുണ്ടകളുടെയും കടുത്ത മർദനങ്ങൾക്ക് വിധേയരായ പാർട്ടി പ്രവർത്തകർ ആയിരങ്ങൾ വരും. ഇന്നും ജനകീയ സമരങ്ങളിൽ പങ്കെടുക്കുന്ന പാർട്ടിയുടെയും വർഗബഹുജന

സംഘടനാ പ്രവർത്തകരുടെയും അനുഭവം മറിച്ചല്ല. സെയ്താലിക്കുട്ടിയോടൊപ്പം സേലം ജയിലിൽ ഉണ്ടായിരുന്ന പൊന്നാനിയിലെ എ പി എം കുഞ്ഞിബാവ, തടവുകാലത്തും അല്ലാതെയും കിട്ടിയ മർദനങ്ങളാൽ രോഗഗ്രസ്തനാവുകയായിരുന്നു. അക്കാരണത്താൽ തന്നെയായിരുന്നു അദ്ദേഹത്തിന്റെ മരണവും. പാലൂരിലെ കെ വി രാമൻ എന്ന സഖാവിന്റെ അനുഭവവും ഇതുതന്നെയായിരുന്നു. പാലൂരിലെ പി രാമൻനായർ, പാച്ചുക്കുട്ടി മാസ്റ്റർ, നാണു മാസ്റ്റർ, കുഞ്ഞാപ്പു, പൊന്നാനിയിലെ കാലടി മുഹമ്മദ്, മഞ്ചേരിയിലെ കെ ടി പത്മനാഭപ്പണിക്കർ തുടങ്ങിവർക്കൊക്കെ കടുത്ത മർദനങ്ങൾ ഏറ്റിരുന്നു.

ഒളിവിലായിരുന്ന ഇമ്പിച്ചിബാവയെക്കുറിച്ചുള്ള വിവരങ്ങൾ നൽകാത്തതിന്റെ പേരിൽ മർദനം ഏറ്റവരായിരുന്നു വെളിയംകോട്ടെ എം കുട്ടികൃഷ്ണൻ, വഞ്ചിക്കാരൻ ഇ കെ അയമു, കുട്ടി അബ്ദുള്ള തുടങ്ങിയവർ. ഇമ്പിച്ചിബാവ ഏൽപ്പിച്ച കത്തുമായി പിടിയിലായപ്പോൾ കത്ത് പൊലീസിനു കിട്ടാതിരിക്കാനായി ചവച്ചു വിഴുങ്ങിയ ടി ഇബ്രാഹീം മർദനം സ്വയം ഏറ്റുവാങ്ങി പാർട്ടി രഹസ്യം സൂക്ഷിക്കുകയായിരുന്നു. നീതികേടുകൾക്കെതിരെ ചൂഷിതർക്കുവേണ്ടി സമരങ്ങൾ നയിക്കുന്ന കമ്യൂണിസ്റ്റ് പാർട്ടിയുടെ താൽപ്പര്യങ്ങൾ സംരക്ഷിക്കാനായി പീഡനങ്ങൾക്കുമുമ്പിൽ പതറാതെ നിന്നു ജീവിതകാലം മുഴുവൻ വേദനകൾ ഏറ്റുവാങ്ങുന്നവരുടെ ത്യാഗം തടവുശിക്ഷകളേക്കാൾ കടുത്തതാണ്.

നവോത്ഥാനത്തിന്റെ ആശയങ്ങളിൽനിന്നും ആവേശം ഉൾക്കൊണ്ട് അനാചാരങ്ങൾക്കെതിരെ നടന്ന പോരാട്ടങ്ങളിലും കമ്യൂണിസ്റ്റുകാർ മുൻപന്തിയിലുണ്ടായിരുന്നു. ഹിന്ദുസമുദായത്തിലെ അവർണർക്ക് ക്ഷേത്രങ്ങളിൽ പ്രവേശനം ലഭിക്കുന്നതിനും ക്ഷേത്രപരിസരങ്ങളിലെ പൊതുനിരത്തുകളിലൂടെ അവർക്ക് വഴി നടക്കുന്നതിനുള്ള അവകാശത്തിനുംവേണ്ടി നടന്ന സമരങ്ങൾ കേരളമാകെ ഉണ്ടായിരുന്നു. അവയിൽ ഏറ്റവും ശ്രദ്ധിക്കപ്പെട്ടവയായിരുന്നു 1924–ലെ വൈക്കം സത്യഗ്രഹവും 1930–ലെ ഗുരുവായൂർ സത്യഗ്രഹവും. ഇതിന്റെ തുടർച്ചയായി കേരളത്തിലെ ചെറുതും വലുതുമായ ഒട്ടേറെ ക്ഷേത്രങ്ങൾ കേന്ദ്രീകരിച്ച് സമരങ്ങൾ നടന്നിരുന്നു.

വഴി നടക്കാനും വസ്ത്രം ധരിക്കാനും ഭക്ഷണം കഴിക്കാനും കുളിക്കാനും ബെഞ്ചിലിരിക്കാനുമെല്ലാം സമരം ചെയ്യേണ്ടിയിരുന്ന ആ ഇരുണ്ട കാലത്ത് മലപ്പുറം ജില്ലാ പ്രദേശങ്ങളിലും അത്തരം സമരങ്ങൾ അരങ്ങേറിയിരുന്നു. പട്ടിക്കാട് നരസിംഹമൂർത്തിക്ഷേത്രം, പാലക്കൽ വാസുദേവൻ നമ്പൂതിരിയുടെ കുടുംബ വകയായി ഉണ്ടായിരുന്ന ഈശ്വരമംഗലം ക്ഷേത്രം, ആലിപറമ്പിലെ പനങ്കുറിശ്ശിക്കാവ്, തൃക്കളയൂർ ക്ഷേത്രം എന്നിവിടങ്ങളിൽ ക്ഷേത്രപ്രവേശന സമരങ്ങൾ നടന്നു – മഞ്ചേരിക്കടുത്ത കരിക്കാട്ട് ക്ഷേത്രത്തോടനുബന്ധിച്ചുള്ള കുളത്തിൽ അവർണർക്ക് പ്രവേശനം ഉണ്ടായിരുന്നില്ല. കരിക്കാട് കലാസമിതിയിലെ നാടക കലാകാരനും മണ്ണാൻ സമുദായ അംഗവുമായിരുന്ന നൊട്ടുആ

*പിണറായി വിജയനോടൊപ്പം സെയ്താലിക്കുട്ടി*

ശാന്റെ നേതൃത്വത്തിൽ അവർണരും സവർണരും ചേർന്ന സംഘം കുളത്തിൽ പോയി കുളിച്ചത് ഒരു സമരം തന്നെയായിരുന്നു. കമ്യൂണിസ്റ്റ് പാർട്ടി അനുഭാവികളായിരുന്ന കലാസമിതി പ്രവർത്തകരുടെ പിൻബലമാണ് നൊട്ടു ആശാന് ധൈര്യം പകർന്നത്.

അയിത്തമെന്ന വിചിത്രമായ ദുരാചാരത്തിനെതിരെ നടന്ന സമരങ്ങളും വിചിത്രവും കൗതുകകരവുമായിരുന്നു. സവർണ നമ്പൂതിരി പ്രമാണിമാർ വരുമ്പോൾ താഴ്ന്ന ജാതിക്കാർ അവർക്കു നിശ്ചയിക്കപ്പെട്ട അത്രയും അകലത്തേക്കു മാറി നിൽക്കണം എന്നതായിരുന്നു ആചാരം. അനുസരിക്കാത്തവർ ആക്രമിക്കപ്പെട്ടിരുന്നു – നമ്പൂതിരി വരുന്ന വഴിയിൽനിന്നും അയിത്തജാതിക്കാർക്ക് മാറി നിൽക്കാനുള്ള മുന്നറിയിപ്പ് കൊടുക്കാനായി ഒരു വേലക്കാരനെ മുന്നിൽ നടത്തിച്ച് ഹൊ...ഹൊ.. എന്ന ശബ്ദം ഉണ്ടാക്കുമായിരുന്നു. കീഴ്പറമ്പിലെ പാർട്ടി പ്രവർത്തകനായിരുന്ന ആശാരി ചന്തു ഒരു നമ്പൂതിരിയുടെ അയിത്ത അഹന്തയെ തോൽപ്പിച്ചോടിച്ച സംഭവം ആദ്യകാല പ്രവർത്തകരിൽ ഒരാളായ കൈതമണ്ണിൽ ഇമ്പിച്ചന്റെ ആവേശകരമായ ഓർമയാണ്. വയൽ വരമ്പിലൂടെ സഹായിയുമൊത്ത് ഹൊ...ഹൊ.. ശബ്ദമുണ്ടാക്കി വന്ന നമ്പൂതിരിയുടെനേരെ അവർണനായ ചന്തു തിരിച്ചും ഹൊ... ഹൊ... ശബ്ദമുണ്ടാക്കി മുന്നോട്ടടുത്തു. ഭയപ്പെട്ടുപോയ നമ്പൂതിരി ഓടി സ്ഥലം വിടുകയായിരുന്നു. പാർട്ടി പിന്നിലുണ്ട് എന്നതായിരുന്നു ചന്തുവിന്റെ ധൈര്യം.

കുടിയാന്റെ മേൽ ജന്മിമാർ അടിച്ചേൽപ്പിച്ചിരുന്ന പലതരം ചൂഷണങ്ങളിൽ ഒന്നായിരുന്നു “വാരസദ്യ.” കുടിയാന്റെ ചെലവിൽ ജന്മിക്ക് ഒരു

ക്കേണ്ട ഒരു നിർബന്ധ സദ്യയായിരുന്നു അത്. സദ്യ ഒരുക്കിക്കൊടുക്കുന്ന കുടിയാൻ കീഴ്ജാതിക്കാരനായതിനാൽ സദ്യയിലേക്കു അവനു പ്രവേശനം ഉണ്ടായിരുന്നില്ല. ഇത്തരം വാരസദ്യകളിലേക്ക് സവർണരും അവർണരും അടങ്ങിയ പാർട്ടി പ്രവർത്തകർ കൂട്ടമായെത്തി ജന്മിമാരോടൊപ്പം ചെന്നിരിക്കലും അയിത്തത്തിന്റെ പേരിൽ ജന്മിമാർ ഇറങ്ങിപോകലും എല്ലാം ആ ആചാരത്തെത്തന്നെ ഇല്ലാതാക്കിയ സമരമുറകളായിരുന്നു.

ചായപ്പീടികകളിൽ സവർണർക്കും അവർണർക്കും വേറെവേറെ പാത്രങ്ങളും ഗ്ലാസുകളുമായിരുന്നു. കീഴ്ജാതിയിൽപ്പെട്ടവർക്ക് ബഞ്ചുകളിൽ ഇരിക്കാൻ അനുവാദമുണ്ടായിരുന്നില്ല. സർക്കാർ സ്കൂളുകളിൽപ്പോലും ഹരിജനങ്ങൾക്കായി ചിലയിടങ്ങളിൽ പ്രത്യേകം ബഞ്ചുകൾ നീക്കിവെച്ചിരുന്നു. ഹരിജൻ സ്ത്രീകളെ പ്രസവം, മെൻസസ് എന്നിവ ആയാൽ സ്വന്തം വീട്ടിൽ കിടക്കാൻ അനുവദിച്ചിരുന്നില്ല. അവർക്കായി വീടിനു പുറത്ത് വലിയ കുണ്ടൻകുടകൊണ്ട് ഒരു കൂരയുണ്ടാക്കി അതിലായിരുന്നു കഴിയേണ്ടിയിരുന്നത്. ജീവിതം ദുസ്സഹമാക്കിയിരുന്ന ഈ ഉച്ചനീചത്വങ്ങൾക്കും അനാചാരങ്ങൾക്കും എതിരെ പാർട്ടി പ്രവർത്തകർ നിരന്തരം കലാപം നടത്തിയിരുന്നു.

പുൽപ്പറ്റയിൽ ചായക്കടയിലെ ബഞ്ചിൽ ഇരുന്നതിന് മുണ്ടൻ എന്ന ഹരിജൻ യുവാവിനെ മർദിച്ച മുസ്ലിം പ്രമാണിക്കെതിരെ പാർട്ടിപ്രവർത്തകനായിരുന്ന മൊയ്തീൻകുട്ടി ഹാജിയുടെ നേതൃത്വത്തിൽ ആറുപേർ നടത്തിയ പ്രകടനം അപ്രതീക്ഷിതമായിരുന്നു. പണിയായുധങ്ങൾ കയ്യിലേന്തിക്കൊണ്ടുള്ള ആ കൊച്ചു പ്രകടനത്തെ ആക്രമിക്കാൻ ആരും ധൈര്യപ്പെട്ടില്ല. സംഭവം ഒരു വലിയ വിഷയമാകും എന്നായപ്പോൾ പ്രമാണിക്കെതിരെ പൊലീസ് കേസെടുത്തു. കേസിൽ സാക്ഷി പറയാൻ തറാറായ ചെള്ളി, പെരകൻ എന്നിവരെയും പ്രമാണിയുടെ ആൾക്കാർ മർദിച്ചു. മർദനങ്ങൾ ഏറ്റുവാങ്ങുമ്പോഴും അനാചാരങ്ങളെ ചോദ്യം ചെയ്യാൻ പാർട്ടിപ്രവർത്തകർ വീണ്ടുംവീണ്ടും മുന്നോട്ടു വന്നിരുന്നു.

ജന്മിമാരല്ലാത്തവരിൽ ഓട് മേഞ്ഞ വീടുണ്ടായിരുന്നവർ അത്യപൂർവമായിരുന്നു. മലകളിൽനിന്നും ശേഖരിച്ചിരുന്ന ഒരു പ്രത്യേകതരം പുല്ലുകൊണ്ടാണ് കുടിയാൻമാരുടെ കുടിലുകൾ മേഞ്ഞിരുന്നത്. ജൻമിയുടെ ഇഷ്ടത്തിനു വിരുദ്ധമായി നിൽക്കുന്നവരുടെ വീടുകൾ മേയുന്നതിന് പുല്ല് പറിക്കാൻ സമ്മതിക്കാതിരിക്കൽ ഒരു സമ്മർദ്ദ തന്ത്രമായിരുന്നു. ഇത്തരം ചില സന്ദർഭങ്ങളിൽ സംഘടിതമായി ചെന്ന് പുല്ല് പറിച്ചുകൊണ്ടുപോരൽ സമരമായിത്തന്നെ പാർട്ടി ഏറ്റെടുത്തിരുന്നു. ചേക്കു മുഹമ്മദ് എന്നയാളുടെ ഉടമസ്ഥതയിലായിരുന്ന കൊടികുത്തിമലയിൽ നടന്ന പുല്ല് പറിസമരം കാവനൂരിലെ ആദ്യകാല സഖാക്കളുടെ ആവേശകരമായ ഒരു ഓർമയാണ്. ജന്മി ആളെ വിട്ട് കല്ലെറിഞ്ഞോടിക്കാൻ ശ്രമിച്ചുവെങ്കിലും ചെറുത്തുനിന്നു പുല്ലുപറിച്ച് പോരുക തന്നെ ചെയ്തു. ഇത്തരം സമരങ്ങൾ അധഃസ്ഥിതരിൽ വലിയ ആത്മവിശ്വാസം വളർത്തിയിരുന്നു.

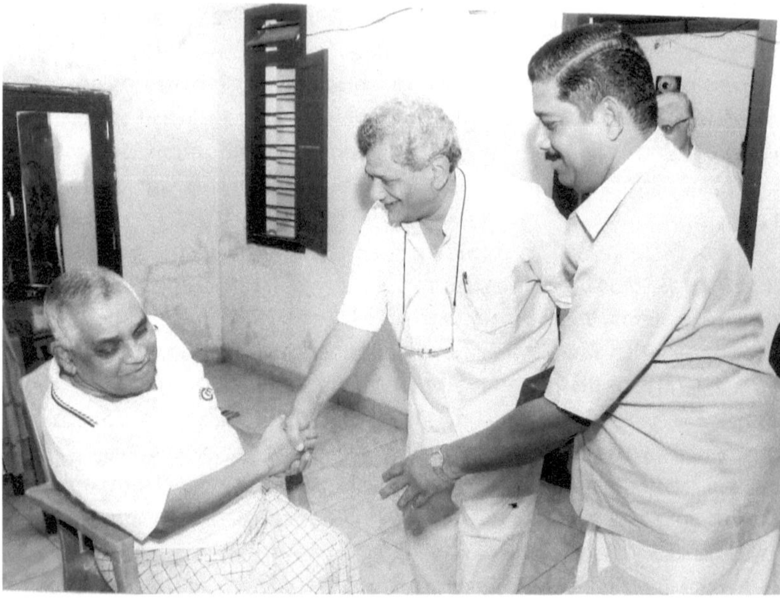

*സീതാറാം യെച്ചൂരി സെയ്താലിക്കുട്ടിയെ സന്ദർശിച്ചപ്പോൾ*

ബ്ലൗസിടാതെ മാറാകെമറയുന്നവിധം ഭാരമുള്ള കല്ലുമാലകൾ അണിയൽ ഹരിജൻ സ്ത്രീകളിൽ അടിച്ചേൽപ്പിക്കപ്പെട്ടിരുന്ന ഒരു അനാചാരമായിരുന്നു. കല്ലുമാല ഊരിക്കൽ പുരോഗമന പ്രസ്ഥാനങ്ങൾ ഏറ്റെടുത്തിരുന്ന ഒരു സമരമായിരുന്നു. 1957–ൽ ഇ എം എസ് സർക്കാർ വന്നപ്പോൾ മന്ത്രിമാർ പങ്കെടുക്കുന്ന ചടങ്ങുകളിൽ വെച്ച് കല്ലുമാല ഊരുന്നവർക്ക് ബ്ലൗസും മുണ്ടും കൊടുത്തിരുന്നു.

സമ്പന്നരായ ഭൂവുടമകളും മറ്റും അവരുടെ സ്വാധീനം ഉപയോഗിച്ച് പാർട്ടിയുടെ ദൈനംദിന പ്രവർത്തനങ്ങളെപ്പോലും തടസപ്പെടുത്തിയിരുന്നു. ഭൂപരിഷ്കരണം വരുന്നതിനുമുമ്പ് പല ഗ്രാമങ്ങളിലും മൊത്തം കൃഷിഭൂമിയും ഒന്നോ രണ്ടോ കുടുംബങ്ങളുടെ കയ്യിലായിരുന്നു – അവരിൽ പലരും ആ ഗ്രാമത്തിലെ എല്ലാ കാര്യങ്ങളും അവരുടെ ഇഷ്ടത്തിനേ നടത്താൻ അനുവദിച്ചിരുന്നുള്ളൂ. ഈ മേധാവിത്വം അവർ കമ്യൂണിസ്റ്റ് പാർട്ടിക്കെതിരെ നന്നായി ഉപയോഗിച്ചിരുന്നു. കൊയപ്പത്തൊടിക്കാർ ഒരു വൻകിട ഭൂവുടമയായിരുന്നു. അവരുടെ വകയായ ഒരു കെട്ടിടത്തിൽ കച്ചവടം ചെയ്തിരുന്ന ഒരാളെ അവർ ഒഴിപ്പിച്ചത് കച്ചവടം ചെയ്യുന്ന ആളുടെ പെങ്ങളുടെ മകൻ കമ്യൂണിസ്റ്റായതിന്റെ പേരിലായിരുന്നു – ചില ജന്മിമാരുടെ വീട്ടിന് മുന്നിലൂടെ പോകുമ്പോൾ എല്ലാവരും ബഹുമാനം പ്രകടിപ്പിക്കൽ നിർബന്ധമായിരുന്നു. വീട്ടിന് മുന്നിലൂടെ പോയപ്പോൾ തലേക്കെട്ട് അഴിച്ചില്ല എന്നതിന്റെ പേരിൽപ്പോലും ആളുകളെ കൃഷിഭൂമിയിൽനിന്നും ഒഴിപ്പിച്ചിരുന്നു.

സെയ്താലിക്കുട്ടിയും സഹപ്രവർത്തകരും നടത്തിയ പ്രകടനത്തെ കുറെ യാഥാസ്ഥിതിക മുസ്ലീങ്ങൾ ആക്രമിച്ചിരുന്നതിന് സമാനമായ അനുഭവങ്ങൾ അന്നത്തെ ഒട്ടേറെപ്പേർക്ക് നേരിടേണ്ടി വന്നിരുന്നു. അരീക്കോടിനടുത്ത് മൈത്രയിൽ ഒരു പാർട്ടി ജാഥയുടെ സമാപനയോഗം അവസാനിക്കാൻ കുറച്ച് വൈകിപ്പോയി. ദൂരദേശത്തുനിന്നും ജാഥയിൽ പങ്കെടുത്തിരുന്ന ഏതാനും സഖാക്കൾക്ക് തിരിച്ചുപോകാൻ വാഹനം കിട്ടിയില്ല. വാഹനം കിട്ടാതെ വഴിയിൽ കുടുങ്ങുമ്പോൾ മുസ്ലീങ്ങളാണെങ്കിൽ അന്നൊക്കെ ചെയ്തിരുന്ന ഒരു പതിവാണ് പള്ളിയിൽ കയറി കിടന്നുറങ്ങുക എന്നത്. ഇപ്പോഴും അപൂർവമായൊക്കെ ആളുകൾ അങ്ങനെ ചെയ്യാറുണ്ട്. പാർട്ടി ജാഥയിൽ പങ്കെടുത്തു മടങ്ങാൻ കഴിയാഞ്ഞവരും മുസ്ലീങ്ങളായിരുന്നു. അവർ പള്ളിയിൽ കയറി കിടക്കാൻ ചെന്നപ്പോൾ കമ്യൂണിസ്റ്റ് വിരോധത്തിന്റെ പേരിൽ പള്ളിക്കാർ അവരെ ഇറക്കിവിട്ടു. നേരം പുലരുന്നതുവരെ അടുത്തുകണ്ട പീടികത്തിണ്ണയിലും മറ്റുമായി ചെലവഴിച്ച ആ പാർട്ടി പ്രവർത്തകർക്ക് തൊട്ടടുത്ത ചായപ്പീടികക്കാരൻ രാവിലെ ചായ നൽകാനും വിസമ്മതിച്ചു. കുറെ ദൂരം നടന്നതിനുശേഷം ഒരു സ്കൂൾ പരിസരത്തെ മറ്റൊരു ചായപ്പീടികക്കാരനേ അവർക്കു ചായ കൊടുക്കാൻ തയാറായുള്ളൂ.

കമ്യൂണിസ്റ്റുപാർട്ടിയുടെ ആശയങ്ങളോട് മുസ്ലീം ചെറുപ്പക്കാർ ആകൃഷ്ടരാവുന്നതിന് തടയിടാൻ ചെറുപ്പത്തിൽത്തന്നെ അവരിൽ തെറ്റിദ്ധാരണകൾ പ്രചരിപ്പിക്കാൻ മതപുരോഹിതൻമാരും മദ്രസാ മൗലവിമാരും ശ്രദ്ധിച്ചിരുന്നു. കമ്യൂണിസ്റ്റുകാർ പ്രായമായാൽ ഉമ്മയെയും ബാപ്പയെയും കൊല്ലുന്നവരാണ് എന്നാണ് പല മൊല്ലാക്കമാരും കുട്ടികളെ പറഞ്ഞു പഠിപ്പിച്ചിരുന്നത്. അങ്ങനെയുള്ള ശിക്ഷണം കിട്ടിയിരുന്നത് കൊണ്ടാണ് മൈത്രയിലെ ചായക്കടക്കാരന്റെ രീതിയിലുള്ള പെരുമാറ്റം അവരിൽനിന്നും ഉണ്ടായത്. ആളുകളുടെ മനസിൽ ബോധപൂർവം അടിച്ചേൽപ്പിച്ചിരുന്ന ഇത്തരം കട്ടപിടിച്ച ധാരണകളോടും ചെറുത്ത് വേണമായിരുന്നു പാർട്ടി പ്രവർത്തകർക്ക് ആശയപ്രചരണം നടത്താൻ.

ഇന്നത്തെ മലപ്പുറം ജില്ലയിൽ അത്തരം ഒരു പെരുമാറ്റം നടത്താൻ എവിടെയും ഒരാളും ധൈര്യപ്പെടില്ല. ജന്മിമാരുടെ നാനാവിധ ചൂഷണങ്ങൾക്കും കുടിയൊഴിപ്പിക്കലുകൾക്കുമെതിരെ നടന്ന സമരങ്ങൾ, അയിത്തത്തിനും മറ്റു അനാചാരങ്ങൾക്കുമെതിരെ നടന്ന സമരങ്ങൾ, മിച്ചഭൂമിയും തരിശുഭൂമികളും പിടിച്ചെടുത്ത് ഭൂരഹിതർക്ക് ലഭ്യമാക്കുന്നതിന് വേണ്ടി നടത്തിയ പോരാട്ടങ്ങൾ, എട്ടിനൊന്ന് പതം തുടങ്ങി കലി വർധനവുകൾക്കുവേണ്ടി നടന്ന പ്രക്ഷോഭങ്ങൾ തൊഴിലാളി സംഘടനകളുടെ നേതൃത്വത്തിൽ അവകാശങ്ങൾക്കുവേണ്ടി നടന്ന മാസങ്ങളും വർഷങ്ങളും നീണ്ട തൊഴിൽസമരങ്ങൾ ഇവയെല്ലാം കൂടിയാണ് ഇന്നത്തെ കേരളത്തെ സൃഷ്ടിച്ചത്. ഓരോ പ്രക്ഷോഭവും കമ്യൂണിസ്റ്റുപാർട്ടിയുടെ കേരളത്തിലെ വളർച്ചയുടെ പടവുകൾ കൂടിയായിരുന്നു. മേൽ സൂചിപ്പിച്ച ഓരോ സമരഘട്ടങ്ങളിലും മലപ്പുറം ജില്ലാ പ്രദേശങ്ങളിലും അനു

*വി എസുമൊത്ത്*

ബന്ധമായ പോരാട്ടങ്ങൾ അരങ്ങേറി. എല്ലാ പ്രതികൂല സാഹചര്യങ്ങളെയും തള്ളിമാറ്റി പാർട്ടിയുടെ സമരഭടന്മാർ പോരാട്ടം നടത്തുകതന്നെ ചെയ്തിരുന്നു.

ഇതോടൊപ്പംതന്നെ സൂചിപ്പിക്കേണ്ട ഒന്നാണ് കലാസാഹിത്യ രംഗത്ത് നടന്ന പ്രവർത്തനങ്ങൾ. കേരളത്തിന് ഒരു ഇടതുപക്ഷ മനസ്സ് രൂപം കൊടുക്കുന്നതിൽ വിവിധ മേഖലകളിൽ നടന്ന സമരങ്ങളോടൊപ്പം തന്നെ വലിയ പങ്കാണ് പുരോഗമന കാഴ്ചപ്പാടോടെ കലാസാഹിത്യരംഗത്ത് പ്രവർത്തിച്ചിരുന്നവർ വഹിച്ചിട്ടുള്ളത്. കേരളത്തിന്റെ പുരോഗമന നാടക പ്രസ്ഥാനം ആശയപ്രചരണരംഗത്ത് നടത്തിയിട്ടുള്ള പ്രവർത്തനങ്ങൾ വിപ്ലവകരമായിരുന്നു.

പുരോഗമനവാദിയും കോട്ടക്കൽ ആര്യവൈദ്യശാലയുടെ സ്ഥാപകനുമായിരുന്ന പി എസ് വാര്യർ മുൻകയ്യെടുത്ത് 1909–ൽ തുടങ്ങിയ “പരമശിവവിലാസം നാടകക്കമ്പനി” മുതൽതന്നെ മലപ്പുറം ജില്ലാ പ്രദേശങ്ങളിൽ നാടകചലനങ്ങൾ സജീവമായിരുന്നു. 1940–കളുടെ അവസാനത്തോടെ സജീവമായ പുരോഗമന നാടക പ്രസ്ഥാനത്തോടൊപ്പം, മലപ്പുറവും തുടക്കം മുതൽതന്നെ വൻ മുന്നേറ്റം നടത്തിയിരുന്നു.

കേരളത്തിലെ കമ്യൂണിസ്റ്റുപാർട്ടിയുടെ രൂപീകരണത്തിന് മുൻകയ്യെടുത്ത നാലുപേരിൽ ഒരാളും മലപ്പുറം ജില്ലക്കാരനുമായിരുന്ന കെ ദാമോദരൻ പുരോഗമന നാടക പ്രസ്ഥാനത്തിന്റെ കുതിപ്പിന്റെ തുടക്കമായിരുന്ന *പാട്ടബാക്കി* യുടെ കർത്താവ് കൂടിയായിരുന്നു. 1937 ൽ *പാട്ടബാക്കി* കെ ദാമോദരൻ എഴുതിയത് പൊന്നാനിക്കടുത്ത *വൈലത്തൂർ* കട

ലായ മനയിൽ ഇരുന്നാണ്. ജന്മിത്വത്തിനെതിരെ പാട്ടബാക്കി ഉയർത്തിയ കലാപം സമാന നാടകങ്ങൾക്ക് പ്രചോദനമായി ഇതിന്റെ ശ്രദ്ധേയമായ തുടർച്ചയായി മലപ്പുറം ജില്ലയിൽനിന്ന് തന്നെ രണ്ട് പ്രശസ്ത നാടകങ്ങൾ 1948–ൽ പുറത്തുവന്നു. പൊന്നാനിയിൽ ഇടശ്ശേരിയുടെ *കൂട്ടുകൃഷി* പെരിന്തൽമണ്ണയിൽ ചെറുകാടിന്റെ *നമ്മളൊന്ന്* എന്നിവയായിരുന്നു ആ നാടകങ്ങൾ. സ്വാതന്ത്ര്യലബ്ധിയോടെ കൂടുതൽ കരുത്താർജിക്കുകയും വ്യാപകമാവുകയും ചെയ്ത നാടക പ്രസ്ഥാനം, കേരളത്തിന്റെ ഇതരഭാഗങ്ങളിലെന്നപോലെ മലപ്പുറം ജില്ലാ പ്രദേശങ്ങളിലും ഗ്രാമങ്ങൾതോറും നാടകസംഘങ്ങൾ രൂപംകൊള്ളുന്നതിന് സാഹചര്യമൊരുക്കി.

പുരോഗമന സാഹിത്യപ്രസ്ഥാനത്തിന്റെ ആചാര്യരിൽ പ്രമുഖനായിരുന്ന ചെറുകാട്, അഭിനയപ്രതിഭയായിരുന്ന ടി പി ഗോപാലൻ തുടങ്ങിയവരുടെ നേതൃത്വത്തിൽ പെരിന്തൽമണ്ണ കേന്ദ്രീകരിച്ച് നടന്ന പ്രവർത്തനങ്ങൾ മലബാറിലാകെ നാടകപ്രവർത്തനങ്ങൾ സജീവമാക്കുന്നതിൽ വലിയ പങ്ക് വഹിച്ചു. ചെറുകാടിന്റെ സംഘത്തിലെ മിക്കവാറും എല്ലാവരുംതന്നെ സജീവ പാർട്ടി പ്രവർത്തകരായിരുന്നു.

ഗ്രാമങ്ങൾതോറും കലാസമിതികളും താലൂക്കുകൾ കേന്ദ്രീകരിച്ച് താലൂക്ക് കേന്ദ്ര കലാസമിതികളും, താലൂക്ക് സമിതികൾക്ക് നേതൃത്വം കൊടുത്തുകൊണ്ട് മലബാർ കേന്ദ്രകലാസമിതിയും അമ്പതുകൾ തൊട്ട് സജീവമായി പ്രവർത്തിച്ചിരുന്നു. അറുപതുകളുടെ അവസാനംവരെ നീണ്ടുനിന്ന ഈ നാടകമുന്നേറ്റക്കാലം കേരളചരിത്രത്തിന്റെ അവിഭാജ്യഭാഗമാണ്. മലപ്പുറം ജില്ലാ പ്രദേശങ്ങളിലും അക്കാലത്ത് മിക്കവാറും എല്ലാ ഗ്രാമങ്ങളിലും നാടകസമിതികൾ പ്രവർത്തിച്ചിരുന്നു. പാർട്ടി പ്രവർത്തനത്തിന്റെ ഭാഗം തന്നെയായിരുന്നു അന്ന് നാടക പ്രവർത്തനം. പെരിന്തൽമണ്ണ, പൊന്നാനി, തിരൂർ, മഞ്ചേരി, നിലമ്പൂർ ഭാഗങ്ങളിലെല്ലാം ഇത്തരം ഗ്രാമീണ നാടകസമിതികൾ പ്രവർത്തിച്ചിരുന്നു. കമ്യൂണിസ്റ്റ് പാർട്ടി പ്രവർത്തകർ തന്നെയായിരുന്നു വലിയൊരു പങ്ക് കലാസമിതികളുടെയും നേതൃത്വത്തിൽ ഉണ്ടായിരുന്നത്.

ഇ എം എസ്, എ കെ ജി, കെ പി. ഗോപാലൻ തുടങ്ങിയവരെല്ലാം നാടകപ്രവർത്തനങ്ങളുമായി ബന്ധപ്പെട്ടിരുന്നുവെന്നത് അന്ന് കമ്യൂണിസ്റ്റ് പ്രസ്ഥാനം നാടകരംഗത്തെ പ്രവർത്തനങ്ങൾക്കു കൊടുത്തിരുന്ന പ്രാധാന്യത്തെയാണ് വ്യക്തമാക്കുന്നത്. പാലോളി മുഹമ്മദ് കുട്ടി നാടകങ്ങളിൽ അഭിനയിച്ചിരുന്നു. കുഞ്ഞാലിയും നിലമ്പൂരിലെ നാടക പ്രവർത്തനങ്ങളിൽ താൽപര്യത്തോടെ ഇടപെട്ടിരുന്നു. അരീക്കോട്ടെ കലാസാംസ്കാരിക സമിതിയായ വൈ എം എ യുടെ രൂപീകരണയോഗത്തിലും കുഞ്ഞാലി പങ്കെടുത്തിരുന്നു. സെയ്താലിക്കുട്ടി അഭിനേതാവെന്ന നിലയിലല്ലെങ്കിലും സംഘാടകൻ എന്ന നിലയിൽ നാടക പ്രവർത്തനങ്ങളിൽ പങ്കാളിയായിരുന്നു.

1954 ൽ രൂപീകൃതമായ നിലമ്പൂർ യുവജനകലാസമിതി നടത്തിയ പ്രവർത്തനങ്ങൾ പുരോഗമന നാടകപ്രസ്ഥാനത്തിന്റെ ചരിത്രത്തിലെ ശ്രദ്ധേയമായ ഒരധ്യായമാണ്. ഇ കെ അയമു രചിച്ച "*ജജ് നല്ലൊരു മന്സനാകാൻ നോക്ക്*" എന്ന നാടകം മുസ്ലീം സമുദായത്തിലെ അന്ധവിശ്വാസങ്ങളെയും അനാചാരങ്ങളെയും നിശിതമായ വിമർശനങ്ങൾക്ക് വിധേയമാക്കി. മതത്തിലെ പരിഷ്കരണവാദികളെന്നവകാശപ്പെടുന്നവരും പഴഞ്ചൻമാരും പരസ്പരം പോരടിക്കുന്നവരാണെങ്കിലും കമ്യൂണിസ്റ്റ്പാർട്ടിയെ എതിർക്കാൻ ഇരുവിഭാഗത്തിലെയും പ്രമാണിമാർ ഒന്നിച്ചു നിൽക്കുന്നതിന്റെ പരിഹാസ്യ ചിത്രവും നാടകം തുറന്നുകാണിച്ചു. സ്ത്രീവേഷങ്ങൾ ആണുങ്ങൾതന്നെ ചെയ്തിരുന്ന അക്കാലത്ത് പതിനാറ് വയസുകാരിയായ നിലമ്പൂർ ആയിഷയെന്ന മുസ്ലീം യുവതിയെ നിലമ്പൂർ യുവജനകലാസമിതി നാടകവേദിയിൽ എത്തിച്ചത് ഒരു വലിയ സംഭവമായിരുന്നു.

ഹാലിളകിയ യാഥാസ്ഥിതികത്വം നിലമ്പൂർ ആയിഷയെയും നാടകസംഘത്തെയും പല സ്ഥലത്തും കായികമായിത്തന്നെ നേരിട്ടു. കമ്യൂണിസ്റ്റ് പാർട്ടിയുടെ പ്രവർത്തകർ കൂടിയായിരുന്ന ഇ കെ അയമുവും, ഡോ: ഉസ്മാനും, നിലമ്പൂർ ബാലനും നേതൃത്വം കൊടുത്തിരുന്ന നിലമ്പൂർ യുവജന കലാസമിതി പാർട്ടി വളണ്ടിയർമാരുടെ സംരക്ഷണയോടെ എതിർപ്പുകളെ വെല്ലുവിളിച്ചുകൊണ്ട് വീണ്ടുംവീണ്ടും നാടകം അരങ്ങേറ്റി, നിലമ്പൂർ ആയിഷക്ക് വേദിയിൽ കല്ലേറുകൊണ്ട് ചോരയൊലിക്കുന്ന മുഖവുമായി അഭിനയിക്കേണ്ടി വന്നിട്ടുണ്ട്. മഞ്ചേരിയിലെ മേലാക്കത്ത് വെച്ച് ഒരു മതഭ്രാന്തൻ നാടകം അഭിനയിച്ചുകൊണ്ടിരുന്ന നിലമ്പൂർ ആയിഷക്ക് നേരെ എയർഗൺ ഉപയോഗിച്ച് വെടിയുതിർക്കുകയുണ്ടായി. ഉന്നം തെറ്റിയതിനാൽ അപകടമൊന്നും സംഭവിച്ചില്ല.

നിലമ്പൂരിലെ കമ്യൂണിസ്റ്റ്പാർട്ടി നേതാക്കളായിരുന്ന കുഞ്ഞിക്കുട്ടൻ തമ്പാൻ, ടി കെ മാധവൻ, കുഞ്ഞുണ്ണി, യു ബാലൻ, രമണൻ തുടങ്ങിയവർ നിലമ്പൂർ യുവജനകലാസമിതിയുടെ പ്രവർത്തനങ്ങൾക്ക് എല്ലാവിധ സഹകരണങ്ങളും ചെയ്തുകൊടുത്തിരുന്നു.

കേരളത്തിൽവന്ന സാമൂഹികമാറ്റങ്ങളിൽ വലിയ പങ്ക് വഹിച്ചുകൊണ്ട് ചരിത്രത്തിൽ സ്ഥാനംനേടിയ നാടകങ്ങളായ വി ടി ഭട്ടതിരിപ്പാടിന്റെ *അടുക്കളയിൽ നിന്നും അരങ്ങത്തേക്ക്* (1929), എം ആർ ബിയുടെ *മറക്കുടക്കുള്ളിലെ മഹാനരകം* (1930), കെ ദാമോദരന്റെ *പാട്ടബാക്കി* (1937), തോപ്പിൽ ഭാസിയുടെ *നിങ്ങളെന്നെ കമ്യൂണിസ്റ്റാക്കി,* കെ ടി യുടെ *ഇത് ഭൂമിയാണ്* എന്നിവയോടൊപ്പം പരിഗണിക്കപ്പെടുന്നവയാണ് മലപ്പുറം ജില്ലയിൽ നിന്നുള്ള ചെറുകാടിന്റെ *നമ്മളൊന്ന്*, ഇ കെ അയമുവിന്റെ *ജ്ജ് നല്ലൊരു മന്സനാകാൻ നോക്ക്* എന്നീ നാടകങ്ങൾ.

പ്രത്യക്ഷമായി തന്നെ പുരോഗമന ആശയങ്ങൾ മുന്നോട്ട് വെച്ചിരുന്ന അന്നത്തെ നാടകങ്ങൾ യാഥാസ്ഥിതികരുടെ എതിർപ്പിന് വിധേയമായത് സ്വാഭാവികമായിരുന്നു. കമ്യൂണിസ്റ്റുപാർട്ടി പ്രവർത്തകരെ സംബ

ന്ധിച്ചിടത്തോളം അന്നത്തെ നാടകപ്രവർത്തനവും ഒരു സമരമുഖം ആയിരുന്നു.

കേരളത്തെ മാറ്റിയെടുക്കുന്നതിന് നേതൃത്വം കൊടുത്ത ഇടതുപക്ഷ പുരോഗമന പ്രസ്ഥാനങ്ങളും കമ്യൂണിസ്റ്റുപാർട്ടിയും ഇന്നത്തെ അവസ്ഥയിലെത്തുന്നതിനായി പിന്നിട്ടുപോന്ന ഓരോ പടവുകളും ധീരോദാത്തമായ സമരങ്ങളുടെ ചരിത്രമാണ്. ഈ ഓരോ സമരഘട്ടങ്ങളിലും അതിന്റെ അനുരണനങ്ങൾ മലപ്പുറം ജില്ലയിൽ ഉൾപ്പെട്ട പ്രദേശങ്ങളിലും സജീവമായിതന്നെ ഉണ്ടായിരുന്നു.

രണ്ടായിരത്തിപത്തിനു മുമ്പുള്ള ഏഴ് പതിറ്റാണ്ടോളംകാലം അവയിലെ ഓരോ ചലനങ്ങൾക്കുമൊപ്പം പങ്കാളിയായോ, നേതാവായോ, പ്രേരകനായോ സെയ്താലിക്കുട്ടിയെന്ന കർമനിരതന്റെ സാന്നിദ്ധ്യം ഉണ്ടായിരുന്നു.

# 18

# മാറുന്ന മലപ്പുറം

**ക**മ്യൂണിസ്റ്റുപാർട്ടിയോട് ചെറിയൊരു അനുഭാവം തോന്നിയാൽ സ്വന്തം രക്തബന്ധുക്കൾപോലും അകലുകയും, സ്വന്തം വീടുകളിൽനിന്നുപോലും പുറത്താക്കപ്പെടുകയും ചെയ്തിരുന്ന ഒരു കാലം...

കമ്യൂണിസ്റ്റുപാർട്ടിയോടനുഭാവമുള്ള ഒരാൾക്ക് സ്വന്തം പെൺമക്കളെ വിവാഹം ചെയ്തുകൊടുക്കാൻ രക്ഷിതാക്കൾ മടിച്ചുനിന്നിരുന്നൊരുകാലം....

കമ്യൂണിസ്റ്റുകാരന്റെ കുടുംബത്തിലെ കമ്യൂണിസ്റ്റുകാരല്ലാത്തവരുടെപോലും വിവാഹം മുടങ്ങിപ്പോയിരുന്നൊരു കാലം...

കമ്യൂണിസ്റ്റ് എന്നത് ഒരു അധിക്ഷേപവാക്കായി കരുതി, അനീതികൾക്കെതിരെ ശബ്ദമുയർത്തുന്നവരെ മുഴുവൻ കമ്യൂണിസ്റ്റാക്കി ആക്രമിച്ചിരുന്നൊരുകാലം...

ആരാധനാലയങ്ങളിൽ അഭിവന്ദ്യരായ മതപണ്ഡിതന്മാർ പരസ്യമായിത്തന്നെ കമ്യൂണിസ്റ്റുപാർട്ടിക്കെതിരെ പ്രവർത്തിക്കാൻ ആഹ്വാനം ചെയ്തിരുന്നൊരു കാലം ...

അവിടെനിന്നെല്ലാം മലപ്പുറം ജില്ല ഒരുപാടൊരുപാട് വളർന്നു കഴിഞ്ഞിരിക്കുന്നു....

ഇന്ന് ജില്ലയിലെ നൂറോളംവരുന്ന പഞ്ചായത്തുകളിൽ മുസ്ലീംലീഗും കോൺഗ്രസും, സി പി ഐ (എം) ഉം വേറെവേറെ മത്സരിക്കുകയാണെങ്കിൽ ബഹുഭൂരിപക്ഷം പഞ്ചായത്തുകളിലും സി പി ഐ (എം) ജയിച്ചവരും എന്നിടത്തേക്ക് കാര്യങ്ങൾ എത്തിയിരിക്കുന്നു...

കേരളത്തിൽ നിലവിലുള്ള 20 പാർലമെന്റ് മണ്ഡലങ്ങളിൽ 18 ലും കമ്യൂണിസ്റ്റുപാർട്ടിയും ഇടതുപക്ഷവും ജയിച്ചാലും കുലുങ്ങാത്ത കോട്ടയായി നിലകൊള്ളുന്ന മണ്ഡലങ്ങളാണ് മഞ്ചേരിയും, പൊന്നാനിയും

എന്നാണ് പറയാറുണ്ടായിരുന്നത്. അങ്ങനെയുള്ള മഞ്ചേരിയിൽനിന്നാണ് ടി കെ ഹംസ എന്ന കമ്യൂണിസ്റ്റുപാർട്ടി നേതാവ് അരിവാൾ ചുറ്റിക നക്ഷത്രം അടയാളത്തിൽ ജയിച്ച് 2004 മുതൽ 2009 വരെയുള്ള അഞ്ചു വർഷക്കാലം ഇന്ത്യൻ പാർലമെന്റിൽ മലപ്പുറം ജില്ലയെ പ്രതിനിധീകരിച്ച് ലോകസഭാംഗമായി പ്രവർത്തിച്ചത്.

പേരിനൊന്ന്, കൂടിയാൽ രണ്ട് എന്ന അവസ്ഥയിൽനിന്നും പന്ത്രണ്ട് അസംബ്ലി മണ്ഡലങ്ങളിൽ അഞ്ചിടത്തും ഇടതുപക്ഷ സ്ഥാനാർഥികൾ ജയിച്ചു അസംബ്ലിയിൽ എത്തുന്ന അവസ്ഥ വന്നുകഴിഞ്ഞിരിക്കുന്നു.

തദ്ദേശ സ്വയംഭരണ സ്ഥാപനങ്ങളിലേക്കുള്ള തിരഞ്ഞെടുപ്പിൽ ഒരു തവണയാണെങ്കിലും നൂറുശതമാനം മുനിസിപ്പാലിറ്റികളിലും നല്ലൊരു ശതമാനം പഞ്ചായത്തുകളിലും ഒരേസമയം ചെങ്കൊടി പാറിക്കാൻ കഴിഞ്ഞതും ചെറിയ മാറ്റമായിരുന്നില്ല.

പുരുഷന് സൗകര്യം തോന്നുമ്പോൾ കെട്ടാനും തോന്നുമ്പോൾ മൊഴിചൊല്ലി ഒഴിവാക്കാനുമുള്ള കളിപ്പാട്ടമാണ് സ്ത്രീ എന്ന ധാരണക്കെതിരെ നിയമത്തിന്റെ വഴിതെരഞ്ഞെടുക്കുന്ന മുസ്ലിംസ്ത്രീകളെ മതത്തിന്റെ പേരുപറഞ്ഞ് വിരട്ടിയിരുന്ന പുരോഹിതന്മാരെ അവർ വകവെക്കാതായിരിക്കുന്നു. കമ്യൂണിസ്റ്റുപാർട്ടിയുടെ നേതൃത്വത്തിൽ എൺപതുകളിൽ നടന്ന ശരിഅത്ത് സംവാദം അവരുടെ മനസുകളിൽ പുതിയ വെളിച്ചം പകർന്നു തുടങ്ങിയിരിക്കുന്നു.

മക്കനയും മഫ്തയും ഉപേക്ഷിക്കാതെ തന്നെ പ്രകടനത്തിൽ പങ്കെടുക്കാനും മക്കനയോടൊപ്പം ചുവപ്പ് യൂണിഫോമും ചേർത്തണിഞ്ഞ് വളണ്ടിയർ മാർച്ചിൽ പങ്കെടുക്കാനും മുന്നോട്ട് വന്ന് കമ്യൂണിസ്റ്റു പാർട്ടിയോടൊപ്പം അണിനിരക്കുന്ന മുസ്ലിം യുവതികൾ യാഥാസ്ഥിതികത്വത്തിന്റെ കോട്ടമതിലുകളെ പിടിച്ചു കുലുക്കാൻ തുടങ്ങിയിരിക്കുന്നു.

ചരിത്രം തിരുത്തിക്കുറിച്ചുകൊണ്ടിരിക്കുന്ന ഈ മുന്നേറ്റത്തിന് ചാലകശക്തിയായി നിന്നത് ആയിരക്കണക്കായ നിസ്വാർഥരായ മനുഷ്യരുടെ ഉഴിഞ്ഞുവെക്കപ്പെട്ട ജീവിതങ്ങളാണ്. അവർ നടത്തിയ വിശ്രമമില്ലാത്ത പോരാട്ടങ്ങളാണ്... അവർ ഏറ്റുവാങ്ങിയ മർദനങ്ങളും പീഡനങ്ങളുമാണ്... സഹനങ്ങളും ജീവത്യാഗങ്ങളുമാണ്...

ഇപ്പോൾ മലപ്പുറം ജില്ലയുടെ ഭാഗമായ പ്രദേശങ്ങളിൽ തുടക്കത്തിൽ പ്രവർത്തിക്കുകയും പിന്നീട് അവിഭക്ത കമ്യൂണിസ്റ്റുപാർട്ടിയുടെയും സി പി ഐ (എം) ന്റെയും ദേശീയ നേതൃത്വത്തിലേക്കും സംസ്ഥാന നേതൃത്വത്തിലേക്കും ഉയർന്നുപോയ പ്രഗത്ഭമതികളിൽനിന്നും സെയ്താലിക്കുട്ടിയെ വ്യത്യസ്തമാക്കുന്ന ഒരു ഘടകമുണ്ട്. മറ്റുള്ളവർക്കെല്ലാം ഒരു ഘട്ടം കഴിഞ്ഞപ്പോൾ അവരുടെ പ്രവർത്തനമേഖല സംസ്ഥാനതലത്തിലേക്കും ദേശീയതലത്തിലേക്കും മാറ്റേണ്ടിവന്നു. എന്നാൽ സെയ്താലിക്കുട്ടിയുടെ ആറരപ്പതിറ്റാണ്ടിലേറെ നീണ്ടുനിന്ന പ്രവർത്തനകാലം മുഴുവൻ അദ്ദേഹം മലപ്പുറം ജില്ലയുടെ പരിധിക്കുള്ളിൽത്തന്നെ നിന്നാണ് പ്രവർത്തിച്ചത്.

*കൊടിയേരി ബാലകൃഷ്ണനോടൊപ്പം*

അതിനാൽ യാഥാസ്ഥിതികരുടെ ഒരു കോട്ടയായി നിലകൊണ്ട മലപ്പുറം ജില്ലയിൽ കമ്യൂണിസ്റ്റുപ്രസ്ഥാനത്തിന് ഇന്ന് കിട്ടിക്കൊണ്ടിരിക്കുന്ന സ്വീകാര്യതയിൽ സെയ്താലിക്കുട്ടി നടത്തിയ പ്രവർത്തങ്ങളുടെ പങ്ക് വളരെ പ്രധാനപ്പെട്ടതാണ്.

**സ. കുഞ്ഞാലി**
കാളിക്കാവ് നിലമ്പൂർ
Date Of Death : July - 28 - 1969

**സ. ദാമു**
താനൂർ
Date Of Birth : 1944
Date Of Death : ഒക്ടോബർ 1979

**സ. സൈതാലി**
കട്ടുപ്പാറ, മങ്കട
Date Of Death : 19-09-1974

**സ. പൗലോസ്**
നിലമ്പൂർ
Date Of Birth : 02-03-1937
Date Of Death : 28-11-1969

**സ. കോട്ടീരി നാരായണൻ**
കാവുപുറം, വളാഞ്ചേരി
Date Of Birth : Jan 1949
Date Of Death : 06.05.1988

**സ. സുബ്രമണ്യൻ**
കുന്നപ്പള്ളി, പെരിന്തൽമണ്ണ
Date Of Birth : 15-03-1966
Date Of Death : 11-04-2006

**സ. പ്രദീപ് പള്ളിയേരി**
അന്നാര, തിരൂർ
Date Of Birth : 05.05.1917
Date Of Death : 13.01.2009

**സ. മുസ്തഫ**
പെരിന്തൽമണ്ണ
Date Of Death : 16-08-1976

*മലപ്പുറത്തെ രക്തസാക്ഷികൾ*

# സഹായകഗ്രന്ഥങ്ങൾ പ്രസിദ്ധീകരണങ്ങൾ


1. *കനൽപ്പാടുകൾ* – എഡിറ്റർ പാലക്കീഴ് നാരായണൻ
2. *കമ്യൂണിസ്റ്റ് പ്രസ്ഥാനം കേരളത്തിൽ* – സി ഭാസ്കരൻ
3. *കമ്യൂണിസ്റ്റ് പ്രസ്ഥാനം ഇന്ത്യയിൽ* – സി ഭാസ്കരൻ
4. *ഇന്ത്യൻ സ്വാതന്ത്ര്യ സമരചരിത്രം* – ഇ എം എസ്
5. *കേരള ചരിത്രം മാർക്സിസ്റ്റ് വീക്ഷണത്തിൽ* – ഇ എം എസ്
6. *കമ്യൂണിസ്റ്റ് പാർട്ടി കേരളത്തിൽ* – ഇ എം എസ്
7. *എന്റെ ജീവിതകഥ* – എ കെ ജി
8. *കുഞ്ഞാലി സ്മരണിക* – 1994
9. *പരിവേഷങ്ങളില്ലാത്ത ജനനായകൻ* – എഡിറ്റർ – ഐ വി ദാസ്
10. *സമരം തന്നെ ജീവിതം* – വി എസ് അച്യുതാനന്ദൻ
11. *നടന്നു തീർത്ത വഴികൾ* – ഇ ബാലാനന്ദൻ
12. *ടി. പി. ഗോപാലൻ സ്മരണിക* – 2006 – അനശ്വര കലാസാംസ്കാരികവേദി – പാലൂർ
13. *മുഹമ്മദ് അബ്ദുറഹിമാൻ* – എസ് കെ പൊറ്റക്കാട്, പി പി ഉമ്മർ കോയ, എൻ പി മുഹമ്മദ്, കെ എ കൊടുങ്ങല്ലൂർ
14. *മുഹമ്മദ് അബ്ദുറഹ്മാൻ സാഹിബ്* – എം റഷീദ്
15. *മുഹമ്മദ് അബ്ദുറഹ്മാൻ* – എൻ പി ഹാഫിസ് മുഹമ്മദ്
16. *മഹത്തായ മാപ്പിളസാഹിത്യ പാരമ്പര്യം* – സി എൻ അഹമ്മദ് മൗലവി കെ കെ മുഹമ്മദ് അബ്ദുൽ കരീം
17. *അടിയന്തരാവസ്ഥ* – റസാഖ് പയമ്പ്രോട്ട്

18. *കർമ്മസാക്ഷി* – സെയ്താലിക്കുട്ടിയുടെ ഒന്നാം ചരമ വാർഷിക ത്തോടനുബന്ധിച്ച് സി പി ഐ (എം) കൊണ്ടോട്ടി ഏരിയാ കമ്മറ്റി പ്രസിദ്ധീകരിച്ച പ്രത്യേക പതിപ്പ്
19. ഒന്നാം ചരമ വാർഷികത്തിൽ *ദേശാഭിമാനി* പ്രസിദ്ധീകരിച്ച സപ്ലിമെന്റ്
20. സി പി ഐ (എം) സംസ്ഥാന സമ്മേളന (മലപ്പുറം) ത്തോടനുബ ന്ധിച്ച് കമ്യൂണിസ്റ്റുപാർട്ടിയുടെ പ്രാദേശിക ചരിത്രം (*കനൽപ്പാടു കൾ*) തയാറാക്കുന്നതിനുവേണ്ടി നൂറു കണക്കിന് ആദ്യകാല പ്രവർത്തകരിൽനിന്നും ശേഖരിച്ച വിവരങ്ങളുടെ കുറിപ്പുകൾ.
21. ഞാനെങ്ങിനെ കമ്യൂണിസ്റ്റായി – ടി കെ ഹംസ

# വിവരങ്ങൾ നൽകി സഹായിച്ചവർ

പാലോളി മുഹമ്മദ് കുട്ടി
ഫാത്തിമ്മ ഇമ്പിച്ചിബാവ
കെ പി മാസ്റ്റർ
മംഗലശ്ശേരി നാരായണൻ
കെ വേലുനായർ - മഞ്ചേരി
അബ്ദുൽ നാസർ - സെയ്താലിക്കുട്ടിയുടെ മകൻ
ഷഫീക്ക് - സെയ്താലിക്കുട്ടിയുടെ മകൻ
കെ ഉമ്മർ മാസ്റ്റർ
ജോർജ് കെ. ആന്റണി
പി കെ സൈനബ
കെ മുഹമ്മദലി - മഞ്ചേരി
വി ശശികുമാർ
എം എം നാരായണൻ
പി ടി ഉമ്മർ - നിലമ്പൂർ
പാലക്കീഴ് നാരായണൻ
ഉണ്ണികൃഷ്ണൻ മാസ്റ്റർ - പെരിന്തൽമണ്ണ
വി പി സഖറിയ - വളാഞ്ചേരി
ജയൻ - താനൂർ
കെ എം കുഞ്ചുക്കുട്ടി - താനൂർ
അനിൽകുമാർ - താനൂർ
ശിവദാസൻ - തിരൂർ

പി കെ ശശി - പാലക്കാട്
അഡ്വ. ഖലീമുദ്ദീൻ - പൊന്നാനി
അഡ്വ. ഫിറോസ് - മഞ്ചേരി
മുഹമ്മദ് സലീം - പെരിന്തൽമണ്ണ
എം സ്വരാജ്
കെ കെ മുഹമ്മദലി- കുന്നപ്പള്ളി
ഡോ. ടി കെ ശ്രീധരൻ - തിരൂർ
ശങ്കരൻ മാസ്റ്റർ - താനൂർ
പി പി ലക്ഷ്മണൻ - തിരൂർ
വി വി ഗോപിനാഥ്
സി വി നായർ - കീഴ്പറമ്പ്
ഇ എൻ - മോഹൻദാസ്
പി പി വാസുദേവൻ
ടി കെ ഹംസ
ഡോക്ടർ ശശിധരൻ ക്ലാരി
രവീന്ദ്രൻ മംഗലശ്ശേരി
കെ പി അബ്ദുറഹ്മാൻ എന്ന കുഞ്ഞൂട്ടി - മഞ്ചേരി
മാങ്കായി അബൂബക്കർ - കൊണ്ടോട്ടി

# സൂചിക

**ഈ** ഗ്രന്ഥത്തിൽ പരാമർശിക്കുന്ന വ്യക്തികളിലെ പ്രസക്തമായ പേരുകകളോടൊപ്പം കേരളത്തിലെയും മലപ്പുറം ജില്ലയിലെയും കമ്യൂണിസ്റ്റ് പ്രസ്ഥാനത്തിന്റെ ചരിത്രത്തിലെ ഓർമിക്കപ്പെടുന്ന സംഭവങ്ങൾ, ഗ്രന്ഥങ്ങൾ, നാടകങ്ങൾ തുടങ്ങിയവയും ഈ സൂചികയിൽ ഉൾപ്പെടുത്തിയിരിക്കുന്നു.

**അ**



**ഇ**

**ഉ**



**എ**



**ഒ**



**ക**

## ഭ



## ബ



## മ



## യ



## ര

www.ingramcontent.com/pod-product-compliance
Lightning Source LLC
LaVergne TN
LVHW100817051026
849519LV00006B/2104
*9789382808046*